AF756273

ಎನ್. ಧನಂಜಯ M.A., M.Phil.

ಹವ್ಯಾಸಿ ರಂಗಭೂಮಿ ಕಲಾವಿದ. ಕಳೆದ ಇಪ್ಪತ್ತು ವರ್ಷಗಳಿಂದ ರಂಗಭೂಮಿಯಲ್ಲಿ ನಟನಾಗಿ, ನಿರ್ದೇಶಕನಾಗಿ ಕೆಲಸ ಮಾಡುತ್ತಿದ್ದೇನೆ. ಉಪನ್ಯಾಸಕನಾಗಿ ಅನೇಕ ಕಾಲೇಜುಗಳಲ್ಲಿ ಕಾರ್ಯ ನಿರ್ವಹಿಸಿದ್ದೇನೆ. ಆಕಾಶವಾಣಿ ನಾಟಕ ವಿಭಾಗದ 'ಬಿ' ಗ್ರೇಡ್ ಕಲಾವಿದ. ವಿಶ್ವ ಪರಿಸರ ದಿನಾಚರಣೆಯ ಅಂಗವಾಗಿ 2005ರಲ್ಲಿ ನಾಗರಾಜ್ ಕೋಟೆಯವರ ಜೊತೆ ಬೆಂಗಳೂರಿನಲ್ಲಿ ಮರದ ಮೇಲೆ "ನೆಲೆ" ನಾಟಕ ಪ್ರದರ್ಶಿಸಿ ಅದು ಲಿಮ್ಕಾ ಪುಸ್ತಕ ದಾಖಲೆಗೆ ಸೇರಿದೆ. "ರಂಗ ಸ್ಪಂದನ" ಎಂಬ ಪುಸ್ತಕ ಬರೆದಿದ್ದೇನೆ. ಅದರ ಜೊತೆ ಅನೇಕ ರಂಗ ಸಂಬಂಧಿ ಪುಸ್ತಕಗಳಿಗೆ (ಅಭಿನಂದನಾ ಗ್ರಂಥಗಳು) ಸಂಪಾದಕರಾಗಿ ಕೆಲಸ ಮಾಡಿದ್ದೇನೆ. ಎಸ್.ಎಲ್. ಭೈರಪ್ಪನವರ ಸರಸ್ವತಿ ಸಮ್ಮಾನ್ ಪುರಸ್ಕೃತ ಕಾದಂಬರಿ 'ಮಂದ್ರ'ವನ್ನು ನಿರ್ದೇಶಿಸಿದ್ದೇನೆ. ಅವರ "ನಿರಾಕರಣ" ಕಾದಂಬರಿಯನ್ನು ರಂಗರೂಪ ಮಾಡಿ ಏಕವ್ಯಕ್ತಿ ಪ್ರದರ್ಶನ ನೀಡಿರುತ್ತೇನೆ. ಶ್ರೇಷ್ಠ ನಟ.

"ಮೊಹಮ್ಮದ್ ಪೀರ್" ಅವರ ಬಗ್ಗೆ ಪುಸ್ತಕ ಬರೆದಿದ್ದು ಅದು ಮೈಸೂರು ವಿಶ್ವ ವಿದ್ಯಾನಿಲಯದಿಂದ ಪ್ರಕಟವಾಗುತ್ತಿದೆ. ಆರ್.ಕೆ. ನಾರಾಯಣ್ ಅವರ 'ದಿ ಗೈಡ್' ಕಾದಂಬರಿಯನ್ನು ಕನ್ನಡಕ್ಕೆ ಅನುವಾದಿಸದ್ದೇನೆ. (ಪ್ರಿಸಂ ವತಿಯಿಂದ ಪ್ರಕಟವಾಗುತ್ತಿದೆ)

ನಟನಾಗಿ ಅಭಿನಯಿಸಿರುವ ನಾಟಕಗಳು:

ರಕ್ತಾಕ್ಷಿ, ಹಂಸಗೀತೆ, ಸಂಧ್ಯಾರಾಗ, ಎಚ್ಚಮ ನಾಯಕ, ತುಘಲಕ್, ಯಯಾತಿ, ಯಮನ ಸೋಲು, ಹರಕೆಯ ಕುರಿ, ಭೀಮಣ್ಣನ ಮಗ, ಗೆಲಿಲಿಯೋ, ಶಿವಾಜಿ, ಹದ್ದುಮೀರಿದ ಹಾದಿ, ಅಶ್ವತ್ಥಾಮ, ರಾವಿ ನದಿಯ ದಂಡೆಯಲ್ಲಿ, ಯಮನ ಸೋಲು, ಯಯಾತಿ, ಸಿರಿ ಪುರಂದರ,ಹಾವು ಏಣಿ,ಆವಾಹನೆ, ಬಲಿದಾನ ಇತ್ಯಾದಿ.

ಚಲನಚಿತ್ರಗಳು:

1. ಬಡ್ಡಿ ಮಗನ್ ಲೈಫು (ನಾಯಕನ ತಂದೆಯಾಗಿ)
2. ಡಿಯರ್ ವಿಕ್ರಂ (ಪ್ರಾಂಶುಪಾಲನಾಗಿ)
3. ಆಚಾರ್ ಅಂಡ್ ಕೊ. (PRK ಪ್ರೊಡಕ್ಷನ್ಸ್ ತೆರೆಕಾಣಬೇಕಿದೆ)

ಧಾರವಾಹಿ:

1. ಒಲವಿನ ನಿಲ್ದಾಣ (ಕಲರ್ಸ್ ಕನ್ನಡ, ಶೃತಿ ನಾಯ್ಡು ಪ್ರೊಡಕ್ಷನ್ಸ್, ಪಾತ್ರದ ಹೆಸರು: ರವೀಂದ್ರ)

ಮೊ: 9916617084
ಈಮೇಲ್: dhanunataka@gmail.com

ಮಂಡ್ಯ ರಮೇಶ್
ನಟನ ಕಥೆ

ಎನ್. ಧನಂಜಯ

ವೀರಲೋಕ ಬುಕ್ಸ್ ಪ್ರೈ.ಲಿ.
207, 2ನೇ ಮಹಡಿ, 3ನೇ ಮೇನ್, ಚಾಮರಾಜಪೇಟೆ
ಬೆಂಗಳೂರು-560018. ಮೊಬೈಲ್: 70221 22121
ಇಮೇಲ್: veeralokabooks@gmail.com
ವೆಬ್‌ಸೈಟ್: www.veeralokabooks.com

MANDYA RAMESH—NATANA KATHE
A book by **N. Dhananjaya**

Published by:
VEERALOKA BOOKS PVT. LTD.
207, 2nd Floor, 3rd Main
Chamarajpet, Bengaluru - 560018

Mobile : 70221 22121
E-mail : veeralokabooks@gmail.com
Website: www.veeralokabooks.com

ISBN : 978-93-94942-11-0

Price : Rs. 250/-
Pages : 176 + 40 (Colour Pages) = 216
First Impression : 2022

Paper used : 80 GSM NS Maplitho
Book size : 1/8th Demy

Cover page illustration by : Roopashree Vipin
Inner pages illustration by : Vijaya Vikram

Printer :

ಅರ್ಪಣೆ

"ರಂಗವನ್ನು ಪ್ರೀತಿಸುವ ಎಲ್ಲರಿಗೆ"

ಈ ಸಾಧಕನೆದುರು ನನ್ನದು ಮುಗಿದ ಕೈ ಬಾಗಿದ ತಲೆ

ಇದು ಮಂಡ್ಯ ರಮೇಶ್ ಎಂಬ ಮಾಯಕಾರನ ಬದುಕಿನ ಕತೆ. 'ಬದುಕೂ ನಾಟಕವೇ; ನಾಟಕವೂ ಬದುಕೇ!' ಎಂಬುದು ಅವರ ಟ್ಯಾಗ್‌ಲೈನ್. ಯಯಾತಿ ನಾಟಕದಲ್ಲೊಂದು ಮಾತು ಬರುತ್ತದಲ್ಲ,– 'ಬೆಳಕಿಲ್ಲದ ದಾರಿಯಲ್ಲಿ ನಡೆಯಬಹುದು, ಆದರೆ ಕನಸುಗಳಿಲ್ಲದ ದಾರಿಯಲ್ಲಿ ನಡೆಯುವುದು ಹೇಗೆ?'–ಅದೇ ಮಾತುಗಳನ್ನು ಬೆಂಬತ್ತಿ ಬದುಕಿದವರು, ಬದುಕುವವರು ರಮೇಶ್.

ಸರಳ ರೇಖೆಯ ಮೇಲೆ ಸಾಗಿ ಬಂದ ನಾನು, ನನ್ನಂಥವರು ಇಂಥ ರೋಚಕ ಬದುಕಿಗೊಮ್ಮೆ ತೆರೆದುಕೊಳ್ಳಬೇಕು.

'ನಮ್ಮೂರ ಹಾದೀಲಿ ಕಲ್ಲಿಲ್ಲ ಮುಳ್ಳಿಲ್ಲ, ಸಾಸುವೆಯಷ್ಟು ಮರಳಿಲ್ಲ, ಬಿಸಿಲೀನ ಬೇಗೆ ಸುಡಲಿಲ್ಲ' ಅನ್ನುವಂಥ ಸುರಳೀತ ಪ್ರಯಾಣ ನಮ್ಮದು.

ಅಲ್ಲಿ ಥಟ್ಟಂತ ತಿರುಗುವ ತಿರುವುಗಳಿಲ್ಲ, ಅಡ್ಡ ನಿಲ್ಲುವಂಥ ಗುಡ್ಡ ಬೆಟ್ಟಗಳಿಲ್ಲ, ಕಾಡಿಲ್ಲ, ಕಣಿವೆಯಿಲ್ಲ, ಆಳಕ್ಕೆ ಧುಮುಕುವುದಿಲ್ಲ, ಎತ್ತರಕ್ಕೆ ಎಗರುವುದಿಲ್ಲ, ಕುಣಿದಾಡುವಂಥ ಖುಷಿಗಳಿಲ್ಲ, ಕರಗಿ ಹೋಗುವಂಥ ಕಣ್ಣೀರಿಲ್ಲ, ಎದೆಗುದಿಯಿಲ್ಲ, ನಿಟ್ಟುಸಿರಿಲ್ಲ, ಸಂತೆಯಿಲ್ಲ, ಜಾತ್ರೆಯಿಲ್ಲ...!!!

ಆದರೆ ಮಂಡ್ಯ ರಮೇಶ್ ಬದುಕಿನಲ್ಲಿ ಇವೆಲ್ಲವೂ ಇದೆ. ಇನ್ನೂ ಇದೆ...

ಗೆಳೆಯ ಧನಂಜಯ ಬರೆದಿರುವ ಈ ಪುಸ್ತಕವನ್ನು ತೆರೆದು ಆರಂಭದ ಕೆಲವು ಪುಟಗಳನ್ನು ಓದಿದ ಮೇಲೆ ಅವರ ಬರವಣಿಗೆಯ ಶೈಲಿ ಇನ್ನೊಂದಿಷ್ಟು ಆಕರ್ಷಕವಾಗಿದ್ದರೆ, ಆಲಂಕಾರಿಕವಾಗಿದ್ದರೆ ಚಂದವಿತ್ತಲ್ಲಾ! ಅನ್ನಿಸಿತ್ತು. ಆದರೆ

ಮುಂದಕ್ಕೆ ಓದುತ್ತಾ ಹೋದಂತೆ ನನಗೆ ಅರಿವಾಯಿತು, ಈ ಪುಸ್ತಕದ ಆಕರ್ಷಣೆ, ಅಲಂಕಾರ, ಅದರ ವಸ್ತುವಿನಲ್ಲೇ ಇದೆ. ಅದಕ್ಕೆ ಹೊರಗಿಂದ ಅಲಂಕಾರ ಗಿಲಂಕಾರ ಹೇರುವ ಅಗತ್ಯವಿಲ್ಲ. ಅದಕ್ಕಿಂತ ಮಿಗಿಲಾಗಿ ಮಂಡ್ಯ ರಮೇಶ್ ಇರುವ ರೀತಿಗೂ ಈ ನಿರಲಂಕಾರತೆ ಒಂದು ಒಳ್ಳೆಯ ಪ್ರತೀಕ. ಆ ಕಾರಣಕ್ಕಾಗಿಯೇ ರಮೇಶ್ ನಮ್ಮಂಥವರಿಗೆಲ್ಲಾ ಇಷ್ಟವಾಗುವುದು. ಆಪ್ತವಾಗುವುದು. ಈ ಮಾತಿಗೊಂದಿಷ್ಟು ವಿವರಣೆ ಕೊಡಬೇಕು ನಾನು.

ಸಾಮಾನ್ಯವಾಗಿ ನಾಟಕದವರು, ಸಿನಿಮಾದವರು ಅಂದರೆ ನಮ್ಮ ಸಮಾಜದಲ್ಲಿ ಒಂದಿಷ್ಟು ರಂಗ್‌ಭಿರಂಗಿ ಕಲ್ಪನೆಗಳಿವೆ. ರಂಗದ ಮೇಲೆ ಅಥವಾ ತೆರೆಯ ಮೇಲೆ ತಾವು ಚಂದ ಕಾಣಿಸಬೇಕೆಂದು ಮೇಕಪ್ಪು ಗೀಕಪ್ಪು ಮಾಡಿಕೊಳ್ಳುತ್ತಾರೆ. ಬಣ್ಣ ಬಣ್ಣದ ಉಡುಗೆ ತೊಡುಗೆ ಹಾಕಿಕೊಳ್ಳುತ್ತಾರೆ. ಪ್ರೇಕ್ಷಕರಲ್ಲಿ ತಾವಿರುವುದೇ ಹೀಗೆ ಎಂಬ ಭ್ರಮೆಯನ್ನೂ ಹುಟ್ಟಿಸುತ್ತಾರೆ. ಎಷ್ಟೋ ಕಲಾವಿದರು ಆ ನಾಟಕ, ಸಿನಿಮಾ ಮುಗಿದ ಮೇಲೂ ಅದೇ ಭ್ರಮೆಯನ್ನು ಮುಂದುವರಿಸುತ್ತಾರೆ. ಅಂಥವರು ವಿಗ್ಗು, ಮೇಕಪ್ಪು, ಕಾಸ್ಟ್ಯೂಮ್‌ಗಳಿಲ್ಲದೆ ಸಾರ್ವಜನಿಕವಾಗಿ ಕಾಣಿಸಿಕೊಳ್ಳುವುದೇ ಇಲ್ಲ. ಆದರೆ ಮಂಡ್ಯ ರಮೇಶ್ ಹಾಗಲ್ಲ. ಆತ ಬಣ್ಣದ ಬದುಕಿನವನಾದರೂ ಸಾಧಾರಣ ಸಾಮಾಜಿಕ. ನಮ್ಮ ನಿಮ್ಮಂತೆ ಒಬ್ಬ ಮಗ, ಒಬ್ಬ ಸೋದರ, ಒಬ್ಬ ಮೇಷ್ಟ್ರು, ಒಬ್ಬ ಶಿಷ್ಯ ಇತ್ಯಾದಿ. ಆತ ಕೂಡಾ ಅಳುತ್ತಾನೆ, ನಗುತ್ತಾನೆ, ನೋಯುತ್ತಾನೆ, ಕೋಪಿಸುತ್ತಾನೆ, ದುಡುಕುತ್ತಾನೆ, ನಿಧಾನಿಸುತ್ತಾನೆ, ಆಲೋಚಿಸುತ್ತಾನೆ, ಆಕ್ಷೇಪಿಸುತ್ತಾನೆ ಹೀಗೆ. ಆದ್ದರಿಂದಲೇ ರಮೇಶ್ ಗುಂಪಿನಲ್ಲೂ ಇರುತ್ತಾರೆ. ಏಕಾಂತದಲ್ಲೂ ಇರುತ್ತಾರೆ. ರಸ್ತೆ ಪಕ್ಕದಲ್ಲಿ ನಡೆಯುವಾಗಲೂ ಸಿಗುತ್ತಾರೆ. ಕಾರಿನಲ್ಲೂ ಎದುರಾಗುತ್ತಾರೆ, ಬಹುಮಂದಿ ಅಸಾಮಾನ್ಯರಾಗಲು, ಗಣ್ಯರಾಗಲು, ವಿ.ಐ.ಪಿ.ಗಳಾಗಲು ಹೆಣಗಾಡಿದರೆ ರಮೇಶ್ ಪ್ರಜ್ಞಾಪೂರ್ವಕವಾಗಿಯೂ, ಉದ್ದೇಶಪೂರ್ವಕವಾಗಿಯೂ ಸಾಮಾನ್ಯರಾಗಿಯೇ ಉಳಿಯಲು ಪ್ರಯತ್ನಿಸುತ್ತಾರೆ. ಆದ್ದರಿಂದಲೇ 'ನಟನ'ದ ಆವರಣದಲ್ಲಿ ರಮೇಶ್ ಒಂದಿಷ್ಟೂ ಗ್ಲಾಮರ್ ಹಚ್ಚಿಕೊಳ್ಳದೆ ಒಂದು ಸಾಧಾರಣ ಜುಬ್ಬ ಮತ್ತು ಮಾಸಲು ಅಡ್ಡಪಂಚೆಯಲ್ಲೇ ಓಡಾಡುತ್ತಿರುತ್ತಾರೆ. ನಮ್ಮಂತೆಯೇ ಮಾತಾಡುತ್ತಾರೆ. ಅವರು ಸದಾ ನಮ್ಮೊಳಗೊಬ್ಬನಾಗಿರಲು ಮಾಡುವ ಪ್ರಯತ್ನ ಇದು.

ಇನ್ನೊಂದು ವಿಷಯವನ್ನೂ ಇಲ್ಲೇ ಹೇಳಬೇಕು. ನಟನದಲ್ಲಿ ರಂಗತರಬೇತಿ ಪಡೆದ, ನಾಟಕಗಳಲ್ಲಿ ಪಾರ್ಟು ಮಾಡಿದ ಕಲಾವಿದ (ಅಥವಾ ಕಲಾವಿದೆ) ತಾನೊಬ್ಬ ಹೀರೋ ಅಥವಾ ಹೀರೋಯಿನ್ ಆಗಿ ಸ್ವಮೋಹಕ್ಕೆ ಸ್ವಭ್ರಮೆಗೆ ಬಲಿಯಾಗದೆ ನಟ ಅಥವಾ ನಟಿಯಾಗಿ ರೂಪುಗೊಳ್ಳಬೇಕೆಂಬುದು ರಮೇಶ್ ನಿಲುವು. ಆದ್ದರಿಂದ ಅಲ್ಲಿ ರಾಜಾ ಪಾರ್ಟಿನವನಿಗೂ,

ಸಿಪಾಯಿ ಪಾರ್ಟಿನವನಿಗೂ ಒಂದೇ ಪ್ರಾಶಸ್ತ್ಯ. ಇಂದು ರಾಜನ ಪಾರ್ಟು ಮಾಡಿದವನು ಮರು ಪ್ರದರ್ಶನದಲ್ಲಿ ಸಿಪಾಯಿಯೋ ಪುರೋಹಿತನೋ ಆಗಿ ಅಭಿನಯಿಸಬೇಕು. ಇಂದು ಸಿಪಾಯಿಯಾಗಿ ಈಟಿ ಹಿಡಿದುಕೊಂಡು ರಂಗಮಂಚದ ಅಂಚಿನಲ್ಲಿ ನಿಂತವನು ನಾಳಿನ ಪ್ರದರ್ಶನದಲ್ಲಿ ಖಡ್ಗ, ಕಿರೀಟ, ಭುಜಕೀರ್ತಿಗಳನ್ನು ಧರಿಸಿಕೊಂಡು 'ಹೀರೋ' ಆಗಿ ರಂಗದ ತುಂಬಾ ಓಡಾಡಬೇಕು. ಕಲಾವಿದರ ಅಹಂಕಾರವನ್ನೂ, ಕೀಳರಿಮೆಯನ್ನೂ ಒಡೆದು ಹಾಕುವ ಪರಿಪೂರ್ಣ ಕಲಾವಿದನನ್ನು ರೂಪಿಸುವ ಪ್ರಬುದ್ಧ ವಿಧಾನವಿದು. ಇದನ್ನು ರಮೇಶ್ ಅವರನ್ನು ರೂಪಿಸಿದ ನೀನಾಸಂ, ರಂಗಾಯಣ ಸಂಸ್ಥೆಗಳು ರೂಪಿಸಿದ ದಾರಿ. ಆ ದಾರಿಯಲ್ಲೇ ನಿಷ್ಠೆಯಿಂದ ನಡೆದವರು ಮಂಡ್ಯ ರಮೇಶ್.

ಮಂಡ್ಯ ರಮೇಶ್ ರಂಗ ಸಂಘಟಕ, ನಿರ್ದೇಶಕ ಹೇಗೋ ಸಿನಿಮಾನಟ ಕೂಡ ಹೌದು. ಎರಡೂ ಕ್ಷೇತ್ರಗಳಲ್ಲಿ ಅವರದು ಗಮನಾರ್ಹವಾದ ಯಶಸ್ಸೇ. ಸಿನಿಮಾದಲ್ಲಿ ಹೇರಳವಾಗಿ ಅಲ್ಲದಿದ್ದರೂ ಒಂದಿಷ್ಟು ಹಣ ಸಂಪಾದಿಸಿದ್ದಾರೆ. ಆ ಹಣ ಅವರಿಗೊಂದು ಚಂದದ ಮನೆಗೆ, ಅಂದದ ಕಾರಿಗೆ, ಬಿಡುಬೀಸಾದ ಓಡಾಟಕ್ಕೆ, ಸೊಗಸುಗಾರಿಕೆಯ ಜೀವನ ಶೈಲಿಗೆ ಸಾಕಿತ್ತು. ಅದಾಗಿದ್ದರೆ, ರಮೇಶ್ ಒಬ್ಬ 'ಸೆಲೆಬ್ರಿಟಿ'ಯಷ್ಟೇ ಆಗಬಹುದಿತ್ತು. ಆದರೆ ರಮೇಶ್ ಅವರಲ್ಲಿರುವ ಅಪ್ಪಟ ಕಲಾವಿದ, ರಂಗಜೀವಿ ತೃಪ್ತನಾಗಲಾರ. ತನ್ನ ಚೈತನ್ಯದ ಬಹು ಸಾಧ್ಯತೆಗಳನ್ನು ಹುಡುಕದಿದ್ದರೆ ಅವರಿಗೆ ಸಮಾಧಾನವಿಲ್ಲ. ಅದಕ್ಕಾಗಿಯೇ ರಮೇಶ್ 'ನಟನ' ಕಟ್ಟಿದ್ದು. ರಂಗಮಂದಿರ ನಿರ್ಮಿಸಿದ್ದು. ತನ್ನಿಡೀ ಕುಟುಂಬಕ್ಕೆ ಅದೇ ಇಹಪರ ಎನ್ನುವಂತೆ ಸಂಪೂರ್ಣ ತೊಡಗಿಸಿಕೊಂಡದ್ದು. ಓದು, ಆಲೋಚನೆ, ಚಿಂತನೆ, ಸಂಘಟನೆ, ಪರಿಶ್ರಮ, ಪ್ರಯೋಗ ಅವರ ಬದುಕಿನ ದಾರಿ. ಸುಲಭ ಸಾಧ್ಯವಾದ 'ಕಂಫರ್ಟ್ ಜೋನ್' ನಿಂದ ಹೊರಗೆ ಜಿಗಿದು ಸವಾಲಿನ, ಕಷ್ಟದ, ನೋವಿನ, ನಿರಾಶೆಯ, ದಾರಿಯಲ್ಲಿ ಕ್ರಮಿಸಿ 'ಸಾಧಕ'ನಾದ ಚೇತನ ಅದು. ಈ ತುದಿಯಲ್ಲಿ ನೋಡಿದರೆ ರಮೇಶ್ ನಮ್ಮ ಮೈಸೂರಿನ, ಅಷ್ಟೇಕೆ ನಮ್ಮ ನಾಡಿನ ದೊಡ್ಡ ಮನುಷ್ಯ, ರಂಗ ದಿಗ್ಗಜ. ಆದರೆ ಈ ಎತ್ತರಕ್ಕೇರಲು ಅವರು ಕ್ರಮಿಸಿದ ಹಾದಿಯಿದೆಯಲ್ಲ, ಅದು ರೋಚಕವಾದುದು, ನಮ್ಮ ಕರುಳು ಕದಲಿಸುವಂಥದು. ಆದ್ದರಿಂದಲೇ ಈ ಪುಸ್ತಕ ಓದಿ ಮುಗಿಸುವುದರೊಳಗೆ ಈ ಸಾಧಕ ಪುರುಷನೆದುರು ನಮ್ಮದು ಮುಗಿದ ಕೈಯಾಗುತ್ತದೆ. ಬಾಗಿದ ತಲೆಯಾಗುತ್ತದೆ. ಅಂತಃಕರಣದಲ್ಲಿ ಪ್ರೀತಿ ಪುಟಿದೇಳುತ್ತದೆ.

ಈ ಕೃತಿಯ ಲೇಖಕರಾದ ಪ್ರಿಯ ಮಿತ್ರ ಧನಂಜಯ, ಮಂಡ್ಯ ರಮೇಶ್ ಅವರ ಆಪ್ತ. ಅವರನ್ನು ಹತ್ತಿರದಿಂದ ಕಂಡವರು. ಅವರಿಂದ ಪ್ರಭಾವಿತರಾದವರು. ರಮೇಶ್ ಅವರಂತೆಯೇ ವಿನಯ, ಸಂಕೋಚ ಗುಣಗಳೆಲ್ಲಾ ಧನಂಜಯ ಅವರಲ್ಲಿಯೂ ಇವೆ. ಆದ್ದರಿಂದಲೇ ಇಲ್ಲಿಯ

ನಿರೂಪಣೆಯಲ್ಲಿ ಯಾವ ಅತಿರಂಜಕತೆಯೂ ಇಲ್ಲದಂತೆ ನೋಡಿಕೊಂಡಿದ್ದಾರೆ. ರಮೇಶ್ ಅವರ ಬಗ್ಗೆ ಸಹಜವಾದ ಪ್ರೀತಿ ಗೌರವಗಳನ್ನು ಹೊಂದಿರುವ ಧನಂಜಯ ಇಲ್ಲಿಯ ಘಟನೆಗಳಲ್ಲಿ ಒಂದಿಷ್ಟು ಉತ್ಪ್ರೇಕ್ಷೆಯನ್ನೂ, ಅತಿ ಭಾವುಕತೆಯನ್ನೂ ತಂದು ಬಿಡಬಹುದಿತ್ತು. ಆದರೆ ಅಂಥದು ರಮೇಶ್ ಅವರಿಗೂ ಪ್ರಿಯವಾಗುವುದಿಲ್ಲವೆಂದು ಧನಂಜಯ ಅವರಿಗೆ ಖಚಿತವಾಗಿ ಗೊತ್ತು. ಅದರಿಂದಲೇ ಈ ಕೃತಿಗೆ ಒಂದು ಸ್ವಯಂಪೂರ್ಣ ಮೌಲಿಕತೆ ಪ್ರಾಪ್ತವಾಗಿದೆಯೆಂಬುದನ್ನು ನಾನು ಹೇಳಬೇಕು. ಇಲ್ಲಿ ಧನಂಜಯ ಅವರ ನಿರೂಪಣೆಯಷ್ಟೇ ಅಲ್ಲದೆ, ರಮೇಶ್ ಅವರದೊಂದು ಸಂದರ್ಶನ, ಪ್ರಶ್ನೋತ್ತರ, ಹಿರಿಯರು, ಗೆಳೆಯರು ರಮೇಶ್ ಅವರನ್ನು ಕುರಿತು ಆಡಿರುವ ಮಾತುಗಳು, ಅವರ ವಿದ್ಯಾರ್ಥಿಗಳ ಅನಿಸಿಕೆಗಳು ಎಲ್ಲವೂ ಸಂಕಲಿತವಾಗಿವೆ. ಅದರಿಂದ ರಮೇಶ್ ಅವರನ್ನು ನಾನಾ ಆಯಾಮಗಳಿಂದ ಗ್ರಹಿಸುವ ಅವಕಾಶವೂ ಲಭ್ಯವಾಗಿದೆ.

ಇನ್ನೊಂದು ಮಾತು. ಇದನ್ನು ಇಲ್ಲೇ ದಾಖಲಿಸಬೇಕೆನ್ನಿಸುತ್ತಿದೆ. ಈ ಪುಸ್ತಕದಲ್ಲಿ ರಮೇಶ್ ಅವರ ಕಲಾವಿದೆ ಪತ್ನಿ ಶ್ರೀಮತಿ ಸರೋಜಾ ಹೆಗಡೆ ಮತ್ತು ಅವರ ಪ್ರತಿಭಾವಂತೆ ಪುತ್ರಿ ದಿಶಾ ರಮೇಶ್ ಅವರ ಸಂದರ್ಶನವೂ ಸೇರಬೇಕಿತ್ತು. ಯಾಕೆಂದರೆ ಸರೋಜಾ, ರಮೇಶ್ ಅವರ ಕಷ್ಟಸುಖ ಭಂಗ ಬಡತನಗಳಲ್ಲೆಲ್ಲಾ ದೃಢವಾಗಿ ಅವರೊಂದಿಗೆ ನಡೆದವರು. ಕನ್ನಡ ಸಾಂಸ್ಕೃತಿಕ ಜಗತ್ತಿಗೆ ರಮೇಶ್ ಅವರ ಕೊಡುಗೆಯೇನಿದೆಯೋ, ಅವರ ವ್ಯಕ್ತಿತ್ವದ ಆಳ ಅಗಲ ಏನಿದೆಯೋ ಅದರಲ್ಲಿ ಸರೋಜಾ ಅವರ ದೊಡ್ಡ ಪಾಲೂ ಇದ್ದೇ ಇದೆ. ಹಾಗೆಯೇ ರಮೇಶ್ ಬದುಕಿನ ವಿಸ್ತರಣೆಯೇ ಆಗಿರುವ, ಅವರ ನಾಳೆಗಳ ದಿಕ್ಕೇ ಅಗಿರುವ ಕುಮಾರಿ ದಿಶಾ ರಮೇಶ್. ನಮನಿಮಗೆ ಕಾಣಿಸದ ರಮೇಶ್ ವ್ಯಕ್ತಿತ್ವದ, ವಿಚಾರಗಳ, ಭಾವ ಭಾವನೆಗಳ ಅಂತರ್‌ನಿಹಿತ ಪದರಗಳು ಸರೋಜಾ ಮತ್ತು ದಿಶಾ ಅವರಿಗೆ ಕಂಡಿರುತ್ತವೆ. ಹಾಗಾಗಿ ಅವರೀರ್ವರ ಸಂದರ್ಶನವಿದ್ದಿದ್ದರೆ ಈ ಪುಸ್ತಕಕ್ಕೆ ಮತ್ತೊಂದು ಆಯಾಮ ಸೇರುತ್ತಿತ್ತೆಂದು ಅನಿಸುತ್ತದೆ. ಮುಂದಿನ ಆವೃತ್ತಿಗಳಲ್ಲಿಯಾದರೂ ಅದು ಸೇರಬೇಕೆಂಬುದು ನನ್ನ ಅಪೇಕ್ಷೆ.

ಈ ಪುಸ್ತಕವನ್ನು ಒಂದೇ ಗುಕ್ಕಿಗೆ ಓದಿ ಮುಗಿಸುವುದು ಸಾಧ್ಯವಿಲ್ಲ, ಸಾಧುವೂ ಅಲ್ಲ. ಯಾಕೆಂದರೆ ಓದುವಾಗ ನನಗೇ ಆದಂತೆ ನಿಮಗೂ ಅಲ್ಲಲ್ಲಿ ಕಣ್ಣು ನಿಲ್ಲುತ್ತವೆ, ಮನಸ್ಸು ತಂಗುತ್ತದೆ. ಅಂತರಂಗದಲ್ಲೊಂದು ಚಿಂತನೆ, ಚರ್ಚೆ ನಡೆಯುತ್ತದೆ. ಯಾಕೋ, ಯಾವುದನ್ನೋ ಧ್ಯಾನಿಸುವಂತಾಗುತ್ತದೆ. ಹಾಗೇ ಓದಿ, ಸಾವಧಾನವಾಗಿ ಓದಿ. ಮಂಡ್ಯ ರಮೇಶ್ ನಿಮ್ಮ ಬುದ್ಧಿ ಹೃದಯಗಳನ್ನೂ ತುಂಬಿಕೊಳ್ಳಲಿ.

ಇಂಥದೊಂದು ಮೌಲಿಕ ಕೃತಿಯನ್ನು ಬರೆದು ಕನ್ನಡ ಸಾಂಸ್ಕೃತಿಕ ಜಗತ್ತಿಗೆ ಉಪಕಾರ ಮಾಡಿರುವ ಗೆಳೆಯ ಧನಂಜಯ ಅವರನ್ನು ಹೃತ್ಪೂರ್ವಕ ಅಭಿನಂದಿಸುತ್ತೇನೆ. ಇನ್ನು ನಿಮ್ಮ ಓದಿನ ಪ್ರಯಾಣ ಆರಂಭವಾಗಲಿ. ನಿಮಗೆ ಸುಖಪ್ರಯಾಣ ಗ್ಯಾರಂಟಿ. ನಮಸ್ಕಾರ.

ದಿನಾಂಕ: 15.08.2022
ಅಮೃತ ಸ್ವಾತಂತ್ರ್ಯ ದಿನ

–ಪ್ರೊ. ಎಂ. ಕೃಷ್ಣೇಗೌಡ
ಮೈಸೂರು

ನಾನೇಕೆ ಬರೆದೆ?

"ಪ್ರತಿಭೆ ಎಂಬುದು ತೊಂಬತ್ತು ಪಾಲು ಬೆವರು, ಹತ್ತು ಪಾಲು ಸ್ಫೂರ್ತಿ" ಎಂದು ಥಾಮಸ್ ಆಲ್ವಾ ಎಡಿಸನ್ ಹೇಳುತ್ತಾನೆ. ಪ್ರತಿಭೆ ಎನ್ನುವುದು ನಿಚ್ಚಳ ಆಕಾಶ ಇದ್ದ ಹಾಗೆ. ಅದನ್ನು ಯಾರೂ ಮರೆಮಾಚಲು ಸಾಧ್ಯವಿಲ್ಲ. ಹೂವಿನ ಪರಿಮಳವನ್ನು ಹೇಗೆ ಬಚ್ಚಿಡಲು ಸಾಧ್ಯವಿಲ್ಲವೋ ಹಾಗೆಯೇ ಪ್ರತಿಭೆಯನ್ನೂ ಕೂಡ. ಪ್ರತಿಭೆ ಎಂಬ ಚಂದ್ರನನ್ನು ಬೆಳಗಿಸಿ ತಮ್ಮ ಬದುಕಿನಲ್ಲಿ ಬೆಳದಿಂಗಳನ್ನು ಕಂಡುಕೊಂಡವರು ಅನೇಕ ಮಂದಿ ಇದ್ದಾರೆ. ಹಾಗೆಯೇ ಪ್ರತಿಭೆ ಇದ್ದೂ ಸಹ ಬಿರುಬಿಸಿಲಿಗೆ ಬದುಕನ್ನು ಒಡ್ಡಿಕೊಂಡವರೂ ಇದ್ದಾರೆ. ಜೀವನವೇ ಹಾಗೆ ಒಮ್ಮೆ ನಗು, ಒಮ್ಮೆ ಅಳು, ಒಮ್ಮೆ ಹಾಲು, ಒಮ್ಮೆ ಸಕ್ಕರೆ. ಒಮ್ಮೆ ಪರಮಾನ್ನ, ಒಮ್ಮೆ ತಂಗಳನ್ನ. ಇವೆಲ್ಲವನ್ನೂ ಮೆಟ್ಟಿ ಮೇಲೆ ಬಂದವರೇ ನಿಜವಾದ ಸಾಹಸಿಗಳು. ಸಿಹಿಕಹಿ ಎಂಬ ಸಮಪಾಕದಲ್ಲಿ ಬೆರೆತು, ಕಲೆತು, ಪಕ್ವವಾಗಿ, ಸಾರ್ಥಕ ಬದುಕನ್ನು ಕಟ್ಟಿಕೊಳ್ಳುವುದು ಅಷ್ಟು ಸುಲಭವಲ್ಲ. ಯಾವುದೇ ಕ್ಷೇತ್ರದ ಸಾಧಕರನ್ನು ಗಮನಿಸಿದಾಗ ನಮಗೆ ಗೋಚರವಾಗುವುದು ಅವರ ಜೀವನದ ಏಳುಬೀಳು. ಅವರ ಬದುಕು ಎಂದಿಗೂ ಹೂವಿನ ಹಾಸಿಗೆಯಾಗಿರುವುದಿಲ್ಲ. ಒಂದು ಮಟ್ಟಕ್ಕೆ ಬರಬೇಕಾದರೆ ಒಂದಷ್ಟು ತ್ಯಾಗ, ಅಪಮಾನ, ನೋವು, ಹತಾಶೆ ಮುಂತಾದ ಹಂತಗಳನ್ನು ದಾಟಿಕೊಂಡೇ ಹೋಗಬೇಕಾಗುತ್ತದೆ. ಈ ಹಿನ್ನೆಲೆಯಲ್ಲಿ ಗೆಳೆಯರಾದ ಶ್ರೀ ಮಂಡ್ಯ ರಮೇಶ್ ಅವರ ಬದುಕನ್ನು ನೋಡಿದಾಗ ನನಗೆ ಅಲ್ಲಿ ಕಂಡಿದ್ದು 'ಪ್ರತಿಭೆ.' ಪ್ರತಿಭೆ ಒಂದನ್ನೇ ಅಸ್ತ್ರವನ್ನಾಗಿರಿಸಿಕೊಂಡು, ಯಶಸ್ಸಿನ ಸೋಪಾನವನ್ನು ಏರಿದ್ದು ನನ್ನನ್ನು ಹೆಚ್ಚು ಆಕರ್ಷಿಸಿತು. ಮಂಡ್ಯ ರಮೇಶ್

ಅವರ ಬಗ್ಗೆ ಪುಸ್ತಕವನ್ನು ಬರೆಯಲು ಮುಂದಾದಾಗ ಮೊದಲು ಒಂದು ಕ್ಷಣ ಭಯ ಆದದ್ದಂತೂ ನಿಜ. ಆದರೆ ಅಗೆದಷ್ಟೂ ಬಗೆದಷ್ಟೂ ಮೊಗೆದಷ್ಟೂ ವಿಚಾರಗಳು ಸಿಗುತ್ತಲೇ ಇದ್ದವು. ಅವುಗಳನ್ನು ಕೇಳಿದಾಗ, ಓದಿದಾಗ ನನಗೆ ಸಂತೋಷ, ಸಂಭ್ರಮ ಜೊತೆಗೆ ಬೇಸರವೂ ಆಗಿದೆ. ಸಂತೋಷಕ್ಕೆ ಕಾರಣ ರಮೇಶ್ ಅವರು ರಂಗ ಕಲೆಯಿಂದ ಬದುಕು ಕಟ್ಟಿಕೊಂಡಿದ್ದು ಎಂದಾದರೆ, ಬೇಸರಕ್ಕೆ ಕಾರಣ ಆ ಕಲೆಯೇ ಅವರ ಬದುಕನ್ನು ಅನೇಕ ಬಾರಿ ಅಗ್ನಿಪರೀಕ್ಷೆಗೆ ಒಡ್ಡಿದ್ದು ಎಂಬುದು.

ಮಂಡ್ಯ ರಮೇಶ್ ಅವರಿಗೆ ಬದುಕು ಎಂದಿಗೂ ಕೈಗೆಟುಕುವ ದ್ರಾಕ್ಷಿ ಆಗಿರಲಿಲ್ಲ. ಆದರೆ ದ್ರಾಕ್ಷಿ ಹುಳಿ ಎಂದು ನೆಪವೊಡ್ಡಿ ಹಿಂದೆ ಸರಿದವರಲ್ಲ. ಅವರ ಬಗ್ಗೆ ಬರೆಯಲು ಕುಳಿತಾಗ ಹೇಗೆ ಆರಂಭಿಸಬೇಕು, ಏನು ಬರೆಯಬೇಕು, ಏನೆಲ್ಲಾ ವಿಷಯವನ್ನು ಗಮನಿಸಬೇಕು ಇತ್ಯಾದಿ... ಪ್ರಶ್ನೆಗಳು ಮೂಡಿದ್ದು ಸಹಜ. ಏಕೆಂದರೆ ಒಬ್ಬ ಜನಪ್ರಿಯ ವ್ಯಕ್ತಿಯ ಬಗ್ಗೆ ಬರೆಯಲು ತೊಡಗಿದಾಗ ಯಾರಿಗಾದರೂ ಎದುರಾಗುವ ಪ್ರಶ್ನೆಗಳು ಇವು. ಕೊನೆಗೆ ಅವರ ಬದುಕನ್ನು ಮತ್ತು ಕಲಾಯಾನವನ್ನು ಸ್ವಲ್ಪ ಆಳವಾಗಿ ತಿಳಿದುಕೊಂಡು ಅದರಿಂದ ಸಿಗುವ ಮಾಹಿತಿಯನ್ನು ಓದುಗರಿಗೆ ನೀಡಿದರೆ ಓದುಗರಿಗೆ ಅದೊಂದು ಮಾದರಿ ವಸ್ತುವಾಗುವ ಭರವಸೆ ಮೂಡಿತು. ಹಾಗಾಗಿ ಅವರ ಬದುಕನ್ನು ರೂಪಿಸಿದ ಅನೇಕ ಪ್ರಸಂಗಗಳನ್ನು ಪ್ರಮುಖವಾಗಿ ಇಲ್ಲಿ ಇರಿಸಿಕೊಂಡಿದ್ದೇನೆ. ನಾನು ಕೇಳಿದಾಗಲೆಲ್ಲ ಬಿಡುವು ಮಾಡಿಕೊಂಡು ಪ್ರೀತಿಯಿಂದಲೇ ಅಗತ್ಯ ಮಾಹಿತಿಯನ್ನು ಒದಗಿಸಿದರು ಮಂಡ್ಯ ರಮೇಶ್. ಒಂದು ಬೃಹತ್ ಗ್ರಂಥಕ್ಕಾಗುವಷ್ಟು ಅನುಭವಗಳು, ವಿಚಾರಗಳು ಮತ್ತು ಪ್ರಸಂಗಗಳು ಅವರ ಬದುಕಿನಲ್ಲಿ ಇವೆ. ಅವರ ಬದುಕನ್ನು ಬವಣೆಗೆ ಒಡ್ಡಿದ ಹಾಗೆಯೇ ಹಸನೂ ಮಾಡಿದ ಒಂದಷ್ಟು ವಿಚಾರಗಳನ್ನು ತಮ್ಮ ಮುಂದೆ ಹಂಚಿಕೊಳ್ಳುವ ಪ್ರಯತ್ನ ಮಾಡಿದ್ದೇನೆ. ಇಲ್ಲಿ ಪ್ರಸ್ತಾಪಿಸಲ್ಪಟ್ಟಿರುವ ಅಷ್ಟೂ ವಿಚಾರಗಳೂ ಒಟ್ಟಿಗೆ ಸೇರಿ ಒಬ್ಬ ಮಂಡ್ಯ ರಮೇಶ್ ಅವರನ್ನು ರೂಪಿಸಿವೆ. ಅವರ ಬದುಕು, ಬವಣೆ, ಯಶಸ್ಸು ಇತರರಿಗೆ ಮಾದರಿಯಾಗಲಿ ಮತ್ತು ಇದನ್ನು ಓದಿ ಒಂದು ನಾಲ್ಕೈದು ಮಂದಿಗೆ ನಾವೂ ಅವರಂತೆಯೇ ಸಾಧನೆ ಮಾಡಬೇಕೆಂಬ ಮನಸ್ಸು ಬಂದರೆ ಅಷ್ಟು ಸಾಕು. ಈ ಕೃತಿಯ ಉದ್ದೇಶವೂ ಅದೇ. ವ್ಯಕ್ತಿಯ ವೈಭವೀಕರಣಕ್ಕಿಂತ ವಿಚಾರಗಳ ವೈಭವೀಕರಣಕ್ಕೆ ಪ್ರಾಧಾನ್ಯತೆ ನೀಡಲಾಗಿದೆ. ಇಂತಹ ಸಂಗತಿಗಳು, ಸವಾಲುಗಳು, ಎಡರು ತೊಡರುಗಳು ಅವರ ಜೀವನದಲ್ಲಿ ಇರದಿದ್ದರೆ ಅವರು ಮಂಡ್ಯ ರಮೇಶ್ ಆಗುತ್ತಿರಲಿಲ್ಲ.

ಇಂತಹ ವಿಚಾರಗಳು ನನ್ನನ್ನು ಹೆಚ್ಚು ಕಾಡಿ ಈ ಪುಸ್ತಕವನ್ನು ಬರೆಯಲು ನನಗೆ ಪ್ರೇರೇಪಣೆ ನೀಡಿವೆ ಎಂದರೆ ತಪ್ಪಾಗಲಾರದು. ಮಂಡ್ಯ

ರಮೇಶ್ ಅವರ ಗೆಳೆತನ, ವಿಶ್ವಾಸ ದೊಡ್ಡದು. ಸದಾ ಪ್ರೋತ್ಸಾಹದ ಮಾತುಗಳನ್ನಾಡುವ ಸ್ನೇಹಜೀವಿ. ಆವರಿಗೆ ಧನ್ಯವಾದಗಳು. ಈ ಪುಸ್ತಕಕ್ಕೆ ಮುನ್ನುಡಿ ಬರೆದುಕೊಟ್ಟು ಬೆನ್ನುತಟ್ಟಿದ ಪ್ರೊ. ಎಂ. ಕೃಷ್ಣೇಗೌಡರಿಗೆ ನಾನು ಆಭಾರಿ. ಈ ಪುಸ್ತಕದ ಡಿ.ಟಿ.ಪಿ. ಕಾರ್ಯವನ್ನು ಮಾಡುವುದರ ಜೊತೆಗೆ ಸೂಕ್ತವಾದ ಮಾರ್ಗದರ್ಶನವನ್ನೂ ನೀಡಿದ ಶ್ರೀ ಬಿ.ಆರ್. ರವೀಶ್ ಅವರಿಗೆ, ಮಂಡ್ಯ ರಮೇಶ ಅವರ ರೇಖಾ ಚಿತ್ರಗಳನ್ನು ರಚಿಸಿಕೊಟ್ಟ ಶ್ರೀ ರಂಗಸ್ವಾಮಿ ಅವರಿಗೆ ವಂದನೆಗಳು. ಈ ಕೃತಿಯನ್ನು ಬಹಳ ಆಸ್ಥೆ ಮತ್ತು ವಿಶ್ವಾಸದಿಂದ ಪ್ರಕಟಿಸುತ್ತಿರುವ ವೀರಲೋಕ ಪ್ರಕಾಶನದ ಶ್ರೀ ಎಂ. ವೀರಕಪುತ್ರ ಶ್ರೀನಿವಾಸ್ ಅವರಿಗೆ ಕೃತಜ್ಞತೆಗಳು. ಎಂದಿನಂತೆ ನನ್ನ ಎಲ್ಲ ಕೆಲಸಗಳಲ್ಲಿ ಭಾಗಿಯಾಗುವ ನನ್ನ ಕುಟುಂಬ ವರ್ಗದವರಿಗೆ ಧನ್ಯವಾದಗಳು.

–ಎನ್. ಧನಂಜಯ

ಪ್ರಕಾಶಕರ ಮಾತು

ಪ್ರಿಯ ಓದುಗ ದೊರೆಗಳೆ, ಅತ್ಯಂತ ಪ್ರಾಚೀನ ಭಾಷೆಗಳಲ್ಲಿ ಒಂದಾದ ಕನ್ನಡಕ್ಕೆ ಭಾರತೀಯ ಭಾಷೆಗಳಲ್ಲೇ ವಿಶೇಷ ಸ್ಥಾನವಿದೆ. ಈ ನೆಲದ ಮಣ್ಣಿನ ಕಣಕಣದಲ್ಲೂ ಸಾಹಿತ್ಯದ ಘಮಲಿದೆ. ಸಾಂಸ್ಕೃತಿಕ ಹುಡಿಯಿದೆ. ಎಂಟೆಂಟು ಜ್ಞಾನಪೀಠ ಪ್ರಶಸ್ತಿಗಳನ್ನು ಪಡೆದ ಹೆಮ್ಮೆಯೂ ಜತೆಗಿದೆ. ಆದರೆ, ಸಾಹಿತ್ಯವನ್ನು ದಾಟಿಸುವ ವಿಷಯದಲ್ಲಿ ನಾವು ಹಿಂದೆ ಇದ್ದೇವೆ. ಸಂಕಟ ಪಡುವಷ್ಟು ಓದುಗರ ಸಂಖ್ಯೆಯನ್ನು ಹೊಂದಿದ್ದೇವೆ. ಕನ್ನಡದಲ್ಲಿ ವರ್ಷಕ್ಕೆ ಸಾವಿರಾರು ಶೀರ್ಷಿಕೆಯ ಪುಸ್ತಕಗಳು ಮುದ್ರಣವಾದರೂ ಕೆಲವೇ ಕೆಲವು ಸಾಹಿತಿಗಳನ್ನು ಹೊರತುಪಡಿಸಿ, ಹೆಸರಾಂತ ಸಾಹಿತಿಗಳ ಪುಸ್ತಕಗಳ ಪ್ರತಿಗಳು ಖರ್ಚಾಗುವುದು ಕೇವಲ ಐನೂರು, ಸಾವಿರ ಮಾತ್ರ. ಹೊಸಬರದ್ದು ಇನ್ನೂ ಘೋರ. ಕರ್ನಾಟಕದ ಏಳೂವರೆ ಕೋಟಿ ಜನಸಂಖ್ಯೆಯಲ್ಲಿ, ಒಬ್ಬ ಲೇಖಕನ ಪುಸ್ತಕವು ಸಾವಿರ ಜನರಿಗೂ ತಲುಪುತ್ತಿಲ್ಲ ಎನ್ನುವುದು ಖೇದಕರ. ಆದರೆ, ಇದನ್ನು ನಂಬಲು ಸಾಧ್ಯವಾ?

ನಿಜವಾಗಿಯೂ ಓದುಗರು ಇಲ್ಲವಾ? ಅಥವಾ ಓದುಗರಿದ್ದರೂ ಅವರಿಗೆ ಕೃತಿಗಳನ್ನು ತಲುಪಿಸುವಲ್ಲಿ ಸೋಲುತ್ತಿದ್ದೇವಾ? ಎನ್ನುವ ಪ್ರಶ್ನೆಯೊಂದಿಗೆ ನಾನು ನಿಮ್ಮಂಥ ಓದುಗರ ಬೆನ್ನುಹತ್ತಿದೆ. ಲಕ್ಷಾಂತರ ಓದುಗರಿದ್ದಾರೆ. ಆದರೆ ಅವರನ್ನು ತಲುಪುವಲ್ಲಿ ನಾವು ಸೋಲುತ್ತಿದ್ದೇವೆ ಎಂಬುದು ನನಗೆ ಮೇಲ್ನೋಟಕ್ಕೆ ಹೊಳೆದ ಸತ್ಯ. ಆ ಕಾರಣದಿಂದಲೇ ನಾನೀಗ ಓದುಗ ಮತ್ತು ಲೇಖಕರ ನಡುವಿನ ಸೇತುವೆಯೊಂದರ ನಿರ್ಮಾಣಕ್ಕೆ ಮುಂದಾಗಿದ್ದೇನೆ. ಆ ಸೇತುವೆಯ ಹೆಸರು 'ವೀರಲೋಕ ಬುಕ್ಸ್.'

ಕುಗ್ರಾಮವೊಂದರಲ್ಲಿ ತಯಾರಾದ ಮಡಕೆಯೊಂದು ಇವತ್ತು ಕಾರ್ಪೋರೇಟ್ ಅಂಗಳದಲ್ಲಿ ಮಾರಾಟಕ್ಕಿದೆ. ಪದವಿ, ಪುರಸ್ಕಾರಗಳನ್ನು ಪಡೆದುಕೊಂಡ ಬರಹಗಾರನೊಬ್ಬನ ಕೃತಿಯು ಸುಸಜ್ಜಿತ ಪುಸ್ತಕ ಮಳಿಗೆಯನ್ನೂ ತಲುಪುವಲ್ಲಿ ಸೋತಿದೆ. ಹಾಗಾಗಿ 'ವೀರಲೋಕ ಬುಕ್ಸ್' ಕನ್ನಡ ಪುಸ್ತಕ ಲೋಕಕ್ಕೆ ಕಾರ್ಪೋರೇಟ್ ಟಚ್ ನೀಡುವ ಉದ್ದೇಶ ಹೊಂದಿದೆ. ಕೇವಲ ಪಟ್ಟಣದಲ್ಲಿ ಮಾತ್ರವಲ್ಲ, ಹಳ್ಳಿಗಾಡಿನ ಕಟ್ಟಕಡೆಯ ಓದುಗನಿಗೂ ಕನ್ನಡ ಪುಸ್ತಕವನ್ನು ತಲುಪಿಸುವ ದೃಢ ಸಂಕಲ್ಪ ನಮ್ಮದಾಗಿದೆ. ಒಬ್ಬ ಓದುಗ ತಾನು ಇಷ್ಟಪಡುವ ಪುಸ್ತಕ ಕೊಳ್ಳಬೇಕಾದರೆ ನಿಗದಿತ ಪುಸ್ತಕ ಅಂಗಡಿಗೆ ಬಂದರೆ ಮಾತ್ರ ಸಿಗುತ್ತದೆ ಎಂಬುದು ನಿಜಕ್ಕೂ ಓದುಗನಿಗೆ ಮಾಡುತ್ತಿರುವ ಮೋಸ. ಆದ್ದರಿಂದ ಅವನಿರುವ ಕಡೆಯೇ ಪುಸ್ತಕ ಸಿಗುವಂತೆ ಮಾಡುವ ಉದ್ದೇಶ ನಮ್ಮ ಪ್ರಕಾಶನದ್ದು. ಅದಕ್ಕಾಗಿ ಒಂದು ದೊಡ್ಡ ನೆಟ್‌ವರ್ಕ್ ಸಿದ್ಧ ಮಾಡಿದ್ದೇವೆ. ಊರೂರಲ್ಲಿ ಪುಸ್ತಕ ಸಿಗುವಂತೆ ಮಾಡುತ್ತಿದ್ದೇವೆ. ಇನ್ನೂ ಏನೇನೋ ಯೋಜನೆಗಳಿವೆ...

ಈ ಹೊಸ ರೀತಿಯ ಕಾರ್ಯಶೈಲಿಯ ಮೂಲಕ ನಾವು ನಮ್ಮ ವೀರಲೋಕ ಪ್ರಕಾಶನವನ್ನು ಆರಂಭಿಸಿದ್ದೇವೆ. ಇದಕ್ಕೆ ನಾಡಿನ ಖ್ಯಾತ ಸಾಹಿತಿಗಳಾದ ಎನ್. ಧನಂಜಯ, ಡಾ. ಗವಿಸ್ವಾಮಿ ಎನ್., ಶ್ರೀ ಸಂತೋಷಕುಮಾರ ಮೆಹೆಂದಳೆ, ಶ್ರೀ ಜೋಗಿ, ಶ್ರೀ ವಿಶ್ವೇಶ್ವರ ಭಟ್, ಶ್ರೀ ಕುಂ. ವೀರಭದ್ರಪ್ಪ, ಶ್ರೀ ಗಣೇಶ್ ಕಾಸರಗೋಡು, ಶ್ರೀ ರೋಹಿತ್ ಚಕ್ರತೀರ್ಥ, ಶ್ರೀ ರಂಗಸ್ವಾಮಿ ಮೂಕನಹಳ್ಳಿ, ಶ್ರೀ ಕೆ.ಎಲ್. ಕೃಷ್ಣಮೂರ್ತಿ, ಡಾ. ಶರಣು ಹುಲ್ಲೂರು, ಶ್ರೀಮತಿ ದೀಪಾ ಹಿರೇಗುತ್ತಿ, ಶ್ರೀ ರವಿ ಕೃಷ್ಣಾರೆಡ್ಡಿ ಮತ್ತು ಖ್ಯಾತ ಕಲಾವಿದರಾದ ಶ್ರೀ ರಮೇಶ್ ಅರವಿಂದ್ ಅವರು ವೀರಲೋಕಕ್ಕೆ ತಮ್ಮ ಕೃತಿಗಳನ್ನು ಕೊಟ್ಟು ಪ್ರೋತ್ಸಾಹಿಸುತ್ತಿದ್ದಾರೆ. ಓದುಗನಿರುವ ಕಡೆಯೇ ಪುಸ್ತಕಗಳನ್ನು ಒದಗಿಸುವ ಈ ಮಹತ್ಕಾರ್ಯಕ್ಕೆ ನಿಮ್ಮ ಬೆಂಬಲವೂ ಇರಲೆಂದು ಪ್ರಾರ್ಥಿಸುವೆ.

'ಮಂಡ್ಯ ರಮೇಶ್ ನಟನ ಕಥೆ' ಕೃತಿ ಓದುವ ಸುಖ ನಿಮ್ಮದಾಗಲಿ.

ನಿಮ್ಮ,

–ವೀರಕಪುತ್ರ ಶ್ರೀನಿವಾಸ

ವೀರಲೋಕ ಬುಕ್ಸ್

ಪರಿವಿಡಿ

1.	ಮಂಡ್ಯ ರಮೇಶ್	19
2.	ಹುಟ್ಟು-ಬಾಲ್ಯ	23
3.	ನೀನಾಸಂ	28
4.	ರಂಗಾಯಣ ಪ್ರವೇಶ	34
5.	ನಟನ ಕನಸು	43
6.	ನಟನದಲ್ಲಿ ಮಕ್ಕಳು	60
7.	ರಜಾಮಜಾ	72
8.	ಪೋಷಕರ ದೃಷ್ಟಿಯಲ್ಲಿ 'ನಟನ'	78
9.	ನಟನದಲ್ಲಿ ರಂಗಾಭ್ಯಾಸಿಗಳು	84
10.	ನಟನಾಗಿ ಮಂಡ್ಯ ರಮೇಶ್	87
11.	ರಂಗ ನಿರ್ದೇಶಕ	93
12.	ಲೇಖಕರಾಗಿ ಮಂಡ್ಯ ರಮೇಶ್	103
13.	ವಿದೇಶದಲ್ಲಿ ಮಂಡ್ಯ	111
14.	ಬದುಕು ಪ್ರೇರೇಪಿಸಿದ ಮಹನೀಯರು	118
15.	ಅಣ್ಣ ಅಂದ್ರೆ ರಾಜಣ್ಣ	122
16.	ಸಂಸಾರ ಅದು ಆನಂದ ಸಾಗರ	126
17.	ಬೇವು-ಬೆಲ್ಲ	130
18.	ಮಂಡ್ಯ ಮಾತಿಗೆ ಸಿಕ್ಕಾಗ	136
19.	Rapid-ಮಂಡ್ಯ 59	150
20.	ಮಹನೀಯರ ಕಣ್ಣಲ್ಲಿ ಮಂಡ್ಯ ರಮೇಶ್	157
21.	ಮಂಡ್ಯ ಡೈಲಾಗ್	165
22.	ಇನ್ನೂ ಇದೆ...	172

❖ ಮಂಡ್ಯ ರಮೇಶ್

ನಮ್ಮ ಹೆಮ್ಮೆಯ ಮೈಸೂರು ಸಾಂಸ್ಕೃತಿಕ ನಗರಿ ಎಂದೇ ಎಲ್ಲರಿಂದ ಜನಮನ್ನಣೆ ಗಳಿಸಿದೆ. ಮೈಸೂರಿನ ಸಹವಾಸಕ್ಕೆ ಬಿದ್ದವರು ಅಷ್ಟು ಬೇಗ ಅದರ ಮೋಹಪಾಶದಿಂದ ಬಿಡಿಸಿಕೊಳ್ಳಲು ಸಾಧ್ಯವಾಗುವುದಿಲ್ಲ. ಅಯಸ್ಕಾಂತದಂತೆ ತನ್ನತ್ತ ಜನರನ್ನು ಸೆಳೆದುಕೊಳ್ಳುವ ಸಕಲ ಗುಣಗಳೂ ಮೈಸೂರಿನ ಮಡಿಲಲ್ಲಿ ಇವೆ. ಮೈಸೂರು ಪೇಟ, ವೀಳ್ಯದ ಎಲೆ, ಮೈಸೂರು ಪಾಕ್, ಮೈಸೂರು ಮಲ್ಲಿಗೆ, ಮೈಸೂರು ಟಾಂಗಾ ಹೀಗೆ ಅನೇಕ ವಸ್ತುಗಳು ಮತ್ತು ಅಂಶಗಳು ಮೈಸೂರಿನ ಹೆಸರಿನೊಂದಿಗೆ ಬೆಸುಗೆ ಹಾಕಿಕೊಂಡು ನಮ್ಮ ನಗರದ ಘನತೆಯನ್ನು ಹೆಚ್ಚಿಸಿವೆ. ಕಲೆಯ ವಿಚಾರಕ್ಕೆ ಬರುವುದಾದರೆ ನೂರಾರು ಪ್ರಾತಃಸ್ಮರಣೀಯ ಕಲಾವಿದರು ವಿವಿಧ ಕಲಾಕ್ಷೇತ್ರಗಳಲ್ಲಿ ಅನುಪಮವಾದ ಸೇವೆಗಳನ್ನು ಸಲ್ಲಿಸಿ ಇಂದಿಗೂ ಜನಮಾನಸದಲ್ಲಿ ಅಜರಾಮರರಾಗಿದ್ದಾರೆ.

ಮೈಸೂರಿನ ಮಣ್ಣಿನ ಗುಣವೇ ಅಂತಹದ್ದು. ಅದು ಪಡೆದುಕೊಂಡದ್ದಕ್ಕಿಂತ ಒಂದು ಪಟ್ಟು ಹೆಚ್ಚಿನದನ್ನೇ ಪ್ರತಿಯಾಗಿ ನೀಡಿದೆ ಎಂದರೆ ತಪ್ಪಾಗಲಾರದು. ಮೈಸೂರನ್ನು ಸಾಂಸ್ಕೃತಿಕವಾಗಿ, ಭಾವನಾತ್ಮಕವಾಗಿ ಮತ್ತು ಬೌದ್ಧಿಕವಾಗಿ ಶ್ರೀಮಂತವಾಗಿರಿಸುವಲ್ಲಿ ಅನೇಕ ಕ್ಷೇತ್ರಗಳಲ್ಲಿ ಅನುಪಮ ಸೇವೆ ಸಲ್ಲಿಸಿ ಖ್ಯಾತರಾದ ನೀರವ ಸಾಧಕರ ಯಶೋಗಾಥೆಗಳು ನಮ್ಮ ಮುಂದಿವೆ. ಸಮಾಜ ಸಿರಿವಂತರನ್ನು ಸ್ಮರಿಸುವುದಿಲ್ಲ ಬದಲಾಗಿ ತಮ್ಮ ಸಿರಿಯನ್ನು ಯಾರು ಸಮಾಜಕ್ಕೆ ಅರ್ಪಿಸಿರುತ್ತಾರೋ ಅಂತಹವರನ್ನು ಸ್ಮರಿಸುತ್ತದೆ. ಅದು ತನುಸಿರಿ, ಮನಸಿರಿ, ಧನಸಿರಿ, ಜ್ಞಾನಸಿರಿ, ಕಲಾಸಿರಿ ಯಾವುದಾದರೂ ಆಗಿರಬಹುದು. ಅಂತಹ ವ್ಯಕ್ತಿಗಳನ್ನು ಮತ್ತು ಅವರ ಕೊಡುಗೆಗಳನ್ನು ಸಮಾಜ ಸದಾ ಸ್ಮರಿಸಿಕೊಳ್ಳುತ್ತಲೇ ಇರುತ್ತದೆ. ಅಂತಹ ನೀರವ ಸಾಧಕರಲ್ಲಿ ಒಬ್ಬರ ಕಲಾಯಾತ್ರೆಯನ್ನು ತಮಗೆ ಪರಿಚಯಿಸುವ ಕೆಲಸಕ್ಕೆ ಅಣಿಯಾಗಿದ್ದೇನೆ. ಅವರು ಬೇರೆ ಯಾರೂ ಅಲ್ಲ ನಮ್ಮೆಲ್ಲರ ಪ್ರೀತಿಯ ಶ್ರೀ ಮಂಡ್ಯ ರಮೇಶ್.

ಕಲೆಯ ಸುಳಿಗೆ ಸಿಲುಕಿ, ರಂಗಭೂಮಿಯನ್ನು ಬೆನ್ನಿಗೆ ಕಟ್ಟಿಕೊಂಡು, ಕಲೆಯನ್ನು ಗೌರವಿಸುತ್ತ, ಬದುಕಿನ ಪ್ರತಿಯೊಂದು ಕ್ಷಣವನ್ನೂ ಪ್ರೀತಿಸುತ್ತಾ ರಂಗಭೂಮಿ ಮತ್ತು ಚಲನಚಿತ್ರ ನಟರಾಗಿ, ನಿರ್ದೇಶಕರಾಗಿ, ಸಂಪನ್ಮೂಲ ವ್ಯಕ್ತಿಯಾಗಿ, ನಿರ್ಮಾಪಕರಾಗಿ ಮತ್ತು ಎಲ್ಲಕ್ಕಿಂತ ಮುಖ್ಯ–ಸಂಘಟಕರಾಗಿ, ಹೃದಯವಂತರಾಗಿ ಮೈಸೂರಿನ ಸಾಂಸ್ಕೃತಿಕ ಲೋಕಕ್ಕೆ ವಿಶೇಷ ಮೆರುಗನ್ನು ತಂದುಕೊಟ್ಟವರು ಮಂಡ್ಯ ರಮೇಶ್. ನಮ್ಮ ಬದುಕಿನ ಪುಟಗಳನ್ನು ಮತ್ತೊಬ್ಬರು ಓದಿದಾಗ ಅವರಲ್ಲಿ ಸಾರ್ಥಕ ಭಾವ ಮೂಡುವಂತೆ ನಾವು ಬಾಳಬೇಕು. ನಾವು ಎಷ್ಟು ವರ್ಷಗಳು ಬದುಕಿದ್ದೇವೆ ಎಂಬುದಕ್ಕಿಂತ ಬದುಕಿದ್ದ ಅಷ್ಟೂ ವರ್ಷಗಳಲ್ಲಿ ನಾವೇನು ಬಿಟ್ಟುಹೋಗಿದ್ದೇವೆ ಎಂಬುದು ಬಹಳ ಮುಖ್ಯವಾಗುತ್ತದೆ. ನಾವು ನಡೆದು ಬಂದ ದಾರಿಯನ್ನು ಅವಲೋಕಿಸಿದಾಗ ನಾವೇ ಹೆಮ್ಮೆ ಪಟ್ಟುಕೊಳ್ಳುವಂತೆ ಅದು ಇದ್ದರೆ ನಾವು ಬದುಕಿದ್ದಕ್ಕೂ ಒಂದು ಅರ್ಥ ಬರುತ್ತದೆ. ಮಂಡ್ಯ ರಮೇಶ್ ಅವರ ಬದುಕು ನಮಗೆಲ್ಲ ಕೌತುಕ ಮೂಡಿಸಿ, ಸಾರ್ಥಕ ಬದುಕು, ಸುಂದರ ಬದುಕು ಎಂಬ ಭಾವವನ್ನು ನಮ್ಮ ಮನಸ್ಸಿನಲ್ಲಿ ಸ್ಥಾಪಿಸುತ್ತದೆ. ಮಂಡ್ಯ ರಮೇಶ್ ಅವರ ಕಲಾಜೀವನ ಎಂದಿಗೂ ಹೂವಿನ ಹಾಸಿಗೆಯಾಗಿರಲಿಲ್ಲ. ಹಲವಾರು ಏಳುಬೀಳು, ಕಷ್ಟಸುಖ, ನೋವು, ಅವಮಾನ, ಹತಾಶೆ, ವೈರುಧ್ಯಗಳನ್ನು ದಿಟ್ಟವಾಗಿ ಎದುರಿಸಿ ಯಾವುದಕ್ಕೂ ಅಂಜದೆ ಒಬ್ಬ ಹುಚ್ಚನಂತೆ ರಂಗಭೂಮಿಯನ್ನು ಪ್ರೀತಿಯಿಂದ ಕಟ್ಟಿದ್ದಾರೆ, ಬೆಳೆಸುತ್ತಿದ್ದಾರೆ ಮತ್ತು ತಾವೂ ಬೆಳೆಯುತ್ತಿದ್ದಾರೆ. ನೋವಾದಾಗ ಅತ್ತಿದ್ದಾರೆ, ಗೆದ್ದಾಗ ಮಂದಹಾಸ ಬೀರಿದ್ದಾರೆ ನೋವು–ನಲಿವುಗಳನ್ನು ಸಮಚಿತ್ತದಿಂದ ಸ್ವೀಕರಿಸಿದ್ದಾರೆ.

ತಮ್ಮ ಬಾಳ ಹಾದಿಯಲ್ಲಿ ಏನೆಲ್ಲಾ ಎಡರು ತೊಡರುಗಳಿದ್ದರೂ ತಮ್ಮ ಹಾದಿಯನ್ನೆಂದೂ ಅವರು ಬದಲಿಸಲಿಲ್ಲ. ಅವರು ನಂಬಿದ ದೈವ ಮತ್ತು ಆತ್ಮವಿಶ್ವಾಸ ಅವರನ್ನು ಕೈಹಿಡಿದು ನಡೆಸಿದೆ. ಒಂದು ನಾಟಕವನ್ನು ಆಯ್ಕೆ ಮಾಡಿಕೊಂಡು, ಕಲಾವಿದರನ್ನು ಹೊಂದಿಸಿ, ಅವರಿಂದ ತಾಲೀಮು ಮಾಡಿಸಿ, ಪ್ರದರ್ಶನ ಮಾಡುವುದು ಎಷ್ಟು ತ್ರಾಸದಾಯಕ ಎಂಬುದು ಎಲ್ಲರಿಗೂ ತಿಳಿದಿರುವ ವಿಷಯ. ಹಾಗಿರುವಾಗ ಒಂದು ರಂಗತಂಡವನ್ನು ಕಟ್ಟಿ, ನೂರಾರು ಪ್ರತಿಭೆಗಳನ್ನು ಪರಿಚಯಿಸಿ, ಅವರಲ್ಲಿ ರಂಗಾಭಿಮಾನ ಮೂಡುವಂತೆ ಮಾಡುವ ಕೆಲಸ ಸುಲಭದ ಮಾತಲ್ಲ. 'ನಟನ' ಸಂಸ್ಥೆಯ ಮೂಲಕ ನೂರಾರು ಕಲಾವಿದರನ್ನು ರಂಗಭೂಮಿಗೆ ಎಳೆತಂದು, ತಮ್ಮ ಸುದೀರ್ಘವಾದ ರಂಗಾನುಭವವನ್ನು ಧಾರೆ ಎರೆದು ನಾಟಕ ಕಟ್ಟಿ, ನಾಟಕ ಓದಿಸಿ, ನಾಟಕ ಆಡಿಸಿ, ನಾಟಕಾಂತರಂಗದಲ್ಲಿ ಕಳೆದು ಹೋದದ್ದು ಮಾತ್ರ ವಿಸ್ಮಯವೇ ಸರಿ.

ಬಿ.ವಿ. ಕಾರಂತರ ಗರಡಿಯಲ್ಲಿ ಪಳಗಿ, ರಂಗಾಯಣದಲ್ಲಿ ಸೇವೆ ಸಲ್ಲಿಸಿ, ಅಲ್ಲಿಂದ ಹೊರಬಂದು ಏನನ್ನಾದರೂ ಸಾಧಿಸಲೇಬೇಕೆಂಬ ಗುರಿಹೊತ್ತು, ಸ್ವತಂತ್ರವಾಗಿ ರಂಗ ಕಾಯಕ ಮಾಡುತ್ತಾ ನಾಲ್ಕು ಜನರಿಗೆ ಆಸರೆಯಾಗಿ ಬದುಕುತ್ತಿರುವ ಮಂಡ್ಯ ರಮೇಶ್ ಅವರ ಬದುಕಿನ ಚಿತ್ರಣ ಕುತೂಹಲವನ್ನು ಮೂಡಿಸುತ್ತದೆ. 'ನಟನ'ದ ಮೂಲಕ ನೂರಾರು ವೈವಿಧ್ಯಮಯ ನಾಟಕಗಳನ್ನು ರಂಗದ ಮೇಲೆ ತಂದು ರಂಗ ಸಾಧ್ಯತೆಗಳನ್ನು ವಿಸ್ತರಿಸಿದ್ದಾರೆ. ಕನ್ನಡ, ಭಾರತೀಯ ಮತ್ತು ಪಾಶ್ಚಾತ್ಯ ನಾಟಕಗಳನ್ನು ಪ್ರಯೋಗಿಸಿ ಸೈ ಎನಿಸಿಕೊಂಡಿದ್ದಾರೆ. ಮಂಡ್ಯ ರಮೇಶ್ ಅವರು ಇದ್ದ ಕಡೆ ರಂಗ ಚರ್ಚೆ, ರಂಗ ಸಂವಾದ, ರಂಗ ಹರಟೆ, ರಂಗ ಚಿತ್ತಾರ, ರಂಗವಲ್ಲಿ ಇದ್ದದ್ದೆ. ಅವರ ಹಿಂದೆ ಒಂದು ದೊಡ್ಡ ನಾಟಕ ಸೈನ್ಯವೇ ಇದೆ. ಅನೇಕ ರಂಗ ದಿಗ್ಗಜರ, ರಂಗ ಚಿಂತಕರ, ರಂಗ ಪ್ರೇಮಿಗಳ, ರಂಗ ಕಲಾವಿದರ ಬಾಂಧವ್ಯವನ್ನು ಹೊಂದಿರುವ ಅವರ ಆಸ್ತಿ ಎಂದರೆ ರಂಗಕಲೆ. ಬಣ್ಣಕ್ಕೂ ಅವರಿಗೂ ಬಿಡಲಾರದ ನಂಟು, ಅವಿನಾಭಾವ ಸಂಬಂಧ. ನಟನದ ಕರ್ಣಧಾರತ್ವವನ್ನು ವಹಿಸಿಕೊಂಡು ಹಿರಿಯರ ಸಲಹೆಗಳನ್ನು ಗೌರವಿಸುತ್ತಾ, ಕಿರಿಯರಿಗೆ ಮಾರ್ಗದರ್ಶನ ಮಾಡುತ್ತಾ ನಟನ ಎಲ್ಲರಿಗೂ ಸೇರಿದ್ದು, ಇಲ್ಲಿ ನಾನೊಬ್ಬನೇ ಅಲ್ಲ, ನೀವೆಲ್ಲ ಇದ್ದರೆ ಎಲ್ಲ ಎನ್ನುವ ಭಾವನೆ ಇರಿಸಿಕೊಂಡು ಅವರು ಸಾಗುತ್ತಿರುವ ರೀತಿ ಆದರ್ಶವಾದುದು. ಒಮ್ಮೆ ನಟನದ ತೆಕ್ಕೆಗೆ ಬಿದ್ದ ಯಾರಾದರೂ ಸರಿ ಅದರಿಂದ ಆಚೆ ಬರಲು ಇಷ್ಟ ಪಡುವುದಿಲ್ಲ. ಅದಕ್ಕೆ ಕಾರಣ ಮಂಡ್ಯ ರಮೇಶ್ ಅವರ ಕಲಿಸುವಿಕೆ. ಒಬ್ಬ ಪ್ರೀತಿಯ ಮೇಷ್ಟ್ರು ಆಗಿ ಮಕ್ಕಳನ್ನು ಅವರು ತಯಾರು ಮಾಡುವ ವಿಧಾನ ನೋಡುಗರಿಗೆ ಆಶ್ಚರ್ಯವನ್ನುಂಟು ಮಾಡುತ್ತದೆ.

ಅವರಲ್ಲಿ ಒಬ್ಬ ಗುರು ಇದ್ದಾನೆ, ಒಬ್ಬ ಗೆಳೆಯ ಇದ್ದಾನೆ, ಒಬ್ಬ ಅಣ್ಣ ಇದ್ದಾನೆ, ಒಬ್ಬ ಅಪ್ಪ ಇದ್ದಾನೆ, ಒಬ್ಬ ಬಂಧು ಇದ್ದಾನೆ; ಎಲ್ಲಕ್ಕಿಂತ ಮುಖ್ಯ ಒಬ್ಬ ಪ್ರಾಮಾಣಿಕ ರಂಗಕರ್ಮಿ ಇದ್ದಾನೆ. ತಮ್ಮ ಇಂತಹ ಗುಣಗಳಿಂದಾಗಿ ಅವರು ಇಂದು ರಂಗಭೂಮಿಯಲ್ಲಿ ಮತ್ತು ಚಿತ್ರರಂಗದಲ್ಲಿ ಎಲ್ಲರೂ ಗುರುತಿಸುವ ನಕ್ಷತ್ರವಾಗಿ ಮಿನುಗುತ್ತಿದ್ದಾರೆ. ಮಾಡುವ ಕೆಲಸದಲ್ಲಿ ಎಂದೂ ರಾಜಿ ಮಾಡಿಕೊಳ್ಳದ ಅವರಲ್ಲಿ ಒಬ್ಬ ನಿಷ್ಠುರ ರಂಗಜೋಗಿ ಇದ್ದಾನೆ. ಕಲಿಸುವಾಗ ಗದರಿದ್ದಾರೆ, ಕಲಿತವರು ಗೆದ್ದಾಗ ಬೆನ್ನು ತಟ್ಟಿದ್ದಾರೆ ಮತ್ತು ಇತರರ ಬೆಳವಣಿಗೆಯಲ್ಲಿ ತಾವೂ ಬೆರೆತು ಸಂಭ್ರಮ ಪಟ್ಟಿದ್ದಾರೆ. ಇಂತಹ ರಂಗವ್ಯಸನಿ ಅಪರೂಪವೆಂದೇ ಹೇಳಬಹುದು. ಇವರ ಮನೆಯೇ ಒಂದು ಕಲಾಶಾಲೆ. ಮಡದಿ ಶ್ರೀಮತಿ ಸರೋಜಾ ಹೆಗಡೆ ಅವರು ರಂಗಾಯಣದ ಕಲಾವಿದೆಯಾಗಿದ್ದವರು, ಮಗಳು ದಿಶಾ ಕೂಡ ಅಪ್ಪ-ಅಮ್ಮನ ಹಾದಿಯಲ್ಲಿ ದಿಟ್ಟ ಹೆಜ್ಜೆಗಳನ್ನು ಇಡುತ್ತಾ ಸಾಗುತ್ತಿದ್ದಾರೆ. ಒಂದು ನಾಡಿನ ಸಾಂಸ್ಕೃತಿಕ ಪ್ರಗತಿಗೆ ನಮ್ಮ ಪಾಲು ಇರಬೇಕು ಎಂದು ಬಯಸುವವರು ತಮ್ಮ ಚಾರಿತ್ರ್ಯವನ್ನು ಶುದ್ಧವಾಗಿ ಇಟ್ಟುಕೊಂಡಿರಬೇಕಾಗುತ್ತದೆ. ಇಂತಹ ಉತ್ತಮ ಚಾರಿತ್ರ್ಯವನ್ನು ಜತನವಾಗಿ ಕಾಪಾಡಿಕೊಂಡು ಜೊತೆಗೆ ಉತ್ತಮ ರಂಗಚರಿತ್ರೆಯನ್ನೂ ಇಟ್ಟುಕೊಂಡು ಮೌನವಾಗಿ ರಂಗಕೃಷಿ ಮಾಡುತ್ತಿರುವವರು ಮಂಡ್ಯ ರಮೇಶ್. ಇವರ ಸೃಜನಶೀಲತೆ, ವೃತ್ತಿಪರತೆ, ಕಾರ್ಯದಕ್ಷತೆ, ಕಾಯಕ ಪರಿಪೂರ್ಣತೆ ಇವರಿಗೆ ಯಶಸ್ಸನ್ನು ತಂದುಕೊಟ್ಟಿದೆ ಎಂದರೆ ತಪ್ಪಾಗುವುದಿಲ್ಲ.

ಹುಟ್ಟು-ಬಾಲ್ಯ

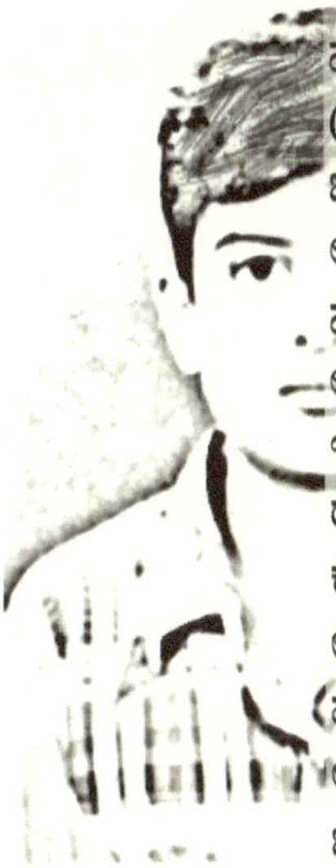

ಮಂಡ್ಯ ನಗರದಲ್ಲಿ ಶ್ರೀ ಎನ್. ಸುಬ್ರಹ್ಮಣ್ಯಮ್ ಮತ್ತು ಎಸ್. ನಾಗಲಕ್ಷ್ಮಿ ದಂಪತಿಗಳ ಸುಪುತ್ರನಾಗಿ ಜನಿಸಿದ (14.07.1964) ಮಂಡ್ಯ ರಮೇಶ್ ಅವರಿಗೆ ಬಾಲ್ಯದಿಂದಲೇ ರಂಗಭೂಮಿಯ ಬಗ್ಗೆ ಅಪಾರವಾದ ಆಸಕ್ತಿ. ಬೆಳೆಯುವ ಸಿರಿ ಮೊಳಕೆಯಲ್ಲಿ ನೋಡು ಎನ್ನುವಂತೆ ಶಾಲಾ ದಿನಗಳಿಂದಲೇ ಅವರಿಗೆ ರಂಗಭೂಮಿಯ ಬಗ್ಗೆ ಆಕರ್ಷಣೆ ಇತ್ತು. ಇವರ ಬಾಲ್ಯ ಬಹಳ ರೋಚಕವಾಗಿದೆ. ರಮೇಶ್ ಅವರ ತಂದೆಯವರದು ಸರ್ಕಾರಿ ಕೆಲಸವಾಗಿದ್ದರಿಂದ ಒಂದೂರಿಂದ ಮತ್ತೊಂದು ಊರಿಗೆ ವರ್ಗವಾಗುತ್ತಿತ್ತು. ಹೀಗೆಯೇ ಬೆಳ್ಳೂರಿಂದ ವರ್ಗವಾಗಿ ನಾಗಮಂಗಲಕ್ಕೆ ಬಂದಾಗ ರಮೇಶ್ ಅವರು ಮೂರನೇ ತರಗತಿಯಲ್ಲಿದ್ದರು. ಹಬ್ಬಗಳು ಬಂತೆಂದರೆ ಇಡೀ ನಾಡಿಗೆ ಸಂಭ್ರಮ ಎನ್ನುವಂತಹ ಕಾಲ ಅದು. ನಾಗಮಂಗಲದ ಪರಿಸರ, ಅಲ್ಲಿನ

ಜನಜೀವನ, ಅಲ್ಲಿನ ಗೆಳೆಯರು ಅಲ್ಲಿನ ನೆಲ, ಜಲ ಎಲ್ಲವೂ ರಮೇಶ್ ಅವರ ಒಟ್ಟಾರೆ ವ್ಯಕ್ತಿತ್ವದ ಮೇಲೆ ಸಾಕಷ್ಟು ಪ್ರಭಾವ ಬೀರಿವೆ. ಕೇಶವ ಮತ್ತು ಅಪರೂಪದ ಸುಗ್ರೀವನ ದೇವಾಲಯಗಳು ಇವರ ಕನಸುಗಳಿಗೆ ಬೀಜ ಬಿತ್ತಿ, ನೀರೆರೆದು ಪೋಷಿಸಿ ಇಂದು ಹೆಮ್ಮರವಾಗಿ ನಿಲ್ಲಲು ಕಾರಣವಾಗಿವೆ. ದೊಡ್ಡ ಗುಡಿಯ ಹಿಂದೆ ಇವರು ಓದಿದ ಮಾದರಿ ಉನ್ನತ ಪ್ರಾಥಮಿಕ ಶಾಲೆಯಿತ್ತು. ಕಿತ್ತುಹೋದ ಗಾರೆ ನೆಲ, ನಂತರದಲ್ಲಿ ಮಣೆಯ ವ್ಯವಸ್ಥೆ ಆಗುತ್ತದೆ. ಪ್ರತಿ ಶನಿವಾರ ಕೊನೆಯ ಪೀರಿಯಡ್ ಸಾಂಸ್ಕೃತಿಕ ಕಾರ್ಯಕ್ರಮ ಇರುತ್ತಿತ್ತು. ರಮೇಶ್ ಅವರೇ ಲೀಡರ್. ಅಲ್ಲಿ ಆಡಿದ ನಾಟಕಗಳು, ಹಾಡಿದ ಹಾಡುಗಳು ಇಂದಿಗೂ ಅವರ ನೆನಪಿನಲ್ಲಿ ಹಚ್ಚಹಸಿರಾಗಿ ಉಳಿದಿವೆ. ಬೊಳ್ಳಮ್ಮ, ಮಾಯಂಟಿ ಚಂದ್ರಶೇಖರ್, ಚಂದ್ರಿಕಾ, ಪಾರ್ವತಮ್ಮ, ಮೀನಾಕ್ಷಿ, ಜಯಶ್ರೀ ಮುಂತಾದ ಶಿಕ್ಷಕರ ಬೋಧನೆ ಮತ್ತು ಅವರು ಕಲಿಸುತ್ತಿದ್ದ ಜೀವನ ಪಾಠವನ್ನು ಇಂದಿಗೂ ಗೌರವದಿಂದ ನೆನೆಯುತ್ತಾರೆ.

ಇವರ ಗೆಳೆಯರ ಬಳಗ ಬಹಳ ದೊಡ್ಡದು. ನಾಗೇಶ, ಸತೀಶ, ಚಿದಂಬರ, ಕೇಶಿ, ಚಿದ, ಕೊಟ್ಟೂ, ವಸಂತ, ಮೋಹನ, ಅಮರನಾಥ, ಸೀನಿ, ಬಕ್ರೀಸತೀಶ, ಉಮೇಶ, ಸ್ವಾಮಿ, ಆಚಾರಿ ವಸಂತ, ಕಾಕಾಸುರೇಶ, ರುದ್ರೇಶ, ವಿಜಯಕುಮಾರ, ಹೋಟ್ಲು ರಾಘವೇಂದ್ರ, ಗೋಪಿ, ಚೆನ್ನಿಗರಾಯಿ ಇನ್ನೂ ಮುಂತಾದವರನ್ನು ಕಟ್ಟಿಕೊಂಡು ನಾಟಕ ನೋಡುತ್ತಿದ್ದರು ಮತ್ತು ನಾಟಕ ಮಾಡುತ್ತಿದ್ದರು. ಸೀರೆಯನ್ನು ಕಟ್ಟಿದರೆ ಸೈಡ್ ವಿಂಗ್ ಆಗುತ್ತಿತ್ತು. ಜಮಖಾನವನ್ನು ಬಳಸಿಕೊಂಡು ಪರದೆ ಮಾಡುತ್ತಿದ್ದರು, ಕುರಿ ತುಪ್ಪಟದಿಂದ ಮೀಸೆ–ಗಡ್ಡ ಮೂಡುತ್ತಿದ್ದವು. ಸೈಕಲ್ ಪಂಕ್ಚರ್ ಸಲ್ಯೂಷನ್ ಸ್ಪಿರಿಟ್ ಗಮ್ ಆಗುತ್ತಿತ್ತು, ಸೀಮೆಸುಣ್ಣದ ಪುಡಿಯೇ ವಿಭೂತಿ ಆಗುತ್ತಿತ್ತು. ಕುಂಕುಮ ಅರಿಶಿನಗಳು ಮುಖದ ಬಣ್ಣಗಳಾಗಿ ಬಳಕೆಯಾಗುತ್ತಿದ್ದವು. ಇಜ್ಜಿಲು ಕಣ್ಣುಕಪ್ಪು ಆದರೆ, ಎಳನೀರು ಬುಂಡೆ ಗದೆಯಾಗಿ ನಟರ ಕೈಯನ್ನು ಅಲಂಕರಿಸುತ್ತಿತ್ತು. ಆಡಿದ ಆಟಗಳಿಗೆ ಕೊನೆಯಿಲ್ಲ, ಮಾಡಿದ ಪಾತ್ರಗಳಿಗೆ ಲೆಕ್ಕವಿಲ್ಲ. ರಾತ್ರಿ ಇಡೀ ನಡೆಯುವ ಬಯಲಾಟವನ್ನು ನೋಡುತ್ತಿದ್ದ ಇವರಿಗೆ ಕಂಪನಿ ನಾಟಕಗಳನ್ನು ನೋಡುವ ಹುಚ್ಚನ್ನು ಹಿಡಿಸಿದವರು ಇವರ ಸೋದರಮಾವ. ನಾಲ್ಕನೇ ತರಗತಿಯಲ್ಲಿ ಓದುತ್ತಿರುವಾಗ ಮೋಹಿನಿ ಭಸ್ಮಾಸುರ ನಾಟಕದಲ್ಲಿ ರಮೇಶ್ ಮೋಹಿನಿ ಪಾತ್ರವನ್ನು ಮಾಡಿದ್ದರು. ನಾಟಕದ ಮಧ್ಯದಲ್ಲಿ ಸೀರೆ ಬಿಚ್ಚಿಹೋಗಿ ಆಭಾಸವಾಗಿ ಹೋಗುತ್ತದೆ. ಆರನೇ ತರಗತಿಯಲ್ಲಿದ್ದಾಗ ತಾವೇ ಒಂದು ನಾಟಕ ಬರೆದು, ಮುಖ್ಯಪಾತ್ರವೊಂದನ್ನು ಮಾಡಿ, ಟಿಕೆಟ್ ಮಾರಿ ಬಂದ ಹಣದಲ್ಲಿ ಶಿವರಾತ್ರಿ ಜಾಗರಣೆ ಮಾಡಿ ಚರ್ಪು ಹಂಚುತ್ತಾರೆ. 'ಕೌರವನ ಗರ್ವಭಂಗ' ನಾಟಕ 'ಹೌಸ್ ಫುಲ್' ಆಗುತ್ತದೆ. ಇವೆಲ್ಲವೂ ರಮೇಶ್ ಅವರಲ್ಲಿ

ಚಿಕ್ಕಂದಿನಲ್ಲೇ ಇದ್ದ ಒಬ್ಬ ನಾಯಕನನ್ನು, ಒಬ್ಬ ಕಲಾವಿದನನ್ನು ಮತ್ತು ಸಹೃದಯಿ ಗೆಳೆಯನನ್ನು ಪರಿಚಯಿಸುತ್ತವೆ.

ಒಬ್ಬ ನಟನಿಗೆ ಇರಬೇಕಾದ ಬಹಳ ಮುಖ್ಯವಾದ ಗುಣ 'ಗಮನಿಸುವಿಕೆ.' 'The most dangerous person is the one who listens, thinks and observes.' ಇದು ಗಮನಿಸುವಿಕೆಯ ಬಗ್ಗೆ ಇರುವ ಬಹಳ ಅರ್ಥಪೂರ್ಣವಾದ ಹೇಳಿಕೆ. ಹೀಗೆ ಬಾಲ್ಯದಿಂದಲೇ ಪ್ರತಿಯೊಂದನ್ನೂ ಆಲಿಸುತ್ತಾ, ಆಲೋಚಿಸುತ್ತಾ, ಗಮನಿಸುತ್ತಾ ಇದ್ದ ಪುಟ್ಟ ಬಾಲಕನಿಗೆ ಮುಂದೊಂದು ದಿನ ರಂಗಭೂಮಿಯೇ ತನ್ನ ಕಾರ್ಯಕ್ಷೇತ್ರವಾಗುತ್ತದೆ ಎಂಬುದು ತಿಳಿದಿರಲಿಲ್ಲ. ದೊಡ್ಡ ಗುಡಿಯ ಮುಂದೆ ಪ್ರತಿವರ್ಷ ಪ್ರದರ್ಶನವಾಗುತ್ತಿದ್ದ ರಾಜಸೂಯ ಯಾಗ, ಕುರುಕ್ಷೇತ್ರ, ಸಂಪೂರ್ಣ ರಾಮಾಯಣ ಮತ್ತು ಶನಿಪ್ರಭಾವ ನಾಟಕಗಳನ್ನು ನೋಡುತ್ತಿದ್ದ ರಮೇಶ್ ಅವರಿಗೆ ಅವುಗಳು ಕೇವಲ ಮನೋರಂಜನೆಯ ಪ್ರದರ್ಶನಗಳಾಗಿರದೆ ಮನೋವಿಕಾಸಕ್ಕೆ ದಾರಿ ಮಾಡಿಕೊಡುತ್ತಿದ್ದವು. ಪ್ರತಿಯೊಂದು ಪಾತ್ರವನ್ನು ಕಣ್ಣು ತುಂಬಿಕೊಳ್ಳುತ್ತಿದ್ದರು. ದಿನಪೂರ್ತಿ ಅವರು ರಂಗಮಂಚವನ್ನು ಹಾಕಲು ಬಳಸುತ್ತಿದ್ದ ಕೌಶಲ, ಬಣ್ಣಬಣ್ಣದ ದೀಪಗಳು, ಪ್ರಸಾಧನಕ್ಕೆ ಬಳಸುತ್ತಿದ್ದ ವಸ್ತುಗಳು, ಲೆಗ್ ಹಾರ್ಮೋನಿಯಂ, ತಬಲಾ, ಜಗಮಗಿಸುವ ರಂಗಮಂಟಪ, ನಟರ ವೀರಾವೇಶದ ಅಭಿನಯ, ರಾತ್ರಿಯಾಗುತ್ತಿದ್ದಂತೆ ಅಲ್ಲಿ ತೆರೆದುಕೊಳ್ಳುತ್ತಿದ್ದ ಮಾಯಾಲೋಕವನ್ನು ಆಶ್ಚರ್ಯ ತುಂಬಿದ ಕಣ್ಣುಗಳಿಂದ ಬೆರಗಾಗಿ ನೋಡುತ್ತಿದ್ದರು. ತನ್ನಲ್ಲಿದ್ದ ಒಬ್ಬ ಕಲಾವಿದನನ್ನು ನೀರೆರೆದು ಪೋಷಿಸುತ್ತ ಸಾಗುತ್ತಿದ್ದ ರಮೇಶ್ ಅವರ ಮನಸಿನಲ್ಲಿ ಬಣ್ಣದ ಓಕುಳಿಯಾಟ ಆಗಲೇ ಶುರುವಾಗಿತ್ತು. ಊರಿನ ದೊಡ್ಡ ಗಣಪತಿ ಸಮಿತಿಯವರು ಪ್ರತಿವರ್ಷವೂ ಡಾ.ರಾಜ್‌ಕುಮಾರ್ ಬರುತ್ತಾರೆ ಎಂದು ಪ್ರಚಾರ ಮಾಡಿ ಅಂತಿಮ ಕ್ಷಣದಲ್ಲಿ ಅವರು ಬರುತ್ತಿಲ್ಲ ಎಂದು ಹೇಳುತ್ತಿದ್ದರು. ಆಗೆಲ್ಲ ರಮೇಶ್ ಅವರಿಗೆ ಬಹಳ ಬೇಸರವಾಗುತ್ತಿತ್ತು.

ನಾಗಮಂಗಲದ ಕಲಾಸಂಘದವರು ಮಾಡುತ್ತಿದ್ದ 'ಮೃತ್ಯು ಸಿಂಹಾಸನ' ನಾಟಕದ ತಾಲೀಮನ್ನು ಇಡೀ ದಿನ ಕಿಟಕಿಯಲ್ಲಿ ಕಷ್ಟಪಟ್ಟು ಕುಳಿತು ನೋಡಿದ್ದನ್ನು ಹೆಮ್ಮೆಯಿಂದ ಸ್ಮರಿಸಿಕೊಳ್ಳುತ್ತಾರೆ. ನಾಟಕದ ದಿನ ಮಳೆ ಬಂದು ನೆಲ ಕೆಸರಾಗದಿರಲಿ ಎಂದು ರಾಶಿರಾಶಿಯಾಗಿ ಭತ್ತದ ಜೊಳ್ಳನ್ನು ತಂದು ಹರಡುತ್ತಿದ್ದರು. ಎಲ್ಲಾ ಗೆಳೆಯರೂ ಸೇರಿ ಜೊಳ್ಳನ್ನು ತಲೆಯ ಮೇಲೆ ಸುರಿದುಕೊಳ್ಳುತ್ತಿದ್ದರು. ಬಾಲ್ಯದಲ್ಲಿ ರಮೇಶ್ ಅವರು ಆಡುತ್ತಿದ್ದ ಆಟಗಳು ಎಂದರೆ-ಲಗೋರಿ, ಗುಲ್ಲೋರಿಯಾ, ಐಸ್ ಪೈಸ್, ಕಡ್ಡಿಕಲ್ಲು, ಟಿಕ್ಕಿ, ಕಳ್ಳ ಪೊಲೀಸ್ ಇತ್ಯಾದಿ. ಊರಿನಲ್ಲಿ ಹರಿಕಥೆ, ಗಮಕ, ಆರ್ಕೆಸ್ಟ್ರಾ ಇತ್ಯಾದಿ ಸಾಂಸ್ಕೃತಿಕ ಕಾರ್ಯಕ್ರಮಗಳು ಇವೆ ಎಂದರೆ ಇರುವ ಕೆಲಸವೆಲ್ಲ ಬಿಟ್ಟು ಅಲ್ಲಿಗೆ ಹಾಜರಾಗಿ

ಬಿಡುತ್ತಿದ್ದರು. ಗೋಲಿಸೋಡ, ಜಾತ್ರೆ ಷರಬತ್ತು, ಕೊಬ್ಬರಿ ಮಿಠಾಯಿ, ಬೋಟಿ ಸಂಡಿಗೆ, ಖಾರದ ಕಡಲೆಬೀಜ, ಬಟಾಣಿ ಇವುಗಳು ರಮೇಶ್ ಅವರ ಮೆಚ್ಚಿನ ತಿನಿಸುಗಳಾಗಿದ್ದವು. ಬಾಲಕನಾಗಿದ್ದಾಗ ಮಹಾ ಘಟಿಂಗರಾಗಿದ್ದ ರಮೇಶ್ ಗೆಳೆಯರೊಂದಿಗೆ ಮಾಡುತ್ತಿದ್ದ ತರಲೆಗಳಿಗೆ ಲೆಕ್ಕವಿಲ್ಲ. ಇವರ ಗೆಳೆಯನೊಬ್ಬ ಬಕ್ರಿ ಸತೀಶ್ ಅಂತ. ಅವರ ತಂದೆ ಹೋಟೆಲ್ ನಡೆಸುತ್ತಿದ್ದವರು. ಸತೀಶನಿಗೆ ನಾಟಕಕ್ಕೆ ಸೇರಿಕೊಳ್ಳುವ ಆಸೆ. ಆದರೆ ರಮೇಶ್ ಪಡೆ ಅವನಿಗೆ ಒಂದು ಷರತ್ತು ಹಾಕುತ್ತಿತ್ತು. ಏನೆಂದರೆ ಅವನು ತನ್ನ ಹೋಟೆಲ್‌ನಿಂದ ಎಲ್ಲರಿಗೂ ತಿಂಡಿ ತಂದುಕೊಟ್ಟರೆ ನಾಟಕಕ್ಕೆ ಸೇರಿಕೊಳ್ಳಬಹುದು ಎಂದು. ವಿಧಿ ಇಲ್ಲದೆ ಸತೀಶ ಅವರ ಅಪ್ಪನ ಕಣ್ಣು ತಪ್ಪಿಸಿ ಎಲ್ಲರಿಗೂ ಚಿತ್ರಾನ್ನ, ಉಪ್ಪಿಟ್ಟು, ಚಕ್ಕುಲಿ, ಕೇಸರಿಬಾತ್ ಮುಂತಾದವುಗಳನ್ನು ಚೆಡ್ಡಿಯೊಳಗೆ ಇಟ್ಟುಕೊಂಡು ಬಂದು ಜೇಬಿನಿಂದ ತೆಗೆಯುವಾಗ ಕಾಗದದ ಚೂರು, ಬಳಪದ ಚೂರು ಇತ್ಯಾದಿ ವಸ್ತುಗಳು ಅವುಗಳ ಜೊತೆ ಸೇರಿಕೊಂಡು ಹೊರಬರುತ್ತಿದ್ದವು. ಒಮ್ಮೆ ಜೇಬು ತೂತಾಗಿ ಎಲ್ಲವನ್ನೂ ಚೆಲ್ಲಿಕೊಂಡು ಬಂದಿದ್ದಾನೆಂದು ಸತೀಶನಿಗೆ ಎಲ್ಲರೂ ಸೇರಿ ಚೆನ್ನಾಗಿ ಹೊಡೆದಿದ್ದರು.

ಪ್ರತಿ ವರ್ಷದ ಮೊಹರಂನಲ್ಲಿ ರಾತ್ರಿ ನಡೆಯುತ್ತಿದ್ದ ಹುಲಿ ಕುಣಿತವನ್ನು ಬೆರಗುಗಣ್ಣಿನಿಂದ ನೋಡುತ್ತಿದ್ದ ಬಾಲಕ ಮಂಡ್ಯ ರಮೇಶನ ಮನಸಿನಲ್ಲಿ ಅವರು ಹಚ್ಚುತ್ತಿದ್ದ ಬಣ್ಣ, ಅವರ ಆರ್ಭಟ, ಗರ್ಜನೆ ಇವುಗಳೆಲ್ಲ ತನ್ನಲ್ಲಿ ಒಬ್ಬ ಕಲಾವಿದನನ್ನು ಕಂಡುಕೊಳ್ಳಲು ಸಹಾಯ ಮಾಡಿದವು. ಸಿನೆಮಾ ಟೆಂಟಿನ ಗೇಟ್ ಕೀಪರ್‌ಗೆ ನಾರಾಯಣಶಾಸ್ತ್ರಿಗಳ ತೋಟದಿಂದ ಕದ್ದು ತಂದ ಎಳನೀರು, ಪರಂಗಿಹಣ್ಣು, ಸೀಬೇಹಣ್ಣುಗಳನ್ನು ಕೊಟ್ಟು ವೀರಕೇಸರಿ, ಬಾಂಧವ್ಯ, ಮಕ್ಕಳರಾಜ್ಯ, ಸಂತ ತುಕಾರಾಂ ಚಿತ್ರಗಳನ್ನು ನೋಡಿದ್ದಾರೆ. ನಾಗಮಂಗಲದಲ್ಲಿ ವೆಂಕಟೇಶ್ವರ ಟಾಕೀಸ್ ಆರಂಭವಾದಾಗ 'ಶ್ರೀನಿವಾಸ ಕಲ್ಯಾಣ' ಚಿತ್ರವನ್ನು ಚಪ್ಪಲಿ ತೆಗೆದು, ಪರದೆಗೆ ಉದ್ದಂಡ ನಮಸ್ಕಾರ ಮಾಡಿದ್ದು, 'ಮಯೂರ' ಚಿತ್ರ ನೋಡಿಬಂದ ನಂತರ ಒಂದು ಮನೆ ತಾರಸಿಯಿಂದ ಮತ್ತೊಂದು ಮನೆಯ ತಾರಸಿಗೆ ಹಗ್ಗ ಕಟ್ಟಿಕೊಂಡು ನೇತಾಡಿದ್ದು ಮತ್ತು ತಾನೂ ರಾಜ್‌ಕುಮಾರ್ ಅವರಂತೆ ಆಗಲು ಪ್ರಯತ್ನಿಸಿ ಕೆಳಕ್ಕೆ ಬಿದ್ದು ಕಾಲು ಉಳುಕಿಸಿಕೊಂಡಿದ್ದರು.

ಆ ಎಳೆಯ ವಯಸ್ಸಿಗೆ 'ಶಿವ ಶಂಕರ ಸಮಿತಿ' ಎಂಬ ಸಂಘ ಕಟ್ಟಿ ಬೆಳಿಗ್ಗೆಯಿಂದ ರಾತ್ರಿಯವರೆಗೂ ಬಿಡುವಿಲ್ಲದೆ 'ಕೌರವ ಗರ್ವಭಂಗ' ನಾಟಕದ ಅಭ್ಯಾಸ ಮಾಡಿ ಅಕ್ಕಪಕ್ಕದವರಿಂದ ಮಂಗಳಾರತಿ ಎತ್ತಿಸಿಕೊಂಡಿದ್ದರು. ಗಾಂಧಿ ಭವನದ ಮುಂದೆ ಹಲವಾರು ನಾಟಕಗಳು ನಡೆಯುತ್ತಿದ್ದವು. ಇಂದು ಹುಟ್ಟಿ ನಾಳೆ ಕಣ್ಮರೆಯಾಗುತ್ತಿದ್ದ ನಾಟಕ ತಂಡಗಳ ಮಧ್ಯೆ ನಾ.ಸು. ನಾಗೇಶ ಮತ್ತು ಅವರ ಗೆಳೆಯರು ಕಟ್ಟಿದ 'ಕನ್ನಡ ಸಂಘ'ದ ಬಗ್ಗೆ ಮಂಡ್ಯ ರಮೇಶ್ ಅವರಿಗೆ

ಅಪಾರವಾದ ಪ್ರೀತಿ ಮತ್ತು ಗೌರವ. ಕೋಟೆಬೆಟ್ಟದ ಜಾತ್ರೆ, ಬೆಂಕಿಯ ಸುತ್ತ ಕುಣಿಯುತ್ತಾ ಕಾಮಣ್ಣನನ್ನು ಸುಡುತ್ತಿದ್ದ ಸಂದರ್ಭ, ಶಂಕರ ಜಯಂತಿಯಂದು ಭಟ್ಟರಿಂದ ತಯಾರಾಗುತ್ತಿದ್ದ ರುಚಿಯಾದ ತಿಳಿಸಾರು, ಸಂಕ್ರಾಂತಿಯಲ್ಲಿ ದನಗಳ ಜೊತೆ ತಾವೂ ಕಿಚ್ಚು ಹಾಯುತ್ತಿದ್ದುದು, ಕಬ್ಬಡಿ ಆಟ, ದೊಡ್ಡ ಗುಡಿಯ ಕಣ್ಣಯ್ಯಂಗಾರ್ ಅವರ ಘಂಟೆ ಸದ್ದು, ಊರಿನ ವಾತಾವರಣ, ಹಿರಿಯರ ಮತ್ತು ಕಿರಿಯರ ಜೊತೆಗಿನ ಒಡನಾಟ, ಬಣ್ಣದ ಹುಚ್ಚು, ರಂಗಭೂಮಿಯ ಕನಸು, ಬಾಲ್ಯದ ಸೊಗಸು ಇವೆಲ್ಲದರ ಮಧ್ಯೆ ತಾನೊಬ್ಬ ನಟನಾಗಬೇಕು ಎಂಬ ಕನಸಿಗೆ, ಕಲ್ಪನೆಗೆ, ಮುಂದಾಲೋಚನೆಗೆ ಮಂಡ್ಯ ರಮೇಶ್ ಅವರ ರಂಗುರಂಗಿನ ಬಾಲ್ಯದ ಸುಂದರ ಮತ್ತು ರೋಚಕ ಘಟನೆಗಳು ಭದ್ರವಾದ ಬುನಾದಿಯನ್ನು ಒದಗಿಸಿದವು ಎಂಬುದಂತೂ ನಿಜ.

❖ ನೀನಾಸಂ

ಹೀಗೆ ಅದ್ಭುತವಾದ ಬಾಲ್ಯವನ್ನು ಕಂಡ ಮಂಡ್ಯ ರಮೇಶ್ ಅವರಿಗೆ ತಮ್ಮ ಮುಂದಿನ ಯೋಜನೆಗಳ ಬಗ್ಗೆ ಒಂದು ರೀತಿಯ ಗೊಂದಲವಿತ್ತು. ಮೊದಲು ಅವರ ಹೆಸರು ಕುಂತೂರು ಸುಬ್ರಹ್ಮಣ್ಯಂ ರಮೇಶ್ (ಕೆ.ಎಸ್. ರಮೇಶ್) ಎಂದಾಗಿತ್ತು. ನೋಡಿದ ನಾಟಕಗಳ ಮತ್ತು ಚಲನಚಿತ್ರಗಳ ವಿಮರ್ಶೆ ಬರೆಯುತ್ತಿದ್ದರು. ಕೆವಿಸ್ಸಾರ್ ಅವರ ಕಾವ್ಯನಾಮ. ಬಿ.ಎಸ್‌ಸಿ., ಮುಗಿಸಿ ಕೆಲಸಕ್ಕೆ ಸೇರಿಕೊಳ್ಳಲು ತಯಾರಾಗುತ್ತಿದ್ದ ಕಾಲ. ಜೀವನೋಪಾಯಕ್ಕೆ ಯಾವ ವೃತ್ತಿ ಆಯ್ಕೆ ಮಾಡಿಕೊಳ್ಳುವೆ ಎಂದು ಯಾರಾದರೂ ಕೇಳಿದರೆ ರಮೇಶ್ 'ನಾನು ಥಿಯೇಟರ್ ಆರ್ಟಿಸ್ಟ್ ಆಗುತ್ತೇನೆ' ಎನ್ನುತ್ತಿದ್ದರು. ಇವರ ಮಾತನ್ನು ಕೇಳಿ ಆಗ ನಕ್ಕವರು ಅದೆಷ್ಟು ಮಂದಿಯೋ. ಎ.ಎಸ್. ಮೂರ್ತಿ ಅವರ ಬೀದಿ ನಾಟಕವೊಂದನ್ನು ನೋಡಿ ಆಕರ್ಷಿತರಾಗಿದ್ದರು. ಮನೆಮನೆಗೆ ಪೇಪರ್

ಹಾಕುತ್ತಿದ್ದ ಮಂಡ್ಯ ರಮೇಶ್ ಅವರಿಗೆ ಒಂದು ದಿನ ಒಂದು ಪಾಂಪ್ಲೆಟ್‌ನಲ್ಲಿ ಒಂದು ರಂಗ ತರಬೇತಿ ಶಿಬಿರದ ಮಾಹಿತಿ ನೋಡಿ ಆಸಕ್ತಿ ಮೂಡುತ್ತದೆ. ಶಿಬಿರದ ಶುಲ್ಕ ಮೂವತ್ತು ರೂಪಾಯಿ. ಪಿ.ಇ.ಎಸ್. ಕಾಲೇಜಿನಲ್ಲಿ ಇಪ್ಪತ್ತೊಂದು ದಿನಗಳ ರಂಗ ತರಬೇತಿ ಶಿಬಿರಕ್ಕೆ ಸೇರಿಕೊಳ್ಳುತ್ತಾರೆ. ಅಶೋಕ್ ಬಾದರದಿನ್ನಿ ಆಗ ತಾನೆ ರಾಷ್ಟ್ರೀಯ ನಾಟಕ ಶಾಲೆಯ (NSD) ಶಿಕ್ಷಣ ಮುಗಿಸಿ ಬಂದಿರುತ್ತಾರೆ. ಲಂಕೇಶರ 'ಸಂಕ್ರಾಂತಿ' ಮತ್ತು ಎ.ಎಸ್. ಮೂರ್ತಿ ಅವರ 'ದನಿಯಿಲ್ಲದವರು' ನಾಟಕಗಳು ರಮೇಶ್ ಅವರ ಬದುಕಿನ ದಿಕ್ಕನ್ನು ಬದಲಿಸುತ್ತವೆ. ಶಿಬಿರದಿಂದ ಸ್ಫೂರ್ತಿಗೊಂಡು ಮಂಡ್ಯದ ಸಹಪಾಠಿಗಳಾದ ನಟೇಶ್, ಕೃಷ್ಣ, ಶ್ರೀಧರ, ಶ್ರೀಪಾದ, ಕಿರಣ್, ಗೋವಿಂದ, ಕು.ನ. ಸ್ವಾಮಿ, ಪದ್ಮನಾಭ ಮುಂತಾದವರನ್ನೆಲ್ಲ ಸೇರಿಸಿಕೊಂಡು 'ವೇದಿಕೆ'ಯೆಂಬ ಬೀದಿ ನಾಟಕ ತಂಡವನ್ನು ಮುನ್ನಡೆಸುತ್ತಾರೆ. ರಂಗಕಲೆಯನ್ನು ಶಾಸ್ತ್ರೀಯವಾಗಿ ಕಲಿಯಬೇಕು ಎನ್ನುವ ಹಂಬಲಕ್ಕೆ ಬಿದ್ದ ಅವರಿಗೆ ಒಮ್ಮೆ ದೆಹಲಿಯಿಂದ ಒಂದು ನಾಟಕ ಮುಗಿಸಿ ಬರುವಾಗ ತರಂಗ ಪತ್ರಿಕೆಯಲ್ಲಿ ಇದ್ದ ಒಂದು ಲೇಖನದಲ್ಲಿ ನೀನಾಸಂ ಬಗ್ಗೆ ಮಾಹಿತಿ ಸಿಗುತ್ತದೆ.

ಒಂದು ಕಡೆ ಆಧುನಿಕ ರಂಗಭೂಮಿಯನ್ನು ವೃತ್ತಿಯಾಗಿ ಆಯ್ಕೆ ಮಾಡಿಕೊಂಡು ಬದುಕು ಕಟ್ಟಿಕೊಳ್ಳುವುದು ಎಂದು ಒಂದು ಮನಸು ಹೇಳಿದರೆ ಮತ್ತೊಂದು ಮನಸು ರಂಗಭೂಮಿಯಿಂದ ಹೊಟ್ಟೆ ತುಂಬಿಸಿಕೊಳ್ಳಲು ಸಾಧ್ಯವೇ ಎಂಬ ಬೃಹತ್ ಪ್ರಶ್ನೆಯನ್ನು ಮುಂದೊಡ್ಡುತ್ತಿತ್ತು. ನಾಟಕವನ್ನು ಶಿಕ್ಷಣವನ್ನಾಗಿ ರೂಪಿಸಿದರೆ ಹೇಗೆ? ಕಲೆಯಲ್ಲಿ ಬದುಕಿನ ಅರ್ಥವನ್ನು ಕಂಡುಕೊಳ್ಳಲು ಏಕಿಷ್ಟು ಹರಸಾಹಸ ಪಡಬೇಕು? ರಂಗಭೂಮಿಯನ್ನು ಗಂಭೀರವಾಗಿ ತೆಗೆದುಕೊಂಡು ಒಬ್ಬ ವ್ಯಕ್ತಿ ನಾಲ್ಕು ಜನರ ಮುಂದೆ ಸಾರ್ಥಕವಾಗಿ ಜೀವನ ನಡೆಸಲು ಏಕಾಗಬಾರದು? ಇದು ಎಂತಹ ಹೀನ ಪರಿಸ್ಥಿತಿ ಎಂಬಿತ್ಯಾದಿ ಪ್ರಶ್ನೆಗಳು ಮಂಡ್ಯ ರಮೇಶ್ ಅವರನ್ನು ಕಾಡುತ್ತಿದ್ದವು. ಇಂತಹ ಇನ್ನೂ ಅನೇಕ ಪ್ರಶ್ನೆಗಳನ್ನು ಇಟ್ಟುಕೊಂಡು ಗೆಳೆಯರೊಂದಿಗೆ ಚರ್ಚಿಸುತ್ತಾ ಅದೆಷ್ಟೋ ದಿನಗಳು ಮಂಡ್ಯದ ಪೇಟೆಯಲ್ಲಿ ಅಲೆದಿದ್ದಾರೆ. ಅಂದು ಅವರು ಕಂಡ ಕನಸನ್ನು ಇಂದಿಗೆ ಹೋಲಿಸಿ ನೋಡಿದಾಗ ಅವರ ಕನಸು ಹೇಗೆ ನನಸಾಯಿತು ಎಂಬ ಸ್ಪಷ್ಟ ಚಿತ್ರಣ ಸಿಗುತ್ತದೆ. ಇದೇ ಯೋಚನೆಯಲ್ಲಿ ಮುಳುಗಿದ್ದ ಮಂಡ್ಯ ರಮೇಶ್ ಅವರ ಆಸೆಗೆ ಆಸರೆಯಾಗಿ ಮತ್ತು ಆಶಾಕಿರಣವಾಗಿ ಕಂಡ ಸಂಸ್ಥೆ ನೀನಾಸಂ. ಕೊನೆಗೂ ಧೈರ್ಯ ಮಾಡಿ ಹೆಗ್ಗೋಡಿನ ನೀನಾಸಂ ಸೇರಿಬಿಡುತ್ತಾರೆ. 105 ಆಕಾಂಕ್ಷಿಗಳ ಪಟ್ಟಿಯಲ್ಲಿ ಮೊದಲ ಹದಿನಾಲ್ಕು ಮಂದಿಯಲ್ಲಿ ಒಬ್ಬರಾಗಿ ಆಯ್ಕೆಯಾಗುತ್ತಾರೆ. ಪುಟ್ಟಹಳ್ಳಿಯೊಂದರ ಸಾಂಸ್ಕೃತಿಕ ಕಂಪು ಇಡೀ ಪ್ರಪಂಚಕ್ಕೆ ಪಸರಿಸುವಂತೆ ಮಾಡಿದ ಪ್ರಾತಃಸ್ಮರಣೀಯ, ರಂಗ ಅಧ್ವರ್ಯು, ರಂಗ ಜಂಗಮ, ರಂಗಯೋಗಿ ಶ್ರೀ ಸುಬ್ಬಣ್ಣನವರು. ಅವರು ಅತ್ಯಂತ ಪ್ರೀತಿಯಿಂದ,

ಅಭಿಮಾನದಿಂದ, ಕಾಳಜಿಯಿಂದ ಹುಟ್ಟುಹಾಕಿದ ಸಂಸ್ಥೆ ನೀನಾಸಂ. ನಾಡಿನ ಅದೆಷ್ಟೋ ಖ್ಯಾತ ನಟರನ್ನು ಹುಟ್ಟುಹಾಕಿದ ಹೆಗ್ಗಳಿಕೆಗೆ ಪಾತ್ರವಾಗಿದೆ. ಅದೊಂದು ರಂಗ ದೇವಾಲಯ, ರಂಗ ವಿಶ್ವವಿದ್ಯಾನಿಲಯ, ರಂಗ ಪ್ರಪಂಚ. ಇಂತಹ ರಂಗ ವಾರಿಧಿಯೊಳಗೆ ಧುಮುಕುವ ಧೈರ್ಯ ಮಾಡಿಯೇಬಿಟ್ಟರು ಮಂಡ್ಯ ರಮೇಶ್. ನೀನಾಸಂನ ನಾಲ್ಕು ವರ್ಷಗಳ ರಂಗ ಪ್ರಯಾಣ ಅವರಿಗೆ ಬದುಕಿನ ಅನೇಕ ಮಜಲುಗಳನ್ನು ಪರಿಚಯ ಮಾಡಿಸಿತು.

ಸುಬ್ಬಣ್ಣನವರ ಮಾರ್ಗದರ್ಶನ, ಅವರ ಒಟ್ಟಾರೆ ವ್ಯಕ್ತಿತ್ವ, ಅಲ್ಲಿನ ವಾತಾವರಣ, ರಂಗಶಿಸ್ತು, ತಜ್ಞರ ಉಪನ್ಯಾಸಗಳು, ರಂಗ ತರಬೇತಿ, ಭಾರತೀಯ ಮತ್ತು ಪಾಶ್ಚಾತ್ಯ ನಾಟಕಗಳ ಪ್ರದರ್ಶನ, ರಂಗಭೂಮಿಯ ಆಟಗಳು–ಇವೆಲ್ಲವೂ ಬದುಕನ್ನು ಹತ್ತಿರದಿಂದ ಕಾಣುವ ಸುವರ್ಣ ಅವಕಾಶವನ್ನು ಒದಗಿಸಿದವು. ಕಾರಂತ, ಕಂಬಾರ, ಲಂಕೇಶ್, ಕಾರ್ನಾಡ್ ಮುಂತಾದ ರಂಗದಿಗ್ಗಜರನ್ನು ಅಲ್ಲಿಗೆ ಆಹ್ವಾನಿಸಿ ಜೊತೆಗೆ ಅವರ ನಾಟಕಗಳನ್ನೂ ಅಲ್ಲಿ ಮಾಡಿಸಿ ಪ್ರತಿಯೊಬ್ಬ ವಿದ್ಯಾರ್ಥಿಯೂ ಪರಿಪೂರ್ಣ ರಂಗಕರ್ಮಿಯಾಗಿ ಹೊರಬರುವಂತೆ ಮಾಡುತ್ತಿದ್ದರು. ಅಂತಹವರ ಸಹವಾಸಕ್ಕೆ ಬಿದ್ದಮೇಲೆ ಕೇಳಬೇಕೆ! ತಮ್ಮ ಚಿಂತನೆಗಳಿಂದ ಮತ್ತು ದೂರದರ್ಶಿತ್ವದಿಂದ ಆಧುನಿಕ ರಂಗಪ್ರಜ್ಞೆಯನ್ನು ಮೂಡಿಸಿದವರು. ಸಾಮಾಜಿಕ ಆಂದೋಲನಕ್ಕೆ ಕಾರಣೀಭೂತರಾದವರು. ಇಂತಹ ಸುಂದರ ರಂಗಗುಡಿಯಲ್ಲಿ ನಟರಾಜನನ್ನು ಆರಾಧಿಸುತ್ತಾ, ಒಂದೊಂದೇ ಪಾತ್ರಗಳನ್ನು ಆವಾಹಿಸಿಕೊಳ್ಳುತ್ತ, ನಾಟಕದಿಂದ ನಾಟಕಕ್ಕೆ ಬೆಳೆಯುತ್ತಾ ಹೋದರು. ನೀನಾಸಂನ ಸಖ್ಯವೇ ಹಾಗೆ; ಎಂತಹ ಅಜ್ಞಾನಿಯನ್ನೂ ಜ್ಞಾನಿಯನ್ನಾಗಿ ಪರಿವರ್ತಿಸುವ, ಎಂತಹ ಸೋಮಾರಿಯನ್ನೂ ಕ್ರಿಯಾಶೀಲನನ್ನಾಗಿಸುವ, ಎಂತಹ ಹಸಿದವನಿಗೂ ಪೂರ್ಣ ಫಲ ಕೊಡುವ ಶಕ್ತಿ ನೀನಾಸಂ ಸಂಸ್ಥೆಗೆ ಇದೆ. ಮೊದಲೇ ಹಸಿದಿದ್ದ ಮಂಡ್ಯ ರಮೇಶ್ ಅವರಿಗೆ ಬೇಕಾದ ಬಗೆಬಗೆಯ ರಂಗಪಾಕವನ್ನು ಉಣಬಡಿಸುತ್ತ ಹೋಯಿತು ನೀನಾಸಂ. ಮುಗ್ಧ ವಿದ್ಯಾರ್ಥಿಯಾಗಿ, ಕಲಿಯುವ ಏಕೈಕ ಉದ್ದೇಶವನ್ನು ಇಟ್ಟುಕೊಂಡು ಆರಂಭಿಸಿದ ರಂಗ ಪ್ರಯಾಣದಲ್ಲಿ ಅವರಿಗೆ ಸಾಕಷ್ಟು ಅನುಭವಗಳು ಆಗಿ ತಮ್ಮ ಇತಿಮಿತಿಗಳನ್ನು ಮತ್ತು ಬದುಕನ್ನು ನೋಡುವ ಮತ್ತು ಅರ್ಥೈಸಿಕೊಳ್ಳುವ ರೀತಿ ಅರಿವಿಗೆ ಬಂತು. ಸುಬ್ಬಣ್ಣನವರನ್ನು ಅತ್ಯಂತ ಭಕ್ತಿ ಮತ್ತು ಗೌರವಗಳಿಂದ ಕಾಣುವ ಮಂಡ್ಯ ರಮೇಶ್ ಅವರು ಕಲಿಸಿದ ಪಾಠಗಳು ಸಾಕಷ್ಟು ಇದ್ದರೂ ಅವರಿಂದ ಕಲಿತ ಎರಡು ಉತ್ತಮ ಪಾಠಗಳನ್ನು ಎರಡು ಘಟನೆಗಳ ಮೂಲಕ ನೆನೆಯುತ್ತಾರೆ.

ಮೊದಲನೆಯದು ಒಂದು ನಾಟಕ ಪ್ರದರ್ಶನಕ್ಕೆ ಸಂಬಂಧಿಸಿದ್ದು. ನೀನಾಸಂನ ತಿರುಗಾಟದಲ್ಲಿ ಒಂದು ನಾಟಕ ಪ್ರದರ್ಶನಕ್ಕೆ ಸಂಬಂಧಿಸಿದಂತೆ

ಸುಬ್ಬಣ್ಣನವರೂ ಸಹ ಅವರ ಜೊತೆಗೆ ಇದ್ದರು. ಎಂದಿನಂತೆ ನಾಟಕದ ನಂತರ ಮರುದಿನ ಚರ್ಚೆಗೆ ಕುಳಿತಾಗ ಸುಬಣ್ಣನವರು ಎಲ್ಲಾ ಕಲಾವಿದರಿಗೂ ಒಬ್ಬೊಬ್ಬರಾಗಿ ಮಾತನಾಡಿಸುತ್ತಾ ಚೆನ್ನಾಗಿ ಮಾಡಿದೆ ಎಂದು ಬೆನ್ನುತಟ್ಟಿ ಪ್ರೋತ್ಸಾಹದ ಮಾತುಗಳನ್ನು ಆಡುತ್ತಿದ್ದರು. ಆದರೆ ಮಂಡ್ಯ ರಮೇಶ್ ಅವರಿಗೆ ಕುತೂಹಲ, ನನ್ನ ಸರದಿ ಯಾವಾಗ ಬರುತ್ತದೆ, ನನಗೆ ಏನು ಹೇಳುತ್ತಾರೆ ಎಂದು ಕಾಯುತ್ತಿದ್ದರು. ಆದರೆ ಸುಬ್ಬಣ್ಣನವರು ಏನೂ ಹೇಳಲಿಲ್ಲ. ರಮೇಶ್ ಅವರಿಗೆ ಬಹಳ ಬೇಸರವಾಯಿತು. ಆದರೆ ಕೊನೆಯಲ್ಲಿ ಹೋಗುವಾಗ ಸುಬ್ಬಣ್ಣನವರು ಮಂಡ್ಯ ರಮೇಶ್ ಅವರ ಹೆಗಲ ಮೇಲೆ ಕೈಹಾಕಿ 'ಜನ ಚಪ್ಪಾಳೆ ಹೊಡಿತಾರೆ ಅಂತ ಜಾಸ್ತಿ ಮಾಡಬೇಡ'–ಇಷ್ಟೇ ಅವರು ಹೇಳಿದ್ದು. ಆ ಒಂದು ಮಾತು ಅನೇಕ ನಿಗೂಢ ಅರ್ಥಗಳನ್ನು ಧ್ವನಿಸುತ್ತಿತ್ತು. ನಟನಾದವನಿಗೆ ಸೂಕ್ಷ್ಮತೆ, ಸಂವೇದನಾಶೀಲತೆ ಮತ್ತು ಅವನ ಪಾತ್ರದ ಮಹತ್ವದ ಅರಿವಿರಬೇಕು ಎಂಬ ನಾನಾ ಅರ್ಥಗಳನ್ನು ಸಬ್ಬಣ್ಣನವರ ಮಾತು ಹೇಳಿತ್ತು. ಅದನ್ನು ಕೇಳಿ ರಮೇಶ್ ಅವರಿಗೆ ಬೇಸರವಾಗುವ ಬದಲು ತನ್ನ ತಪ್ಪನ್ನು ತೋರಿಸಿಕೊಟ್ಟ ಗುರುಗಳ ಬಗ್ಗೆ ಗೌರವ ಮೂಡುತ್ತದೆ.

ಎರಡನೆಯದು ನೀನಾಸಂನ ಮೂರನೇ ವರ್ಷದಲ್ಲಿ ನಡೆದ ಒಂದು ಘಟನೆಗೆ ಸಂಬಂಧಿಸಿದ್ದು. ಬಿ.ವಿ. ಕಾರಂತರು ಭೂಪಾಲಿನ ಒಂದು ಪ್ರಕರಣದಲ್ಲಿ ಸಿಲುಕಿ ಕಷ್ಟದಲ್ಲಿದ್ದಾಗ ಎಲ್ಲರೂ ಕಾರಂತರ ಬಗ್ಗೆ ವಿಧವಿಧವಾಗಿ ಮಾತನಾಡಿಕೊಳ್ಳುತ್ತಿದ್ದರೆ ಸುಬ್ಬಣ್ಣ ಮಾತ್ರ ಬಹಳ ಚಿಂತಾಕ್ರಾಂತರಾಗಿ ಅತ್ತಿಂದಿತ್ತ ಓಡಾಡುತ್ತಾ ಯಾರಿಗೋ ಫೋನ್ ಮಾಡಿ ಮೊದಲು ಕಾರಂತರಿಗೆ ಐದು ಸಾವಿರ ಹಣ ತಲುಪಿಸುವಂತೆ ಸೂಚನೆ ಕೊಡುತ್ತಿದ್ದರು. ಈ ಎರಡೂ ಘಟನೆಗಳೂ ನನಗೆ ರಂಗದ ಮೇಲೆ ಮತ್ತು ಬದುಕಿನ ಒಳಗೆ ನಾನು ಕಲಿಯಬೇಕಾದ ಮುಂದಿನ ಪಾಠಗಳನ್ನು ಸೂಚ್ಯವಾಗಿ ತಿಳಿಸಿದ್ದವು ಎಂದು ನೆನೆಯುತ್ತಾರೆ. ಸಬ್ಬಣ್ಣನವರು ಮಾಡುತ್ತಿದ್ದ ಕಾವ್ಯಪಾಠ ಅದ್ಭುತವಾಗಿರುತ್ತಿತ್ತು. ಲಂಕೇಶರ 'ಅವ್ವ' ಮತ್ತು ಗೌರೀಶ್ ಕಾಯ್ಕಿಣಿ ಅವರ 'ತಾಯಿ' ಕವನಗಳ ತೌಲನಿಕ ಅಧ್ಯಯನವನ್ನು ಅವರು ಬೋಧಿಸುತ್ತಿದ್ದ ರೀತಿಗೆ ಬೆರಗಾಗಿದ್ದಾರೆ. ಕಾವ್ಯ ಮತ್ತು ಸಾಹಿತ್ಯದ ಬೇರುಗಳು ಇಲ್ಲದೆ ರಂಗಭೂಮಿ ಎನ್ನುವ ವೃಕ್ಷ ಬೆಳೆಯಲು ಸಾಧ್ಯವಿಲ್ಲ ಎಂಬುದು ಸುಬ್ಬಣ್ಣನವರ ಬಲವಾದ ನಂಬಿಕೆಯಾಗಿತ್ತು. ನಟನಿಗೆ ಸಾಕ್ಷಾತ್ಕಾರವಾಗಲು ಬಹಳ ಸಮಯ ಬೇಕು. ರಂಗಭೂಮಿಯಲ್ಲಿ ಚೆನ್ನಾಗಿ ನುರಿಯಬೇಕು ಮತ್ತು ತನ್ನನ್ನು ತಾನು ಅರಿಯಬೇಕು. ಅದಕ್ಕೆ ಬಹಳ ಸಮಯ ಬೇಕಾಗುತ್ತದೆ, ಆಗಲಿ ಆತುರವೇನಿಲ್ಲ. ನಟ ಚೆನ್ನಾಗಿ ಪಳಗಬೇಕು, ಮಾಗಬೇಕು ಆಗಲೇ ಕಲೆಯ ರಸಾಸ್ವಾದನೆಯ ಅನುಭೂತಿ ಅದ್ಭುತವಾಗಿರುತ್ತದೆ ಎಂಬುದು ರಮೇಶ್ ಅವರ ಅನುಭವದ ಮಾತು. ರಂಗ ವಿಧಾನ ಅರ್ಥ

ಮಾಡಿಕೊಳ್ಳಲು ದಕ್ಷಿಣ ಏಷ್ಯಾದಲ್ಲಿ ಇರುವ ಏಕೈಕ ರಂಗ ಕಲಾಶಾಲೆ ಎಂದರೆ ಅದು ನೀನಾಸಂ ಎಂದು ಹೆಮ್ಮೆಯಿಂದ ಹೇಳುತ್ತಾರೆ. ಟಿ.ಪಿ. ಅಶೋಕ ಅವರಂತಹ ಅದ್ಭುತ ಗುರುವಿನಿಂದ ಶೇಕ್ಸ್‌ಪಿಯರ್ ನಾಟಕಗಳ ಬಗ್ಗೆ ಶಿಕ್ಷಣ ಪಡೆದಿದ್ದಾರೆ. ಪ್ರಸನ್ನ, ಜಂಬೆ, ಅನಂತಮೂರ್ತಿ, ಶಿವರಾಮ ಕಾರಂತ, ಕೆ.ಜಿ. ಕೃಷ್ಣಮೂರ್ತಿ ಮುಂತಾದ ರಂಗ ತಜ್ಞರೊಂದಿಗೆ ಬೆರೆತು ಕೆಲಸ ಮಾಡಿದ್ದಾರೆ. ಸುಬ್ಬಣ್ಣನವರು ಹೇಳುತ್ತಿದ್ದ ಮಾತು, 'ಈ ಜಗತ್ತಿನಲ್ಲಿ ಅತ್ಯಂತ ಪವಿತ್ರ ಹಾಗೂ ಕಷ್ಟಕರವಾದ ಕೆಲಸವಿದ್ದರೆ ಅದು... ಅಭಿನಯಿಸುವುದು.' ಈ ಮಾತು ಸದಾ ರಮೇಶ್ ಅವರ ಮನಸಿನಲ್ಲಿ ಮಾರ್ದನಿಸುತ್ತಿತ್ತು. ಒಂದು ವರ್ಷ ನೀನಾಸಂನಲ್ಲಿ ಕಲಿತು ಗೆಳೆಯರ ಒತ್ತಾಯಕ್ಕೆ ಕಟ್ಟುಬಿದ್ದು ಚಲನಚಿತ್ರವೊಂದಕ್ಕೆ ಕೆಲಸ ಮಾಡಲು ಹೋಗಿ ಅದು ಹಿಡಿಸದೆ ಮತ್ತೆ ಹೆಗ್ಗೋಡಿಗೆ ಬರುತ್ತಾರೆ. ಅವರಿಗಾಗಿ ತಿರುಗಾಟದ ಅನೇಕ ಹಾಸ್ಯ ಪಾತ್ರಗಳು ಕಾಯುತ್ತಿದ್ದವು.

ಆ ದಿನಗಳಲ್ಲೇ ಸಂಸ, ಶೇಕ್ಸ್‌ಪಿಯರ್, ಬ್ರೆಕ್ಟ್, ಕಂಬಾರ, ಲಂಕೇಶ, ಕಾರ್ನಾಡ್, ಪಾಶ್ಚಿಮಾತ್ಯ ನಾಟಕಗಳು ರಮೇಶ್ ಅವರ ಮನಸನ್ನು ಆವರಿಸಿಕೊಂಡಿದ್ದವು. ಮೂರು ವರ್ಷದ ಸುದೀರ್ಘವಾದ ತಿರುಗಾಟ ನಟನಾಗಿ ತನ್ನನ್ನು ತಾನು ಅರ್ಥ ಮಾಡಿಕೊಳ್ಳಲು ಮತ್ತು ರಂಗಕಲೆಯಲ್ಲಿ ಒಂದು ನೆಲೆಯನ್ನು ಕಂಡುಕೊಳ್ಳಲು ದಾರಿ ಮಾಡಿಕೊಟ್ಟಿತು. ಎಷ್ಟೆಲ್ಲ ನಾಟಕಗಳನ್ನು ಮಾಡಿ, ವಿವಿಧ ಪಾತ್ರಗಳಿಗೆ ಬಣ್ಣ ಹಚ್ಚಿ ಊರೂರು ಅಲೆದು ನೂರಾರು ಪ್ರದರ್ಶನಗಳನ್ನು ನೀಡಿ, ಒಂದಷ್ಟು ಅನುಭವವನ್ನು ದಕ್ಕಿಸಿಕೊಂಡ ಮೇಲೂ ಒಂದು ರೀತಿಯ ಭಯ ಅವರನ್ನು ಆವರಿಸಿಕೊಂಡಿತ್ತು. ಒಳಗೆ ಬಹಳ ಸಂಕಟ ಪಡುತ್ತಿದ್ದರು. ಹಾಸ್ಯ ಪಾತ್ರಗಳನ್ನು ಬಿಟ್ಟು ಬೇರೆ ಪಾತ್ರಗಳನ್ನೂ ಮಾಡಬಲ್ಲೆ ಎಂಬ ಆತ್ಮವಿಶ್ವಾಸ, ಅರ್ಹತೆ, ಅನುಭವ, ಕೆಚ್ಚು ಇದ್ದರೂ ಅವರಿಗೆ ಪಾತ್ರಗಳು ಸಿಗಲಿಲ್ಲ. ಆ ಕೊರಗು ಅವರನ್ನು ಸದಾ ಕಾಡುತ್ತಿತ್ತು. ಕೆಲವೊಮ್ಮೆ ಬದುಕಿನ ಬಂಡಿ ನಾವು ಎಣಿಸಿದಂತೆ ನಡೆಯುವುದಿಲ್ಲ. ಆದರೂ ಅದನ್ನು ತೀರಾ ಮನಸಿಗೆ ಹಚ್ಚಿಕೊಳ್ಳದೆ ಪಾಲಿಗೆ ಬಂದದ್ದನ್ನು ಪ್ರೀತಿಯಿಂದ ಸ್ವೀಕರಿಸಿ ಮುನ್ನಡೆದರು. ಆ ದಿನಗಳಲ್ಲಿ ಇವರ ಅಭಿನಯಕ್ಕೆ ಮಾರುಹೋಗಿ ಇವರ ಆಕರ್ಷಣೆಗೊಳಗಾದ ಹುಡುಗಿಯೊಬ್ಬಳು ಪ್ರೇಕ್ಷಕರ ಪ್ರತಿಕ್ರಿಯೆಯಲ್ಲಿ ದೀರ್ಘವಾದ ಪ್ರೇಮಪತ್ರವೊಂದನ್ನು ಬರೆದಿದ್ದಳು. ನೀನಾಸಂನಲ್ಲಿ ಕಲಿಯುತ್ತಿರುವಾಗಲೇ ನಾ.ಸು.ನಾಗೇಶ್ ಅವರು ನಾಗಮಂಗಲಕ್ಕೆ ಬಂದು ಕನ್ನಡ ಸಂಘಕ್ಕೆ ನಾಟಕ ಮಾಡಿಸುವಂತೆ ಪತ್ರ ಬರೆದರು. ಅತ್ಯಂತ ಸಂಭ್ರಮದಿಂದ ಆಹ್ವಾನವನ್ನು ಒಪ್ಪಿ ತಾನು ಕಲಿತ ವಿದ್ಯೆಯನ್ನು ಧಾರೆಯೆರೆದು ನಾಟಕ ಕಲಿಸೋಣ ಎಂಬ ಧ್ಯೇಯದೊಂದಿಗೆ ನಾಗಮಂಗಲಕ್ಕೆ ಬರುತ್ತಾರೆ. ಅಲ್ಲಿಯ ಗಾಂಧಿ ಭವನದಲ್ಲಿ ಅತ್ಯಂತ ಶಿಸ್ತಿನಿಂದ, ಯೋಗ, ಧ್ವನಿಯ ಏರಿಳಿತ, ಉಸಿರಾಟ ನಿಯಂತ್ರಣ,

ಪಲ್ಟಿ ಹೊಡಿಯುವುದು, ಲಾಗ ಹೊಡಿಯುವುದು, ರಂಗದ ಆಟಗಳು ಮುಂತಾದವುಗಳ ಮೂಲಕ ನಾಟಕಕ್ಕೆ ಚಾಲನೆ ಕೊಟ್ಟರು.

ಈ ರೀತಿಯ ಕಠಿಣವಾದ ರಂಗ ತಾಲೀಮಿನಲ್ಲಿ ತೊಡಗಿಸಿಕೊಳ್ಳಲು ಸಾಧ್ಯವಾಗದೇ ಕೆಲವರು ಓಡಿಹೋಗುತ್ತಾರೆ. ನಂತರ ಇದರ ಮಹತ್ವವನ್ನು ಅರಿತು ಇದರಲ್ಲಿ ಏನೋ ಅದ್ಭುತವಾದದ್ದು ಇದೆ ಎಂದು ಭಾವಿಸಿ ಬೆನ್ನು ತಿರುಗಿಸಿದವರು ಮತ್ತೆ ಮರಳಿ ಬರುತ್ತಾರೆ. ಮಂಡ್ಯ ರಮೇಶ್ ಅವರ ಮಾತನ್ನು ಚಿತ್ತಗೊಟ್ಟು ಕೇಳುತ್ತಾರೆ. ನಾಟಕ ಎಂದರೇನು, ಅದರ ಹುಟ್ಟು ಬೆಳವಣಿಗೆ, ಪ್ರಪಂಚದ ರಂಗಭೂಮಿ, ಭಾರತೀಯ ರಂಗಭೂಮಿ, ನಮ್ಮ ರಂಗ ಪರಂಪರೆ, ಕವನ ವಾಚನ ಮುಂತಾದವುಗಳ ಬಗ್ಗೆ ಪಾಠ ಮಾಡಿ ಸಂವಾದ, ಚರ್ಚೆಗಳನ್ನು ಏರ್ಪಡಿಸಿ ನಟರಲ್ಲಿ ರಂಗಪ್ರೀತಿ ಚಿಗುರೊಡೆದು ಶಾಶ್ವತವಾಗಿ ನೆಲೆ ನಿಲ್ಲುವಂತೆ ಮಾಡುತ್ತಾರೆ. ಅದರ ಫಲಶ್ರುತಿಯಾಗಿ ಭವಿಷ್ಯದಲ್ಲಿ ಹಲವಾರು ವರ್ಷಗಳು ಬಾಳುವಂತಹ ಒಂದು ರಂಗತಂಡ ಸಿದ್ಧವಾಗುತ್ತದೆ. ಮುಂದಿನ ವರ್ಷಗಳಲ್ಲಿ ಅದು ಒಂದು ಚಳುವಳಿಯಾಗಿ ಮಾರ್ಪಟ್ಟು ನಾಗಮಂಗಲದಲ್ಲಿ ಬೃಹತ್ ರಂಗಾಂದೋಲನಕ್ಕೆ ಕಾರಣವಾಗುತ್ತದೆ. ಗೆಳತಿ ಗುಡ್ಡದಲ್ಲಿ ಸ್ಥಳೀಯ ಸಂಪನ್ಮೂಲಗಳನ್ನು ಬಳಸಿಕೊಂಡು ರಾತ್ರಿ ಸಮಯದಲ್ಲಿ ವೇದಿಕೆ ನಿರ್ಮಾಣ ಮಾಡಿ, ಬಂದ ತೊಂದರೆಗಳನ್ನೆಲ್ಲ ಧೈರ್ಯವಾಗಿ ಎದುರಿಸಿ ನಾಟಕ ಮಾಡಿದ್ದು ಕಲಾವಿದರ ಮತ್ತು ಊರಿನವರ ಸಂಕಲ್ಪದಿಂದ ಎಂದು ಹೇಳುತ್ತಾರೆ ರಮೇಶ್. ಮಧ್ಯರಾತ್ರಿ ನಾಟಕದ ತಾಲೀಮು, ಬೆಳಗಿನ ಜಾವದಲ್ಲಿ ಶಿಬಿರ. ಮುಂದೆ ನಡೆದದ್ದು ಇತಿಹಾಸ. ಊರೂರು ಅಲೆದು ಮಾಡಿದ ನಾಟಕಗಳು ಎಷ್ಟೋ, ಕಲಿಸಿದ್ದು ಎಷ್ಟೋ, ಕಲಿತದ್ದು ಎಷ್ಟೋ. ಇದು ಮಂಡ್ಯ ರಮೇಶ್ ಅವರಿಗೆ ನೀನಾಸಂ ಕೊಟ್ಟ ಆಸ್ತಿ, ಪ್ರತಿಯಾಗಿ ಅವರೂ ಇತರರಿಗೆ ಹಂಚಿದ ಆಸ್ತಿ.

ರಂಗಾಯಣ ಪ್ರವೇಶ

ನೀನಾಸಂನ ತಿರುಗಾಟದಲ್ಲಿ ಇದ್ದ ಸಂದರ್ಭದಲ್ಲೇ ಮಂಡ್ಯ ರಮೇಶ್ ಅವರಿಗೆ ಸರ್ಕಾರ ಮೈಸೂರಿನಲ್ಲಿ ರಂಗ ಘಟಕವನ್ನು ಸ್ಥಾಪಿಸುತ್ತಿರುವುದರ ವಿಷಯ ಗಮನಕ್ಕೆ ಬಂತು. ಮೈಯಲ್ಲೆಲ್ಲ ಮಿಂಚಿನ ಸಂಚಾರ ವಾದಂತಾಗಿ ಆದ ಸಡಗರಕ್ಕೆ ಪಾರವಿರಲಿಲ್ಲ. ಬಿಡುವಿಲ್ಲದೆ ರಂಗ ಚಟುವಟಿಕೆಗಳನ್ನು ಮಾಡುತ್ತಿದ್ದ ಕಾಲವದು. ಇವುಗಳ ಮಧ್ಯೆ ಬಿಡುವು ಮಾಡಿಕೊಂಡು ಅರ್ಜಿಯನ್ನು ಹಾಕುವಾಗ ಒಂದು ತಿಂಗಳು ಕಳೆದಿತ್ತು. ಬಲವಂತ ಮಾಡಿ ಜೊತೆಗೆ ಇರಲಿ ಎಂದು ಗೆಳೆಯ ಸುಳ್ಯದ ಕೃಷ್ಣಕುಮಾರ ನಾರ್ಣಕಜೆ ಕೈಯಲ್ಲೂ ಅರ್ಜಿಯನ್ನು ಹಾಕಿಸಿದ್ದರು. ಮಂಡ್ಯ ರಮೇಶ್ ಕೆಲಸ ಮಾಡುತ್ತಿದ್ದ ಎಲ್ಲಾ ರಂಗ ಶಿಬಿರಗಳು ಮತ್ತು ನಾಟಕಗಳ ಯಶಸ್ಸಿನಲ್ಲಿ ಅವರದೂ ಸಮಪಾಲು ಇರುತ್ತಿತ್ತು. ರಂಗಾಯಣಕ್ಕೆ ಆಯ್ಕೆಯಾದ ಕಲಾವಿದರ ಪಟ್ಟಿಯಲ್ಲಿ ಮಂಡ್ಯ

ರಮೇಶ್ ಅವರ ಹೆಸರು ಮೊದಲನೆಯದಾಗಿತ್ತು. ಹೀಗೆ ರಂಗಾಯಣಕ್ಕೆ ಪ್ರವೇಶಿಸಿದ ಅವರು ನೇರವಾಗಿ ಬಿ.ವಿ. ಕಾರಂತರ ಸಂಪರ್ಕಕ್ಕೆ ಬರುತ್ತಾರೆ. ಕನ್ನಡ ವೃತ್ತಿ ರಂಗಭೂಮಿಯ ಮಹತ್ವವನ್ನು ಅರಿತು ಮತ್ತು ಗತಕಾಲದ ಅದರ ರಂಗವೈಭವವನ್ನು ಪುನರ್ ಸ್ಥಾಪಿಸಲು ಮತ್ತು ಪುನಶ್ಚೇತನಗೊಳಿಸುವ ಸಲುವಾಗಿ ಕರ್ನಾಟಕ ಸರ್ಕಾರವು 1989ರಲ್ಲಿ ರಂಗಾಯಣ ಸಂಸ್ಥೆಯನ್ನು ಸ್ಥಾಪಿಸಿತು. ಇದರ ಸ್ಥಾಪನೆಗೆ ಕಾರಣರಾದವರು ಶ್ರೀ ಬಿ.ವಿ. ಕಾರಂತರು. ಕೇವಲ ವೃತ್ತಿ ರಂಗಭೂಮಿಯ ನಾಟಕಗಳನ್ನು ಮಾಡುವ ಸಂಸ್ಥೆಯಾಗಿರದೆ ರಂಗಭೂಮಿಯ ಎಲ್ಲ ಪ್ರಕಾರಗಳನ್ನು ಪರಿಚಯಿಸಿ ರಂಗಾಯಣವನ್ನು ಬಲಿಷ್ಠ ತಂಡವಾಗಿ ಬೆಳೆಸಿದವರು.

ಪ್ರತಿಭಾವಂತ ಗೆಳೆಯರ ಗುಂಪನ್ನು ಕಂಡು ಉಬ್ಬಿಹೋದ ರಮೇಶ್ ಅವರಿಗೆ ಒಳಗೊಳಗೆ ಭಯ ಮನೆಮಾಡಿತ್ತು. ಕಾರಣ ತನಗಿಂತ ಉಳಿದ ಕಲಾವಿದರೆಲ್ಲ ಒಂದಲ್ಲ ಒಂದು ಕಲೆಯಲ್ಲಿ ನಿಷ್ಣಾತರಾಗಿದ್ದರು. ಪಿಚ್ಚಳ್ಳಿ ಶ್ರೀನಿವಾಸ್ ಚೆನ್ನಾಗಿ ಹಾಡುತ್ತಿದ್ದರು, ನಂದಿನಿ ಅವರಿಗೆ ಶಾಸ್ತ್ರೀಯ ಸಂಗೀತದ ಜ್ಞಾನವಿತ್ತು, ಮೈಮ್ ರಮೇಶ್ ಅವರಿಗೆ ಮೈಮ್ ಬರುತ್ತಿತ್ತು, ಗೀತಾ ಮೊಂಟಡ್ಕ ಅವರಿಗೆ ಮಿಮಿಕ್ರಿ ಬರುತ್ತಿತ್ತು, ಸಂಗೀತ, ನೃತ್ಯ, ವಾದನ–ಎಲ್ಲದರಲ್ಲೂ ಪಳಗಿದ್ದ ಅರುಣ್ ಸಾಗರ್, ಸಿನೆಮಾ ಹುಚ್ಚನ್ನು ಅಂಟಿಸಿಕೊಂಡಿದ್ದ ಅದ್ಭುತ ನಟ ರಘು (ರಂಗಾಯಣ ರಘು). ಇವರೆಲ್ಲರ ಮಧ್ಯೆ ಮಂಡ್ಯ ರಮೇಶ್ ಅವರಿಗೆ ಒಂದು ರೀತಿ ಕೀಳರಿಮೆ ಆವರಿಸಿಕೊಂಡಿತ್ತು. ಹಾರ್ಮೋನಿಯಂ ನುಡಿಸಿಲ್ಲ, ಕಂಜರ ಹಿಡಿದಿಲ್ಲ, ಹಾಡೆಂದರೆ ಮಾರು ದೂರ. ಹೀಗೆ ಭಯಗೊಂಡಿದ್ದ ರಮೇಶ್ ಅವರ ನೆರವಿಗೆ ಬಂದು ಅವರಲ್ಲಿ ಆತ್ಮಸ್ಥೈರ್ಯವನ್ನು ಹುಟ್ಟುಹಾಕಿದವರು ಕಾರಂತರು. 'ದೇಶ ಸುತ್ತು ಕೋಶ ಓದು' ಎನ್ನುವ ಮಾತಿನಂತೆ ಕಾರಂತರು ದೇಶವನ್ನು ಸುತ್ತಿ ಕೋಶವನ್ನೂ ಓದಿದ್ದವರು. ಮನುಷ್ಯರು ಮತ್ತು ಪ್ರಾಣಿಪಕ್ಷಿಗಳ ಪ್ರತಿಯೊಂದೂ ಚಲನವಲನವನ್ನೂ ಕುತೂಹಲದಿಂದ ಮತ್ತು ಎಚ್ಚರಿಕೆಯಿಂದ ಗಮನಿಸುವ ಗುಣ ಕಾರಂತರಲ್ಲಿತ್ತು. ಎಂತಹ ಕಗ್ಗಲ್ಲನ್ನೂ ಕಡೆದು ಶಿಲೆಯಾಗಿಸುವ ಕಲೆ ಕಾರಂತರಿಗೆ ಸಿದ್ಧಿಸಿತ್ತು. ಅವರು ಹಾಕಿಕೊಟ್ಟ ಭದ್ರವಾದ ಬುನಾದಿ, ಮಾಡಿದ ಮಾರ್ಗದರ್ಶನ, ಕಲಿಸಿದ ಪಾಠಗಳು ಮಂಡ್ಯ ರಮೇಶ್ ಅವರ ಬದುಕನ್ನು ಗಟ್ಟಿಗೊಳಿಸುತ್ತಾ ಹೋದವು. ಕೀಳರಿಮೆ ಕ್ರಮೇಣ ಕಡಿಮೆಯಾಗಿ ತನ್ನಿಂದ ಎಲ್ಲವೂ ಸಾಧ್ಯವಾಗುತ್ತದೆ ಎನ್ನುವ ಆತ್ಮವಿಶ್ವಾಸ ಮೂಡಿ, ಪ್ರತಿಯೊಂದು ವಿಷಯದಲ್ಲೂ ಕೌಶಲ್ಯವನ್ನು ಗಳಿಸುತ್ತಾ ಮುಂದೆ ಸಾಗಿದರು. ಕಾರಂತರಿಂದ ಮತ್ತು ರಂಗಾಯಣದಿಂದ ಮಂಡ್ಯ ರಮೇಶ್ ಅವರಿಗಾದ ಬೌದ್ಧಿಕ ಲಾಭವನ್ನು ಪಟ್ಟಿ ಮಾಡುತ್ತಾ ಹೋದರೆ ಅದೊಂದು ದೀರ್ಘವಾದ ಕತೆಯೋ ಅಥವಾ ನೀಳ್ಗವನವೋ ಆಗುತ್ತದೆ. ನಟನಿಗೂ ಮತ್ತು

ಪ್ರದರ್ಶಕನಿಗೂ ಇರುವ ವ್ಯತ್ಯಾಸವನ್ನು ಮೊದಲು ಅರಿತುಕೊಂಡರು. ಇದು ಒಬ್ಬ ನಟನಿಗೆ ತಿಳಿದಿರಬೇಕಾದ ಮೂಲಭೂತ ವಿಚಾರ. ಏಕೆಂದರೆ ಎರಡೂ ಭಿನ್ನ ಭಿನ್ನ ವ್ಯಾಖ್ಯಾನಕ್ಕೆ ಒಳಪಡುತ್ತವೆ. ಕಾರಂತರ ಅನುಭವದ ಮಾತುಗಳನ್ನು ಕೇಳುವುದೇ ಒಂದು ದೊಡ್ಡ ಸೌಭಾಗ್ಯವಾಗಿತ್ತು ಆಗ ಕಲಾವಿದರ ಪಾಲಿಗೆ. ನಮ್ಮ ನಟರ ಗುಣಗಳಿಗೂ ಮತ್ತು ಪಾಶ್ಚಾತ್ಯ ನಟರ ಗುಣಗಳಿಗೂ ಇರುವ ವ್ಯತ್ಯಾಸಗಳು, ಜಾನಪದ ಕಲಾವಿದನಿಗೂ ಮತ್ತು ತರಬೇತಿ ಪಡೆದ ನಟನಿಗೂ ಇರುವ ವ್ಯತ್ಯಾಸಗಳು, ಸಂಗೀತ ಮತ್ತು ರಂಗ ಸಂಗೀತಕ್ಕೆ ಇರುವ ವ್ಯತ್ಯಾಸಗಳು, ತಾಲೀಮು ಮತ್ತು ಅಭ್ಯಾಸ ಇವುಗಳ ನಡುವಿನ ವ್ಯತ್ಯಾಸಗಳು ಇತ್ಯಾದಿಗಳನ್ನು ಕಾರಂತರು ಬೋಧಿಸುತ್ತಾ ಹೋದರು.

ಒಬ್ಬ ನಟನಿಗೆ ತನ್ನ ದೇಹವನ್ನು ಸುಂದರವಾಗಿ ಮತ್ತು ದೃಢವಾಗಿ ಇಟ್ಟುಕೊಳ್ಳುವುದು ಬಹಳ ಮುಖ್ಯವಾಗುತ್ತದೆ. ಸಾಮಾಜಿಕ, ಐತಿಹಾಸಿಕ ಮತ್ತು ಪೌರಾಣಿಕ ನಾಟಕಗಳಿಗೆ ಅನುಕೂಲವಾಗುವಂತೆ ನಟನಾದವನು ತನ್ನ ದೇಹವನ್ನು ಬಳಸಿಕೊಳ್ಳಬೇಕಾಗುತ್ತದೆ. ಎಲ್ಲಾ ರೀತಿಯ ಪಾತ್ರಗಳಿಗೆ ಸಿದ್ಧನಾಗಿರಲು ದೇಹವನ್ನು ಚೆನ್ನಾಗಿ ಹುರಿಗೊಳಿಸಿ ಇಟ್ಟುಕೊಂಡಿರುವುದು ಅಗತ್ಯವಾಗಿರುತ್ತದೆ. ಇದಕ್ಕೆ ಸಂಬಂಧಿಸಿದಂತೆ ರಂಗಾಯಣದಲ್ಲಿ ಎಲ್ಲ ವಿಭಾಗಗಳಲ್ಲೂ ಒಂದಷ್ಟು ತರಬೇತಿಯನ್ನು ಪಡೆದಿದ್ದಾರೆ ರಮೇಶ್. ಕತ್ತಿವರಸೆ, ದೊಣ್ಣೆ ವರಸೆ, ಜ್ಯೂಡೋ, ಕರಾಟೆ ಇತ್ಯಾದಿ ಸಮರ ಕಲೆಗಳನ್ನು ಅಂಜುಸಿಂಗ್ ಅವರಿಂದ ಕಲಿತಿದ್ದಾರೆ. ಒಮ್ಮೆ ಹೀಗೆಯೇ ಬೆಂಕಿಯ ಚಕ್ರದ ಒಳಗೆ ಹಾರಿ ಹೊರ ಬರಬೇಕಾದರೆ ಆಯತಪ್ಪಿ ಬಿದ್ದು ಪವಾಡದ ರೀತಿಯಲ್ಲಿ ಪಾರಾಗಿದ್ದಾರೆ. ಇಷ್ಟೆಲ್ಲಾ ಕಸರತ್ತು ಮಾಡಿದರೂ ಕಾರಂತರಿಗೆ ನಟರ ಕಲಿಕೆಯ ಬಗ್ಗೆ ಸಮಾಧಾನವೇ ಇರುತ್ತಿರಲಿಲ್ಲ. ಮತ್ತಷ್ಟು ಪಕ್ವತೆಯನ್ನು ಮತ್ತು ಕೌಶಲ್ಯವನ್ನು ನಿರೀಕ್ಷಿಸುತ್ತಿದ್ದರು. ಕುವೆಂಪು ಅವರ ಮನೆಗೆ ಹೋಗಿ ಕಿಂದರಿಜೋಗಿ ಹಾಡಿದ್ದಾರೆ. ಕಾರ್ನಾಡ್, ಶಾಂತಿನಾಥ ದೇಸಾಯಿ, ಶಂಭೂಮಿತ್ರ ಮುಂತಾದವರ ಮಾತುಗಳಿಗೆ ಕಿವಿಯಾಗಿದ್ದಾರೆ. ಸಾಗರದ ಮಾಸೂರ್ ಅವರ ಮನೆಗೆ ಹೋಗಿ ಕ್ಷೇಮನಿಧಿಯ ಹಣ ನೀಡಿ ಬಂದಿದ್ದಾರೆ. ಕಲಾವಿದರಲ್ಲಿ ಬರೆಯುವ ಹವ್ಯಾಸವನ್ನು ಬೆಳೆಸುವ ಉದ್ದೇಶದಿಂದ ಕಾರಂತರು ಸೃಜನ ಎಂಬ ವೇದಿಕೆಯನ್ನು ಆರಂಭಿಸಿದ್ದರು. ಬಸವಲಿಂಗಯ್ಯ, ಯೋಗಣ್ಣ, ರಘುನಂದನ್, ಜಯತೀರ್ಥ ಜೋಶಿ, ಅವರುಗಳು ಕಲಿಸಿಕೊಟ್ಟಿದ್ದನ್ನು ಪ್ರೀತಿಯಿಂದ ಸ್ಮರಿಸುತ್ತಾರೆ ರಮೇಶ್. ರಾತ್ರಿಯೆಲ್ಲಾ ನಿದ್ದೆಗೆಟ್ಟು ಗಂಗಾಧರ ಸ್ವಾಮಿಯವರು ಕಲಾವಿದರ ಕೈಯಲ್ಲಿ ಲೈಟುಗಳನ್ನು ಕಟ್ಟಿಸುತ್ತಿದ್ದುದನ್ನು ನೆನೆದು ಈಗಲೂ ಬೆಚ್ಚುತ್ತಾರೆ. ಅಂತಹ ಶ್ರಮಭರಿತ ಬದುಕಿನ ಪಾಠಗಳನ್ನು ಕಲಿಸಿಕೊಟ್ಟಿದೆ ರಂಗಾಯಣ.

ಪ್ರಿಟ್ಸ್ ಬೆನವಿಟ್ಸ್‌ನಂತಹ ಅದ್ಭುತ ವ್ಯಕ್ತಿಯನ್ನು ಜೀವನದಲ್ಲಿ ಕಂಡಿರಲಿಲ್ಲ ಎಂದು ಅಚ್ಚರಿ ಪಡುತ್ತಾರೆ. ವಯಸ್ಸು ಅರವತ್ತೈದು ದಾಟಿದ್ದರೂ ಸಹ ಕೊಂಚವೂ ದಣಿವಿಲ್ಲದೆ ಯುವಕರಂತೆ ಲವಲವಿಕೆಯಿಂದ ಓಡಾಡುತ್ತಿದ್ದರು. ಹಾಸ್ಯಪ್ರಜ್ಞೆಯ ಜೊತೆ ಕೋಪವೂ ಇದ್ದಂತಹ ವ್ಯಕ್ತಿ. ಅಸಹಜವಾಗಿ ನಟಿಸುವವರನ್ನು ಕಂಡರೆ ವಿಪರೀತ ಕೋಪ ಅವರಿಗೆ. ನಟನ ಎಲ್ಲ ಅಹಂಕಾರ, ದರ್ಪ ಮತ್ತು ನಾನತ್ವವನ್ನು ಪುಡಿಮಾಡಿ ನಿಧಾನವಾಗಿ ಪಾತ್ರಗಳನ್ನು ಕಟ್ಟುವಲ್ಲಿ ನಿಸ್ಸೀಮ. ಉಪಪಠ್ಯ(sub text)ದ ಪ್ರಾಮುಖ್ಯತೆಯನ್ನು ನಟರಿಗೆ ಬೋಧಿಸುವ ಜರ್ಮನ್ ತಾತನನ್ನು ನೋಡಿ ಮಂಡ್ಯ ರಮೇಶ್ ಮೂಕವಿಸ್ಮಿತರಾಗಿದ್ದಾರೆ. ಚೆಕಾಫ್‌ನ ಚೆರ‍್ರಿತೋಟ ನಾಟಕದ ಸಮಯದಲ್ಲಿ ನಾವು ಕಲಿತಿರುವುದೆಲ್ಲ ಶೂನ್ಯ, ಕಲಿಯಬೇಕಾದ್ದು ಬೆಟ್ಟದಷ್ಟಿದೆ ಎನ್ನುವ ಭಾವನೆ ಮೂಡಿಸಿದ್ದ ಮಹಾನುಭಾವ, ಅವರನ್ನು ನೋಡಿದಾಗ ನಾವು ಇನ್ನೂ ಕಲಿಯುವುದು ಸಾಕಷ್ಟಿದೆ ಎನಿಸುತ್ತಿತ್ತು ಎನ್ನುತ್ತಾರೆ. ಒಂದೇ ಕಣ್ಣನ್ನು ಹೊಂದಿದ್ದ ಈ ವ್ಯಕ್ತಿ ನಟರಲ್ಲಿ ಒಂದು ರೀತಿಯ ಕಂಪನವನ್ನು ಉಂಟುಮಾಡಿದ್ದಂತೂ ನಿಜ.

ಪ್ರಿಟ್ಸ್ ಬೆನವಿಟ್ಸ್ ಅವರಂತೆಯೇ ಮಂಡ್ಯ ರಮೇಶ್ ಅವರ ಮೇಲೆ ಪ್ರಭಾವ ಬೀರಿದ ಮತ್ತಿಬ್ಬರು ಎಂದರೆ ಆಸ್ಟ್ರೇಲಿಯಾದಿಂದ ಬಂದಿದ್ದ ಗ್ಲೆನ್ ಮತ್ತು ವೆಂಡಿ. ಸುಲಭವಾಗಿ ನಟಿಸಲು ದೇಹವನ್ನು ಹೇಗೆ ಇಟ್ಟುಕೊಳ್ಳಬೇಕು ಎಂಬುದನ್ನು ಕಲಿಸಿದವರು. ಒರಿಸ್ಸಾದ ಛೌ ನೃತ್ಯದಲ್ಲಿ ಅಪಾರವಾದ ಅನುಭವವಿದ್ದ ಇಟಲಿಯ ಇಲಿಯಾನ ಎಂಬಾಕೆಯನ್ನು ಕನಸಿನಲ್ಲಿ ನೆನೆಸಿಕೊಂಡರೂ ಕಲಾವಿದರು ಬೆಚ್ಚಿಬೀಳುತ್ತಿದ್ದರು. ಆಕೆಯ ಅತ್ಯಂತ ಕಠಿಣವಾದ ಕಲಿಸುವಿಕೆಯನ್ನು ತಡೆದುಕೊಳ್ಳಲು ಆಗದೆ ಓಡಿಹೋಗಿ ಬಿಡೋಣ ಎಂದು ಅನೇಕ ಸಲ ರಮೇಶ್ ಅವರಿಗೆ ಅನ್ನಿಸಿತ್ತಂತೆ. ಕೇರಳ ಮೂಲದ ಶ್ರೀರೇಗು ಎಂಬ ವ್ಯಕ್ತಿಯ ಪ್ರತಿಭೆ ಬಗ್ಗೆ ರಮೇಶ್ ಪ್ರೀತಿಯ ಮಾತುಗಳನ್ನು ಆಡುತ್ತಾರೆ. ಕೆರೆಯ ಮಣ್ಣನ್ನು ಕಲೆಸಿ ಹದಮಾಡಿ, ಆತ ತಯಾರಿಸುತ್ತಿದ್ದ ಟೆರ‍್ರಾಕೋಟ ಕೃತಿಗಳು ಅದ್ಭುತವಾಗಿ ಇರುತ್ತಿದ್ದವು. ನಂತರ ಇಕ್ಬಾಲ್‌ನನ್ನು ಬಹಳ ಗೌರವದಿಂದ ನೆನೆಯುತ್ತಾರೆ. ಆತ ನಿರ್ಮಿಸಿದ ಭಾರತದ ಏಕೈಕ ಮಕ್ಕಳ ನಾಟಕ ರೆಪರ್ಟರಿ ಚಿಣ್ಣ–ಬಣ್ಣ ಆತನ ಪ್ರತಿಭೆಗೆ ಮತ್ತು ಸೃಜನಶೀಲತೆಗೆ ಸಾಕ್ಷಿ ಎಂಬ ಮಾತುಗಳನ್ನು ಆಡುತ್ತಾರೆ. ಒಂದು ಚಲನಚಿತ್ರವನ್ನು ಹೇಗೆ ನೋಡಬೇಕು ಎಂದು ಕಲಿಸಿದ ತಮ್ಮ ಮೆಚ್ಚಿನ ಮೇಷ್ಟ್ರು ರಘುನಂದನ ಅವರ ಬಗ್ಗೆ ಇವರಿಗೆ ವಿಶೇಷ ಪ್ರೀತಿ. ದೊಡ್ಡ ಆಲದಮರವೊಂದನ್ನು ಹತ್ತಿಸಿ ನಂತರ ತಮಗಾದ ಅನುಭವಗಳನ್ನು ಹಂಚಿಕೊಳ್ಳುವಂತೆ ಪ್ರೇರೇಪಿಸುತ್ತಿದ್ದ ಜಯತೀರ್ಥ ಜೋಶಿ ಅವರು ಹಸ್ತ ಮತ್ತು ಪಾದಗಳಲ್ಲಿ ಸಂಭಾಷಣೆ ನಡೆಸುವುದು ಹೇಗೆ ಎಂಬುದನ್ನು ಅದ್ಭುತವಾಗಿ ಕಲಿಸಿದ್ದಾರೆ. ನೂರಾರು ಬೀದಿ ನಾಟಕಗಳನ್ನು

ಆಡಿ ಹಲವಾರು ಹಳ್ಳಿಗಳಲ್ಲಿ ಸಂಚರಿಸಿ ಸಾಕ್ಷರತಾ ಆಂದೋಲನದ ಬಗ್ಗೆ ಜನಜಾಗೃತಿ ಮೂಡಿಸಿದ್ದಾರೆ.

ರಂಗಾಯಣದ ಆರಂಭದ ದಿನಗಳಲ್ಲಿ ಅಲ್ಲಿದ್ದ ಸಂಪನ್ಮೂಲಗಳು ಬಹಳ ಕಡಿಮೆ. ನಂತರದ ದಿನಗಳಲ್ಲಿ ಹೇಗೆ ಒಂದೊಂದೇ ಸೇರುತ್ತಾ ದೊಡ್ಡ ಕಲಾ ಪ್ರಪಂಚವೇ ಆಗಿಹೋಯಿತು ಎಂದು ಭಾವುಕತೆಯಿಂದ ಸ್ಮರಿಸುತ್ತಾರೆ. ರಂಗಾಯಣದ ಕಲಿಕೆ ಆರಂಭವಾದಾಗ ಒಂದು ಹಾರ್ಮೋನಿಯಂ ಕೂಡ ಇರಲಿಲ್ಲ. ಕ್ರಮೇಣ ಬೇಸ್ ಡ್ರಂ, ಢೋಲಕ್, ಸಿದ್ದಿ ಜನರ ಡಮಾಮಿ, ಏಕನಾದ, ತಂಬೂರಿ, ಲೊಟ್ಟೆ, ಗೆಜ್ಜೆ, ಸ್ವರಮಂಡಲ, ಚಂಡೆ, ಟ್ರಂಕುಗಳು, ಕತ್ತಿ ಗುರಾಣಿಗಳು ಇವೆಲ್ಲ ನಮ್ಮ ಆಸ್ತಿಯಾದವು ಎಂದು ಸಂತೋಷಪಡುತ್ತಾರೆ. ಸೆಟ್ ನಿರ್ಮಾಣದ ಮುಂಚಿನ ಪೇಪರ್ ವರ್ಕ್, ಮಾಡೆಲ್ ಮೇಕಿಂಗ್ ಮುಂತಾದವುಗಳನ್ನು ಹೇಳಿಕೊಟ್ಟವರು ಮಹೋಪಾತ್ರ ಅವರು. ಶ್ರೀದಾನಿ ಅವರ ಬಳಿ ಪ್ರಸಾಧನವನ್ನು ಕಲಿತಿದ್ದಾರೆ. ಯಾವುದಕ್ಕೆ ಯಾವ ಕೆಮಿಕಲ್ ಬಳಸಬೇಕು, ಅದರ ಉದ್ದೇಶವೇನು, ಬೇರೆ ಬೇರೆ ದೇಶದ ಮುಖಗಳು ಹೇಗಿರುತ್ತವೆ, ಐತಿಹಾಸಿಕ, ಪೌರಾಣಿಕ ಪಾತ್ರಗಳಿಗೆ ಯಾವ ರೀತಿ ಪ್ರಸಾಧನ ಮಾಡಬೇಕು ಇತ್ಯಾದಿ ವಿವರಗಳನ್ನು ಅವರಿಂದ ಕಲಿತೆ ಎಂಬ ಸಾರ್ಥಕ ಭಾವ ರಮೇಶ್ ಅವರಲ್ಲಿದೆ. ಪ್ರಸನ್ನ ಅವರು ಪೋಸ್ಟರ್‌ಗಳನ್ನು ಹೇಗೆ ರಚಿಸಬೇಕು, ಅವುಗಳಲ್ಲಿ ಮುಖ್ಯವಾಗಿ ಏನು ಕಾಣಿಸಿಕೊಳ್ಳಬೇಕು ಮತ್ತು ಪೋಸ್ಟರ್‌ಗಳಲ್ಲಿ ತರ್ಕಕ್ಕೆ ಏಕೆ ಮಹತ್ವ ಕೊಡಬೇಕು ಎಂಬಿತ್ಯಾದಿ ಅಂಶಗಳನ್ನು ಕಲಿಸಿದ್ದಾರೆ. ರಮೇಶ್ ಅವರ ರಂಗಯಾತ್ರೆ ನಿಜಕ್ಕೂ ಎಂತಹವರಿಗೂ ಅಸೂಯೆಯನ್ನು ಉಂಟುಮಾಡುತ್ತದೆ. ಅದೆಷ್ಟು ಜನರ ಒಡನಾಟ, ಸಾಹಚರ್ಯ, ಕಲಿತದ್ದೆಷ್ಟು, ಒಂದೊಂದು ಅನಭವವೂ ರೋಚಕ. ವ್ಯಕ್ತಿತ್ವವನ್ನು ಗಟ್ಟಿ ಮಾಡಿಕೊಳ್ಳಲು ಇದಕ್ಕಿಂತ ಇನ್ನೇನು ಬೇಕು. ಅಂತಹ ಸುಂದರ ಬದುಕನ್ನು ರಂಗಾಯಣ ಕಲಿಸಿದೆ ಇವರಿಗೆ.

ರಾಮಚಂದ್ರ ಶರ್ಮ, ಶಿವತೀರ್ಥನ್, ಲಕ್ಷ್ಮಣರಾವ್, ಸುಮತೀಂದ್ರ ನಾಡಿಗ್ ಇವರೆಲ್ಲ ಬಂದು ಕಲಾವಿದರ ಜೊತೆಗೂಡಿ ಕವನಗಳನ್ನು ವಾಚಿಸಿದ್ದಾರೆ. ಫಕೀರಪ್ಪನ ಜೋಗೆರ ಆಟ ಕೊಟ್ಟಷ್ಟೇ ಸಂತೋಷ ಕಂಬಾರ ಮತ್ತು ಕಾರಂತರ ಉಪನ್ಯಾಸಗಳು ನೀಡಿವೆ ಎನ್ನುತ್ತಾರೆ. ಮಾಸ್ತಿ ಅವರ ಜನ್ಮಶತಾಬ್ದಿ ನೆಪದಲ್ಲಿ ಅವರ ಮೂಕನ ಮಕ್ಕಳು ಕಥನ ಕಾವ್ಯವನ್ನು ರಂಗದ ಮೇಲೆ ತಂದಿದ್ದು ಅತ್ಯಂತ ಸಂಭ್ರಮದ ಸಂದರ್ಭ ನನಗೆ ಎಂದು ಪ್ರದರ್ಶನದ ಅನುಭವಗಳನ್ನು ವಿಶೇಷವಾಗಿ ನೆನಪಿಸಿಕೊಳ್ಳುತ್ತಾರೆ. ವನರಂಗದಲ್ಲಿ ಪ್ರೇಕ್ಷಕರು ಕುಳಿತುಕೊಳ್ಳುವ ಜಾಗದಲ್ಲಿ ಸೆಟ್ ಹಾಕಿ ರಂಗದ ಮೇಲೆ ಅವರನ್ನು ಕೂರಿಸಿ ನಾಟಕ ಆಡಿದ ನೆನಪು ಇನ್ನೂ ಹಸಿರಾಗಿದೆ. ಮಳೆಯ ನಡುವೆಯೂ ಪ್ರೇಕ್ಷಕರು ಬಂದಿದ್ದರು.

ಇಂದು ಏನೆಲ್ಲಾ ಅನುಕೂಲಗಳು ಇದ್ದರೂ ಆಗ ಲಭ್ಯವಿದ್ದ ಸೀಮಿತ ಸಂಪನ್ಮೂಲಗಳನ್ನು ಬಳಸಿಕೊಂಡು ಜನಮನವನ್ನು ಗೆದ್ದ ಸಂಭ್ರಮಕ್ಕೆ ಪಾರವೇ ಇಲ್ಲ ಎನ್ನುತ್ತಾರೆ. ಹಬ್ಬ ಹರಿದಿನಗಳಲ್ಲಿ, ನಾಟಕಗಳಲ್ಲಿ ತೊಡಗಿಕೊಂಡು ರಜ ಸಿಗದಿದ್ದಾಗ ನಮಗೆ ಬಹಳ ಬೇಸರವಾಗುತ್ತಿತ್ತು. ಅಂತಹ ಸಂದರ್ಭಗಳಲ್ಲಿ ಪ್ರೇಮಾಕಾರಂತರು ನಮಗೆಲ್ಲ ಹೋಳಿಗೆ ಕಳುಹಿಸಿಕೊಟ್ಟು ನಾವು ಮನೆಗೆ ಹೋಗಲಾಗಲಿಲ್ಲ ಎಂಬ ನೋವನ್ನು ಮರೆಯುವಂತೆ ಮಾಡಿದ್ದಾರೆ ಎನ್ನುತ್ತಾರೆ ರಮೇಶ್.

ಯೋಗಣ್ಣ ಅವರ ಸಂಗೀತ ನಿರ್ದೇಶನದಲ್ಲಿ ಗೋವಿನ ಹಾಡು ನಾಟಕವಾದಾಗ ಇಡೀ ಪ್ರೇಕ್ಷಾಂಗಣ ಅಳುವಿನಲ್ಲಿ ಮುಳುಗಿತ್ತು. ಮಕ್ಕಳಿಗೆ ಅರ್ಥವಾಗುವ ಹಾಗೆ ದೃಶ್ಯಗಳನ್ನು ಜೋಡಿಸುವ ಜವಾಬ್ದಾರಿ ಮಂಡ್ಯ ರಮೇಶ್ ಅವರ ಪಾಲಿಗೆ ಬಂದಿತ್ತು. ಇವರು ಹೆಚ್ಚು ಕಲಿತದ್ದೇ ಅನುಭವದ ಮೂಲಕ. ಮಾಸ್ತಿ ಅವರು ಹೇಳುವಂತೆ, 'ಅನುಭವಕ್ಕಿಂತ ಹಿರಿದಾದ ಸತ್ಯ ಮತ್ತೊಂದಿಲ್ಲ.' ರಂಗಾಯಣದಲ್ಲಿ ಕಲಿತದ್ದೆಲ್ಲ ನಿರ್ದಿಷ್ಟ ಸಿಲಬಸ್‌ನಿಂದ ಹೊರತಾದದ್ದು. ಅನುಭವವೇ ನಟರನ್ನು ಪಕ್ವರನ್ನಾಗಿಸುತ್ತ ಹೋಯಿತು. ಮೈಸೂರಿನ ಬೀದಿಬೀದಿಗಳಲ್ಲಿ, ಗಲ್ಲಿಗಲ್ಲಿಗಳಲ್ಲಿ, ಮಾರುಕಟ್ಟೆ, ಬಸ್ ಮತ್ತು ರೈಲು ನಿಲ್ದಾಣ, ಆಸ್ಪತ್ರೆ, ಜಾತ್ರೆ... ಹೀಗೆ ಎಲ್ಲ ಸ್ಥಳಗಳಿಗೂ ಭೇಟಿ ನೀಡಿ ಬದುಕನ್ನು ಬಹಳ ಹತ್ತಿರದಿಂದ ನೋಡಿ ಅಲ್ಲಿ ತಮ್ಮ ತಮ್ಮ ಸ್ಥಾನಗಳನ್ನು ಮತ್ತು ಕರ್ತವ್ಯಗಳನ್ನು ಅರಿತುಕೊಳ್ಳುವಂತೆ ಮಾಡುತ್ತಿದ್ದರು ಕಾರಂತರು. ಕುವೆಂಪು ಅವರ 'ಬೊಮ್ಮನಹಳ್ಳಿ ಕಿಂದರಿಜೋಗಿ' ಕವಿತೆಯನ್ನು ಮೊದಲು ಓದಿದ ಏಣಗಿ ನಟರಾಜ್ ಕೂಡ ಅನೇಕ ವಿಷಯಗಳನ್ನು ಕಲಿಸಿದ್ದಾರೆ. ಒಮ್ಮೆ ನ. ರತ್ನ ಅವರೇ ಬಂದು ಅವರ ನಾಟಕ 'ಬೊಂತೆ' ಯನ್ನು ಅವರೇ ಓದಿದ್ದು ಮತ್ತು ಸಿ.ಆರ್. ಸಿಂಹ ಅವರು ಬಂದು ತುಘಲಕ್ ನಾಟಕದ ಸ್ವಗತವನ್ನು ಹೇಳಿದ್ದು–ಇವೆರಡೂ ನನ್ನ ಮನಸ್ಸಿನಲ್ಲಿ ಬಹಳ ದಿನಗಳು ಉಳಿದುಕೊಂಡಿದ್ದವು ಎನ್ನುತ್ತಾರೆ. ಆಗಿನ ತರಬೇತಿ ಎಷ್ಟು ಕಠಿಣವಾಗಿ ಇರುತ್ತಿತ್ತು ಎನ್ನುವುದಕ್ಕೆ ಉತ್ತಮ ಉದಾಹರಣೆ ಸಂಸರ 'ಬಿರುದಂತೆಂಬರ ಗಂಡ.' ಇಡೀ ನಾಟಕವನ್ನು ಉರುಹಚ್ಚಿ ತೋರಿಸಬೇಕು ಎಂಬ ಪರೀಕ್ಷೆಯೊಂದು ಇತ್ತು. ಕೂತಲ್ಲಿ, ನಿಂತಲ್ಲಿ ಎಲ್ಲರ ಬಾಯಲ್ಲೂ ಸಂಸರೆ. ಅಮೆರಿಕದಿಂದ ಬಂದಿದ್ದ 'ಜಾನ್ ಮಾರ್ಟಿನ್' ಎಂಬ ವಿಶಿಷ್ಟವಾದ ವ್ಯಕ್ತಿ ಕಲಿಸಿದ ನಟನೆಯ ಪಾಠಗಳು ಎಂದೆಂದಿಗೂ ನೆನಪಿನಲ್ಲಿ ಉಳಿಯುವಂತಾದ್ದು.

ನಟನಾದವನು ಪ್ರತಿಯೊಂದು ಕ್ಷಣವನ್ನೂ ರಂಗದ ಮೇಲೆ ಹೇಗೆ ಕಳೆಯಬೇಕು. ಉಸಿರಿನ ಮೇಲೆ ಹೇಗೆ ನಿಯಂತ್ರಣವನ್ನು ಇಟ್ಟುಕೊಳ್ಳಬೇಕು, ಪಾತ್ರದ ಭಾವಗಳನ್ನು ಹೇಗೆ ಬದಲಾಯಿಸಬೇಕು, ಒಂದು ಪಾತ್ರವನ್ನು

ಮಾಡುವಾಗ ದೇಹದ ಚಾಲನೆ ಹೇಗೆ ಇರಬೇಕು ಎಂಬಿತ್ಯಾದಿ ಮಹತ್ವಪೂರ್ಣ ವಿಚಾರಗಳನ್ನು ವಿವರವಾಗಿ ಮತ್ತು ಸರಳವಾಗಿ ತೋರಿಸಿಕೊಟ್ಟ ವ್ಯಕ್ತಿ ಮಾರ್ಟಿನ್ ಎನ್ನುತ್ತಾರೆ ರಮೇಶ್. ರಂಗಾಯಣದ ನಾಟಕಗಳನ್ನು ನೋಡಿ ಕಲಾವಿದರ ಪ್ರತಿಭೆಯನ್ನು ಕಂಡು ಬೆರಗಾಗಿ ಅವರ ಅಭಿಮಾನಿಗಳಾದ ಅದೆಷ್ಟೋ ಮಂದಿ ಕಲಾವಿದರನ್ನು ತಮ್ಮ ಮನೆಗಳಿಗೆ ಬೆಳಗಿನ ಉಪಹಾರಕ್ಕೆ ಆಹ್ವಾನಿಸುತ್ತಿದ್ದರು. ಗೋಪಾಲಕೃಷ್ಣ ನಾಯರಿ, ವರ್ಮಾ, ರಾಜಶೇಖರ ಕದಂಬ, ನಂದಿನಿ, ನ. ರತ್ನ, ಸಿಂಧುವಳ್ಳಿ ಅನಂತಮೂರ್ತಿ, ಜಿಲ್ಲಾಧಿಕಾರಿಯಾಗಿದ್ದ ಮನು ಬಳಿಗಾರ್ ಮುಂತಾದವರ ಮನೆಯ ಆತಿಥ್ಯವನ್ನು ಪ್ರೀತಿಯಿಂದ ನೆನೆಯುತ್ತಾರೆ. ಗೋಪಾಲಕೃಷ್ಣ ಅಡಿಗರ 'ಭೂಮಿಗೀತ'ವನ್ನು ರಂಗಕ್ಕೆ ತಂದ ರೋಮಾಂಚಕ ಕತೆಯನ್ನು ರಮೇಶ್ ಅವರು ವಿವರಿಸುವ ಪರಿ ಸುಂದರವಾಗಿದೆ. ಈ ವಿಚಾರ ಕಿವಿಗೆ ಬೀಳುತ್ತಲೇ ಎಲ್ಲ ಕಲಾವಿದರೂ ಒಂದು ಕ್ಷಣ ಅಚ್ಚರಿಗೊಳಗಾಗಿದ್ದಾರೆ. ವಿದ್ಯಾರ್ಥಿ ದೆಸೆಯಲ್ಲಿ ಎಷ್ಟು ಬಾರಿ ಓದಿದರೂ ಅರ್ಥವಾಗದ ಕಬ್ಬಿಣದ ಕಡಲೆಯಂತಹ ಕಾವ್ಯವನ್ನು ರಂಗದ ಮೇಲೆ ತರುವ ಪ್ರಯತ್ನಕ್ಕೆ ಮನಸೋತಿದ್ದರು ಕಲಾವಿದರು. ಪ್ರತಿಯೊಂದು ಓದಿಗೂ ಭಿನ್ನವಾದ ಅರ್ಥಗಳನ್ನು ಧ್ವನಿಸುತ್ತಿದ್ದ ಕಾವ್ಯವನ್ನು ದೃಶ್ಯಮಾಧ್ಯಮಕ್ಕೆ ಅಳವಡಿಸುವುದು ಸವಾಲು ಎನ್ನುವ ಹಾಗಿತ್ತು. ನಂತರದಲ್ಲಿ ಮಾಧವ ಕುಲಕರ್ಣಿ, ಜಿ.ಎಚ್. ನಾಯಕ್, ಎಸ್.ಆರ್. ರಮೇಶ್ ಮುಂತಾದವರು ಬಂದು ಉಪನ್ಯಾಸಗಳನ್ನು ನೀಡಿದ್ದರು. ಕಲಾವಿದರ ಮೊದಲ ಮೂರು ವರ್ಷಗಳ ಅನುಭವ, ಕಲಿಕೆ, ಗ್ರಹಿಕೆ ಮತ್ತು ಅಭ್ಯಾಸಗಳ ಫಲಶ್ರುತಿಯಾಗಿ ನೋಡಬಹುದಾದ ಪ್ರಯೋಗ 'ಭೂಮಿಗೀತ.' ಜೋಶಿಯವರ ನಿರ್ದೇಶನದಲ್ಲಿ ಬಹಳ ಕಷ್ಟಪಟ್ಟು ಕಟ್ಟಿದ ನಾಟಕದ ಮೊದಲ ಪ್ರದರ್ಶನಕ್ಕೆ ಮಳೆರಾಯನ ಅಡ್ಡಿ. ಧಾರಾಕಾರವಾಗಿ ಸುರಿದ ಮಳೆಯಿಂದಾಗಿ ರಂಗಮಂಚ ಈಜುಕೊಳವಾಗಿ ಮಾರ್ಪಟ್ಟಿತ್ತು. ಕಲಾವಿದರೆಲ್ಲ ಗುದ್ದಲಿ, ಪಿಕಾಸಿ, ಬಾಣಲೆಗಳನ್ನು ಹಿಡಿದುಕೊಂಡು ಮಳೆಯಲ್ಲಿ ನೆನೆಯುತ್ತಾ ಮಾಡಿದ ಸಾಹಸ ಮಾತ್ರ ಅದ್ಭುತ. ಹಾಡಲು ಹಿಂಜರಿಯುತ್ತಿದ್ದ ಅದೆಷ್ಟೋ ಕಲಾವಿದರಿಗೆ ಹಾಡಲು ಧೈರ್ಯ ಬಂದಿದ್ದು ಗ್ರೀಕ್ ನಾಟಕಗಳಲ್ಲಿ ಭಾಗವಹಿಸಿ, ಅದರಲ್ಲೂ ಮುಖ್ಯವಾಗಿ ಯೂರಿಪಿಡಿಸ್‌ನ 'ಹಿಪ್ಪೋಲಿಟಸ್ ನಾಟಕ. ನಿರ್ದೇಶಕ ವ್ಯಾಸಿಲಿ ಎಂಬಾತನ ಶಿಸ್ತು, ಬದ್ಧತೆಗಳನ್ನು ಕಂಡು ಬೆರಗಾಗಿದ್ದೆ ಎನ್ನುತ್ತಾರೆ ರಮೇಶ್. ರಾಮಣ್ಣನವರು ಹೇಳಿಕೊಟ್ಟ ಕಂಸಾಳೆ, ದೆಹಲಿಯ ಶರ್ಮಾ ಕಲಿಸಿದ ಮುಖವಾಡ ತಯಾರಿಕೆ ಮತ್ತು ರಘುನಂದನ್ ಅವರು ಮುಖವಾಡದ ನಾಟಕವೊಂದನ್ನು ಮಾಡಿಸಿದ್ದು ಇವೆಲ್ಲವೂ ಅವರಿಗೆ ರಂಗಭೂಮಿಯನ್ನು ಹೆಚ್ಚು ಗೌರವಿಸಲು, ಪ್ರೀತಿಸಲು ಮತ್ತು ರಂಗ ತಂಡವನ್ನು ಕಟ್ಟಲು ಬಹಳಷ್ಟು ಸಹಾಯ ಮಾಡಿದವು.

ಮುಖವಾಡ ಧರಿಸಿದಾಗಲೂ ನಟನ ಅಭಿನಯ ಹೇಗೆ ಮನಮುಟ್ಟುವಂತೆ ಇರಬೇಕು, ಆಂಗಿಕ ಅಭಿನಯಕ್ಕೆ ಎಷ್ಟು ಗಮನ ನೀಡಬೇಕು, ಮುಖವಾಡವನ್ನು ಪ್ರೊಜೆಕ್ಟ್ ಮಾಡಿಕೊಂಡು ಹೇಗೆ ಎಚ್ಚರದಿಂದ ನಟಿಸಬೇಕು ಎಂಬ ಅನೇಕ ಪ್ರಮುಖ ಅಂಶಗಳನ್ನು ರಘುನಂದನ್ ಕಲಿಸಿದ್ದಾರೆ. ಈ ನಾಟಕಕ್ಕೆ ಇಟ್ಟಿದ್ದ ಹೆಸರು 'ಬೇಳೆಕಾಳಿನ ಪ್ರಸಂಗ.' ಹೀಗೆ ರಂಗಾಯಣ ಮಂಡ್ಯ ರಮೇಶ್ ಅವರಿಗೆ ಕಲಿಸಿದ ಪಾಠಗಳನ್ನು ಹೇಳುತ್ತಾ ಹೋದರೆ ಅದೊಂದು ದೊಡ್ಡ ಪಟ್ಟಿಯೇ ಆಗಿಬಿಡುತ್ತದೆ. ನೀನಾಸಂ ಮತ್ತು ರಂಗಾಯಣದಲ್ಲಿ ಕಲಿತ ಎಲ್ಲವನ್ನೂ ತಮ್ಮ ನಟನ ಸಂಸ್ಥೆಗೆ ಧಾರೆಯೆರೆದು ಸಾರ್ಥಕ ಫಲಗಳನ್ನು ನೋಡುತ್ತಿದ್ದಾರೆ. ಒಂದು ನಾಟಕದ ತಯಾರಿ ಎಂದರೆ ಮಂಡ್ಯ ರಮೇಶ್ ಅವರಿಗೆ ಸಡಗರ, ಸಂಭ್ರಮ. ಎಲ್ಲರನ್ನೂ ಸೇರಿಸಿ ಅದನ್ನು ಒಂದು ಹಬ್ಬವನ್ನಾಗಿಸಿ ಬಿಡುವ ಕಲೆ ಅವರಿಗೆ ಚೆನ್ನಾಗಿ ಸಿದ್ಧಿಸಿದೆ. ಇವರಲ್ಲಿ ಒಬ್ಬ ಸಂಘಜೀವಿ ಇದ್ದಾನೆ. ಬಾಲ್ಯದಿಂದ ಹಿಡಿದು ಇಲ್ಲಿವರೆಗೂ ರಮೇಶ್ ಅವರ ಸ್ನೇಹ ಬಳಗ ಬಹಳ ದೊಡ್ಡದು.

ತಾನು ವಿದ್ಯಾರ್ಥಿಯಾಗಿದ್ದಾಗ ಹೇಗೆ ಕಲಿತೆ ಮತ್ತು ಕಲಿಯಲು ತಾನೆಷ್ಟು ಕಷ್ಟಪಟ್ಟೆ ಮತ್ತು ಕಲಿತದ್ದು ಹೇಗೆ ಉಳಿಯಬೇಕು ನಮ್ಮಲ್ಲಿ ಎಂಬುದನ್ನು ಅಚ್ಚುಕಟ್ಟಾಗಿ ತನ್ನ ವಿದ್ಯಾರ್ಥಿಗಳಿಗೆ ಶ್ರದ್ಧೆಯಿಂದ ಹೇಳಿಕೊಡುವ ನಿಷ್ಠಾವಂತ ಮತ್ತು ನಿಷ್ಠುರ ಮೇಷ್ಟ್ರು. ಒಂದು ಸಂಸ್ಥೆ, ಒಂದು ಶಾಲೆ ಅಥವಾ ಒಬ್ಬ ವ್ಯಕ್ತಿ ನಮ್ಮ ಮೇಲೆ ಹೇಗೆ ಪ್ರಭಾವವನ್ನು ಬೀರಬಹುದು ಎಂಬುದಕ್ಕೆ ಇದು ಒಳ್ಳೆಯ ಉದಾಹರಣೆ. ಒಬ್ಬ ನಿರಂತರ ಕ್ರಿಯಾಜೀವಿಯಾಗಿ ಹಲವಾರು ರಂಗ ಚಟುವಟಿಕೆಗಳನ್ನು ಹೆಗಲ ಮೇಲೆ ಇರಿಸಿಕೊಂಡು ಕೆಲಸ ಮಾಡುವ ದೈತ್ಯ ಪ್ರತಿಭೆ ರಮೇಶ್. ಹವ್ಯಾಸಿಗಳ ಜೊತೆ ಇರುತ್ತಾರೆ, ಅಲ್ಲೊಂದು ಕಾರ್ಯಕ್ರಮ ಮುಗಿಸಿ ಓಡಿಬಂದು ನಟನದಲ್ಲಿ ಕ್ಲಾಸ್ ತೆಗೆದುಕೊಳ್ಳುತ್ತಾರೆ, ಶೂಟಿಂಗ್‌ನಲ್ಲಿ ಇರುತ್ತಾರೆ, ಮರುದಿನ ದೂರದ ಕಲ್ಬುರ್ಗಿ ಅಥವಾ ಧಾರವಾಡದ ಯಾವುದೋ ಕಾರ್ಯಕ್ರಮದಲ್ಲಿ ಭಾಗಿಯಾಗುತ್ತಾರೆ, ಅಲ್ಲಿಂದ ಬಂದರೆ ಯಾವುದೋ ಅಧ್ಯಯನದಲ್ಲಿ ನಿರತರಾಗಿರುತ್ತಾರೆ, ಹೊಸ ನಾಟಕವೊಂದರ ವಾಚನದಲ್ಲಿ ಇರುತ್ತಾರೆ. ಇದು ಮಂಡ್ಯ ರಮೇಶ್ ಅವರನ್ನು ಹತ್ತಿರದಿಂದ ನೋಡಿದ ಯಾರಿಗಾದರೂ ತಿಳಿಯುವ ಸಂಗತಿಗಳು. ಇನ್ನೊಬ್ಬರಿಗೆ ಮಾರ್ಗದರ್ಶನ ಮಾಡುವ ಮೊದಲು ನಾವು ಮೊದಲು ನಮ್ಮನ್ನು ಹೇಗೆ ಅಣಿಮಾಡಿಕೊಂಡಿರಬೇಕು ಎಂಬ ಸರಳ ಸತ್ಯವನ್ನು ಚೆನ್ನಾಗಿ ಅರ್ಥಮಾಡಿ ಕೊಂಡಿದ್ದಾರೆ. ಇವೆಲ್ಲವೂ ಅವರ ಬದುಕಿನ ಅವಿಭಾಜ್ಯ ಅಂಗಗಳು. ಹೀಗೆ ಮಾಡದಿದ್ದರೆ ಅವರು ಮಂಡ್ಯ ರಮೇಶ್ ಅಲ್ಲವೇನೋ ಎಂಬ ಅನುಮಾನ ಮೂಡುವುದಂತೂ ನಿಜ. ನೂರಾರು ಕನಸುಗಳನ್ನು ಬೆನ್ನಿಗೆ ಕಟ್ಟಿಕೊಂಡು ಅವುಗಳನ್ನು ನನಸಾಗಿಸಲು ಮನಸು ಮಾಡಿದ್ದು ಮಾತ್ರ ಎಲ್ಲರೂ

ಮೆಚ್ಚುವಂತಹದ್ದು. ತಾನು ಓದಿದ, ಕಲಿತ ಶಾಲೆ, ಗುರುಗಳು, ಪರಿಸರ, ಗೆಳೆಯರ ಒಡನಾಟ–ಇವೆಲ್ಲವೂ ಒಬ್ಬ ವ್ಯಕ್ತಿಗೆ ಇಷ್ಟು ಮಾಡಲು ಉತ್ತೇಜನ ನೀಡಿ ಉದ್ದೀಪನಗೊಳಿಸಿದರೆ ತಾನು ಕಲಿತದ್ದು ಸಾರ್ಥಕವಾದಂತೆಯೇ ಸರಿ. ಇದು ಮಂಡ್ಯ ರಮೇಶ್ ಅವರ ಜೀವನದಲ್ಲಿ ಸಾಕಾರಗೊಂಡಿದೆ ಎನ್ನುವುದು ಬಹಳ ಸಂತೋಷದ ವಿಷಯ.

ನಟನ ಕನಸು

ನಮಗೆಲ್ಲರಿಗೂ ಒಂದಲ್ಲ ಒಂದು ಸಂದರ್ಭದಲ್ಲಿ ಜೀವನದಲ್ಲಿ ಏನಾದರೂ ಸಾಧಿಸಿ ಸಮಾಜಕ್ಕೆ ಅನುಕೂಲವಾಗುವಂತಹ ಕೆಲಸಗಳನ್ನು ಮಾಡಿ ಮಾದರಿಯಾಗಬೇಕು ಎಂಬ ಹಂಬಲ ಇರುತ್ತದೆ. ಆದರೆ ಅದಕ್ಕೆ ಕಾಲ ಕೂಡಿ ಬರಬೇಕು ಮತ್ತು ಎಲ್ಲಕ್ಕಿಂತ ಮುಖ್ಯ ಮಾಡುವ ಮನಸ್ಸಿರಬೇಕು. ಎಷ್ಟೋ ಮಂದಿ ಕನಸಿನ ಬೆನ್ನೇರಿ, ಬಸವಳಿದು, ಏನೇನೋ ಸಮಸ್ಯೆಗಳು ಉಂಟಾಗಿ ಕನಸನ್ನು ಹೊತ್ತು ಸಾಗುವ ಕಾಯಕಕ್ಕೆ ಅಡ್ಡಿಯಾಗಿರುವುದನ್ನು ಕಂಡಿದ್ದೇವೆ. ಗುರಿ ಸಾಧಿಸುವ ಛಲ, ಇಚ್ಛಾಶಕ್ತಿ, ಆತ್ಮವಿಶ್ವಾಸ ಇದ್ದರೆ ಏನೂ ಬೇಕಾದರೂ ಸಾಧಿಸಬಹುದು ಎನ್ನುವುದಕ್ಕೆ ನಟನ ಉತ್ತಮ ಉದಾಹರಣೆ. ತಮ್ಮ ಜೀವನದಲ್ಲಿ ವಿವಿಧ ಸಂಸ್ಥೆಗಳಿಂದ ಮತ್ತು ತಜ್ಞರಿಂದ ಕಲಿತ ರಂಗ ಪಾಠಗಳನ್ನು ಯುವ ಪೀಳಿಗೆಗೆ ಕಲಿಸಬೇಕು ಎನ್ನುವ ಸದುದ್ದೇಶದಿಂದ ತಮ್ಮದೇ ಆದ ಒಂದು

ಸಂಸ್ಥೆಯನ್ನು ತೆರೆಯಬೇಕೆಂದು ಕನಸು ಕಂಡು ಅದನ್ನು ನನಸಾಗಿಸಿದ ಕನಸುಗಾರ ಮಂಡ್ಯ ರಮೇಶ್.

ಜೀವನದಲ್ಲಿ ನೋಡಿದ ಅದೆಷ್ಟೋ ನಾಟಕ ತಂಡಗಳು, ಬಾಲ್ಯದಲ್ಲಿ ನಾಗಮಂಗಲದಲ್ಲಿ ನೋಡಿದ್ದ ಕಲಾಸಂಘ, ಕನ್ನಡ ಸಂಘ, ಬಾಲಕನಾಗಿದ್ದಾಗ ತಾನೇ ಕಟ್ಟಿದ್ದ 'ಶಿವಶಂಕರ ಸಮಿತಿ', ಮಂಡ್ಯದ ಪ್ರೌಢಶಾಲೆಯಲ್ಲಿದ್ದಾಗ ಬೊಂಬುಗಳನ್ನು ಕದ್ದು ಚಪ್ಪರ ಹಾಕಿ ಗಣಪತಿ ಕೂರಿಸಿ ಗೋಲಕ ಕುಲುಕಿ ಜನರಿಂದ ಛೀಮಾರಿ ಹಾಕಿಸಿಕೊಳ್ಳುತ್ತಿದ್ದ ಅನುಭವ, ಕಾಲೇಜಿನಲ್ಲಿ ತಾನೇ ಕಟ್ಟಿದ ನಾಟಕ ತಂಡ 'ವೇದಿಕೆ', ಬದುಕನ್ನೇ ಬದಲಿಸಿದ 'ಗೆಳೆಯರ ಬಳಗ', ನಾಟಕ ಪ್ರಜ್ಞೆಯನ್ನು ರೂಪಿಸಿದ 'ನೀನಾಸಂ ತಿರುಗಾಟ', ಜಗತ್ತನ್ನು ಸುತ್ತಲು ವೇದಿಕೆ ನಿರ್ಮಿಸಿಕೊಟ್ಟ ರಂಗಾಯಣ, ಪೊನ್ನಂಪೇಟೆಯ ಕಾರ್ಯಪ್ಪನವರ 'ಕೊಡಗು ರಂಗ', ಪ್ರಸಾದ್ ರಕ್ಷಿದಿ ಅವರ ಜೈ ಕರ್ನಾಟಕ ಯುವಕ ಸಂಘ, ಸುಂಡಳ್ಳಿಯ ದಲಿತ ಯುವಕರ ಸಂಘ, ದೇರಾಜೆ ಮೂರ್ತಿ, ಹೆಬ್ಬಾರ, ಮೋಹನ ಸೋನಾ... ಹೀಗೆ ಹಲವಾರು ಸಂಘ ಸಂಸ್ಥೆಗಳು ಮತ್ತು ವ್ಯಕ್ತಿಗಳ ಜೊತೆ ಕೆಲಸ ಮಾಡಿದ್ದ ಮಂಡ್ಯ ರಮೇಶ್ ಅವರಿಗೆ ತಮ್ಮೊಳಗಿದ್ದ ಒಬ್ಬ ಛಲಗಾರ ಒಳಗಿಂದೊಳಗೆ ಏನಾದರೂ ಭಿನ್ನವಾದದ್ದನ್ನು ಮಾಡುವಂತೆ ತಿವಿಯುತ್ತಲೇ ಇದ್ದ. ಕೂತರೆ, ನಿಂತರೆ ಅದೇ ಯೋಚನೆ, ಏನು ಮಾಡಿದರೆ ಸೂಕ್ತ ಎಂಬ ಯೋಚನೆ.

ವರ್ಷಗಟ್ಟಲೆ ನಿರಂತರವಾಗಿ ನಾಟಕಗಳನ್ನು ಮಾಡುತ್ತಾ, ಕಲಿಯುತ್ತಾ, ಕಲಿಸುತ್ತಾ ಹೋದವರಿಗೆ ತಾನೀಗ ಒಂಟಿ ಎನ್ನುವ ಭಾವನೆ ಕಾಡುತ್ತಾ ಹೋಯಿತು. ಕಲಿತದ್ದು ಕೈಯಲ್ಲಿದ್ದರೂ ಅದನ್ನು ಇನ್ನೊಬ್ಬರಿಗೆ ಶಿಕ್ಷಣದ ರೂಪದಲ್ಲಿ ಕೊಡಬೇಕು ಎನ್ನುವ ತುಡಿತ. ಎಲ್ಲ ರೀತಿಯ ಲೆಕ್ಕಾಚಾರವನ್ನು ಮಾಡಿದ ಮೇಲೆ ಧೈರ್ಯಮಾಡಿ ಒಂದು ಗಟ್ಟಿ ನಿರ್ಧಾರ ತೆಗೆದುಕೊಂಡು ತಮ್ಮ ಮನೆಯ ಮೇಲೆ 'ಕಾರಂತ ರಂಗಮನೆ' ಎಂದು ನಾಮಕರಣ ಮಾಡಿ 'ನಟನ'ದ ಚಟುವಟಿಕೆಗಳನ್ನು ಆರಂಭಿಸಿಯೇಬಿಟ್ಟರು. ಅಷ್ಟು ಹೊತ್ತಿಗಾಗಲೇ ಕರ್ನಾಟಕದ ಜನತೆಗೆ ತಮ್ಮನ್ನು ಪರಿಚಯಿಸಿದ್ದ ನಾಗಾಭರಣ ಅವರು ಕಾರಂತರ ಭಾವಚಿತ್ರದ ಮುಂದೆ ದೀಪ ಹಚ್ಚಿ ಪ್ರೀತಿಯಿಂದ ಮಂಡ್ಯ ರಮೇಶ್ ಅವರ ಕನಸಿನ ವೃಕ್ಷಕ್ಕೆ ನೀರೆರೆದರು. ಆಗ ಆರಂಭದಲ್ಲಿ ಇದ್ದವರು ನಾಲ್ಕಾರು ಮಂದಿ: ಮಂಡ್ಯ ರಮೇಶ್, ಮಡದಿ ಸರೋಜ ಹೆಗಡೆ, ಗೆಳೆಯರಾದ ಗೌತಮ್, ವಿಶ್ವ, ಮಂಡ್ಯ ರಮೇಶ್ ಅವರ ತಂದೆ ಮತ್ತು ಅಣ್ಣ ಆನಂದ್ ಬಾಬು. ಆರಂಭದ ದಿನಗಳಲ್ಲಿ ಎಲ್ಲವೂ ಚೆನ್ನಾಗಿಯೇ ನಡೆಯುತ್ತಿದ್ದವು. ಸಿಂಗ್ ನೃತ್ಯವನ್ನು ಹೇಳಿಕೊಡುತ್ತೇನೆ ಎಂದು, ಮೊದಲಿನಿಂದಲೂ ಶಾಸ್ತ್ರೀಯ ಕಲಿಕೆಯ ಬಗ್ಗೆ ಹೆಚ್ಚಿನ ಗೌರವವನ್ನು ಇರಿಸಿಕೊಂಡಿದ್ದ ರಮೇಶ್ ಅವರ ಕೆಲಸವನ್ನು ನೋಡಿ ರಾಜು ಅನಂತಸ್ವಾಮಿ ಸುಗಮ ಸಂಗೀತ ಕಲಿಸಲು, ವೀರಭದ್ರಯ್ಯ

ಯರಗಲ್ ಅವರು ಹಿಂದೂಸ್ಥಾನಿ ಸಂಗೀತ ಕಲಿಸಲು, ನವೀನ್ ಅಂದಗಾರು ಕರ್ನಾಟಕ ಸಂಗೀತ ಕಲಿಸಲು ಮತ್ತು ಭರತನಾಟ್ಯ ಕಲಿಸಲು ಶ್ರೀಧರ್ ಜೈನ್ ಅವರುಗಳು ಉತ್ಸಾಹದಿಂದಲೇ ಮುಂದೆ ಬಂದರು. ಆದರೆ ಸ್ಥಳಾವಕಾಶದ ಕೊರತೆಯಿಂದಾಗಿ ಹಲವಾರು ಸಮಸ್ಯೆಗಳು ಎದುರಾಗಿ ಅಂದುಕೊಂಡಂತೆ ನಡೆಯಬೇಕಾಗಿದ್ದ ಚಟುವಟಿಕೆಗಳು ಸೀಮಿತವಾಗಿ ಹೋದವು. ಕಲಿಯಲು ಬರುವವರ ಸಂಖ್ಯೆ ಹೆಚ್ಚಾಗುತ್ತಾ ಹೋಯಿತು. ಆದರೆ ಸಂಘಟನೆಗೆ ಸಂಬಂಧಿಸಿದ ಅಡ್ಡಿ ಆತಂಕಗಳನ್ನು ನಿವಾರಿಸಿಕೊಳ್ಳಲು ಆಗದೆ ಹಣಕಾಸಿನ ಸಮಸ್ಯೆಗಳು ಎದುರಾಗಿ ಹತಾಶ ಸ್ಥಿತಿ ತಲುಪುವಂತೆ ಆಯಿತು. ಆಗ ಸುನಂದಾ ಮತ್ತು ಶಂಕರ್ ನೈತಿಕವಾಗಿ ಸ್ಥೈರ್ಯವನ್ನು ತುಂಬಿ ಆಸರೆಯಾಗಿ ನಿಂತರು. ಕ್ರಮೇಣ ಸತೀಶ್ ಬೈಕಾಡಿ ಮತ್ತು ಜಿ.ಬಿ. ನಾರಾಯಣಸ್ವಾಮಿ ಅವರುಗಳು ಮುಂದುವರೆಸುವ ಜವಾಬ್ದಾರಿಯನ್ನು ವಹಿಸಿಕೊಂಡರು. ಹೀಗೆ ಗರಿಗೆದರಿದ ಚಟುವಟಿಕೆಗಳ ಮಹತ್ವದ ಭಾಗವಾಗಿ ನಟನದಿಂದ 'ರಜಾಮಜಾ' ಎಂಬ ಮಕ್ಕಳ ಬೇಸಿಗೆ ಶಿಬಿರವನ್ನು ನಡೆಸುವ ಯೋಚನೆ ಬಂತು. ಇದರ ಪೂರ್ಣ ಪರಿಕಲ್ಪನೆ ಮಂಡ್ಯ ರಮೇಶ್ ಅವರದ್ದಾದರೂ ಅದನ್ನು ಕಾರ್ಯಗತಗೊಳಿಸಲು ಹಲವಾರು ಮಂದಿ ಜೊತೆಗೆ ನಿಂತರು.

ರಂಗಭೂಮಿಯಲ್ಲಿ ಏನೆಲ್ಲ ಅನುಭವವಿದ್ದರೂ ಒಂದು ಕೆಲಸದ ಒಳಹೊಕ್ಕಾಗಲೆ ಅದರ ಸಮಸ್ಯೆಗಳ ಅರಿವಾಗುವುದು. ಇವೆಲ್ಲವನ್ನು ಎದುರಿಸಿ ಯಶಸ್ವಿಯಾಗುವುದೇ ಒಬ್ಬನ ನಿಜ ಸಾಮರ್ಥ್ಯವನ್ನು ಪರಿಚಯಿಸುತ್ತದೆ. ರಂಗಭೂಮಿಯವರಿಗೆ ಆರಂಭವಾಗುವ ದೊಡ್ಡ ಸಮಸ್ಯೆ ಎಂದರೆ ಸ್ಥಳದ್ದು. ಹೇಳಿಕೇಳಿ ನಾಟಕದವರಿಗೆ ಸಣ್ಣ ಜಾಗ ಸಾಲದು. ಕುಣಿಯಬೇಕು, ಬೀಳಬೇಕು, ಕಿರುಚಬೇಕು, ಹಾಡಬೇಕು, ಆಡಬೇಕು, ಓಡಬೇಕು. ಹೀಗೆ ಎಲ್ಲಿ ಮಾಡಿದರೆ ಸೂಕ್ತ ಎಂದು ಸುಮಾರು ಅಲೆದಾಡಿ, ಅನೇಕರನ್ನು ಭೇಟಿ ಮಾಡಿದರೂ ಸೂಕ್ತವಾದ ಮತ್ತು ಇವರ ಪರಿಕಲ್ಪನೆಗೆ ಹೊಂದುವಂತಹ ಜಾಗ ಸಿಗಲಿಲ್ಲ. ಕೊನೆಗೆ ಮಗಳು ಓದುತ್ತಿದ್ದ ಗೋಕುಲ ಶಾಲೆಯಲ್ಲಿ ಸ್ಥಳಾವಕಾಶ ದೊರೆತು ಮೊದಲ ಬೇಸಿಗೆ ಶಿಬಿರ ವೈಭವವಾಗಿ ನಡೆದು ನೂರಾರು ಮಕ್ಕಳ ಮತ್ತು ಪೋಷಕರ ಮನಸ್ಸನ್ನು ಸೂರೆಗೊಂಡಿತು. ಇದರ ಹಿಂದೆ ಅನೇಕ ಮನಸ್ಸುಗಳು ನಿಸ್ವಾರ್ಥವಾಗಿ ಕೆಲಸವನ್ನು ಮಾಡಿದ್ದವು. ಇದು ನಟನದ ಇತಿಹಾಸದಲ್ಲಿ ಬಹಳ ಪ್ರಮುಖವಾಗಿ ದಾಖಲಾಗಬಹುದಾದ ಒಂದು ದೊಡ್ಡ ಕಾರ್ಯಕ್ರಮವಾಗಿತ್ತು. ಶಿಬಿರದ ಕೊನೆಯವರೆಗೂ ಒಂದು ರೀತಿಯ ಆತಂಕವಿದ್ದರೂ ಎಲ್ಲವೂ ತಾವು ಅಂದುಕೊಂಡಂತೆ ಸುಸೂತ್ರವಾಗಿಯೇ ನಡೆಯಿತು. ಮಂಡ್ಯ ರಮೇಶ್ ಅವರು ಆಹ್ವಾನಿಸಿದ ಎಲ್ಲ ಗಣ್ಯರೂ ಅಭಿಮಾನವಿಟ್ಟು ಬಂದು ಶಿಬಿರದಲ್ಲಿ ಪಾಲ್ಗೊಂಡು ಮಕ್ಕಳೊಂದಿಗೆ ತಾವೂ ಮಕ್ಕಳಾಗಿ ನಲಿದರು, ಸಂಭ್ರಮಿಸಿದರು.

ಬಿ. ಜಯಶ್ರೀ, ಪ್ರಸನ್ನ, ಡಿ.ಕೆ. ಚೌಟ, ರಮೇಶ್ ಅರವಿಂದ್, ಕರಿಬಸವಯ್ಯ, ರಾಜಾನಂದ್, ಎಂ.ಪಿ. ಶಂಕರ್, ರಾಜಶೇಖರ ಕೋಟಿ, ಈಶ್ವರ ದೈತೋಟ ಮುಂತಾದ ಜನಪ್ರಿಯ ವ್ಯಕ್ತಿಗಳು ಆಗಮಿಸಿ ಮಕ್ಕಳೊಂದಿಗೆ ಬೆರೆತು ಅವರ ಕಲಿಕಾ ವಿಧಾನವನ್ನು ಕಂಡು ಅಚ್ಚರಿಗೊಳಗಾದರು. ಹೀಗೆ ಆರಂಭವಾದ 'ರಜಾಮಜಾ' ಮೈಸೂರಿನಲ್ಲಿ ನಟನ ತಂಡಕ್ಕೆ ಒಂದು ಭದ್ರವಾದ ಸಾಂಸ್ಕೃತಿಕ ಬುನಾದಿಯನ್ನು ಹಾಕಿಕೊಟ್ಟಿತು.

ಇದರಿಂದ ಸಿಕ್ಕ ಉತ್ತಮ ಪ್ರತಿಕ್ರಿಯೆಯಿಂದ ಆತ್ಮವಿಶ್ವಾಸ ಹೆಚ್ಚಿಸಿಕೊಂಡ ತಂಡಕ್ಕೆ ಮತ್ತೊಂದು ಪ್ರಯೋಗಕ್ಕೆ ಕೈಹಾಕಲು ಉತ್ತೇಜನ ನೀಡಿತು. ಅದುವೇ ಯುವಕ ಯುವತಿಯರಿಗೆ ಆಯೋಜಿಸಿದ ರಂಗ ಶಿಬಿರ. ನಟರಾಜ ಹೊನ್ನವಳ್ಳಿ ಅವರ ನಿರ್ದೇಶನದಲ್ಲಿ 'ಸಾಂಬಶಿವ ಪ್ರಹಸನ' ನಾಟಕವನ್ನು ಮಾಡಲಾಯಿತು. ಅದು ಕೂಡ ನಟನಕ್ಕೆ ಒಳ್ಳೆಯ ಹೆಸರನ್ನು ತಂದುಕೊಟ್ಟಿತು. ನಂತರ ಉಡುಪಿಯ ರಂಗಭೂಮಿಯ ಉತ್ಸವದಲ್ಲಿ 'ಶ್ರೇಷ್ಠ ತಂಡ' ಎಂಬ ಪುರಸ್ಕಾರಕ್ಕೆ ಭಾಜನವಾಯಿತು. ಹೀಗೆ ಹಂತಹಂತವಾಗಿ ನಡೆಯುತ್ತಿದ್ದ ವಿವಿಧ ಕಾರ್ಯಕ್ರಮಗಳಿಂದ ನಟನಕ್ಕೆ ತನ್ನದೇ ಆದ ಪ್ರೇಕ್ಷಕ ವರ್ಗ ನಿಧಾನವಾಗಿ ಬೆಳೆಯುತ್ತ ಹೋಯಿತು. ಮಕ್ಕಳ ನಾಟಕವಾಗಲೀ ಅಥವಾ ದೊಡ್ಡವರ ನಾಟಕವಾಗಲೀ, ಪ್ರದರ್ಶನವಾದ ಕಡೆಯಲ್ಲೆಲ್ಲ ಯಶಸ್ಸನ್ನು ಕಾಣುತ್ತಾ ಹೋದವು. ನಾಟಕದಿಂದ ನಾಟಕಕ್ಕೆ ಅನುಭವವನ್ನು ಪಡೆಯುತ್ತಾ ನಟನದ ಕಲಾವಿದರು ತಮ್ಮನ್ನು ಗುರುತಿಸಿಕೊಳ್ಳುತ್ತ ಸಾಗಿದರು. ತಂಡದ ನಾಟಕ ಯಾವುದೇ ಇರಲಿ, ಯಾರೇ ನಿರ್ದೇಶನ ಮಾಡಲಿ ಮಂಡ್ಯ ರಮೇಶ್ ಅವರು ನಟರಿಗೆ ಕಲಿಸುತ್ತಿದ್ದ ನಟನೆಯ ಪಾಠಗಳು ಅದ್ಭುತವಾಗಿ ಇರುತ್ತಿದ್ದವು. ನಟನದ ಎಲ್ಲ ಚಟುವಟಿಕೆಗಳಲ್ಲೂ ಮಂಡ್ಯ ರಮೇಶ್ ಅವರ ಪ್ರಭಾವ ಎದ್ದು ಕಾಣುವಂಥಾದ್ದು. ಅವರು ಕಲಿಸುವಾಗ ನಿಷ್ಠುರ ಗುರು, ಕಲಿಯುವವರೆಗೂ ಪಟ್ಟುಬಿಡದೆ ಕಲಿಸುವ ತಾಳ್ಮೆಯನ್ನು ಹೊಂದಿರುವ ನಾಡು ಕಂಡಂತಹ ಉತ್ತಮ ರಂಗ ಶಿಕ್ಷಕ, ರಂಗತಜ್ಞ ಮತ್ತು ರಂಗ ಗೆಳೆಯ. ತಮ್ಮ ವಿಶಿಷ್ಟ ಕಲಿಕಾ ಮಾರ್ಗವನ್ನು ಅನುಸರಿಸಿ ಪ್ರತಿಯೊಬ್ಬ ಕಲಾವಿದನೂ ವೃತ್ತಿಪರ ಅಂಶಗಳನ್ನು ಅಳವಡಿಸಿಕೊಳ್ಳುವಂತೆ ಅವರನ್ನು ತಯಾರು ಮಾಡುತ್ತಿದ್ದರು. ಪ್ರತಿ ವರ್ಷ 'ರಜಾಮಜಾ' ಬಂತೆಂದರೆ ಸಮಸ್ಯೆ ಉಂಟಾಗುತ್ತಿತ್ತು. ಜಾಗಕ್ಕಾಗಿ ಅಲೆದು ಅಲೆದು ಸಾಕಾಗುತ್ತಿತ್ತು.

ಆದರೆ ಸೂಕ್ತ ಜಾಗ ಹುಡುಕಿ ಶಿಬಿರವನ್ನು ಮಾಡುವ ಪ್ರಯತ್ನಗಳು ಸಾಗುತ್ತಲೇ ಇದ್ದವು. ಹೀಗೆಯೇ ಒಮ್ಮೆ ಒಂದು ಕಾರ್ಯಕ್ರಮದಲ್ಲಿ ಭೇಟಿಯಾದ ಪ್ರಭಾಕರ್ ಎನ್ನುವ ಎಂಜಿನಿಯರ್ ಒಬ್ಬರು ನಟನದ ಸ್ಥಳ ಶೋಧನಾ ವಿಚಾರವನ್ನು ಕೇಳಿ ಮಂಡ್ಯ ರಮೇಶ್ ಅವರಿಗೆ ತಮ್ಮದೇ ಒಂದು

ಸ್ವಂತ ಜಾಗ ಮಾಡಿಕೊಳ್ಳುವಂತೆ ಸಲಹೆ ನೀಡಿದರು. ಮೊದಲು ಈ ಮಾತನ್ನು ಕೇಳಿದ ರಮೇಶ್ ಅವರು ನಕ್ಕುಬಿಟ್ಟರು. ಆದರೆ ಅಷ್ಟಕ್ಕೇ ಸುಮ್ಮನಾಗದ ಪ್ರಭಾಕರ್ ಅವರು ಸಂಸ್ಥೆ ನೋಂದಣಿಯಾಗಿದ್ದರೆ C.A. ಸೈಟ್‌ಗೆ ಅರ್ಜಿ ಹಾಕಿದರೆ ಸಿಗುತ್ತದೆ ಎಂಬ ಮಾಹಿತಿ ನೀಡಿದರು. ಒಂದು ಪ್ರಯತ್ನ ಮಾಡಿಯೇ ಬಿಡೋಣ ಎಂದು ತೀರ್ಮಾನಿಸಿ ಅರ್ಜಿ ಹಾಕಲಾಯಿತು. ನಂತರ ಆದದ್ದು ಒಂದು ರೀತಿಯ ರೋಚಕ ಅನುಭವ. ಆರಂಭದಲ್ಲಿ ಸ್ವಲ್ಪ ಹಣ ಕಟ್ಟಲಾಯಿತು. ಮೊದಲ ಬಾರಿಗೆ MUDAಕ್ಕೆ ಹೋದಾಗ ಎಲ್ಲರೂ ಪ್ರೀತಿಯಿಂದ ಮಾತನಾಡಿಸಿದರು. ಕೆಲಸ ಆಗುತ್ತದೆ ಯೋಚನೆ ಮಾಡಬೇಡಿ ಎಂಬ ಭರವಸೆಯ ಮಾತುಗಳನ್ನೂ ಆಡಿದರು. ಆದರೆ ಕೆಲಸ ಮಾತ್ರ ಮುಂದಕ್ಕೆ ಸಾಗದೆ ಹಾಗೆಯೇ ಕುಂಠಿತವಾಗತೊಡಗಿತು. ಆದರೆ ಛಲ ಬಿಡದ ತ್ರಿವಿಕ್ರಮನಂತೆ ಒಂದೇ ಸಮನೆ MUDAಕ್ಕೆ ಭೇಟಿ ನೀಡಿ ಕೆಲಸದ ಬೆನ್ನಿಗೆ ಬಿದ್ದರು. ಆದರೆ ಕೆಲಸ ಮಾತ್ರ ಆಮೆ ವೇಗದಲ್ಲಿ ಸಾಗುತ್ತಿತ್ತು. ನಾಳೆ ಬನ್ನಿ, ನಾಡಿದ್ದು ಬನ್ನಿ ಎನ್ನುವ ಮಾಮೂಲಿನ ಮಾತುಗಳನ್ನು ಕೇಳಿ ಕೇಳಿ ಸಾಕಾಗಿ ಹೋಯಿತು. ಆದರೆ ಕೆಲಸ ಆಗುತ್ತದೆ ಎಂಬ ದೃಢ ವಿಶ್ವಾಸವನ್ನು ಹೊಂದಿದ್ದ ಮಂಡ್ಯ ರಮೇಶ್ ಅವರ ಪ್ರಯತ್ನವಂತೂ ಸಾಗಿತ್ತು. ಅವರು ಕೇಳುತ್ತಿದ್ದ ದಾಖಲೆಗಳನ್ನು ಕಲೆಹಾಕುವುದೇ ಒಂದು ದೊಡ್ಡ ಕೆಲಸವಾಗುತ್ತಿತ್ತು. ಎಲ್ಲವೂ ಸರಿಯಾಗಿದೆ ಇನ್ನೇನು ನನ್ನ ಕೆಲಸ ಆದಂತೆಯೇ ಎಂದು ಕೊಳ್ಳುವಷ್ಟರಲ್ಲಿ ಮತ್ತೇನೋ ತೊಡಕಾಗಿ ಕೆಲಸ ವಿಳಂಬವಾಗುತ್ತಿತ್ತು. ತಬರನ ಕತೆಯಲ್ಲಿ ಬರುವ ತಬರನ ಪಾಡು ರಮೇಶ್ ಅವರ ಪಾಡು ಒಂದೇ ಆಗಿತ್ತು. ಏನೆಲ್ಲ ಸಮಸ್ಯೆಗಳು ಎದುರಾದರೂ ಅವುಗಳನ್ನು ಪಕ್ಕಕ್ಕೆ ಸರಿಸಿ ಮುನ್ನೆಡೆಯುತ್ತ ಹೋದರು.

ದೊಡ್ಡ ಕನಸು, ದೊಡ್ಡ ಕನಸಿಗೆ ತಕ್ಕಂತೆ ದೊಡ್ಡ ಯೋಜನೆ, ದೊಡ್ಡ ಯೋಜನೆಗೆ ತಕ್ಕಂತೆ ದೊಡ್ಡ ಮಟ್ಟದ ಹಣವೂ ಬೇಕಾಗಿತ್ತು. ಊರೂರು ಸುತ್ತಿ, ನಾಟಕಗಳನ್ನು ಆಡಿ, ಕಿರುತೆರೆ ಮತ್ತು ಹಿರಿತೆರೆಗಳಲ್ಲಿ ಅಭಿನಯಿಸಿ, ರಿಯಾಲಿಟಿ ಷೋಗಳಲ್ಲಿ ನಿರೂಪಕನಾಗಿ ಭಾಗವಹಿಸಿ, ಸಂಪಾದಿಸಿದ ಒಂದೊಂದು ರೂಪಾಯಿಯನ್ನೂ ಕೂಡಿಟ್ಟು MUDAಗೆ ಹಣ ಕಟ್ಟುತ್ತಾ ಹೋದರು. ಲಕ್ಷಗಟ್ಟಲೆ ಹಣವನ್ನು ಕಟ್ಟಬೇಕಿತ್ತು. ಹಣವನ್ನು ಹೊಂದಿಸಲು ಪಟ್ಟ ಪಾಡಂತೂ ಹೇಳತೀರದು. ತಮ್ಮ ಬಗ್ಗೆ ತಮಗೇ ಒಂದು ರೀತಿಯ ಭಯ ಕಾಡುತ್ತಿತ್ತು. ಭೂಮಿಪತ್ರ ಬಂದು ಕೈಸೇರುವ ಸಮಯದಲ್ಲಿ ಜೇಬಿನಲ್ಲಿ ಒಂದು ನಯಾಪೈಸೆ ಇರಲಿಲ್ಲ. ನಾಳೆಯೇ ಇಪ್ಪತ್ತೈದು ಸಾವಿರ ಕಟ್ಟಬೇಕೆಂದು ಪತ್ರ ಬಂತು. ಹಣಕ್ಕಾಗಿ ಕಂಡಕಂಡವರ ಮುಂದೆಲ್ಲ ಕೈಚಾಚಿಯಾಯಿತು. ಆದರೆ ಒಂದು ಪೈಸೆಯೂ ಹುಟ್ಟಲಿಲ್ಲ. ಕಾರಿನೊಳಗೆ ಕುಳಿತು ಗಾಜು ಏರಿಸಿ ಜೋರಾಗಿ ಅತ್ತುಬಿಡುತ್ತಾರೆ ರಮೇಶ್. ಅಲ್ಲಿಂದ ನೇರವಾಗಿ ಮನೆಗೆ ಬಂದವರೇ ತಮ್ಮ

ಮಡದಿ ಸರೋಜ ಹೆಗಡೆ ಅವರ ಬಳಿ ಬಂದು ತಾಳಿಯನ್ನು ಅಡವಿಟ್ಟು ಹಣ ತರುವಂತೆ ಹೇಳಿದರು. ನಂತರ ಮಡದಿ ಕೊಟ್ಟ ಹಣವನ್ನು MUDAಗೆ ಕಟ್ಟಿಬರುತ್ತಾರೆ.

ಹೀಗೆ ಅಲ್ಲಿ ಇಲ್ಲಿ ಕೈಕಾಲು ಹಿಡಿದು, ಸಾಲಮಾಡಿ ಹಣ ಕಟ್ಟಿದರೆ, 'ನಿಮಗೆ ಪತ್ರ ಬಂದಿದೆ, ಆದರೆ ಅದಿನ್ನೂ ಆಗಿಲ್ಲ' ಎಂದರು. ಇದರಿಂದ ಕೋಪಗೊಂಡ ಮಂಡ್ಯ ರಮೇಶ್ ಅವರು 'ಆಗಲಿ ಬಿಡಿ ಕೋರ್ಟಿಗೆ ಹೋಗುತ್ತೇನೆ' ಎಂದರು. ಕೊನೆಗೆ ಪ್ರಭಾಕರರಾವ್ ಅವರು Town Planning Officer ಬಳಿ ಕರೆದುಕೊಂಡು ಹೋಗಿ ಬೇಗನೆ ಮಾಡಿಕೊಡುವಂತೆ ಮನವಿ ಮಾಡಿದರು. ಆ ಅಧಿಕಾರಿ ಮಂಡ್ಯ ರಮೇಶ್ ಅವರ ಅಭಿಮಾನಿಯಾಗಿದ್ದರು. 'ಕೆಲಸವನ್ನು ಮಾಡಿಕೊಡುತ್ತೇನೆ. ನನ್ನ ಹೆಂಡತಿ, ಮಕ್ಕಳ ಹತ್ತಿರ ಫೋನಲ್ಲಿ ಮಾತನಾಡಿ' ಎಂದು ದುಂಬಾಲು ಬಿದ್ದರು. ಅವರ ಜೊತೆ ಫೋನ್‌ನಲ್ಲಿ ಒಂದಷ್ಟು ಅಭಿನಯ ಮಾಡಿ, ಖುಷಿಪಡಿಸಿದರು. ಆದರೂ ಪತ್ರ ಯಾವಾಗ ಕೈ ತಲುಪುತ್ತದೆ ಎಂಬ ಆತಂಕವಿತ್ತು. ಅದರ ಕಷ್ಟ ಏನೆಂದು ಚೆನ್ನಾಗಿ ತಿಳಿದಿದ್ದ ರಮೇಶ್ ಅವರಿಗೆ ಮತ್ತೆ ಏನಾದರೂ ದಾಖಲೆ ಕೊಡಿ ಎನ್ನುತ್ತಾರೋ ಎನ್ನುವ ಭಯ ಕಾಡುತ್ತಿತ್ತು. ಆದರೆ ಆಶ್ಚರ್ಯವೆಂಬಂತೆ ಕೆಲವು ದಿನಗಳಲ್ಲಿಯೇ ಪತ್ರ ಕೈ ತಲುಪಿತು. ಸಾಂಸ್ಕೃತಿಕ ಕಲಾಶಾಲೆಗೆಂದು ಮೀಸಲಾಗಿದ್ದ ಜಾಗವನ್ನು ರಮೇಶ್ ಅವರಿಗೆ ನೀಡಲಾಯಿತು. ಆದರೆ ಮತ್ತೆ ಹಣವನ್ನು ಕಟ್ಟುವಂತೆ ಸೂಚಿಸಲಾಗಿತ್ತು. ಮತ್ತೆ ಹಣದ ಬೇಟೆ ಶುರುವಾಯಿತು. ಚಲನಚಿತ್ರ ಮತ್ತು ಕಿರುತೆರೆಗಳಲ್ಲಿ ಸಿಕ್ಕ ಪಾತ್ರಗಳು ಇಷ್ಟವಿರಲಿ, ಬಿಡಲಿ ಒಂದಷ್ಟು ಹಣ ಸಿಗುತ್ತದೆ ಎಂಬ ಏಕೈಕ ಉದ್ದೇಶದಿಂದ ಒಪ್ಪಿಕೊಂಡು ಅದರಿಂದ ಬಂದ ಹಣವನ್ನು MUDAಗೆ ಕಟ್ಟಿದರು. ಅಬ್ಬಾ!!! ಕೊನೆಗೂ ನಟನದ ಹೆಸರಿಗೆ ನಿವೇಶನ ನೋಂದಣಿ ಆಯಿತು. ಅಲ್ಲಿಯವರೆಗೂ ಪಟ್ಟಕಷ್ಟ, ಎದುರಿಸಿದ ಅವಮಾನ, ಹತಾಶಸ್ಥಿತಿ ಎಲ್ಲವೂ ಕೊನೆಗೊಂಡು ನೆಮ್ಮದಿ ನೆಲೆಗೊಂಡ ಭಾವ.

ಗೆಳೆಯರಾದ ವೆಂಕೋಬರಾವ್, ರವೀಂದ್ರ ಜೋಶಿ, ಇಂಜಿನಿಯರ್ ಪ್ರಭಾಕರ್ ಮುಂತಾದವರ ಸ್ನೇಹ, ಸಹಕಾರ ಮತ್ತು ಕಾಳಜಿಯನ್ನು ಈ ಜನ್ಮದಲ್ಲಿ ಮರೆಯಲು ಸಾಧ್ಯವಿಲ್ಲ ಎಂದು ಭಾವುಕತೆಯಿಂದ ನೆನೆಯುತ್ತಾರೆ. ಮಂಡ್ಯ ರಮೇಶ್ ಅವರು ಏನೇ ಕೆಲಸ ಮಾಡಿದರೂ ಅದಕ್ಕೊಂದು ಅರ್ಥ ಮತ್ತು ಪ್ರಾಮುಖ್ಯತೆ ಇರುತ್ತದೆ. ಇದನ್ನು ಅವರ ವೃತ್ತಿ ಬದುಕಿನಲ್ಲಿ ಮತ್ತು ನಟನದ ಕಾರ್ಯಕ್ರಮಗಳಲ್ಲಿ ಕಾಣಬಹುದು. ನಟನಕ್ಕೆ ತನ್ನದೇ ಆದ ಒಂದು ಜಾಗವೇನೋ ಸಿಕ್ಕಿತು. ಮುಂದಿನ ಹಂತ ಪೂಜೆ, ನಂತರ ಕಟ್ಟಡ ನಿರ್ಮಾಣ. ಭೂಮಿಪೂಜೆಯನ್ನು ಯಾರ ಕೈಯಲ್ಲಿ ಮಾಡಿಸಬೇಕು ಎಂಬ ಯೋಚನೆಯಲ್ಲಿದ್ದ ಅವರಿಗೆ ಸಿಕ್ಕವರು ಕನ್ನಡ ಚಿತ್ರರಂಗದ ಸ್ಫುರದ್ರೂಪಿ

ಹಿರಿಯ ನಟ ವಿಷ್ಣುವರ್ಧನ್. ಆಗ 'ಏಕದಂತ' ಚಿತ್ರದ ಚಿತ್ರೀಕರಣ ಮೈಸೂರಿನಲ್ಲಿ ನಡೆಯುತ್ತಿತ್ತು. ವಿಷ್ಣು ಅವರನ್ನು ಭೇಟಿಯಾಗಿ ಭೂಮಿಪೂಜೆ ಮಾಡಿ ಕೊಡುವಂತೆ ಮನವಿ ಮಾಡಿಕೊಂಡರು. ಅವರ ಆಹ್ವಾನವನ್ನು ಮನ್ನಿಸಿ ಪ್ರೀತಿಯಿಂದ ನಟನದ ಭೂಮಿಪೂಜೆಯನ್ನು ಯಶಸ್ವಿಯಾಗಿ ನೆರವೇರಿಸಿ ಕೊಟ್ಟು ಒಂದು ಮಾವಿನಸಸಿಯನ್ನೂ ನೆಟ್ಟರು. ಅಂತಹ ಸಾರ್ಥಕ ಸಂದರ್ಭಕ್ಕೆ ಸಾಕ್ಷಿಯಾಗಿದ್ದವರು ನಟ ರಮೇಶ್ ಅರವಿಂದ್, ಅಪ್ಪ, ಅಣ್ಣ, ಅಕ್ಕ ಮತ್ತು ನಟನದ ಗೆಳೆಯರು. ಅಂದು ವಿಷ್ಣು ಮತ್ತು ರಮೇಶ್ ಅರವಿಂದ್ ಅವರ ಸಮಕ್ಷಮದಲ್ಲಿ ನಟನದ ಕಲಾವಿದರು ಕಣ್ಣಲ್ಲಿ ನೂರಾರು ಕನಸುಗಳನ್ನು ತುಂಬಿಕೊಂಡು ಗಿಡಕ್ಕೆ ನೀರೆರೆದರು. ಇದರ ಮುಂದಿನ ಹಂತ ರಂಗಮಂದಿರದ ನಿರ್ಮಾಣ. ಭೂಮಿಪೂಜೆಯ ಉತ್ಸಾಹ, ಸಂಭ್ರಮ, ಸಡಗರಗಳು ಇನ್ನೂ ಹಸಿಯಾಗಿರುವಾಗಾಲೇ ರಂಗಮಂದಿರದ ಕೆಲಸ ಆರಂಭವಾಯಿತು. ಇಟ್ಟಿಗೆ, ಬೊಂಬು, ಗರಿ, ಕಲ್ಲು, ಕಬ್ಬಿಣ ಇವುಗಳ ಜೊತೆ ನೂರಾರು ಗೆಳೆಯರ ಶುಭ ಹಾರೈಕೆ, ನಿಷ್ಕಲ್ಮಶ ಪ್ರೀತಿ, ಕಲಾವಿದರ ಬೆವರಿನ ಹನಿ, ಹಿರಿಯರ ಆಶೀರ್ವಾದ ಇವೆಲ್ಲವೂ ಸೇರಿ ನಟನಕ್ಕೆ ಭದ್ರವಾದ ಬುನಾದಿಯನ್ನು ಒದಗಿಸಿದವು. ಮುಂದೆ ಬರುವುದರಲ್ಲಿದ್ದ ಬೇಸಿಗೆ ಶಿಬಿರವನ್ನು ಇಲ್ಲಿಯೇ ಮಾಡುವುದೆಂದು ಎಲ್ಲರೂ ತೀರ್ಮಾನಿಸಿದರು. ಕಬ್ಬಿಣದ ಚಪ್ಪರವನ್ನು ಹಾಕಿ, ಶೀಟುಗಳಿಂದ ಮುಚ್ಚಿ, ಸುತ್ತಲೂ ಬೆತ್ತದ ದಬ್ಬೆಗಳಿಂದ ಗೋಡೆಯನ್ನು ನಿರ್ಮಿಸಿ ಸುಂದರವಾದ ಮತ್ತು ಅಷ್ಟೇ ಕಲಾತ್ಮಕವಾದ ಕಲಾ ಕುಟೀರವನ್ನು ನಿರ್ಮಿಸಿಯೇ ಬಿಟ್ಟರು.

ಕೊನೆಗೂ ಪಟ್ಟ ಶ್ರಮ ವ್ಯರ್ಥವಾಗಲಿಲ್ಲ. 'ಹಂಗಿನ ಅರಮನೆಗಿಂತ ತೆಂಗಿನ ಗುಡಿಸಲೇ ವಾಸಿ' ಎನ್ನುವ ಹಾಗೆ ನಮ್ಮದು ಎಂಬ ಭಾವ ಮೂಡಿದಾಗ ನಮಗೆ ಸಿಗುವ ಸಂತೋಷವನ್ನು ಪದಗಳಲ್ಲಿ ಹಿಡಿದಿಡಲು ಆಗದು. ನನ್ನ ರಂಗಮನೆ ಎನ್ನುವ ಭಾವನೆಯನ್ನು ನಟನ ಆ ಕ್ಷಣದಲ್ಲಿ ಮೂಡಿಸಿದ್ದಂತೂ ನಿಜ. ನಟನ ಇಂದು ಮೈಸೂರಿನ ಸಾಂಸ್ಕೃತಿಕ ಹೆಗ್ಗುರುತಾಗಿ ಬೆಳೆದಿದೆ. ಅದೊಂದು ಬೃಹತ್ ರಂಗವೃಕ್ಷ. ಎಲ್ಲಿ ನೋಡಿದರೂ ಅಚ್ಚುಕಟ್ಟು ಎದ್ದು ಕಾಣಿಸುತ್ತದೆ. ಬದುಕಿನ ತಲ್ಲಣಗಳು ಮತ್ತು ನಟನ ನಿರ್ಮಾಣದ ತೊಡಕುಗಳು ಮಂಡ್ಯ ರಮೇಶ್ ಅವರನ್ನು ಹೇಗೆ ತಯಾರು ಮಾಡಿತೋ ಹಾಗೆ ನಟನದ ಮಕ್ಕಳಿಗೆ ಅವರು ಅನುಭವದ ಪಾಠಗಳನ್ನು ಮಾಡುತ್ತಾ ತಯಾರು ಮಾಡುತ್ತಿದ್ದಾರೆ. ಸುಂದರವಾದ ಮತ್ತು ದೊಡ್ಡದಾದ ರಂಗಮಂಚ, ಮುನ್ನೂರು ಜನ ಪ್ರೇಕ್ಷಕರು ಕುಳಿತು ನಾಟಕಗಳನ್ನು ವೀಕ್ಷಿಸಲು ಸಜ್ಜಾಗಿರುವ ಪ್ರೇಕ್ಷಾಗೃಹ. ಎರಡು ಪ್ರಸಾಧನ (ಗ್ರೀನ್ ರೂಮ್) ಕೊಠಡಿಗಳು, ರಂಗ ಪರಿಕರಗಳನ್ನು ಇಡಲು ನೇಪಥ್ಯದ ಕೆಲಸಗಳಿಗೆಂದೇ ಮೀಸಲಾಗಿರುವ 'ಯವನಿಕ.' ಅನೇಕ ಯುವ ಮನಸ್ಸುಗಳು ಹಗಲಿರುಳು ಎನ್ನದೆ ಕಣ್ಣಿಗೆ ಎಣ್ಣೆ ಬಿಟ್ಟುಕೊಂಡು ಕೆಲಸ ಮಾಡಿವೆ. ಎಷ್ಟೋ

ಬಾರಿ ಊಟ ಮರೆತಿದ್ದಾರೆ, ಮಳೆಯಲ್ಲಿ ನೆಂದಿದ್ದಾರೆ, ಬಿಸಿಲಲ್ಲಿ ಒಣಗಿದ್ದಾರೆ. ಅಷ್ಟೆಲ್ಲ ಸಮಸ್ಯೆಗಳಿದ್ದರೂ ಅವರಲ್ಲಿ ಇದ್ದ ಒಂದೇ ಭಾವ ನಮ್ಮ ನಟನ, ನಮ್ಮ ತಂಡ, ನಮ್ಮ ಮನೆ ಚೆನ್ನಾಗಿರಬೇಕು ಎಂಬುದು. ಇಂತಹ ಕುಟುಂಬ ಕಲ್ಪನೆಯನ್ನು ಹುಟ್ಟುಹಾಕಿದ ಸಂಸ್ಥೆ ನಟನ. ಹೀಗೆ ಸಿದ್ಧವಾದ ರಂಗಮನೆಯಲ್ಲಿ ಮಕ್ಕಳ ಶಿಬಿರವನ್ನು ಮಾಸ್ಟರ್ ಹಿರಣ್ಣಯ್ಯನವರು ಉದ್ಘಾಟಿಸಿದರು. ನಂತರದಲ್ಲಿ ವಾರಾಂತ್ಯ ಮತ್ತು ರಜಾ ದಿನಗಳಲ್ಲಿ ತಪ್ಪದೇ ನಾಟಕಗಳನ್ನು ಪ್ರದರ್ಶಿಸುತ್ತಾ ಸಾಗಿತು ನಟನ.

ಆರಂಭದಲ್ಲಿ ರಂಗಮಂದಿರ ಖಾಲಿಯಾಗಿ ಅಥವಾ ಅರ್ಧ ಭರ್ತಿಯಾಗಿ ಇರುತ್ತಿತ್ತು. ಆಗೆಲ್ಲ ಮಂಡ್ಯ ರಮೇಶ್ ಅವರಿಗೆ ಆತಂಕ ಎದುರಾದದ್ದು ಸಹಜವೆ. ನಂತರದ ದಿನಗಳಲ್ಲಿ ನಿಧಾನವಾಗಿ ರಂಗಮಂದಿರ ತುಂಬುತ್ತಾ ಹೋಯಿತು. ನಟನದ ಕನಸಿನ ಹಕ್ಕಿಯ ರೆಕ್ಕೆಗಳಿಗೆ ಚೈತನ್ಯ ದೊರೆಯುತ್ತಾ ಹೋಯಿತು. ನಂತರ ಸ್ವಚ್ಛಂದ ಬಣ್ಣದಾಗಸದಲ್ಲಿ ಹಾರಾಡುತ್ತಾ ನಟನ ಮೂಡಿಸಿದ ರಂಗ ಚಿತ್ತಾರಗಳು ಮನಮೋಹಕ. ಒಂದು ಮಗುವನ್ನು ಸಾಕಿದ ರೀತಿಯಲ್ಲಿ ಆರೈಕೆ ಮಾಡಿ, ಪೋಷಿಸಿ, ಬೆಳೆಸಿ ಇಂದು ತನ್ನ ಕಾಲಮೇಲೆ ಸ್ವತಃ ನಿಲ್ಲುವಂತಹ ಮಟ್ಟಕ್ಕೆ ನಟನವನ್ನು ತಂದು ನಿಲ್ಲಿಸಿದ ಹಿರಿಮೆ ಮಂಡ್ಯ ರಮೇಶ್ ಅವರಿಗೆ ಸಲ್ಲಲೇಬೇಕು. ರಂಗಭೂಮಿಯ ಖ್ಯಾತನಾಮರೆಲ್ಲ ಆಗಮಿಸಿ ನಟನಕ್ಕೆ ನಾಟಕಗಳನ್ನು ನಿರ್ದೇಶಿಸಿದ್ದಾರೆ. ಬಸವಲಿಂಗಯ್ಯ, ಬಿ. ಸುರೇಶ, ಬಿ. ಜಯಶ್ರೀ, ಬಾಲಾಜಿ, ಮನೋಹರ್, ಜೀವನ್ ರಾಂ, ಸುಮನ್, ನಾಗೇಂದ್ರಶಾ ಮುಂತಾದವರು ನಟನಕ್ಕೆ ಹೆಮ್ಮೆ ತರುವಂತಹ ನಾಟಕಗಳನ್ನು ಮಾಡಿಸಿ, ಮಕ್ಕಳಿಗೆ ಅಪರೂಪದ ತರಬೇತಿಯನ್ನು ನೀಡಿ, ತಮ್ಮ ಅನುಭವದ ಪಾಠಗಳನ್ನು ಮಾಡಿ ಉತ್ತಮ ಕಲಾವಿದರಾಗಿ ಹೊರಹೊಮ್ಮಲು ಕಾರಣಕರ್ತರಾಗಿದ್ದಾರೆ. ಹೀಗೆ ಶುರುವಾದ ಚಟುವಟಿಕೆಗಳು ಕರ್ನಾಟಕದ ವಿವಿಧ ಜಾಗಗಳಿಗೆ ಪರಿಚಯವಾದವು. ನಂತರ ನಾಡಿನ ಆಚೆಗೂ ಚಾಚಿಕೊಂಡು ಭಾರತದ ಹಲವಾರು ಕಡೆ ನಾಟಕಗಳನ್ನು ಮಾಡುತ್ತಾ ತನ್ನ ಹೆಸರನ್ನು ಪ್ರೇಕ್ಷಕರ ಮನಸ್ಸಿನಲ್ಲಿ ಶಾಶ್ವತವಾಗಿ ನೆನಪಿರುವಂತೆ ಮಾಡಿತು. ಎಲ್ಲವೂ ಒಂದು ಹಂತಕ್ಕೆ ಬಂದು ಸುಸೂತ್ರವಾಗಿ ನಡೆಯುತ್ತಿದೆ ಎಂದುಕೊಳ್ಳುವಷ್ಟರಲ್ಲಿ ನಾಲ್ಕಾರು ಮಂದಿಯ ಕಣ್ಣು ಬಿದ್ದು ಅನವಶ್ಯಕ ತೊಂದರೆಗಳನ್ನು ಎದುರಿಸಬೇಕಾಯಿತು. ರಂಗಭೂಮಿಯಲ್ಲಿಯೂ ಇಂತಹ ಆಂತರಿಕ ಶತ್ರುತ್ವ ಕಂಡುಬಂದದ್ದು ಮಾತ್ರ ಸೋಜಿಗವೇ ಸರಿ. ಹೊರಗಿನವರು ಏನಾದರೂ ಕೆಟ್ಟದ್ದನ್ನು ಮಾಡಿದರೆ ನಾವು ಅದನ್ನು ದಿಟ್ಟವಾಗಿ ಎದುರಿಸಬಹುದು. ಆದರೆ ನಮ್ಮವರೆ, ನಮ್ಮ ನೆರೆಯವರೆ, ನಮ್ಮ ಜೊತೆಗಿದ್ದವರೆ ಕೆಡುಕನ್ನು ಬಯಸಿದರೆ ಅದು ನಮ್ಮ ಆತ್ಮಸ್ಥೈರ್ಯವನ್ನು ಅಲ್ಲಾಡಿಸಿ ಬಿಡುತ್ತದೆ.

ಇಲ್ಲಿ ಆದದ್ದೂ ಅದೇ. ಆದರೆ, ಅದಕ್ಕೆಲ್ಲ ಗಮನ ನೀಡದೆ ಕೇವಲ ರಂಗದ ಕೆಲಸಗಳನ್ನು ಮಾಡುತ್ತಾ ಹೋದರು, ಕ್ರಮೇಣ ಒಂದಲ್ಲ ಒಂದು ತಾಂತ್ರಿಕ ಸಮಸ್ಯೆಗಳು ಎದುರಾಗುತ್ತ ಹೋದವು. ಬಹಳ ಸರಳ ರೀತಿಯಲ್ಲಿ ಕಟ್ಟಿದ್ದ ರಂಗಮಂದಿರದಲ್ಲಿ ಒಂದೊಂದೇ ಸಮಸ್ಯೆಗಳು ಕಾಣಿಸಿಕೊಳ್ಳುತ್ತಾ ಹೋದವು. ಗಾರೆ ಇಲ್ಲದ ನೆಲ, ಗೆದ್ದಲು ಹಿಡಿದ ವಸ್ತುಗಳು, ಗಾಳಿ, ಮಳೆ ಬಂದರೆ ರಂಗಮಂದಿರ ಹಾರಿ ಹೋಗಬಹುದು ಎಂಬ ದಿಗಿಲು. ನಾಟಕದ ಮಧ್ಯೆ ಕರೆಂಟ್ ಹೋದರೆ ಜನರೇಟರ್ ವ್ಯವಸ್ಥೆಯಿಲ್ಲ. ಒಮ್ಮೆ ನಾಟಕ ಪ್ರದರ್ಶನದ ಸಮಯದಲ್ಲಿ ಜೋರಾಗಿ ಬೀಸಿದ ಗಾಳಿಗೆ ಛಾವಣಿಯಲ್ಲಿ ಅಳವಡಿಸಿದ್ದ ಶೀಟ್‌ಗಳು ಹಾರುತ್ತಿದ್ದವು. ಅಂದು ಮಂಡ್ಯ ರಮೇಶ್ ಅವರಿಗೆ ಬಹಳ ನೋವಾಯಿತು. ಬದುಕಿನ ಅಸ್ತಿತ್ವವೇ ಅಲುಗಾಡಿದ ಅನುಭವ. ಕನಸುಗಳೆಲ್ಲ ಪ್ರವಾಹದಲ್ಲಿ ಕೊಚ್ಚಿ ಹೋದ ಅನುಭವ, ಕನಸಿನ ಗೂಡಿಗೆ ಸಿಡಿಲು ಬಡಿದ ಅನುಭವ. ಇಂತಹ ಯೋಚನೆಯ ಮಧ್ಯದಲ್ಲಿಯೇ ಇದನ್ನು ಹೇಗಾದರೂ ಮಾಡಿ ಸರಿಪಡಿಸಬೇಕು ಮತ್ತು ಸರಿದಾರಿಗೆ ತರಬೇಕು ಎಂದು ತೀರ್ಮಾನಿಸಿದರು. ಆದರೆ ಹೇಗೆ ಮುಂದೆ ಹೆಜ್ಜೆ ಇಡುವುದು. ಈಗಾಗಲೇ ಲಕ್ಷಾಂತರ ಹಣ ರಂಗಮಂದಿರವನ್ನು ಕಟ್ಟಲು ಖರ್ಚಾಗಿತ್ತು. ಮತ್ತೆ ದುರಸ್ತಿಗೆ ಅಷ್ಟೊಂದು ಹಣವನ್ನು ಎಲ್ಲಿಂದ ತರುವುದು ಎಂಬ ಯೋಚನೆ. ಕೊನೆಗೆ ಒಂದು ತೀರ್ಮಾನಕ್ಕೆ ಬಂದು ಅಲ್ಲಿ ರಿಹರ್ಸಲ್‌ಗಳನ್ನು ಮಾಡಿ ದೇಶದ ವಿವಿಧ ಮೂಲೆಗಳಿಗೆ ನಾಟಕಗಳನ್ನು ತೆಗೆದುಕೊಂಡು ಹೋಗಲು ತೀರ್ಮಾನಿಸಿದರು. ಆದರೆ ಇದೂ ಸಹ ಬಹಳಷ್ಟು ಸಮಸ್ಯೆಗಳನ್ನು ಸೃಷ್ಟಿಸುತ್ತಿತ್ತು. ಹವ್ಯಾಸಿ ಕಲಾವಿದರಿಗೆ ಹೆಚ್ಚು ದಿನ ರಜಾ ಹಾಕಲು ಸಾಧ್ಯವಿರಲಿಲ್ಲ. ಕೆಲವರು ಇಲ್ಲಿ ಒಂದೆರಡು ನಾಟಕಗಳನ್ನು ಮಾಡಿದ ಕೂಡಲೇ ಚಿತ್ರರಂಗಕ್ಕೆ ಕನಸು ಕಟ್ಟಿಕೊಂಡು ಹಾರಿಬಿಡುತ್ತಿದ್ದರು. ಇದನ್ನೆಲ್ಲ ಸಹಿಸಿಕೊಂಡು ಹೇಗೆ ರಂಗಭೂಮಿ ಮಾಡುವುದು ಎಂಬ ದೊಡ್ಡ ಯೋಚನೆಯಾಗಿ ರಂಗ ಮಂದಿರ ಸ್ಥಗಿತಗೊಂಡಿರುವ ಬಗ್ಗೆ ಬಹಳಷ್ಟು ನೋವಿತ್ತು. ಕೈಯಲ್ಲಿ ಹಣವಿಲ್ಲ, ರಂಗಮಂದಿರದ ದುರಸ್ತಿ ಆಗಬೇಕಿದೆ, ಕಲಾವಿದರ ಮುಂದಿನ ಬದುಕು ಹೇಗೆ, ಜನರನ್ನು ಮತ್ತೆ ತಲುಪುವುದು ಹೇಗೆ ಎಂಬಿತ್ಯಾದಿ ಪ್ರಶ್ನೆಗಳ ಸುಳಿಯಲ್ಲಿ ಸಿಕ್ಕಿ ನಲುಗಿಬಿಟ್ಟರು ಮಂಡ್ಯ ರಮೇಶ್. ಒಮ್ಮೆ ಆಕಸ್ಮಿಕವಾಗಿ ನಟನಕ್ಕೆ ಭೇಟಿ ನೀಡಿದ ಬಿ.ಜಯಶ್ರೀಯವರು ತಂಡದ ಕಷ್ಟವನ್ನು ನೋಡಿ ರಂಗಮಂದಿರದ ಪುನರ್ ನಿರ್ಮಾಣಕ್ಕೆ ಸಂಬಧಿಸಿದ ವಿವರಗಳನ್ನು ಪಡೆದುಕೊಂಡು ತಮ್ಮ ರಾಜ್ಯಸಭಾ ಅನುದಾನದ ನಿಧಿಯಿಂದ ಹಣ ಬಿಡುಗಡೆ ಮಾಡಿಸಿಕೊಟ್ಟರು. ಇಂಜಿನಿಯರ್ ಕಿಶೋರಚಂದ್ರ ಪ್ಲಾನ್ ಕೊಟ್ಟರು. ಆರು ವರ್ಷಗಳ ಅವಿರತ ಹೋರಾಟ, ಅಸಂಖ್ಯ ಸಂಕಟಗಳ ನಡುವೆ, ಅಪಮಾನದ ಬೇಗುದಿಯಲ್ಲಿ ಕೊನೆಗೂ

ರಂಗಮಂದಿರ ಸಿದ್ಧವಾಯಿತು. ಮತ್ತೆ ಎಂದಿನಂತೆ ತಾತ್ಕಾಲಿಕವಾಗಿ ನಿಂತಿದ್ದ ರಂಗ ಚಟುವಟಿಕೆಗಳು ಗರಿಗೆದರಲು ಆರಂಭಿಸಿದವು. ನಟನದ ನಾಟಕಗಳನ್ನು ಜನ ನಿರೀಕ್ಷಿಸುತ್ತಿದ್ದರು. ಜನರ ನಿರೀಕ್ಷೆಗಳಿಗೆ ಮೋಸ ಮಾಡದೆ ಉತ್ತಮ ಅಭಿರುಚಿಯ ನಾಟಕಗಳನ್ನು ಮಾಡುತ್ತಾ ಹೋದರು.

ಅಂದು ಶುರುವಾದ ನಾಟಕದಾಟ ಇಂದಿಗೂ ಬಿಡುವಿಲ್ಲದೆ ನಡೆಯುತ್ತಲೇ ಇದೆ. ನೂರಾರು ಕಲಾವಿದರು ಇಲ್ಲಿಗೆ ಬಂದು ಬದುಕನ್ನು ಕಟ್ಟಿಕೊಂಡಿದ್ದಾರೆ. ಸಣ್ಣಪುಟ್ಟ ಪ್ರದರ್ಶನಗಳಿಂದ ಹಿಡಿದು ದೆಹಲಿಯ ಅಂತಾರಾಷ್ಟ್ರೀಯ ನಾಟಕೋತ್ಸವಗಳವರೆಗೂ ನಟನ ಭಾಗವಹಿಸಿ ಪ್ರಸಿದ್ಧವಾಗಿದೆ. ಕಲಾವಿದರ ಹುಟ್ಟುಹಬ್ಬವನ್ನು ಎಲ್ಲರೂ ಸೇರಿ ಆಚರಿಸುತ್ತಾರೆ, ನಟನದಲ್ಲಿ. ತಂಡದ ಒಟ್ಟು ಪ್ರದರ್ಶನಗಳ ಸಂಖ್ಯೆ ಸಾವಿರ ದಾಟಿದೆ. ಹೀಗೆ ಅನೇಕ ಸಮಸ್ಯೆಗಳನ್ನು ದಾಟಿ, ಏಳುಬೀಳುಗಳನ್ನು ನೋಡಿ, ಸಮಚಿತ್ತದಿಂದ ಬಂದದ್ದನ್ನು ಸ್ವೀಕರಿಸಿ, ಅಂತಿಮವಾಗಿ ನಟನದ ನೌಕೆ ರಂಗಸಾಗರದಲ್ಲಿ ತೇಲುತ್ತಾ ಸುರಕ್ಷಿತ ತೀರವನ್ನು ತಲುಪಿದೆ. ಇಂದು ನಟನ ಎಂತಹ ನಾಟಕವನ್ನಾದರೂ ಮಾಡುವ ಸ್ಥಿತಿಯಲ್ಲಿದೆ. ಹಣಕಾಸಿನ ತೊಂದರೆಗಳು ಇದ್ದರೂ ನಾಟಕ ನಿರ್ಮಾಣದಲ್ಲಿ ಯಾವುದಕ್ಕೂ ರಾಜಿ ಮಾಡಿಕೊಳ್ಳದೆ ಉತ್ತಮ ಗುಣಮಟ್ಟದ ನಾಟಕಗಳನ್ನು ಕೊಡಲು ಸದಾ ಸಿದ್ಧವಿದೆ. ನಟನದ ಹುಡುಗರನ್ನು ಮಂಡ್ಯ ರಮೇಶ್ ಅವರು ತಯಾರು ಮಾಡಿರುವ ರೀತಿಯನ್ನು ನೋಡಿದರೆ ಯಾರಿಗಾದರೂ ಅಚ್ಚರಿಯಾಗದೆ ಇರದು. ನಟನದ ಬಣ್ಣದ ನಂಟಿಗೆ ಬಿದ್ದವರು ಜೀವನದಲ್ಲಿ ಎದ್ದಿದ್ದಾರೆ, ಬೀಗಿದ್ದಾರೆ, ಗೆದ್ದಿದ್ದಾರೆ. ಒಂದು ರಂಗತಂಡ ಎಂದರೆ ಹೀಗಿರಬೇಕು ಎನ್ನುವ ಹಾಗೆ ನಟನ ಕೆಲಸ ಮಾಡುತ್ತಿದೆ. ಇಲ್ಲಿಗೆ ಬರುವ ಪ್ರತಿಯೊಬ್ಬರಿಗೂ ಮೊದಲು ಕಲಿಸುವ ಪಾಠ ಶಿಸ್ತು, ಸಮಯ ಪಾಲನೆ ಮತ್ತು ಕಟ್ಟುನಿಟ್ಟಿನ ಕಲಿಕೆ. ಕಲಿಯುವ ಪ್ರಕ್ರಿಯೆಯಲ್ಲಿ ಮಂಡ್ಯ ರಮೇಶ್ ಅವರು ಯಾವುದೇ ರಿಯಾಯಿತಿಯನ್ನು ಕೊಡುವುದಿಲ್ಲ. ಕಲಿಯಬೇಕು ಎಂದರೆ ಕಲಿಯಬೇಕು ಅಷ್ಟೇ. ಪೂರ್ಣ ಕಲಿಯದ ಹೊರತು ಕಲಾವಿದ ರಂಗವನ್ನು ಏರುವ ಹಾಗಿಲ್ಲ. ಇಂದು ಮೈಸೂರಿನಲ್ಲಿ ರಂಗಾಯಣವನ್ನು ಹೊರತುಪಡಿಸಿದರೆ ವಾರಾಂತ್ಯ ಪ್ರದರ್ಶನಗಳನ್ನು ನಿರಂತರವಾಗಿ ನೀಡುತ್ತಿರುವ ತಂಡ ಎಂಬ ಹೆಗ್ಗಳಿಕೆಗೆ ಪಾತ್ರವಾಗಿದೆ ನಟನ. ಕಲಾವಿದರು ಊರೂರು ಅಲೆದಿದ್ದಾರೆ, ಬಸವಳಿದಿದ್ದಾರೆ, ಅತ್ತಿದ್ದಾರೆ, ನಕ್ಕಿದ್ದಾರೆ ಕಲಿಕೆ ಮುಗಿದು ನಟನ ಬಿಟ್ಟು ಹೋಗುವಾಗ ಮೌನದಲ್ಲಿಯೇ ಮಾತನಾಡಿದ್ದಾರೆ. 'ಗುಬ್ಬಿ ವೀರಣ್ಣನವರು ಕೆಟ್ಟ ನಡತೆ ಇರುವವರನ್ನು ದೂರ ಇಟ್ಟಂತೆಯೇ ಉತ್ತಮವಾಗಿ ಅಭಿನಯಿಸುವವರನ್ನು ತುಂಬಾ ಹೊಗಳುತ್ತಿದ್ದರು. ನಟರಿಗೆ ಹೊಗಳಿಕೆ ಮಾತುಗಳನ್ನು ಕೇಳಿ ಮುಜುಗರವಾದರೂ ಅದನ್ನು ಲೆಕ್ಕಿಸದೆ ಇದ್ದ ಗುಣವನ್ನು ಹೊಗಳಿದರೆ ಏನು

ತಪ್ಪು ಎನ್ನುತ್ತಿದ್ದರು.' ಈ ಮಾತುಗಳನ್ನು ಡಾ. ರಾಜ್‌ಕುಮಾರ್ ಅವರು ಒಂದು ಸಂದರ್ಶನದಲ್ಲಿ ವೀರಣ್ಣನವರ ಬಗ್ಗೆ ಹೇಳಿದ್ದಾರೆ. ಇದು ಒಬ್ಬ ನಾಯಕನಿಗೆ ಇರಬೇಕಾದ ಗುಣ. ಅಂತಹ ಗುಣವನ್ನು ಮಂಡ್ಯ ರಮೇಶ್ ಅವರಲ್ಲಿಯೂ ಕಾಣಬಹುದು. ತನಗಿಂತ ಕಿರಿಯರೇ ಇರಲಿ, ಹಿರಿಯರೇ ಇರಲಿ ಅದನ್ನು ಲೆಕ್ಕಿಸದೆ 'ಏನು ಕಲಾವಿದ ರೀ ಆತ, ಏನು ಪ್ರತಿಭೆ' ಎಂದು ಹೃದಯ ತುಂಬಿ ಅವರನ್ನು ಅಭಿನಂದಿಸುತ್ತಾರೆ.

ಈ ರೀತಿಯ ವ್ಯಕ್ತಿತ್ವ ಒಂದು ತಂಡದ ಯಜಮಾನನಿಗೆ ಇರಬೇಕಾಗುತ್ತದೆ. ಇಂತಹ ಅದೆಷ್ಟೋ ಗುಣಗಳೂ ನಟನವನ್ನು ಚೆನ್ನಾಗಿ ಮುನ್ನಡೆಸಿವೆ. ರಂಗದ ಸಂಪ್ರದಾಯವನ್ನು ಕಾಪಾಡಿಕೊಂಡು, ಪ್ರೇಕ್ಷಕರ ಅಭಿರುಚಿಗೆ ತಕ್ಕುದಾದ ನಾಟಕಗಳನ್ನು ನೀಡುತ್ತಾ, ಅವರ ಅಭಿರುಚಿಯ ಮಟ್ಟ ಕೆಳಕ್ಕೆ ಇಳಿಯದಂತೆಯೂ ಗಮನ ಹರಿಸಿ ಕೆಲಸ ಮಾಡುತ್ತಿದೆ ನಟನ. ಮಂಡ್ಯ ರಮೇಶ್ ಅವರಿಗೆ ಒಂದು ತಂಡ ಉಳಿಯಬೇಕಾದರೆ ಪ್ರೇಕ್ಷಕ, ಒಳ್ಳೆಯ ನಾಟಕ ಮತ್ತು ಸಮರ್ಥ ನಟ–ಈ ಮೂರು ಬಹಳ ಮುಖ್ಯ ಎಂಬುದು ಬಹಳ ಚೆನ್ನಾಗಿ ತಿಳಿದಿದೆ. ಗುಬ್ಬಿ ಕಂಪೆನಿಯಲ್ಲಿ ನಟರನ್ನು ತಿದ್ದಿ, ನಾಟಕದ ಅರ್ಥವನ್ನು ಹೇಳಿಕೊಡುವ ಕೆಲಸವನ್ನು ಬೆಳ್ಳಾವೆ ನರಹರಿ ಶಾಸ್ತ್ರಿ ಮತ್ತು ಬಿ. ಪುಟ್ಟಸ್ವಾಮಯ್ಯನವರು ಅಚ್ಚುಕಟ್ಟಾಗಿ ಮಾಡುತ್ತಿದ್ದರು. ಆಗ ಪ್ರಾಕ್ಟೀಸ್ ಮ್ಯಾನೇಜರ್ ಎಂಬುವವರು ಇದ್ದು ನಟರಿಗೆ ಮಾತು, ಚಲನವಲನ ಇತ್ಯಾದಿಗಳನ್ನು ಹೇಳಿಕೊಡುತ್ತಿದ್ದರು. ನಟನದಲ್ಲಿ ಇಂತಹ ತಿದ್ದುವ ಕೆಲಸವನ್ನು ಮಂಡ್ಯ ರಮೇಶ್ ಅವರು ಮಾಡುವ ರೀತಿಯೇ ವಿಶೇಷ. ನಾಟಕ ಯಾವುದೇ ಇರಲಿ, ನಿರ್ದೇಶಕ ಯಾರೇ ಇರಲಿ, ಒಂದಷ್ಟು ತರಬೇತಿಯನ್ನು ಅವರು ನೀಡದಿದ್ದರೆ ನಾಟಕ ಪೂರ್ಣವಾಗುವುದಿಲ್ಲ. ಒಂದು ನಾಟಕದ ನಂತರ ಮರುದಿನ ಚರ್ಚೆಯಲ್ಲಿ ಪ್ರದರ್ಶನದ ವೇಳೆಯಲ್ಲಿ ಆದ ತಪ್ಪುಗಳನ್ನು ಅವರ ಗಮನಕ್ಕೆ ತಂದು ನಟರನ್ನು ಸರಿದಾರಿಯಲ್ಲಿ ಕರೆದುಕೊಂಡು ಹೋಗುವ ಜವಾಬ್ದಾರಿಯನ್ನು ಸಮರ್ಪಕವಾಗಿ ನಿರ್ವಹಿಸುತ್ತಾರೆ. ಒಮ್ಮೆ ಆದ ತಪ್ಪು ಮತ್ತೆ ಆಗಬಾರದು, ತಪ್ಪಿನಿಂದ ಕಲಿಯುವುದು ಬಹಳಷ್ಟಿದೆ, ಮಾಡುವುದನ್ನೇ ಚೆನ್ನಾಗಿ ಮಾಡಿ ಎಂಬ ಕಿವಿಮಾತುಗಳನ್ನು ಆಡಿ ನಟರಲ್ಲಿ ಧೈರ್ಯ ತುಂಬುವ ರಮೇಶ್ ಕಲಿಯುವವರ ಪಾಲಿಗೆ ಹಿರಿಯ ಅಣ್ಣ, ಗೆಳೆಯ ಅಥವಾ ಮಾರ್ಗದರ್ಶಿಯಾಗಿ ಕಾಣುತ್ತಾರೆ. ಒಂದು ತಂಡವನ್ನು ಕಟ್ಟುವುದು ಕಷ್ಟವಲ್ಲ ಆದರೆ ಅದನ್ನು ಸಕ್ರಿಯವಾಗಿ ಇಡುವುದು ಬಹಳ ಮುಖ್ಯ. ನಟನ ಮಂಡ್ಯ ರಮೇಶ್ ಅವರ ಕನಸಿನ ಕೂಸು. ಈ ಕೂಸು ಇಂದು ದೈತ್ಯಾಕಾರವಾಗಿ ಬೆಳೆದಿದೆ. ಅದನ್ನು ಬೆಳೆಸಲು ರಮೇಶ್ ಅವರು ತಮ್ಮ ಬದುಕನ್ನೇ ಮುಡಿಪಾಗಿಟ್ಟಿದ್ದಾರೆ.

ಎಲ್ಲಕ್ಕಿಂತ ಮುಖ್ಯವಾಗಿ ನಟನವನ್ನು ಜೀವಂತವಾಗಿಟ್ಟಿರುವುದು ಮಂಡ್ಯ ರಮೇಶ್ ಅವರ ಸಂಘಟನಾ ಚಾತುರ್ಯ. ಎಲ್ಲರನ್ನೂ ವಿಶ್ವಾಸಕ್ಕೆ ತೆಗೆದುಕೊಂಡು ಕೆಲಸ ಮಾಡುವ, ಮಾಡಿಸುವ ಜಾಣ್ಮೆ ಅವರಿಗೆ ಚೆನ್ನಾಗಿ ತಿಳಿದಿದೆ. ದಂಡಿಸುವಾಗ ದಂಡಿಸಿ, ಪ್ರೀತಿಸುವಾಗ ಪ್ರೀತಿಸಿ ಅಂದುಕೊಂಡದ್ದನ್ನು ಮಾಡುವ ಕೌಶಲ್ಯವುಳ್ಳ ಸ್ನೇಹಜೀವಿ. ನಟನದ ಪ್ರಗತಿಯನ್ನು ಕಂಡ ನೂರಾರು ಹಿರಿಯರು ಆಶೀರ್ವದಿಸಿದ್ದಾರೆ, ಕಿರಿಯರು ಅಭಿನಂದಿಸಿದ್ದಾರೆ, ಪ್ರೇಕ್ಷಕರು ನಾಟಕಗಳನ್ನು ಮೆಚ್ಚಿದ್ದಾರೆ, ವಿಮರ್ಶಕರು ತಿದ್ದಿದ್ದಾರೆ, ಅಭಿಮಾನಿಗಳು ಮತ್ತಷ್ಟೂ ಒಳ್ಳೆಯ ನಾಟಕಗಳನ್ನು ಆಡಲು ಪ್ರಚೋದಿಸಿದ್ದಾರೆ, ಅವರ ಗೆಳೆಯರೂ ಸಹ ಅವರ ಗೆಲುವಿನಲ್ಲಿ ಪಾಲುದಾರರಾಗಿದ್ದಾರೆ. ಒಂದು ತಂಡದ ಗೆಲುವಿಗೆ ಇನ್ನೇನು ಬೇಕು? 'ಎಲ್ಲಿಯ ತನಕ ನಾವು ಕೆಲಸದಲ್ಲಿ ಆಸಕ್ತಿಯನ್ನು ವಹಿಸುತ್ತೇವೆಯೋ, ಅದರ ಅವಶ್ಯಕತೆಯನ್ನು, ಚೆಲುವನ್ನು ಮನಗಾಣುತ್ತೇವೋ, ಅಲ್ಲಿಯ ತನಕ ಕೆಲಸವೇ ಆನಂದ. ಸೋಲು ತಂದುಕೊಡುವ ವಸ್ತು ಪ್ರಪಂಚದ ಅರಿವೆಂಬುದು ಕೂಡ ಒಂದು ಆನಂದವೇ' ಈ ಮಾತುಗಳನ್ನು ಶಿವರಾಮ ಕಾರಂತರು ಹೇಳುತ್ತಾರೆ. ಇದು ಮಂಡ್ಯ ರಮೇಶ್ ಅವರ ಬದುಕಿಗೆ ಬಹಳ ಹತ್ತಿರವಾಗಿವೆ. ಅವರಿಗೆ ಕೆಲಸದಲ್ಲಿ ಆಸಕ್ತಿ ಇದೆ, ಅದರ ಆವಶ್ಯಕತೆ ಮತ್ತು ಅದರ ಚೆಲುವಿನ ಅರಿವಿದೆ ಮತ್ತು ಮುಖ್ಯವಾಗಿ ಜೀವನದ ಸೋಲುಗಳು ಅವರಿಗೆ ಪ್ರಪಂಚವನ್ನು ಪರಿಚಯ ಮಾಡಿಸಿವೆ. ಬದುಕು ಒಂದು ಅವಕಾಶ ಅದನ್ನು ಮಂಡ್ಯ ರಮೇಶ್ ಚೆನ್ನಾಗಿ ಉಪಯೋಗಿಸಿಕೊಂಡಿದ್ದಾರೆ. ಬದುಕು ಒಂದು ಸಾಹಸ ಅದಕ್ಕೆ ಇಳಿದಿದ್ದಾರೆ. ಬದುಕು ಒಂದು ದುರಂತ ಅದರಿಂದ ಬೆಳೆದಿದ್ದಾರೆ. ಬದುಕು ಒಂದು ಹಾಡು ಅದನ್ನು ಹಾಡಿದ್ದಾರೆ. ಬದುಕು ಒಂದು ಭರವಸೆ ಅದನ್ನು ಈಡೇರಿಸಿದ್ದಾರೆ. ಬದುಕು ಒಂದು ಆಟ ಅದನ್ನು ಆಡುತ್ತಿದ್ದಾರೆ. ಬದುಕು ಒಂದು ಕರ್ತವ್ಯ ಅದನ್ನು ಮಾಡುತ್ತಿದ್ದಾರೆ. ಬದುಕು ಒಂದು ಸವಾಲು ಅದನ್ನು ಎದುರಿಸುತ್ತಿದ್ದಾರೆ. ಬದುಕು ಒಂದು ಕನಸು ಅದನ್ನು ನನಸಾಗಿಸಿಕೊಳ್ಳುತ್ತಿದ್ದಾರೆ. ಬದುಕು ಒಂದು ಸೊಬಗು ಅದನ್ನು ಆಹ್ಲಾದಿಸುತ್ತಿದ್ದಾರೆ.

ಬದುಕೆಂಬ ಪರಮಸುಖವನ್ನು ಕಲೆಯ ರಸಗಂಗೆಯಲ್ಲಿ ಮಿಂದು ಅನುಭವಿಸುತ್ತಿದ್ದಾರೆ. ಇದಕ್ಕೆಲ್ಲ ನಟನ ಅವರ ಬೆನ್ನೆಲುಬಾಗಿ ನಿಂತು ಕೆಲಸ ಮಾಡುತ್ತಿದೆ. ನಟನದ ರಂಗ ಮಂದಿರದಲ್ಲಿ ಪಾಠ ಮಾಡುತ್ತಾ, ಬಿಡುವಿದ್ದಾಗ ತಮ್ಮ ಖಾಸಗಿ ಕೋಣೆಯಲ್ಲಿ ಕುಳಿತು ಓದುತ್ತಾ, ಮೌನವಾಗಿ ನಟನದ ಉನ್ನತಿಗೆ ಶ್ರಮಿಸುತ್ತಿರುವ ಮಂಡ್ಯ ರಮೇಶ್ ಅವರ ವ್ಯಕ್ತಿತ್ವ ಆಸಕ್ತಿಯನ್ನು ಮೂಡಿಸುತ್ತದೆ. ಅವರ ಬದುಕೇ ಅನುಭವಗಳ ಆಗರ. ನಟನದಲ್ಲಿ ಎಲ್ಲ ರೀತಿಯ ವಿದ್ಯಾರ್ಥಿಗಳು ಇದ್ದಾರೆ. ಕಾಲೇಜಿನಲ್ಲಿ ಓದುತ್ತಿರುವವರು, ಸಣ್ಣಪುಟ್ಟ

ವ್ಯಾಪಾರ ಮಾಡುವವರು, ಆಟೋ ಓಡಿಸುವವರು, ರಸ್ತೆ ಗುಡಿಸುವವರು, ಅಧ್ಯಾಪಕರು, ಮನೆಮನೆಗಳಿಗೆ ಪತ್ರಿಕೆ ಹಾಕುವವರು, ಅಂಗಡಿಗಳಲ್ಲಿ ಕೆಲಸ ಮಾಡುವವರು ಇತ್ಯಾದಿ. ಇವರೆಲ್ಲರನ್ನು ಒಂದೆಡೆ ಕಲೆಹಾಕಿ ವೃತ್ತಿಪರರಂತೆ ಅಭಿನಯಿಸುವುದನ್ನು ಹೇಳಿಕೊಡುವುದು ಸುಲಭದ ಮಾತಲ್ಲ. ಎಷ್ಟೋ ಜನರಿಗೆ ಆರಂಭದಲ್ಲಿ ಓದಿನ ಸಮಸ್ಯೆ ಇರುತ್ತದೆ, ಅಭಿನಯ ಎಂದರೆ ಏನೆಂದು ತಿಳಿದಿರುವುದಿಲ್ಲ, ರಂಗದ ಮೇಲೆ ಹೇಗೆ ನಿಲ್ಲಬೇಕು ಎಂದು ಗೊತ್ತಿರುವುದಿಲ್ಲ, ಸಭಾ ಕಂಪನ ಇರುತ್ತದೆ, ಕೆಲವರಿಗೆ ಕೀಳರಿಮೆ ಇರುತ್ತದೆ, ಕೆಲವರು ಅತ್ಯಂತ ಸಂಕೋಚ ಸ್ವಭಾವದವರು ಇರುತ್ತಾರೆ. ಇವರೆಲ್ಲರನ್ನೂ ಒಂದು ಹದಕ್ಕೆ ತಂದು ಮಾತು ಕಲಿಸಿ ಪಾತ್ರಗಳನ್ನು ಮಾಡುವ ಹಾಗೆ ಮಾಡುವ ಶಕ್ತಿ ರಂಗಭೂಮಿಗೆ ಇದೆ ಎಂದು ತೋರಿಸಿ ಕೊಡುವ ಅರಿವು ಮತ್ತು ಜಾಣ್ಮೆ ಮಂಡ್ಯ ರಮೇಶ್ ಅವರಿಗಿದೆ. ಅವರ ಪರಿಚಯ ಮಾಡಿಕೊಂಡು, ಅವರ ಕೈಯಲ್ಲಿ ಮಾತನಾಡಿಸಿ, ರಂಗದ ಆಟಗಳ ಮೂಲಕ ನಿಧಾನವಾಗಿ ಅವರ ಭಯವನ್ನು ನಿವಾರಿಸಿ, ಸಣ್ಣಪುಟ್ಟ ಸನ್ನಿವೇಶಗಳನ್ನು ನೀಡಿ ಅದರಲ್ಲಿ ಅಭಿನಯಿಸಲು ಹೇಳಿ, ಅವರ ಭಾಷೆಯನ್ನು ತಿದ್ದಿ ಅವರನ್ನು ರಂಗದ ಮೇಲೆ ಆತ್ಮವಿಶ್ವಾಸದಿಂದ ನಟಿಸುವಂತೆ ಮಾರ್ಪಡಿಸುವ ಗುಣ ಅವರಿಗೆ ಚೆನ್ನಾಗಿಯೇ ಸಿದ್ಧಿಸಿದೆ.

ನಟನಗೆ ಬರುವ ಯಾವುದೇ ವಿದ್ಯಾರ್ಥಿಗಳಿಗೆ ಮಂಡ್ಯ ರಮೇಶ್ ಅವರು ಹೇಳುವ ಮುಖ್ಯವಾದ ಮಾತು, 'ಭ್ರಮೆಗಳನ್ನು ಕಳಚಿಟ್ಟು ಬನ್ನಿ, ಇದು ಸಿನಿಮಾ ಲೋಕಕ್ಕೆ ನಿಮ್ಮನ್ನು ಪರಿಚಯಿಸುವ ಕಾರ್ಖಾನೆ ಅಲ್ಲ.' ಏಕೆಂದರೆ ಇಂದು ಅನೇಕ ಯುವಕರು ತಮ್ಮದೇ ಗುಂಗಿನಲ್ಲಿ ಇರುತ್ತಾರೆ. ಒಮ್ಮೆಲೆ ನಟನಾಗಿ ಅಥವಾ ನಟಿಯಾಗಿ ಮಿಂಚಬೇಕು ಎಂಬ ಮಹದಾಸೆ ಇರುತ್ತದೆ. ಅದು ಸಹಜವೆ. ಅದನ್ನು ತಪ್ಪು ಎಂದು ಹೇಳಲಾಗದು. ಆದರೆ ಇಲ್ಲಿಗೆ ಬಂದ ನಂತರವಷ್ಟೇ ಅವರಿಗೆ ತಿಳಿಯುತ್ತದೆ ರಂಗಭೂಮಿಯ ಆಳ ಮತ್ತು ಆಗಲ ಏನೆಂಬುದು. ಕನಿಷ್ಠ ಹತ್ತು ನಾಟಕಗಳಲ್ಲಿ ಅಭಿನಯಿಸಿ ತನ್ನನ್ನು ತಾನು ಒರೆಗೆ ಹಚ್ಚಿ ನೋಡಿಕೊಳ್ಳದ ಹೊರತು ಒಬ್ಬ ನಟ ಹೇಗೆ ಪಕ್ವವಾಗಲು ಸಾಧ್ಯ. ಇಂತಹ ಸಾಧ್ಯತೆಗಳನ್ನು ನಟರು ಕಂಡುಕೊಳ್ಳಲು ಇರುವ ಉತ್ತಮ ವೇದಿಕೆ ಎಂದರೆ ನಟನ ಎನ್ನಬಹುದು. ನಟನದ ಪ್ರದರ್ಶನಗಳ ಬಗ್ಗೆ ಪ್ರೇಕ್ಷಕರ ನಿರೀಕ್ಷೆ ಸ್ವಲ್ಪ ಹೆಚ್ಚೇ ಇರುವುದರಿಂದ ಉತ್ತಮ ಪ್ರಯೋಗಗಳನ್ನು ಮಾಡಬೇಕಾಗುತ್ತದೆ. ಅದನ್ನು ತಂಡ ಪ್ರಾಮಾಣಿಕವಾಗಿ ಮಾಡುತ್ತಾ ಬಂದಿದೆ. ವೃತ್ತಿಪರತೆ, ನಿರಂತರತೆ ಮತ್ತು ಪ್ರಯೋಗಶೀಲತೆಗಳನ್ನು ಮೈಗೂಡಿಸಿಕೊಂಡು ಮೈಸೂರಿನ ಸಾಂಸ್ಕೃತಿಕ ಲೋಕದಲ್ಲಿ ತನ್ನ ಸ್ಥಾನವನ್ನು ಭದ್ರಪಡಿಸಿಕೊಂಡಿದೆ ನಟನ. ಯಾವುದೇ ಒಂದು ಸಿದ್ಧಾಂತಕ್ಕೆ ಜೋತು ಬೀಳದೆ ಎಲ್ಲ ರೀತಿಯ ನಾಟಕಗಳನ್ನು ಆಡುತ್ತಾ, ವಿಮರ್ಶೆಗೆ ತನ್ನನ್ನು ಒಡ್ಡಿಕೊಳ್ಳುತ್ತಾ, ವಿವೇಚನೆಯ

ಪರಿಧಿಯೊಳಗೆ ಕೆಲಸ ಮಾಡುತ್ತಾ ಸಾಗುತ್ತಿದೆ ತಂಡ. ನಾಟಕದ ವಸ್ತುವಿನ ಆಯ್ಕೆ, ಉತ್ತಮ ಅಭಿನಯ, ರಂಗ ತಂತ್ರಗಳು ಇತ್ಯಾದಿ ಅಂಶಗಳನ್ನು ಒಂದು ರಂಗ ತಂಡದ ಉಳಿವಿಗೆ ಕಾರಣವಾಗುವ ಪ್ರಮುಖ ಅಂಶಗಳು.

ನಿರಂತರತೆಯನ್ನು ಕಾಯ್ದುಕೊಳ್ಳುವುದು ಒಂದು ತಂಡಕ್ಕೆ ಬಹಳ ಅಗತ್ಯವಾದುದು. ತನ್ನ ಪ್ರಯೋಗಗಳ ಮೂಲಕ ಪ್ರೇಕ್ಷಕರನ್ನು ಹಿಡಿದಿಡಲು ಆಗದಿದ್ದರೆ ಆ ತಂಡ ಹಿಂದೆ ಸರಿದಂತೆಯೇ ಸರಿ. ಈ ಎಲ್ಲಾ ಸಮಸ್ಯೆಗಳ ಅರಿವು ಮಂಡ್ಯ ರಮೇಶ್ ಅವರಿಗೆ ಚೆನ್ನಾಗಿ ಇರುವುದರಿಂದ ನಟನದ ಚಲನೆ ಸುಗಮವಾಗಿದೆ. ಇಂದು ಅನೇಕ ಸಮಸ್ಯೆಗಳ ಸುಳಿಯಲ್ಲಿ ಸಿಲುಕಿ ನಾಟಕಗಳನ್ನು ಮಾಡುವುದೇ ಒಂದು ತಂಡಕ್ಕೆ ಸವಾಲಾಗಿದೆ. ಅದರಲ್ಲೂ ಕೋರೋನ ಸೃಷ್ಟಿಮಾಡಿದ ಸವಾಲುಗಳು, ಆತಂಕ ಮತ್ತು ತಲ್ಲಣಗಳು ನೂರಾರು. ದೊಡ್ಡ ದೊಡ್ಡ ಉದ್ಯಮಗಳೆ ನೆಲಕಚ್ಚುವಾಗ ರಂಗಭೂಮಿಯಂತಹ ಕಲಾಕ್ಷೇತ್ರ ಹೇಗೆ ಕಣ್ಣು ಬಿಡಲು ಸಾಧ್ಯವಾಗುತ್ತದೆ. ಕೊರೋನದ ಬಿಸಿಯಿಂದ ನಟನವೂ ನಲುಗಿ ಹೋಯಿತು. ಹಲವಾರು ದಿನಗಳು ಪ್ರದರ್ಶನಗಳು ಇರಲಿಲ್ಲ, ಪ್ರೇಕ್ಷಕರ ದರ್ಶನ ತಿಂಗಳುಗಟ್ಟಲೆ ಆಗೇ ಇರಲಿಲ್ಲ, ನಾಟಕ ಮಾಡುವ ಹುಮ್ಮಸ್ಸಿದ್ದರೂ ಅನಿವಾರ್ಯವಾಗಿ ಕೈಕಟ್ಟಿ ಕೂರುವ ಅಸಹಾಯಕ ಪರಿಸ್ಥಿತಿ. ಇಂತಹ ಸಮಯದಲ್ಲಿ ಹೇಗಾದರೂ ಮಾಡಿ ಪ್ರೇಕ್ಷಕರನ್ನು ತಲುಪಬೇಕು ಎಂಬ ನಿರ್ಧಾರ ಮಾಡಿ ಪೂರ್ಣಚಂದ್ರ ತೇಜಸ್ವಿ ಯವರ 'ಪರಿಸರದ ಕತೆಗಳ'ನ್ನು ಆಧರಿಸಿದ ರಂಗ ಪ್ರಯೋಗವನ್ನು ನಟನ ಮಾಡಿಯೇ ಬಿಟ್ಟಿತು. ನಾಟಕವನ್ನು ಮೊದಲು ಚಿತ್ರೀಕರಿಸಿ ನಂತರ ಅದನ್ನು ಯೂಟ್ಯೂಬ್‌ನಲ್ಲಿ ವೀಕ್ಷಿಸುವ ವ್ಯವಸ್ಥೆಯನ್ನು ಮಾಡಲಾಯಿತು. ತಂತ್ರಜ್ಞಾನವನ್ನು ಬಳಸಿಕೊಂಡು ಹೇಗೆ ಸೃಜನಶೀಲಾತ್ಮಕವಾಗಿ ಜನರನ್ನು ತಲುಪಬಹುದು ಎಂಬುದಕ್ಕೆ ಇದೊಂದು ಉತ್ತಮ ಉದಾಹರಣೆ. ಇತರ ತಂಡಗಳಲ್ಲಿ ಇರುವಂತೆ ಇಲ್ಲಿಯೂ ಸಮಸ್ಯೆಗಳು ಇವೆ. ಮರು ಪ್ರದರ್ಶನಗಳು ಆಗುವಾಗ ಕೆಲವು ಕಲಾವಿದರಿಗೆ ಆಗುವುದಿಲ್ಲ, ಕೆಲವು ಪಾತ್ರಗಳಿಗೆ ಎಲ್ಲರೂ ಸೂಕ್ತವಾಗುವುದಿಲ್ಲ, ಕೆಲವರಿಗೆ ಕೆಲವು ಇತಿಮಿತಿಗಳು ಇರುತ್ತವೆ, ಕೆಲವರಿಗೆ ಹೊರಗಿನ ಊರುಗಳಿಗೆ ಬರಲು ಸಾಧ್ಯವಾಗುವುದಿಲ್ಲ. ಹೀಗೆ ಅನೇಕ ಸಮಸ್ಯೆಗಳ ನಡುವೆ ರಂಗಭೂಮಿ ಜೀವಂತವಾಗಿ ಇರಬೇಕಾಗುತ್ತದೆ. ಇವೆಲ್ಲವನ್ನೂ ಸಹಿಸಿಕೊಂಡು ಮುಂದಡಿ ಇಡಬೇಕಾದರೆ ತಂಡದ ನಾಯಕನಿಗೆ ಮುಂದಾಲೋಚನೆ, ದೂರದೃಷ್ಟಿ ಮತ್ತು ಸಂಯಮ ಬಹಳ ಮುಖ್ಯವಾಗುತ್ತದೆ. ಇವೆಲ್ಲವನ್ನೂ ಮಂಡ್ಯ ರಮೇಶ್ ಬಹಳ ಚೆನ್ನಾಗಿ ನಿಭಾಯಿಸುತ್ತಾರೆ.

ಬಿ.ವಿ. ಕಾರಂತರು ಒಂದು ಕಡೆ ಹೇಳುತ್ತಾರೆ–'ಸಂಗೀತಗಾರನ ಮಾಧ್ಯಮ ಧ್ವನಿಯಾದರೆ, ಸಾಹಿತ್ಯಕಾರನ ಮಾಧ್ಯಮ ಭಾಷೆ, ಹಾಗೇ ನೃತ್ಯಕಾರನ

ಮಾಧ್ಯಮ ಗತಿ(ಚಲನೆ)ಯಾಯಿತು, ರಂಗದ ಮೇಲೆ ಕಾಣುವ ನೋಟ ಚಿತ್ರಕಾರನದಾದರೆ, ವೇಷಭೂಷಣವೆಲ್ಲ ದರ್ಜಿಯದಾಯಿತು. ಎಲ್ಲವೂ ಬೇರೆಯವರದೇ ಆದರೆ ರಂಗಭೂಮಿಯ ಸತ್ಯ ಏನು? ಅಂದರೆ ಅದು ಅಭಿನೇತ್ರ (ನಟ) ಕಲಾವಿದನಾಗಿದ್ದಾನೆ.' ಇಂತಹ ನಟನನ್ನು ಸೃಷ್ಟಿಸಲು ಮಂಡ್ಯ ರಮೇಶ್ ನಟನದ ಮೂಲಕ ಶ್ರಮಿಸುತ್ತಿದ್ದಾರೆ. ಒಬ್ಬ ನಟ ತನ್ನ ಇತಿಮಿತಿಯನ್ನ ಅರಿತು, ಉತ್ತಮ ಗುರುವಿನ ಕೈಕೆಳಗೆ ಪಳಗಿ ತನ್ನ ಪ್ರತಿಭೆಯನ್ನು ಪರೀಕ್ಷಿಸಿಕೊಳ್ಳಲು ನಟನ ತುಂಬಾ ಒಳ್ಳೆಯ ವೇದಿಕೆ ಎಂದರೆ ತಪ್ಪಾಗಲಾರದು. ಇಲ್ಲಿನ ಕಲಾವಿದರು ನೂರಾರು ಸಾಮಾಜಿಕ, ಐತಿಹಾಸಿಕ ಮತ್ತು ಪೌರಾಣಿಕ ನಾಟಕಗಳನ್ನು ಮಾಡಿದ್ದಾರೆ, ನಾಟಕದ ಚರ್ಚೆಗಳಲ್ಲಿ ಭಾಗಿಯಾಗಿದ್ದಾರೆ, ನಟನೆ ಕಲಿತಿದ್ದಾರೆ, ನಿರ್ದೇಶನದ ತಂತ್ರಗಳನ್ನು ತಲೆಯಲ್ಲಿ ತುಂಬಿಸಿಕೊಂಡಿದ್ದಾರೆ, ನೇಪಥ್ಯದ ಕೆಲಸ ಕಲಿತಿದ್ದಾರೆ, ಪ್ರಸಾಧನ ಮಾಡುತ್ತಾರೆ, ಏಣಿಯನ್ನು ಏರಿ ಲೈಟ್ ಕಟ್ಟುತ್ತಾರೆ, ಸಾಹಿತ್ಯವನ್ನು ಓದುತ್ತಾರೆ. ನಾಟಕ ಎಂದರೆ ಕೇವಲ ಮನೋರಂಜನೆಗೆ ಮಾತ್ರ ಅಲ್ಲ ಮನೋವಿಕಾಸಕ್ಕೂ ಕೂಡ ಎಂಬುದನ್ನು ನಿರೂಪಿಸುತ್ತಿದ್ದಾರೆ. ಇಂತಹ ಕಲಿಕೆಯಿಂದ ಒಬ್ಬ ವ್ಯಕ್ತಿಯ ವ್ಯಕ್ತಿತ್ವ ಗಟ್ಟಿಗೊಳ್ಳುತ್ತದೆ. ಪ್ರಸನ್ನ ಅವರ ಈ ಮಾತುಗಳು ಎಷ್ಟು ಅರ್ಥಪೂರ್ಣವಾಗಿವೆ ನೋಡಿ, 'ಇಂಟರ್ನೆಟ್ ಸಮಗ್ರ ಜ್ಞಾನವನ್ನೇ ಕಸವಾಗಿಸುತ್ತದೆ. ಇದು ಕಟ್ಟು ಹರಿದ ಪಂಜು. ಇಲ್ಲಿ ಇಂಟರ್ನೆಟ್ ಮತ್ತು ಮೊಬೈಲ್ ವೀಕ್ಷಣೆ ಧ್ಯಾನಸ್ಥ ಸ್ಥಿತಿಗಳಾಗಿವೆ. ಕಸವಾದ ಸತ್ಯ ಮತ್ತು ಕಸವಾದ ಜ್ಞಾನ, ಇವುಗಳ ನಡುವೆ ವಿಹರಿಸುತ್ತಿರುತ್ತೇವೆ ನಾವು. ಇಡೀ ದಿನ ಸೂರ್ಯ ಹುಟ್ಟಿದ್ದು, ಮುಳುಗಿದ್ದು, ಋತುಗಳು ಬದಲಾದದ್ದು ಯಾವುದೂ ತಿಳಿಯುವುದಿಲ್ಲ ನಮಗೆ. ಕಸವು ಉಪಯುಕ್ತ ಎಂಬುದು ನಮ್ಮ ನಂಬಿಕೆ. ಕಸದ ಮಧ್ಯೆ ನಮ್ಮ ರೊಟ್ಟಿ ಮತ್ತು ತುಪ್ಪ ಜಾರಿ ಬಿದ್ದಿದೆ, ಹಾಗಾಗಿ ಈ ನಂಬಿಕೆ. ಆದರೂ ಕೆಲ ಯುವ ಮನಸ್ಸುಗಳು ಬೇರ್ಪಟ್ಟು ನೇಕಾರನಾಗುತ್ತೇನೆ ಮತ್ತು ರೈತನಾಗುತ್ತೇನೆ ಎಂದು ಬಯಸುತ್ತವೆ. ಹೀಗೆ ತಲೆ ಕೆಳಗಾಗುತ್ತಿರುವ ಮಾನವ ಸಭ್ಯತೆಯಲ್ಲಿ ರೈತನಾಗ ಹೊರಟ ಯುವಕನೇ ನೆಟ್ಟಗೆ ನಿಂತವನು. ಅವನೇ ನಾಳಿನ ಕಲಾವಿದ.'

ಈ ಮಾತುಗಳನ್ನು ರಂಗಭೂಮಿಯಲ್ಲಿ ಸಕ್ರಿಯವಾಗಿ ತೊಡಗಿಕೊಂಡಿರುವ ನಾವೆಲ್ಲರೂ ಯೋಚಿಸಬೇಕಾದ ವಿಷಯ. ಕಲುಷಿತಗೊಂಡಿರುವ ನಮ್ಮ ಮನಸ್ಸುಗಳಿಗೆ ರಂಗಭೂಮಿ ಒಂದು ಉತ್ತಮ ಚಿಕಿತ್ಸಕ ಕೇಂದ್ರ. ಇಂದು ರಂಗಭೂಮಿಗೆ ಹೆಚ್ಚು ಯುವಜನತೆಯನ್ನು ಸೆಳೆಯಬೇಕಾಗಿದೆ. ಈ ನಿಟ್ಟಿನಲ್ಲಿ ನೋಡಿದಾಗ ನಟನದ ಮಂಡ್ಯ ರಮೇಶ್ ಸಾರ್ಥಕವಾದ ಕೆಲಸಗಳನ್ನು ಮಾಡುತ್ತಿದ್ದಾರೆ ಅನಿಸುತ್ತದೆ. ಇದು ನಟನದಲ್ಲಿ ನಟನಾದವನ ಕತೆ, ನಟಿಯಾದವಳ ಕತೆ, ವ್ಯಕ್ತಿತ್ವವನ್ನು ಸರಿಪಡಿಸಿಕೊಂಡವನ ಕತೆ, ಬದುಕಿಗೆ

ಒಂದು ಅರ್ಥವನ್ನು ಕಂಡುಕೊಂಡವನ ಕತೆ. ಹೀಗೆ ನಟನದ ಗರ್ಭದಲ್ಲಿ ನೂರಾರು ಕಥೆಗಳಿವೆ. ಕಥೆ ಹೇಳಲು ಕತೆಗಾರ ಮಂಡ್ಯ ರಮೇಶ್ ಇದ್ದರೆ ಕತೆ ಕೇಳಲು ಸಾವಿರಾರು ಮನಸುಗಳು ಕಿವಿಗಳನ್ನು ತೆರೆದು ಕಾಯುತ್ತಿರುತ್ತವೆ. ಒಂದು ವರ್ಷದ ಡಿಪ್ಲೊಮಾ ಶಾಲೆ, ಮಕ್ಕಳಿಗೆ ವಾರಾಂತ್ಯ ರಂಗಶಾಲೆ, ನಟನ ಪಯಣ, ಒಂದು ಸೀಜನಲ್ ರೆಪರ್ಟರಿ (ಪ್ರವಾಸಿ ತಂಡ), ನಟನ ತಾರುಣ್ಯ ಶಿಬಿರಗಳನ್ನು ನಡೆಸಿಕೊಡುವ ನಟನ ಸ್ಪಂದನ ಶಾಲೆ, ಮಿನ್ನಾಕ್ಕೆ ಶಿಬಿರ (online ತರಗತಿಗಳು)... ಈ ಎಲ್ಲ ವಿಭಾಗಗಳು ವರ್ಷಪೂರ್ತಿ ನಾಟಕ ಪ್ರಯೋಗ, ಸಂವಾದ, ಚರ್ಚೆ, ಶಿಬಿರಗಳು ಮತ್ತು ವಾರಾಂತ್ಯ ಪ್ರದರ್ಶನಗಳನ್ನು ಶಿಸ್ತುಬದ್ಧವಾಗಿ ನಡೆಸುತ್ತಾ ಬಂದಿವೆ. ನಟನದ ಯಶಸ್ಸಿಗೆ ಅದರ ಜೊತೆ ನಿಂತವರು ಕಲಾವಿದರು, ತಂತ್ರಜ್ಞರು, ಪೋಷಕರು, ಪ್ರೇಕ್ಷಕರು, ಪ್ರತಿ ವರ್ಷದ ವಿದ್ಯಾರ್ಥಿಗಳು, ಸಂಪನ್ಮೂಲ ವ್ಯಕ್ತಿಗಳು. ನಟನದ ಸ್ಥಾಪನೆಗೆ ಜನ ನನಗೆ ಹೆಚ್ಚಿನ ಮಾನಸಿಕ ಸ್ಥೈರ್ಯವನ್ನು ನೀಡಿದರು ಎಂದು ಹೆಮ್ಮೆಯಿಂದ ಹೇಳುತ್ತಾರೆ ರಮೇಶ್. ಇಲ್ಲಿ ಗಮನಿಸಬೇಕಾದ ಇನ್ನೊಂದು ವಿಚಾರವೆಂದರೆ ಇಲ್ಲಿರುವ ಗ್ರಂಥಾಲಯ. ಮಂಡ್ಯ ರಮೇಶ್ ಅವರು ಸ್ವತಃ ಒಬ್ಬ ಉತ್ತಮ ಓದುಗನಾಗಿರುವುದರಿಂದ ರಂಗಭೂಮಿಗೆ ಬರುವವರಿಗೆ ಅಧ್ಯಯನ ಎಷ್ಟು ಮುಖ್ಯ ಎಂಬುದು ಬಹಳ ಚೆನ್ನಾಗಿ ತಿಳಿದಿದೆ. ಹಾಗಾಗಿ ಗ್ರಂಥಾಲಯದಲ್ಲಿ ಅಪೂರ್ವವಾದ ಪುಸ್ತಕಗಳನ್ನು ಶೇಖರಿಸಿ ಇಟ್ಟಿದ್ದಾರೆ. ರಂಗಭೂಮಿಯ ಬಗ್ಗೆ ಪಿ.ಎಚ್‌ಡಿ., ಮಾಡುವವರಿಗೆ ಇದು ಒಳ್ಳೆಯ ಸ್ಥಳ ಎಂಬುದರಲ್ಲಿ ಎರಡು ಮಾತಿಲ್ಲ. ನಟನದ ಒಳಗೆ ಪ್ರವೇಶಿಸುತ್ತಿದ್ದಂತೆಯೇ ಎದುರಿಗೆ ಕಾಣಿಸುವ ನಟರಾಜ ಮತ್ತು ಗಾಂಧಿಯ ವಿಗ್ರಹಗಳು, ನಟನದ ಧ್ಯೇಯೋದ್ದೇಶಗಳನ್ನು ಸಾಂಕೇತಿಕವಾಗಿ ಧ್ವನಿಸುತ್ತವೆ.

'ನಟರಾಜನ ಉಗ್ರತೆ ಮತ್ತು ಗಾಂಧಿಯ ಸೌಮ್ಯತೆ ಇವೆರಡರ ಸಮ್ಮಿಲನದಿಂದ ನಾವು ಪ್ರಕೃತಿಗೆ ಹೊಸದನ್ನು ಏನಾದರೂ ಕೊಡಲಿಕ್ಕೆ ಸಾಧ್ಯ' ಎನ್ನುತ್ತಾರೆ ಮಂಡ್ಯ ರಮೇಶ್. ಮೈಸೂರು ವಿಶ್ವವಿದ್ಯಾನಿಲಯದಿಂದ ಮಾನ್ಯತೆ ಪಡೆದಿರುವ ನಟನದ ರಂಗ ವಿದ್ಯಾರ್ಥಿಗಳಿಗೆ ಕಲಿಕೆಯ ನಂತರ ವಿಶ್ವವಿದ್ಯಾನಿಲಯ ಪ್ರಮಾಣಪತ್ರಗಳನ್ನು ವಿತರಿಸುತ್ತದೆ. ಇಲ್ಲಿಂದ ಕಲಿತ ವಿದ್ಯಾರ್ಥಿಗಳು ಹೆಚ್ಚಿನ ಶಿಕ್ಷಣದ ಆಸೆಯಿಂದ ರಾಷ್ಟ್ರೀಯ ನಾಟಕ ಶಾಲೆ, ನೀನಾಸಂ, ರಂಗಾಯಣ ಮುಂತಾದ ಕಡೆಗಳಲ್ಲಿ ಸೇರಿಕೊಂಡು ಹೆಸರು ಮಾಡಿದ್ದಾರೆ. ಕೆಲವರು ಮಂಡ್ಯ ರಮೇಶ್ ಅವರಿಂದ ಪ್ರೇರಣೆಗೊಂಡು ಅವರಂತೆಯೇ ರಂಗ ಶಾಲೆಗಳನ್ನು ತೆರೆದು ಕೆಲಸ ಮಾಡುತ್ತಿದ್ದಾರೆ. ನಟನದಲ್ಲಿ ಸಮಯ ಪರಿಪಾಲನೆಗೆ ಹೆಚ್ಚಿನ ಮಹತ್ವವಿದೆ. ಒಂದು ನಿಮಿಷ ತಡವಾದರೂ ಒಂದು ದಿನ ಪೂರಾ ಹೊರಗೆಯೇ

ನಿಂತಿರಬೇಕಾಗುತ್ತದೆ. ಎಲ್ಲವನ್ನೂ ಕಲಿತು ಹೋಗುವಾಗ ಸಮಯದ ಬೆಲೆ ಏನೆಂದು ಅವರಿಗೆ ಅರ್ಥವಾಗಿರುತ್ತದೆ.

ಮಂಡ್ಯ ರಮೇಶ್ ಅವರಿಗೆ ತಮ್ಮ ಅನುಭವಗಳನ್ನು ಹೇಳಿಕೊಳ್ಳಲೊಂದು ಮಿತ್ರಕೂಟವೊಂದರ ಮತ್ತು ಆರೋಗ್ಯವಂತ ಮನಸ್ಥಿತಿಯ ಸಮಾನ ಮನಸ್ಕರನ್ನು ಕಲೆಹಾಕಿ ಸ್ವಸ್ಥ ಸಮಾಜದತ್ತ ಚಲಿಸುವಂತೆ ಮಾಡಲು 'ರಂಗಕ್ಷೇತ್ರ'ದ ಸ್ಥಾಪನೆಯ ಅಗತ್ಯವಿತ್ತು. ಅದರ ಪರಿಣಾಮದ ಮೊತ್ತವಾಗಿ ನಟನ ರೂಪುಗೊಂಡಿತು. 'ಈ ಹಾದಿ ಖಂಡಿತವಾಗಿ ಸುಲಭದ್ದಾಗಿರಲಿಲ್ಲ. ಅದು ಪರಸ್ಪರ ನಂಬಿಕೆಗಳ ಕುರಿತದ್ದಾಗಿತ್ತು. ನಮ್ಮೊಳಗಿನ ಅಹಂಕಾರಗಳನ್ನು ಬಿಟ್ಟುಕೊಡುವ ದೊಡ್ಡ ಸವಾಲುಗಳನ್ನು ಎದುರಿಸುವುದೇ ಸಂಸ್ಥೆಯೊಂದನ್ನು ಗಟ್ಟಿಯಾಗಿ ರೂಪಿಸುವ ಪರಿ ಎಂಬುದೀಗ ಅನುಭವದ ಮಾತು' ಎಂದು ತಮ್ಮ ಮನದಾಳದ ಮಾತುಗಳನ್ನು ಹೇಳುತ್ತಾರೆ ರಮೇಶ್.

ನಟನದ ನಿರ್ಮಾಣದಲ್ಲಿ ಹೆಸರಾಂತ ನಟಿ ಬಿ. ಜಯಶ್ರೀ ಅವರು ಬಹಳ ಸಹಾಯ ಮಾಡಿದ್ದಾರೆ. ಅವರೊಂದಿಗೆ ಪ್ರಭಾಕರ ಕೋರೆ, ವಿ. ಸೋಮಣ್ಣ, ಸತ್ಯನಾರಾಯಣ, ಸಿದ್ದರಾಜು, ಸತ್ಯಪ್ರಸಾದ್, ಜಿ.ಟಿ. ದೇವೇಗೌಡ, ಜಯಮಾಲಾ, ಬಿ. ಸುರೇಶ ಇವರುಗಳ ಅನುದಾನದ ನೆರವನ್ನೂ ಅವಶ್ಯ ನೆನೆಯಲೇಬೇಕು. ಜೊತೆಗೆ ಸದಾಶಿವ, ದತ್ತಣ್ಣ, ವಾಸು ಇವರುಗಳ ಸಹಾಯವನ್ನೂ ಸಹ ಮರೆಯುವ ಹಾಗಿಲ್ಲ. ಇಷ್ಟೆಲ್ಲಾ ನೆರವು ದೊರಕಿದರೂ ಸಹ ಬೃಹತ್ ಯೋಜನೆಯ ವಿಸ್ತಾರವಾದ ರಂಗಮಂದಿರದ ನಿರ್ಮಾಣಕ್ಕೆ ಇನ್ನೂ ಹೆಚ್ಚಿನ ಹಣದ ಅಗತ್ಯವಿತ್ತು. ಇಚ್ಛಾಶಕ್ತಿಯೇ ದಿವ್ಯಮಂತ್ರವಾಗಿ, ತ್ಯಾಗವೇ ಅಡಿಗಲ್ಲಾಗಿ, ಬೆವರು ಹನಿಯೇ ಗಾರೆಯಾಗಿ ಕೊನೆಗೂ ಭವ್ಯವಾದ ರಂಗಮಂದಿರ ಸಿದ್ಧವಾಯಿತು.

ನಟನದಲ್ಲಿ ಮಕ್ಕಳು

ಮಕ್ಕಳ ರಂಗಭೂಮಿಯ ಬಗ್ಗೆ ವಿಶೇಷ ಒಲವನ್ನು ಇರಿಸಿಕೊಂಡಿರುವ ಮಂಡ್ಯ ರಮೇಶ್ ತಮ್ಮ ನಟನ ತಂಡದ ವತಿಯಿಂದ ಅನೇಕ ಮಕ್ಕಳ ನಾಟಕಗಳನ್ನು ಆಡುವುದರ ಮೂಲಕ ಮಕ್ಕಳ ರಂಗಭೂಮಿಯನ್ನು ಬೆಳೆಸಲು ತಮ್ಮದೇ ಆದ ಧಾಟಿಯಲ್ಲಿ ಕೆಲಸ ಮಾಡುತ್ತಿದ್ದಾರೆ. ನಟನದಲ್ಲಿ ದೊಡ್ಡವರ ನಾಟಕಗಳಿಗೆ ಇರುವಷ್ಟೇ ಪ್ರಾಮುಖ್ಯತೆ ಮಕ್ಕಳ ರಂಗಭೂಮಿಗೂ ಇದೆ. ಹಿರಿಯರ ನಾಟಕಗಳ ಮಧ್ಯೆ ಆಗಾಗ ಮಕ್ಕಳ ನಾಟಕಗಳನ್ನೂ ಪ್ರದರ್ಶಿಸಿ ಮಕ್ಕಳ ಪೂರ್ಣ ಪ್ರಮಾಣದ ಪ್ರಗತಿಗೆ ಆದ್ಯತೆಯನ್ನು ನೀಡುತ್ತಿದ್ದಾರೆ. ಎಲ್ಲಕ್ಕಿಂತ ಮುಖ್ಯವಾದುದು ಮಕ್ಕಳ ರಂಗಭೂಮಿ ಎಂಬ ಸತ್ಯ ಅವರಿಗೆ ತಿಳಿದಿದೆ. ಆದ್ದರಿಂದ ಮಕ್ಕಳನ್ನು ರಂಗದ ಮೇಲೆ ತಂದು ಅವರ ಜೊತೆ ಕೆಲಸ ಮಾಡಿ ಅವರಿಗೆ ರಂಗಭೂಮಿಯ ಪಾಠಗಳನ್ನು ಹೇಳಿಕೊಡುತ್ತಿದ್ದಾರೆ. ಮಕ್ಕಳ ಸಾಹಿತ್ಯ

ಅಥವಾ ಮಕ್ಕಳ ನಾಟಕಗಳು ಮುಖ್ಯವಾಗಿ ತಲುಪಬೇಕಾದ ಸ್ಥಳ ಮಕ್ಕಳ ಮನಸ್ಸು.

ಮಕ್ಕಳ ರಂಗಭೂಮಿಯಲ್ಲಿ ನಾವು ಏನನ್ನಾದರೂ ಯಶಸ್ಸನ್ನು ಸಾಧಿಸಬೇಕು ಎಂಬ ಆಶಯ ಹೊಂದಿದ್ದಲ್ಲಿ ಅದು ಮೊದಲು ಯಶಸ್ಸನ್ನು ಕಾಣಬೇಕಾದ ಜಾಗವೆಂದರೆ ಮಕ್ಕಳ ಮನೋರಂಗ. ಮಕ್ಕಳನ್ನು ಪ್ರತ್ಯೇಕ ಘಟಕವನ್ನಾಗಿ ಪರಿಗಣಿಸಿ ಅವರ ಜೊತೆ ತಾವೂ ಒಬ್ಬರಾಗಿ ಮಂಡ್ಯ ರಮೇಶ್ ಅವರು ಸಾರ್ಥಕ ಕೆಲಸಗಳನ್ನು ಮಾಡುತ್ತಿದ್ದಾರೆ. ಪ್ರಸ್ತುತ ಸನ್ನಿವೇಶದಲ್ಲಿ ಮಕ್ಕಳಲ್ಲಿ ಬಹುಮುಖಿ ಸಂಸ್ಕೃತಿಯ ಬಗ್ಗೆ ಒಲವನ್ನು ಮೂಡಿಸಿ ಅದರ ಅಗತ್ಯವನ್ನು ಮತ್ತು ಪ್ರಯೋಜನಗಳನ್ನು ಅವರಿಗೆ ಮನನ ಮಾಡಿಕೊಡುತ್ತಿದ್ದಾರೆ. ನಟನದಲ್ಲಿ ಮಕ್ಕಳ ನಾಟಕಗಳಿಗೆ ಒಂದು ಪ್ರತ್ಯೇಕ ತಂಡವಿದೆ. ಈಗ ಕಲಿಯುತ್ತಿರುವ ಮಕ್ಕಳು ಅಥವಾ ಕಲಿಕೆ ಮುಗಿಸಿ ಹೋಗಿರುವ ಮಕ್ಕಳು ಅಥವಾ ಇಬ್ಬರೂ ಸೇರಿ ನಾಟಕಗಳನ್ನು ಮಾಡುವ ಪರಿಪಾಠವನ್ನು ನಟನ ರೂಢಿಸಿಕೊಂಡು ಬಂದಿದೆ. ನಮ್ಮ ನಾಡಿನ ಅನೇಕ ಕಲಾ ಪ್ರಕಾರಗಳು ಮೊದಲಿನಿಂದಲೂ ಹಿರಿಯರು ಮತ್ತು ಕಿರಿಯರು–ಇಬ್ಬರನ್ನೂ ತಲುಪಿ ರಂಜಿಸುತ್ತಿದ್ದವು. ನಾಟಕದಲ್ಲಿ ಮೊದಲಿನಿಂದಲೂ ನಾವು ಹಿರಿಯರನ್ನು ಮತ್ತು ಕಿರಿಯರನ್ನು ಸೇರಿಸಿಕೊಂಡೇ ನಾಟಕ ಮಾಡುತ್ತಾ ಬಂದಿದ್ದೇವೆ. ಅದಕ್ಕೆ ಹೇಳುವುದು ನಾಟಕ ಎಂದರೆ ಭಿನ್ನ ಸ್ವಭಾವದ ಜನರ ಚಿತ್ರಣ. ಯಾರಿಗೆ ಯಾವುದರ ಅಗತ್ಯವಿದೆಯೋ ಅದನ್ನು ನೀಡುತ್ತದೆ ರಂಗಭೂಮಿ.

ಹಿಂದೆ ಮಕ್ಕಳಿಗಾಗಿ ಕೆಲಸ ಮಾಡುವ ಮತ್ತು ಅವರಿಗೆ ಏನು ಬೇಕೋ ಅದನ್ನು ಕೊಡಲು ಅವರಿಗೆ ಮೀಸಲಾದ ಒಂದು ರಂಗಭೂಮಿ ಇರಲಿಲ್ಲ. ಕನ್ನಡ ಸಾರಸ್ವತ ಲೋಕದಲ್ಲಿ ಪಂಜೆ ಮಂಗೇಶರಾಯರು, ಶಿವರಾಮ ಕಾರಂತರು, ಕುವೆಂಪು ಮುಂತಾದವರು ಮಕ್ಕಳ ಸಾಹಿತ್ಯದಲ್ಲಿ ಅಪೂರ್ವವಾದ ಕೆಲಸಗಳನ್ನು ಮಾಡಿ ಪ್ರಸಿದ್ಧರಾದವರು. ಆದರೆ ಅವರ ಕೃತಿಗಳು ಹೆಚ್ಚಾಗಿ ರಂಗದ ಮೇಲೆ ಬಂದು ಮಕ್ಕಳನ್ನು ತಲುಪಲು ಸಾಧ್ಯವಾಗಲಿಲ್ಲ. ದೊಡ್ಡವರು ಮಾಡುವ ಅಸಂಗತ, ಪೌರಾಣಿಕ ಅಥವಾ ಐತಿಹಾಸಿಕ ನಾಟಕಗಳು ಮಕ್ಕಳಿಗೆ ಅರ್ಥವಾಗುತ್ತಿರಲಿಲ್ಲ. ಮಕ್ಕಳಲ್ಲಿ ಸತ್ವವಿದ್ದು, ಆಸಕ್ತಿಯಿದ್ದು, ಮಾಡುವ ಹುಮ್ಮಸ್ಸು ಲವಲವಿಕೆ ಇದ್ದರೂ ಅವರನ್ನು ಗಂಭೀರವಾಗಿ ಪರಿಗಣಿಸುವ ವಾತಾವರಣ ಇನ್ನೂ ಸೃಷ್ಟಿಯಾಗಿರಲಿಲ್ಲ. 1970ರಲ್ಲಿ ಬಿ.ವಿ. ಕಾರಂತರು 'ಪಂಜರ ಶಾಲೆ' ನಾಟಕ ಮಾಡಿಸುವುದರ ಮೂಲಕ ಮಕ್ಕಳ ರಂಗಭೂಮಿಯಲ್ಲಿ ಹೊಸ ಸಂಚಲನವನ್ನು ಮೂಡಿಸಿದರು.

ಇದೆಲ್ಲವನ್ನೂ ಚೆನ್ನಾಗಿ ಅಧ್ಯಯನ ಮಾಡಿರುವ ಮಂಡ್ಯ ರಮೇಶ್ ಅವರಿಗೆ ಮಕ್ಕಳ ರಂಗಭೂಮಿ ಹೇಗಿರಬೇಕು ಮತ್ತು ಹೇಗೆ ಕೆಲಸ ಮಾಡಬೇಕು ಮತ್ತು

ಮಕ್ಕಳನ್ನು ಹೇಗೆ ಅಣಿಗೊಳಿಸಬೇಕು ಎಂಬುದರ ಬಗ್ಗೆ ಸ್ಪಷ್ಟವಾದ ಚಿತ್ರಣವಿದೆ. ಆದ್ದರಿಂದ ಅವರು ಆಯ್ಕೆ ಮಾಡಿಕೊಳ್ಳುವ ನಾಟಕಗಳಿಂದ ಹಿಡಿದು ಅದರ ಪ್ರದರ್ಶನದವರೆಗೂ ಅವರು ಕೆಲಸ ಮಾಡುವ ಕ್ರಮ ಆದರ್ಶವಾದುದು. ನಾಟಕವೆಂದರೆ ಒಂದು ರೀತಿಯ ಹಬ್ಬವನ್ನು ಆಚರಿಸಿದ ರೀತಿ ಎನ್ನುವ ಭಾವನೆಯನ್ನು ಮೊದಲು ಮೂಡಿಸುತ್ತಾರೆ. ಯುವಕರಿಗೆ ತರಬೇತಿ ನೀಡುವ ವಿಧಾನವೇ ಬೇರೆ, ಅದನ್ನೇ ಮಕ್ಕಳ ಮೇಲೆ ಪ್ರಯೋಗಿಸಲು ಆಗದು. ಮಕ್ಕಳ ಮನಸ್ಸು ಬಹಳ ಸೂಕ್ಷ್ಮ; ಜೊತೆಗೆ ಚಂಚಲತೆ ಹೆಚ್ಚಾಗಿರುತ್ತದೆ. ಅವರನ್ನು ಒಂದೆಡೆ ಹಿಡಿದಿಡಲು ಹರಸಾಹಸ ಮಾಡಬೇಕಾಗುತ್ತದೆ. ಮುನ್ನೂರು, ನಾನೂರು ಮಕ್ಕಳನ್ನು ಸೇರಿಸಿ ರಜಾಮಜಾ ಮಕ್ಕಳ ಶಿಬಿರಗಳನ್ನು ಮಾಡಿ ರೂಢಿ ಇರುವ ಮಂಡ್ಯ ರಮೇಶ್ ಅವರಿಗೆ ಮಕ್ಕಳಿಗೆ ನಿಖರವಾಗಿ ಏನು ಬೇಕು, ಅವರ ನಿರೀಕ್ಷೆಗಳು ಏನು, ಏನನ್ನು ಕೊಟ್ಟರೆ ಅವರಿಗೆ ಇಷ್ಟವಾಗುತ್ತದೆ ಎಂಬುದರ ಅರಿವು ಇದೆ. ಆದ್ದರಿಂದ ಅವರ ತಂಡದಿಂದ ಪ್ರದರ್ಶನವಾಗಿರುವ 'ತುಂಟ ರಾಬಿನ್', ನಾಯಿತಿಪ್ಪ, ರತ್ನಪಕ್ಷಿ ಮುಂತಾದ ನಾಟಕಗಳು ಮಕ್ಕಳ ಮೇಲೆ ಹೆಚ್ಚು ಪ್ರಭಾವವನ್ನು ಬೀರಿವೆ. ಮಕ್ಕಳಲ್ಲಿ 'Team Spirit'ನ್ನು ಜಾಗೃತಗೊಳಿಸುವ ಒಳ್ಳೆಯ ಕೆಲಸವನ್ನು ಮಾಡುತ್ತಿದ್ದಾರೆ.

ಮಕ್ಕಳು ಮಕ್ಕಳಿಗಾಗಿ ಮಾಡುವ ನಾಟಕ, ದೊಡ್ಡವರು ಮಕ್ಕಳಿಗಾಗಿ ಮಾಡುವ ನಾಟಕ–ಹೀಗೆ ಭಿನ್ನ ರೀತಿಯ ನಾಟಕಗಳನ್ನು ನಟನದಲ್ಲಿ ಕಾಣಬಹುದು. ಮಕ್ಕಳ ಒಳಗೊಳ್ಳುವಿಕೆಯ ಬಗ್ಗೆ ಹೆಚ್ಚಿನ ಗಮನ ಹರಿಸುವ ಮಂಡ್ಯ ರಮೇಶ್ ಅವರು ಕಲಿಸಲು ನಿಂತರೆ ಮಗುವೇ ಆಗಿಬಿಡುತ್ತಾರೆ. ಮಕ್ಕಳ ಧಾರಣ ಶಕ್ತಿ ಎಷ್ಟಿದೆ ಎಂದು ತಿಳಿದು ಅದರ ಜೊತೆ ಅವರ ದೌರ್ಬಲ್ಯವನ್ನೂ ಸೂಕ್ಷ್ಮವಾಗಿ ಗಮನಿಸಿ ಅವರನ್ನು ತಯಾರು ಮಾಡುತ್ತಾರೆ. ಮಕ್ಕಳ ಮನಸ್ಸಿನ ಗ್ರಹಿಕೆ ಹೇಗಿರುತ್ತದೆ, ಅವರು ಯಾವ ವಯಸ್ಸಿನವರು, ಅವರಿಗೆ ಏನೇನು ಕಲಿಸಬೇಕು ಎಂದು ಅವರಿಗೆ ಚೆನ್ನಾಗಿ ತಿಳಿದಿದೆ. ಮಕ್ಕಳಿಗೆ ಹಾಕುವ ಭದ್ರವಾದ ಬುನಾದಿ ಅವರ ವ್ಯಕ್ತಿತ್ವದ ವಿಕಾಸದ ಹಿನ್ನೆಲೆಯಲ್ಲಿ ಬಹಳ ಮುಖ್ಯವಾಗುತ್ತದೆ. ನಟನಗೆ ಭಿನ್ನ ಮನಸ್ಸಿನ, ಭಿನ್ನ ವಯಸ್ಸಿನ ಮತ್ತು ಭಿನ್ನ ಮನೋಭಾವದ ಮಕ್ಕಳು ಬರುತ್ತಾರೆ. ಮಕ್ಕಳು ಎಲ್ಲರೊಂದಿಗೆ ಬೆರೆತು, ಆಟವಾಡುತ್ತಾ, ನಲಿಯುತ್ತ ಹೊಸ ಅನುಭವಗಳನ್ನು ತಮ್ಮದಾಗಿಸಿಕೊಳ್ಳುತ್ತಾ ಹೋಗುತ್ತಾರೆ. ಮಕ್ಕಳ ಮನಸ್ಸಿನಲ್ಲಿ ಸಂಭ್ರಮ ತುಂಬಿಕೊಳ್ಳುವಂತೆ ಮಾಡುವ ತಂತ್ರ ಮಂಡ್ಯ ರಮೇಶ್ ಅವರಿಗೆ ಚೆನ್ನಾಗಿ ಗೊತ್ತಿದೆ. ಮಕ್ಕಳ ನಾಟಕಗಳನ್ನು ಅವರು ಕಟ್ಟುವ ರೀತಿ ಕುತೂಹಲಕಾರಿಯಾಗಿರುತ್ತದೆ. ಮಕ್ಕಳ ಮಾತುಗಾರಿಕೆಯನ್ನು ಸ್ಪಷ್ಟಗೊಳಿಸುತ್ತಾ, ಅವರಿಗೆ ಧ್ವನಿಯ ಏರಿಳಿತಗಳನ್ನು ಹೇಳಿಕೊಡುತ್ತಾ, ಉಚ್ಚಾರಣೆಯನ್ನು ತಿದ್ದುತ್ತಾ ಮಕ್ಕಳು ಭವಿಷ್ಯದಲ್ಲಿ ಭಾಷೆಯನ್ನು

ಬಳಸಿಕೊಂಡು ಉತ್ತಮವಾಗಿ ಸಂವಹನ ಮಾಡಲು ಅನುಕೂಲವಾಗುವಂತೆ ಮಾಡುತ್ತಿದ್ದಾರೆ. ಮಕ್ಕಳಿಗೆ ನಾಟಕವೆಂದರೆ ಶಕ್ತಿಶಾಲಿ ಮಾಧ್ಯಮ ಎಂಬ ಚಿತ್ರಣ ಮೂಡುವಂತೆ ಪ್ರಯತ್ನಿಸುತ್ತಿದ್ದಾರೆ. ಸಾಮಾಜಿಕವಾಗಿ ಮಕ್ಕಳು ಮತ್ತೊಬ್ಬರ ಜೊತೆ ಉತ್ತಮ ಸಂಪರ್ಕವನ್ನು ಇಟ್ಟುಕೊಂಡಿರುವುದು ಬಹಳ ಒಳ್ಳೆಯದು. ಅವರ ಸಂವೇದನಾಶೀಲ ಮನಸ್ಸುಗಳನ್ನು ಇಂತಹ ವಿಚಾರಗಳತ್ತ ತಿರುಗುವಂತೆ ಮಾಡಲು ರಂಗಭೂಮಿಯಿಂದ ಸಾಧ್ಯ. ಇದನ್ನು ಕೇಂದ್ರೀಕರಿಸಿ ಮಂಡ್ಯ ರಮೇಶ್ ಅವರ ಮಕ್ಕಳ ರಂಗೂಮಿಯ ಕೆಲಸಗಳು ಸಾಗುತ್ತಿವೆ. ವ್ಯಕ್ತಿತ್ವ ವಿಕಸನದ ಸಕಲ ಸಂಸ್ಕಾರಗಳೂ ಮಕ್ಕಳಿಗೆ ಇಲ್ಲಿ ದೊರೆಯುವುದರಿಂದ ಮಕ್ಕಳಿಗೆ ಬಹಳ ಅನುಕೂಲಗಳು ಇವೆ.

ಸ್ಟ್ಯಾನಿಸ್ಲಾವಸ್ಕಿ ಸಹ ಹಿರಿಯರ ರಂಗಭೂಮಿಗಿಂತ ಮಕ್ಕಳ ರಂಗಭೂಮಿ ಉತ್ತಮವಾಗಿರಬೇಕು ಎಂದಿದ್ದಾನೆ. ಮಕ್ಕಳ ನಾಟಕಗಳ ಆಯ್ಕೆಯಲ್ಲಿ ನಾವು ಬಹಳ ಎಚ್ಚರವನ್ನು ವಹಿಸಬೇಕಾಗುತ್ತದೆ. ಮುಖ್ಯವಾಗಿ ಮಕ್ಕಳ ಮನಸ್ಸನ್ನು ಗೆಲ್ಲಬೇಕಾದರೆ ನಾಟಕದಲ್ಲಿ ಮನೋರಂಜನೆ ಇರಬೇಕು. ಬಣ್ಣ, ಬೆಳಕು, ನೃತ್ಯ, ಸಂಗೀತ, ಸಂಭ್ರಮ ಎಲ್ಲವೂ ಸ್ವಲ್ಪ ಹೆಚ್ಚಾಗಿಯೇ ಇದ್ದು ಪ್ರದರ್ಶಕ ಗುಣದಿಂದ ಅದು ಮಕ್ಕಳನ್ನು ಹಿಡಿದಿಡಬೇಕು. ಇವೆಲ್ಲವನ್ನೂ ಆಧರಿಸಿ ಮಂಡ್ಯ ರಮೇಶ್ ಮಕ್ಕಳ ನಾಟಕಗಳನ್ನು ಮಾಡಿಸುತ್ತಾರೆ. ಅವರೇ ನಿರ್ದೇಶಿಸಲಿ ಅಥವಾ ಬೇರೆಯವರೇ ನಿರ್ದೇಶಿಸಲಿ ಮಕ್ಕಳ ನಾಟಕದಲ್ಲಿ ಈ ಎಲ್ಲಾ ಅಂಶಗಳು ಇರಲೇಬೇಕು. ಉತ್ತಮ ಕತೆ ಮತ್ತು ಪ್ರದರ್ಶಕ ಗುಣ–ಇವೆರಡೂ ಮಕ್ಕಳ ನಾಟಕಗಳನ್ನು ಮಾಡುವಾಗ ಗಮನಿಸಬೇಕಾದ ಪ್ರಮುಖ ಅಂಶಗಳು. ಆಡುವ ಮತ್ತು ನೋಡುವ ಮಕ್ಕಳಿಗೆ ತಮ್ಮ ಕಲ್ಪನಾ ಪ್ರಪಂಚ ತೆರೆದುಕೊಳ್ಳಲು ಸಾಕಷ್ಟು ಅವಕಾಶಗಳು ಇರಬೇಕು. ಇದನ್ನು ಮಂಡ್ಯ ರಮೇಶ್ ಅವರು ಗಮನದಲ್ಲಿರಿಸಿ ಕೊಂಡು ಮಕ್ಕಳ ನಾಟಕಗಳನ್ನು ಆರಿಸಿಕೊಳ್ಳುತ್ತಾರೆ. ನಾಟಕದ ಮೂಲಕ ಒಂದು ಸುಂದರವಾದ ಕತೆಯನ್ನು ಹೇಳಿ ಮಕ್ಕಳ ಮನಸ್ಸು ಯಾವುದೇ ಗೊಂದಲಗಳಿಗೆ ಸಿಲುಕದೆ ಅವರು ಉತ್ತಮ ದಾರಿಯಲ್ಲಿ ಹೋಗುವಂತೆ ಮಾಡುವ ಸದುದ್ದೇಶ ಒಂದು ನಾಟಕಕ್ಕೆ ಇರುತ್ತದೆ. ಹಿಂಜರಿಕೆ, ನಾಚಿಕೆ, ಕೀಳರಿಮೆ ಇರುವಂತಹ ಮಕ್ಕಳಿಗೆ ವಿವಿಧ ರೀತಿಯ ಆಟಗಳನ್ನು ಆಡಿಸಿ ಅವರನ್ನೂ ಸಹ ಮಾತನಾಡುವಂತೆ ಮಾಡಬಹುದು. ಗೆದ್ದಾಗ ಸಂಭ್ರಮಿಸುವಂತೆ ಸೋತಾಗಲೂ ತನ್ನ ತಪ್ಪಿನ ಬಗ್ಗೆ ಮಕ್ಕಳು ಯೋಚಿಸುವಂತೆ ಮಾಡಬೇಕಾಗಿದೆ.

ಇಂತಹ ಆತ್ಮಾವಲೋಕನದ ಕೆಲಸವನ್ನು ಮಕ್ಕಳಿಂದಲೇ ಮಾಡಿಸುವ, ನಾಟಕದ ಬಗ್ಗೆ ಮಾತನಾಡಿಸುವ, ಗುಂಪು ಚರ್ಚೆಗಳಲ್ಲಿ ಭಾಗವಹಿಸುವಂತೆ ಅವರನ್ನು ಉತ್ತೇಜಿಸುವ ಕೆಲಸವನ್ನು ಮಂಡ್ಯ ರಮೇಶ್ ಅವರು ನಿರಂತರವಾಗಿ ಮಾಡುತ್ತಾ ಬರುತ್ತಿದ್ದಾರೆ. ಮಕ್ಕಳನ್ನು 'ಚಿನ್ನ', 'ಕಂದ', 'ಪುಟ್ಟ'

ಎಂದು ಮಾತನಾಡಿಸುತ್ತಾ ಅವರಿಗೆ ಬದುಕಿನ ಒಂದೊಂದೇ ಪುಟಗಳನ್ನು ಪರಿಚಯಿಸುತ್ತಾ ಅವರ ಬೆಳವಣಿಗೆಗೆ ರಂಗಭೂಮಿ ಎನ್ನುವ ಊರುಗೋಲನ್ನು ನೀಡುತ್ತಿರುವ ಅವರ ಕಾರ್ಯ ಯಾರಾದರೂ ಮೆಚ್ಚುವಂಥದ್ದು. ಸಾಮಾನ್ಯವಾಗಿ ಮಕ್ಕಳ ನಾಟಕಗಳು ಚಿಕ್ಕದಾಗಿದ್ದರೆ ಚಂದ. ನಟನದಲ್ಲಿ ಪ್ರದರ್ಶನಗೊಳ್ಳುವ ಮಕ್ಕಳ ನಾಟಕಗಳು ಹೆಚ್ಚು ಕಡಿಮೆ ಈ ಗುಣಗಳನ್ನು ಹೊಂದಿವೆ. ಅದಕ್ಕೆ ಕಾರಣ ಮಂಡ್ಯ ರಮೇಶ್ ಅವರ ನಿರಂತರ ಓದು, ಚರ್ಚೆ ಮತ್ತು ಸಂಶೋಧನಾತ್ಮಕ ಗುಣ. ಒಂದು ನಾಟಕವನ್ನು ಆಯ್ಕೆ ಮಾಡಿಕೊಂಡ ಮೇಲೆ, ಮಕ್ಕಳನ್ನು ಆರಿಸಿದ ಮೇಲೆ ಸಾಮಾನ್ಯವಾಗಿ ನಾಟಕದ ಓದು ಆರಂಭವಾಗುತ್ತದೆ. ಮಂಡ್ಯ ರಮೇಶ್ ಅವರು ನಾನು ನೋಡಿದ ಹಾಗೆ ಬಹಳ ಒಳ್ಳೆಯ 'observer.' ಮಕ್ಕಳನ್ನು ಓದಲು ಬಿಟ್ಟು, ಅವರ ಮಾತನ್ನು ಗಮನಿಸಿ, ಅವರನ್ನು ನಿರ್ದಿಷ್ಟ ಪಾತ್ರಗಳಿಗೆ ಆಯ್ಕೆ ಮಾಡಿ ನಂತರ ತಾಲೀಮನ್ನು ಆರಂಭಿಸುತ್ತಾರೆ. ಮಕ್ಕಳ ರಂಗಭೂಮಿಯಲ್ಲಿ ತೊಡಗಿಕೊಳ್ಳುವವರಿಗೆ ಅಪಾರವಾದ ತಾಳ್ಮೆ ಇರಬೇಕು. ಕೋಪದಿಂದ ಮಕ್ಕಳ ನಾಟಕ ಕಟ್ಟಲು ಆಗುವುದಿಲ್ಲ. ಮೊದಲೇ ಮಕ್ಕಳು, ಅದರಲ್ಲೂ ಸೂಕ್ಷ್ಮಮತಿಗಳು. ಇಂತಹ ತಾಳ್ಮೆ ಮತ್ತು ಮಕ್ಕಳ ಸಾಮರ್ಥ್ಯದ ಬಗ್ಗೆ ನಂಬಿಕೆ ಇರಿಸಿಕೊಂಡು ಮುನ್ನಡೆವ ಮಂಡ್ಯ ರಮೇಶ್ ಅವರಿಗೆ ಮುಂದೊಂದು ದಿನ ಮಕ್ಕಳ ರಂಗಭೂಮಿಗೆ ಇನ್ನೂ ಹೆಚ್ಚಿನ ಪ್ರಾಶಸ್ತ್ಯ ಸಿಗುತ್ತದೆ ಎಂಬ ದೃಢವಾದ ನಂಬಿಕೆ ಇದೆ.

ವೈದೇಹಿ, ಎಂ.ಎನ್. ಕಾಮತ್ ಮುಂತಾದವರು ಮಕ್ಕಳ ರಂಗಭೂಮಿಗೆ ಹೆಚ್ಚಿನ ಕೊಡುಗೆಗಳನ್ನು ನೀಡಿದ್ದಾರೆ. ಅಂದಿನ ವೃತ್ತಿ ರಂಗಭೂಮಿಯ ಇತಿಹಾಸವನ್ನು ನೋಡಿದಾಗ ನಮಗೆ ಅನೇಕ ಅಚ್ಚರಿಯ ಸಂಗತಿಗಳು ತಿಳಿಯುತ್ತವೆ. ಉದಾಹರಣೆಗೆ: ಗುಬ್ಬಿ ಕಂಪನಿಯವರು ಮಕ್ಕಳಿಗಾಗಿ ಪ್ರತ್ಯೇಕ ನಾಟಕಗಳನ್ನು ಬರೆಸಿ ಆಡಿಸುತ್ತಿದ್ದರು. 1925ರಲ್ಲಿ ಮಕ್ಕಳಿಗಾಗಿ 'ಬಾಲ ಕಲಾವರ್ಧಿನಿ' ಎಂಬ ಸಂಸ್ಥೆಯನ್ನು ಆರಂಭಿಸಿದರು. ವರದಾಚಾರ್ಯರು 'ಬಾಲ ರತ್ನಾವಳಿ' ಆರಂಭಿಸಿದರು. ದತ್ತಾತ್ರೇಯ ನಾಟಕ ಮಂಡಳಿಯವರು ಮರಾಠಿಯಿಂದ ಅನುವಾದಿಸಿ 'ಘಟಸ್ಫೋಟ', 'ನಲ್ಲೆಯ ಗೆಳೆಯರು' ಮುಂತಾದ ನಾಟಕಗಳನ್ನು ಮಕ್ಕಳಿಂದ ಮಾಡಿಸಿ ಪ್ರವೇಶ ಧನವಿಟ್ಟು ಪ್ರದರ್ಶನ ಮಾಡಿರುವುದು ಇತಿಹಾಸ. ಏಣಗಿ ಬಾಳಪ್ಪನವರ 'ಕಲಾ ವೈಭವ' ಕಂಪೆನಿ ಆರ್.ಡಿ. ಕಾಮತ್ ಅವರ 'ದೇವರ ಮಗು' ನಾಟಕವನ್ನು ಮಾಡಿದ್ದರು. ಇವೆಲ್ಲವನ್ನೂ ಗಮನಿಸಿದರೆ ಮಂಡ್ಯ ರಮೇಶ್ ಅವರ ನಟನವೂ ಕೂಡ ಇದೇ ಹಾದಿಯನ್ನು ಅನುಸರಿಸುತ್ತಿರುವುದು ಕಂಡು ಬರುತ್ತದೆ. ಈ ಹಾದಿ ಖಂಡಿತವಾಗಿಯೂ ಮಕ್ಕಳ ಪಾಲಿನ ಹೆದ್ದಾರಿಯಾಗಬಹುದು ಮತ್ತು ಸರಿದಾರಿಯೂ ಆಗಬಹುದು.

1974ರಲ್ಲಿ ಬೆನಕ ಮಕ್ಕಳ ನಾಟಕ ತಂಡವನ್ನು ಹುಟ್ಟುಹಾಕಿ ಕಾರಂತರು ಮತ್ತು ಪ್ರೇಮಾ ಕಾರಂತರು ಮಕ್ಕಳ ನಾಟಕಗಳಲ್ಲಿ ಸಂಗೀತವನ್ನು ಪ್ರಯೋಗಿಸಿ ಒಂದು ಹೊಸ ಬದಲಾವಣೆಯನ್ನು ತಂದರು. ನಟನದ ರಜಾಮಜಾ ಆಗಲಿ, ಮಕ್ಕಳ ನಾಟಕವೇ ಆಗಲಿ ಒಂದು ಅಚ್ಚುಕಟ್ಟುತನ ಎದ್ದು ಕಾಣುತ್ತಿರುತ್ತದೆ. ಮಕ್ಕಳ ಧ್ವನಿ, ಅವರ ದೈಹಿಕ ಸಾಮರ್ಥ್ಯ, ಕನ್ನಡ ಭಾಷೆಯ ಬಳಕೆ, ಗಾದೆ, ನುಡಿಗಟ್ಟು ಮುಂತಾದವುಗಳನ್ನು ಮಕ್ಕಳು ಸರಾಗವಾಗಿ ಮಾತನಾಡುವಂತೆ ತಯಾರಿ ಮಾಡಿಬಿಡುತ್ತಾರೆ. ಮಕ್ಕಳ ನಾಟಕಗಳನ್ನು ಆಡಿಸುವಾಗ ಮಕ್ಕಳ ಮನೋವಿಜ್ಞಾನದ ಬಗ್ಗೆ ಹೆಚ್ಚು ತಿಳಿದಿದ್ದರೆ ನಾಟಕ ಕಟ್ಟುವಿಕೆ ಕೆಲಸ ಸುಲಭವಾಗುತ್ತದೆ. ಇದು ಮಂಡ್ಯ ರಮೇಶ್ ಅವರಿಗೆ ಚೆನ್ನಾಗಿ ಕರಗತವಾಗಿದೆ. ಆದ್ದರಿಂದ ನಟನಗೆ ಬರುವ ಮಕ್ಕಳನ್ನು ಬಹಳ ಬೇಗ ಒಂದು ಹದಕ್ಕೆ ತಂದುಬಿಡುತ್ತಾರೆ. ಜರ್ಮನಿಯಲ್ಲಿ Grips Theatre ಎನ್ನುವ ಸಂಸ್ಥೆಯ ಉದ್ದೇಶ 'empowering children' ಎಂಬುದು. ಅವರು ಮಕ್ಕಳನ್ನು suppressed class ಎಂದು ಭಾವಿಸುತ್ತಾರೆ. ಅವರು ಮಕ್ಕಳನ್ನು ಮುಗ್ಧರು ಎಂದು ಕರೆಯುವುದಿಲ್ಲ. ಇಂದು ಸಾಮಾಜಿಕ ಸಮಸ್ಯೆಯನ್ನು ಎತ್ತಿಕೊಂಡು ಮಕ್ಕಳ ಕಣ್ಣಿಂದ ಅದನ್ನು ನೋಡಿಸಿ ನಾಟಕವನ್ನು ಮಕ್ಕಳಿಂದಲೇ ಆಡಿಸುತ್ತಾರೆ. ಇದು ಮಕ್ಕಳ ರಂಗಭೂಮಿಯಲ್ಲಿ ಕೆಲಸ ಮಾಡುವವರು ಗಮನಿಸಬೇಕಾದ ಮುಖ್ಯವಾದ ಅಂಶ. ಮಂಡ್ಯ ರಮೇಶ್ ಅವರು ಕೂಡ ಈ ನಿಟ್ಟಿನಲ್ಲಿ ಹೋಗುವ ಹಾಗೆ ಆಗಲಿ ಎಂದು ಆಶಿಸುತ್ತೇನೆ.

ಮುಂದೆ ಸಮಾಜದಲ್ಲಿ ಎಲ್ಲರ ಜೊತೆ ಸೇರಿ ಬದುಕಬೇಕಾದ ಅಗತ್ಯ ಇರುವುದರಿಂದ ಸಣ್ಣ ವಯಸ್ಸಿನಲ್ಲಿಯೇ ಮಕ್ಕಳಿಗೆ ಅದರ ಅರಿವುಂಟಾಗಿ ರಂಗಭೂಮಿಯ ಮೂಲಕ ಇಂತಹ ಅನುಭವವನ್ನು ಪಡೆದುಕೊಳ್ಳಲು ಸಾಧ್ಯವಾಗುತ್ತದೆ. ಇಂತಹ ಕೆಲಸಗಳು ನಮಗೆ ಅರಿವಿಲ್ಲದೆಯೇ ನಾಟಕದ ಮೂಲಕ ಆಗುತ್ತಿರುತ್ತವೆ. ಮಂಡ್ಯ ರಮೇಶ್ ಅವರು ಬಾಲ್ಯದಿಂದಲೇ ನಾಟಕದ ಗೀಳನ್ನು ಹಚ್ಚಿಕೊಂಡಿದ್ದರಿಂದ ಅದರ ಅಗತ್ಯ ಮತ್ತು ಅನುಕೂಲಗಳ ಮಹತ್ವ ಅವರಿಗೆ ಚೆನ್ನಾಗಿ ತಿಳಿದಿದ್ದು ಅವೆಲ್ಲವೂ ಮಕ್ಕಳಿಗೆ ಸಿಗುವಂತಾಗಲಿ ಎಂಬ ಆಶಯದೊಂದಿಗೆ ಕೆಲಸ ಮಾಡುತ್ತಿದ್ದಾರೆ. ಮಕ್ಕಳ ನಾಟಕಗಳು ಕಾಲ್ಪನಿಕ ಕತೆಯ ಚೌಕಟ್ಟನ್ನು ಮೀರಿ ಅಂದರೆ ಬಣ್ಣಬಣ್ಣದ ಕತೆಗಳನ್ನು ಹೇಳುವುದನ್ನು ಬಿಟ್ಟು ಮಕ್ಕಳ ಸಮಸ್ಯೆಗಳನ್ನು ಆರಿಸಿಕೊಂಡು, ಸಮಾಜ ಮಕ್ಕಳ ಮೇಲೆ ಏನನ್ನು ಹೇರುತ್ತಿದೆ, ಮಕ್ಕಳಿಗೆ ನಿಜಕ್ಕೂ ಏನು ಬೇಕಾಗಿದೆ ಎಂಬ ವಿಷಯಗಳನ್ನು ನಾವಿಂದು ಚರ್ಚಿಸುವ ಘಟ್ಟದಲ್ಲಿ ನಿಂತಿದ್ದೇವೆ. ಜರ್ಮನಿಯ ಗ್ರಿಪ್ಸ್ ಮಕ್ಕಳ ರಂಗಭೂಮಿಯಲ್ಲಿ 'ವುಲ್ಫ್ ಗ್ಯಾಂಗ್ ಕೊಲ್ನೆಡರ್'ನ ಹೆಸರು ಅತ್ಯಂತ ಜನಪ್ರಿಯವಾಗಿದೆ. ಆತನಂತೆಯೇ ಮಂಡ್ಯ ರಮೇಶ್ ಅವರ ಹೆಸರೂ

ಸಹ ಮಕ್ಕಳ ರಂಗಭೂಮಿಯಲ್ಲಿ ಜನಪ್ರಿಯವಾಗಿ ಉಳಿಯಲಿ. ಜರ್ಮನಿ ಭಾಷೆಯಲ್ಲಿ 'grips' ಎಂದರೆ ಜಾಣತನ ಎನ್ನುವ ಅರ್ಥವಿದೆ. ಒಮ್ಮೆ ಅಲ್ಲಿ ನಾಟಕ ನೋಡಲು ಬಂದ ಹುಡುಗ ಸೂಚಿಸಿದ ಹೆಸರು ಇದು ಎಂದು ಹೇಳಲಾಗುತ್ತದೆ. ಜರ್ಮನಿಯಲ್ಲಿ ಅಲ್ಲಿಯವರೆಗೂ ಕಾಲ್ಪನಿಕ ಕತೆಗಳನ್ನೇ ನಂಬಿಕೊಂಡಿದ್ದ ಮಕ್ಕಳ ರಂಗಭೂಮಿ ಅವುಗಳನ್ನು ಕೈಬಿಟ್ಟು ಮಕ್ಕಳ ಬದುಕಿನಲ್ಲಿ ಪ್ರತಿನಿತ್ಯ ನಡೆಯುವ ಘಟನೆಗಳನ್ನು ನಾಟಕದ ವಸ್ತುವಾಗಿರಿಸಿ ಸುತ್ತ ಮಕ್ಕಳನ್ನು ಕೂರಿಸಿ ನಡುವೆ ಮಕ್ಕಳ ನಾಟಕ ನಡೆಯುವಂತೆ ಮಾಡಿ ಮಕ್ಕಳ ಪಾಲ್ಗೊಳ್ಳುವಿಕೆಗೆ ಹೆಚ್ಚು ಅವಕಾಶವನ್ನು ಕಲ್ಪಿಸಿತು.

ಇಂತಹ ಹಲವಾರು ಚಟುವಟಿಕೆಗಳನ್ನು ನಾವು ನಟನದಲ್ಲಿಯೂ ಕಾಣಬಹುದು. ಅವರು ಮಾಡಿದಂತೆಯೇ ಅಲ್ಲದಿದ್ದರೂ ಅವುಗಳನ್ನು ಹೋಲುವ ನಮ್ಮ ಮಣ್ಣಿನ ಗುಣಕ್ಕೆ ಸರಿಹೊಂದುವ ವಸ್ತುಗಳನ್ನು ಆರಿಸಿಕೊಂಡು ಪ್ರಯೋಗಗಳನ್ನು ಮಾಡಬಹುದು. ಇಂತಹ ಕೆಲವು ಪ್ರಯತ್ನಗಳು ರಮೇಶ್ ಅವರ ಸಾರಥ್ಯದಲ್ಲಿ ನಡೆದಿವೆ. ಮಕ್ಕಳ ರಂಗಭೂಮಿಯಲ್ಲಿ ತೊಡಗಿಸಿಕೊಳ್ಳಲು ಏನು ಕಾರಣ ಎಂದು ಮಂಡ್ಯ ರಮೇಶ್ ಅವರನ್ನು ಕೇಳಿದರೆ ಅವರು ನೀಡುವ ಉತ್ತರ ನಮ್ಮಲ್ಲಿ ಕುತೂಹಲವನ್ನು ಮೂಡಿಸುತ್ತದೆ. ಇಂದು ಆಧುನಿಕ ಪ್ರಪಂಚದಲ್ಲಿ ಹತ್ತಾರು ರೀತಿಯ ಒತ್ತಡಗಳ ನಡುವೆ ಬದುಕುವ ಅನಿವಾರ್ಯ ಸ್ಥಿತಿಯಲ್ಲಿ ನಾವಿದ್ದೇವೆ. ಅದಕ್ಕೆ ಮಕ್ಕಳೂ ಕೂಡ ಹೊರತಾಗಿಲ್ಲ. ಹೀಗೆ ಮಾನಸಿಕವಾಗಿ ದುರ್ಬಲವಾಗಿರುವ, ಚಂಚಲವಾಗಿರುವ ಮತ್ತು ಗೊಂದಲಕ್ಕೆ ಈಡಾಗಿರುವ ಮಕ್ಕಳ ಜೊತೆ ತಾನೂ ಮಗುವಾಗಿ ಒಂದಷ್ಟು ಒಟ್ಟಿಗೆ ಕಲಿಸುವ ಮತ್ತು ಕಲಿಯುವ ಕೆಲಸಕ್ಕೆ ಮುಂದಾಗುತ್ತೇನೆ ಎಂದು ಪ್ರೀತಿಯ ಮಾತುಗಳನ್ನು ಆಡುತ್ತಾರೆ. ಮಕ್ಕಳೊಂದಿಗೆ ಆಟವಾಡುತ್ತಾ, ಮಕ್ಕಳ ಕಲ್ಪನೆಯ ಲೋಕದ ಒಳಹೊಕ್ಕು, ವಿಹರಿಸಿ ಪಡುವ ಸಂಭ್ರಮ ಅನುಭವಿಸಿಯೇ ನೋಡಬೇಕು. ಹೀಗೆ ಕಲಿಸುವುದರ ಮೂಲಕ ಮಕ್ಕಳನ್ನು ಹಲವಾರು ವರ್ಷಗಳು ರಂಗಭೂಮಿಯಲ್ಲಿ ಉಳಿಸಿಕೊಳ್ಳಬಹುದು ಎಂದು ಅಭಿಪ್ರಾಯ ಪಡುತ್ತಾರೆ.

ಯುವಕ ಯುವತಿಯರನ್ನು ಹಿಡಿದಿಡಲು ಸಾಧ್ಯವಿಲ್ಲ. ಒಂದೆರಡು ನಾಟಕಗಳನ್ನು ಮಾಡಿದ ಕೂಡಲೇ ಅವರ ಮನಸ್ಸು ಕಿರುತೆರೆ ಮತ್ತು ಹಿರಿತೆರೆಯ ಕಡೆ ಓಡುತ್ತಿರುತ್ತದೆ. ಹಿರಿಯರಿಗೆ ಕುಟುಂಬದ ಸಮಸ್ಯೆಗಳು ಇರುತ್ತವೆ. ಆದ್ದರಿಂದ ಬಾಲ್ಯದಲ್ಲಿಯೇ ಮಕ್ಕಳನ್ನು ರಂಗಭೂಮಿಗೆ ಪರಿಚಯಿಸಿದರೆ ಹೆಚ್ಚುಕಾಲ ಉಳಿದುಕೊಳ್ಳುತ್ತಾರೆ, ಈ ಕಾರಣಗಳಿಗಾಗಿ ನಾನು ಮಕ್ಕಳ ನಾಟಕ ಮಾಡಿಸಲು ಮುಂದಾಗುತ್ತೇನೆ ಎನ್ನುತ್ತಾರೆ ಮಂಡ್ಯ ರಮೇಶ್. ನಾಟಕವನ್ನು ಏಕೆ ಮಾಡಿಸಬೇಕು? ಹೇಗೆ ಮಾಡಿಸಬೇಕು? ಮತ್ತು ಎಂತಹ ನಾಟಕ ಮಾಡಿಸಬೇಕು ಎಂದು ಆಧುನಿಕವಾಗಿ ಯೋಚಿಸುವ ಕ್ರಮ ನಮ್ಮಲ್ಲಿ ಬಹಳ

ಕಡಿಮೆ. ಸಂದರ್ಭಕ್ಕೊಂದು ನಾಟಕ ಮಾಡಿಸಿದರೆ ಮುಗಿಯಿತು ಎನ್ನುವ ಮಂದಿಯೇ ಹೆಚ್ಚು. ಇದರ ಬಗ್ಗೆ ಪೋಷಕರು, ಶಿಕ್ಷಕರು ಅಥವಾ ಮಕ್ಕಳಾಗಲಿ ಇವುಗಳ ಬಗ್ಗೆ ತಲೆ ಕೆಡಿಸಿಕೊಳ್ಳುವುದಿಲ್ಲ ಎಂಬುದು ಮಂಡ್ಯ ರಮೇಶ್ ಅವರ ಅಳಲು. ಮಕ್ಕಳ ನಾಟಕ ಮಾಡಿಸುವಾಗ ಅವರು 'ವಸ್ತು' ಮತ್ತು 'ಪ್ರಸ್ತುತಿ' ಬಗ್ಗೆ ಮಾತ್ರ ಯೋಚಿಸುತ್ತಾರೆ. ಒಂದು ವೇಳೆ ನಾಟಕ ಸಂಕೀರ್ಣವಾಗಿದ್ದರೂ ಅದರ ಪ್ರಸ್ತುತಿ ಸರಳವಾಗಿರಬೇಕು ಎನ್ನುತ್ತಾರೆ. ಕ್ಷುಲ್ಲಕ ವಿಷಯಗಳನ್ನು ಇಟ್ಟುಕೊಂಡು ಅತಿರೇಕವಾಗಿ, ಮಕ್ಕಳನ್ನು underestimate ಮಾಡಿ ಮನರಂಜನೆ ಹೆಸರಿನಲ್ಲಿ 'ಅಭಿರುಚಿ ರಹಿತ' ನಾಟಕಗಳನ್ನು ಮಾಡಬಾರದು. ಅತಿಯಾದ ದೃಶ್ಯಗಳ ವಿಜೃಂಭಣೆ, ಅಬ್ಬರದ ಸಂಗೀತ, ಕೆಟ್ಟ ಅಂಗಚೇಷ್ಟೆಗಳು ಮುಂತಾದವುಗಳಲ್ಲಿ ನಾಟಕದ ವಸ್ತು ಕಣ್ಮರೆಯಾಗಿ ಹೋಗುತ್ತದೆ. ಇದನ್ನು ನಾವು ಗಮನಿಸಬೇಕು ಎನ್ನುತ್ತಾರೆ. ಮಂಡ್ಯ ರಮೇಶ್ ಅವರು ಮಕ್ಕಳ ನಾಟಕಗಳನ್ನು ಮಾಡುವಾಗ ವಸ್ತು ಎಷ್ಟೇ ಸಂಕೀರ್ಣವಾಗಿ ಇದ್ದರೂ ಅದನ್ನು ಸರಳಗೊಳಿಸಿ ಸಂಗೀತ, ನೃತ್ಯ, ಹಾಸ್ಯ ಇತ್ಯಾದಿ ಅಂಶಗಳನ್ನು ಅಳವಡಿಸಿಕೊಂಡು ಪ್ರೇಕ್ಷಕರನ್ನು ಮತ್ತು ಮಕ್ಕಳನ್ನು ತಲುಪುವ ಪ್ರಯತ್ನ ಮಾಡುತ್ತಾರೆ. ಮಕ್ಕಳ ನಾಟಕ ಮಾಡಿಸುವಾಗ ಕೆಲವೊಮ್ಮೆ ಮೂಲ ಪಠ್ಯವನ್ನು ಬದಲಾಯಿಸಿ ರಂಗ ಕೃತಿಯೊಂದನ್ನು ಸೃಷ್ಟಿಸಿಕೊಳ್ಳಬೇಕಾಗುತ್ತದೆ.

ಮಕ್ಕಳ ನಾಟಕಗಳನ್ನು ಮಾಡಿಸುವಾಗ ಅವರು ಆ ಊರಿನ ಪರಿಸರ ಮತ್ತು ಬದಲಾಗುತ್ತಿರುವ ಸನ್ನಿವೇಶಕ್ಕೆ ಅನುಗುಣವಾಗಿ ಮಕ್ಕಳ ಅಭಿರುಚಿ, ಪೋಷಕರ ಆಸಕ್ತಿ, ಆ ಪ್ರದೇಶದ ಜನರ ಧೋರಣೆ, ಸ್ಥಳೀಯ ಸಂಪನ್ಮೂಲದ ಸಾಧ್ಯತೆ, ಇತಿಮಿತಿ ಇವೆಲ್ಲವನ್ನೂ ಗಮನದಲ್ಲಿಟ್ಟುಕೊಂಡು ನಾಟಕಗಳನ್ನು ಆರಿಸಿಕೊಳ್ಳುತ್ತಾರೆ. ನಾಟಕದ ಗಂಧ ಗಾಳಿಯೇ ಗೊತ್ತಿಲ್ಲದ ಯಾವುದೋ ಕುಗ್ರಾಮದ ಮಕ್ಕಳಿಗೆ ಬೆಕೆಟ್ ಅಥವಾ ಸಂಸರ ನಾಟಕಗಳನ್ನು ನಾನು ಆರಿಸಿಕೊಳ್ಳುವುದಿಲ್ಲ. ಆರಿಸಿಕೊಂಡ ನಾಟಕದಲ್ಲಿ ಶಕ್ತಿ ಇದ್ದರೆ ಅರ್ಧ ನಾವು ಗೆದ್ದಂತೆ ಎಂದು ಅಭಿಪ್ರಾಯ ಪಡುತ್ತಾರೆ. ತಾಲೀಮಿನಲ್ಲಿ ಎರಡು ಅಂಶಗಳನ್ನು ಖಂಡಿತ ಗಮನಿಸಬೇಕು. ಮೊದಲನೆಯದು ಮಕ್ಕಳು ಪೂರ್ಣವಾಗಿ ತೊಡಗಿಕೊಳ್ಳುವುದು ಎರಡನೆಯದು ರಂಗಾಟಗಳ ಮೂಲಕ ತಾಲೀಮಿನ ತಾಜಾತನವನ್ನು ಕಾಯ್ದುಕೊಳ್ಳುವುದು, ಮಕ್ಕಳಲ್ಲಿ ಹಿಂಜರಿಕೆ ಅಥವಾ ಸಂಕೋಚಗಳು ಓಡಿಹೋಗುವ ಹಾಗೆ ನೋಡಿಕೊಳ್ಳಬೇಕು. ಮಂಡ್ಯ ರಮೇಶ್ ಅವರ ಶಿಬಿರಗಳಲ್ಲಿ ಮಕ್ಕಳ ನಾಟಕಗಳ ತಯಾರಿಯ bottom line ಎಂದರೆ ತಮಾಷೆ. 'ಹಾಸ್ಯ ಮತ್ತು ಅಭಿನಯ ನನ್ನ ನಾಟಕದ ಹೂರಣ' ಎನ್ನುತ್ತಾರೆ.

ರಂಗಭೂಮಿಯ ಸೌಂದರ್ಯ ಇರುವುದು ಅದರ ಸರಳತೆಯಲ್ಲಿ ಎನ್ನುವ ರಮೇಶ್ ಅವರಿಗೆ ಅನಗತ್ಯವಾಗಿ ದುಂದುವೆಚ್ಚ ಮಾಡಿ ನಾಟಕ

ಮಾಡುವುದರಲ್ಲಿ ನಂಬಿಕೆ ಇಲ್ಲ. ನೀತಿಗಾಗಿಯೇ ನಾಟಕ ಮಾಡುವ ಬದಲು ಅದು ಕಥೆಯೊಳಗೆ ಸಹಜವಾಗಿ ಸೇರಿಕೊಂಡಿದ್ದರೆ ಚಂದ ಎನ್ನುವುದು ಅವರ ಅಭಿಪ್ರಾಯ. ಮಕ್ಕಳ ನಾಟಕಗಳನ್ನು ದೊಡ್ಡವರು ಅಭಿನಯಿಸುವಾಗ ಶೈಲಿಯ ಬಗ್ಗೆ ಹೆಚ್ಚು ಎಚ್ಚರ ವಹಿಸಬೇಕು. ನಟರು ಪರಿಣತರಾಗಿರಬೇಕು. ಮಕ್ಕಳ ಅನುಮಾನಗಳನ್ನು ಬಗೆಹರಿಸುವುದು ಬಹಳ ಕಷ್ಟದ ಕೆಲಸ. ಸಾಮಾನ್ಯವಾಗಿ ರಮೇಶ್ ಮಕ್ಕಳ ನಾಟಕಗಳನ್ನು ಮಾಡುವಾಗ ಆಶು ವಿಸ್ತರಣೆಯ ಮೂಲಕ ಸನ್ನಿವೇಶವನ್ನು ಸೃಷ್ಟಿಸುತ್ತಾರೆ. ತಾವು ಆರಿಸಿಕೊಂಡ ನಾಟಕದ ಕತೆಯನ್ನು ಮಕ್ಕಳಿಗೆ ಹೇಳಿ ತಂಡಗಳನ್ನು ರಚಿಸಿ ಬಿಟ್ಟುಬಿಡುತ್ತಾರೆ. ಅವರ ಕಲ್ಪನೆಗಳನ್ನು ಇಟ್ಟುಕೊಂಡು ಮುನ್ನಡೆದು ಹೊಸ ಲೋಕವೇ ಸೃಷ್ಟಿಯಾಗುವಂತೆ ಮಾಡುತ್ತಾರೆ. ಮಕ್ಕಳ ನಾಟಕದ ನಿರ್ದೇಶಕ ರಿಜಿಡ್ ಆಗಬಾರದು. ರಹಸ್ಯ ಅಥವಾ ಭೂತದ ಕತೆಗಳನ್ನು ಚಮತ್ಕಾರದಿಂದ ತಂತ್ರಗಳನ್ನು ಬಳಸಿಕೊಂಡು ಮಕ್ಕಳಿಗೆ ಹೇಳುವಾಗ 'ಬ್ರೆಕ್ಟ್' ಶೈಲಿಯಲ್ಲಿ ಪ್ರದರ್ಶನ ಮಾಡಿದರೆ ಒಳ್ಳೆಯದು. ಸಡಗರ, ಸಂಭ್ರಮ ಇರಲಿ ಆದರೆ ಮೂಢನಂಬಿಕೆಗಳು ನುಸುಳದಂತೆ ಜಾಗ್ರತೆ ವಹಿಸಬೇಕು ಅಷ್ಟೇ ಎನ್ನುತ್ತಾರೆ.

ಮಕ್ಕಳಿಗೆ ಎಲ್ಲವನ್ನೂ ಮಾಡಿ ತೋರಿಸುವುದು ಬೇಡ ವಿವರಿಸಿದರೆ ಸಾಕು. ಕ್ರಮೇಣ ಅವರ ಶಕ್ತಿ ಹೆಚ್ಚುತ್ತ ಹೋಗುತ್ತದೆ. ನಂಬಿಕೆಯ ಆಟಗಳು (Trust Games), ದೈಹಿಕ ಕಸರತ್ತುಗಳು ಮತ್ತು ನಾಲ್ಕು ಮಂತ್ರಗಳಾದ ಏಕಾಗ್ರತೆ, ಗ್ರಹಣ ಶಕ್ತಿ, ಸ್ಮರಣ ಶಕ್ತಿ ಮತ್ತು ಕಲ್ಪನೆಗೆ ಸಂಬಂಧಿಸಿದಂತೆ ಆಟಗಳನ್ನು ಆಡಿಸುತ್ತಾ ತಾಲೀಮಿಗೆ ಬೇಕಾದ ಆವರಣವನ್ನು ಸೃಷ್ಟಿಸಿಕೊಂಡರೆ ಮುಂದಿನ ಕೆಲಸ ಸುಲಭ ಎಂಬುದು ಅವರ ಅನುಭವದ ಮಾತು. ಪ್ರತಿಯೊಂದು ಚಲನೆಗೂ ಮಕ್ಕಳಿಗೆ ಅರ್ಥ ಹೇಳುತ್ತಾರೆ. ಕೇವಲ ಅಭಿನಯವನ್ನು ಹೇಳಿಕೊಡದೆ ರಂಗಸಜ್ಜಿಕೆ, ವೇಷಭೂಷಣ, ರಂಗ ಪರಿಕರಗಳ ಬಳಕೆ, ಬೆಳಕು, ಸಂಗೀತ–ಇವುಗಳ ಮಹತ್ವವನ್ನೂ ತಿಳಿಸಿ, ಪ್ರಸಾಧನ ಕಲೆಯನ್ನು ಕಲಿಯುವಾಗ ಮನುಷ್ಯ ದೇಹ ರಚನೆಯ (body Anatomy) ಅಧ್ಯಯನ ಎಷ್ಟು ಮುಖ್ಯ ಎಂದು ತಿಳಿಸಿ ಶಬ್ದಗಳ ವಿವರಣೆಯನ್ನೂ ಕೊಡುತ್ತಾರೆ. ಎಲ್ಲಕ್ಕಿಂತ ಮುಖ್ಯವಾಗಿ ಮಕ್ಕಳಲ್ಲಿ ವೈಜ್ಞಾನಿಕ ಪರಿಜ್ಞಾನವನ್ನು ಮೂಡಿಸುವ ಪ್ರಯತ್ನ ಮಾಡುತ್ತಾರೆ. ಮಕ್ಕಳಲ್ಲಿ ಪೂರ್ಣ ರಂಗಭೂಮಿಯ (total theatre) ಪರಿಕಲ್ಪನೆಯನ್ನು ಬೋಧಿಸುವ ಅಗತ್ಯವಿದೆ ಎನ್ನುತ್ತಾರೆ. ಮಕ್ಕಳ ನಾಟಕಗಳು ಹೆಚ್ಚು ಹೆಚ್ಚು ಮರು ಪ್ರದರ್ಶನಗಳು ಆಗಬೇಕು. ಆಗ ತಪ್ಪುಗಳನ್ನು ತಿದ್ದಿಕೊಳ್ಳಲು ಅನುಕೂಲವಾಗುತ್ತದೆ. ನಟನದ 'ಆಲಿಬಾಬ', ನೂರಕ್ಕೂ ಹೆಚ್ಚು ಪ್ರದರ್ಶನಗಳನ್ನು ಕಂಡರೆ, 'ತುಂಟ ರಾಬಿನ್' ತೊಂಬತ್ತು, 'ನಾಯಿತಿಪ್ಪ' ನೂರೊಂದು, 'ರತ್ನಪಕ್ಷಿ' ನೂರಿಪ್ಪತ್ತು,

'ಧಾಂ ಧೂಮ್ ಸುಂಟರಗಾಳಿ' ಎಪ್ಪತ್ತೆಂಟು, 'ಸತ್ರು ಅಂದ್ರೆ ಸತ್ರ' ಅರವತ್ತು ಪ್ರದರ್ಶನಗಳನ್ನು ಕಂಡಿದೆ. ಅನಾಥಾಶ್ರಮದ ಮಕ್ಕಳು, ಖೈದಿಗಳ ಮಕ್ಕಳು, ಕೊಳಗೇರಿಯ ಮಕ್ಕಳು, ವಿಶೇಷ ಮಕ್ಕಳು, ವೇಶ್ಯೆಯರ ಮಕ್ಕಳು, ವಿಕಲಚೇತನ ಮಕ್ಕಳು, ಬಾಲಾಪರಾಧಿಗಳು–ಇವರೆಲ್ಲರನ್ನು ಮುಖ್ಯ ವಾಹಿನಿಗೆ ತಂದು ಸ್ವಲ್ಪ ತಾಳ್ಮೆ ವಹಿಸಿ ಕೆಲಸ ಮಾಡಿ ಅದ್ಭುತಗಳನ್ನು ಸೃಷ್ಟಿಸುವ ಅವರ ಸಂಕಟ, ಕಲಿಕೆ, ಸಂಭ್ರಮ ಎಲ್ಲವನ್ನೂ ಕಂಡಿದ್ದೇನೆ. ಇಷ್ಟೊಂದು ಮಹತ್ವವಿರುವ ಅದ್ಭುತವಾದ ಮಕ್ಕಳ ರಂಗಭೂಮಿಯ ಬಗ್ಗೆ ಅದೇಕೋ ಒಂದು ಬಗೆಯ ತಾತ್ಸಾರ ಏಕೆಂದು ಅರ್ಥವಾಗಿಲ್ಲ ಎನ್ನುತ್ತಾರೆ ಮಂಡ್ಯ ರಮೇಶ್.

ಮಕ್ಕಳನ್ನು ಒಂಟಿತನದ ಸಮಸ್ಯೆಯಿಂದ ಪಾರುಮಾಡಿ ಅವರ ವ್ಯಕ್ತಿತ್ವವನ್ನು ಗಟ್ಟಿಗೊಳಿಸುವಲ್ಲಿ ಪ್ರಮುಖ ಪಾತ್ರವನ್ನು ವಹಿಸುತ್ತದೆ ರಂಗಭೂಮಿ. ಇಂತಹ ಚಟುವಟಿಕೆಗಳಲ್ಲಿ ಮಕ್ಕಳು ಸಕ್ರಿಯವಾಗಿ ಭಾಗವಹಿಸುವಂತೆ ಮಾಡಿದಾಗ ಅವರ ನೆನಪಿನ ಭಂಡಾರವನ್ನೂ ಶ್ರೀಮಂತಗೊಳಿಸಬಹುದು. ಮಕ್ಕಳು ಒಂದು ಸೂರಿನಡಿ ಸೇರಿ ವಿವಿಧ ರೀತಿಯ ಅನುಭವಗಳನ್ನು ಎಲ್ಲರೊಂದಿಗೆ ಬೆರೆತು ಪಡೆಯುತ್ತಾ ಹೋದಾಗ ಅವರ ಪ್ರಪಂಚ ವಿಸ್ತಾರವಾಗುತ್ತ ಹೋಗುತ್ತದೆ. ಮಕ್ಕಳಿಗೆ ರಂಗಭೂಮಿಯಲ್ಲಿ ಅವರಿಗೆ ಇಷ್ಟವಿರುವ ವಿಭಾಗಗಳಲ್ಲಿ ಕೆಲಸ ಮಾಡಲು ಬಿಡುವುದರಿಂದ (ಉದಾಹರಣೆಗೆ: ಅಭಿನಯ, ಪ್ರಸಾಧನ, ಸಂಗೀತ, ಬೆಳಕು, ರಂಗಸಜ್ಜಿಕೆ ಇತ್ಯಾದಿ) ಅವರ ಕಲಿಕೆಯನ್ನು ಉದ್ದೀಪನಗೊಳಿಸಲು ಅವಕಾಶ ವಿರುತ್ತದೆ. ಮನುಷ್ಯನ ಜೀವನದಲ್ಲಿ ಬಾಲ್ಯ ಬಹಳ ಸಂತೋಷವನ್ನು ನೀಡುವ ಒಂದು ಪ್ರಮುಖವಾದ ಹಂತ. ವ್ಯಕ್ತಿತ್ವವನ್ನು ನಿರ್ಮಿಸುವ ಎಲ್ಲಾ ಸಂಸ್ಕಾರಗಳು ಮಕ್ಕಳಿಗೆ ಬಾಲ್ಯದಲ್ಲಿಯೇ ಸಿಗಬೇಕು. ಬಾಲ್ಯದಲ್ಲಿಯೇ ತಮ್ಮ ವ್ಯಕ್ತಿತ್ವದ ನಿರ್ಮಾಣಕ್ಕೆ ಭದ್ರವಾದ ಅಡಿಪಾಯ ಹಾಕಬೇಕು. ಈ ಕಾರಣಗಳಿಂದಾಗಿ ದೊಡ್ಡವರ ಮತ್ತು ಮಕ್ಕಳ ರಂಗಭೂಮಿಯ ನಡುವಿನ ವಿಶೇಷತೆ ಬಗ್ಗೆ ಕೇಳಿದಾಗ 'ಹಿರಿಯರ ರಂಗಭೂಮಿಗಿಂತ ಉತ್ತಮವಾಗಿರಬೇಕಾದುದೇ ಮಕ್ಕಳ ರಂಗಭೂಮಿಯ ವೈಶಿಷ್ಟ್ಯ' ಎನ್ನುತ್ತಾರೆ. ಅಂತಹ ಬಾಲ್ಯವನ್ನು ಸುಂದರಗೊಳಿಸಬೇಕಿದೆ. ಇಂತಹ ಅನೇಕ ವಿಚಾರಗಳನ್ನು ಮಕ್ಕಳಿಗೆ ಕಲಿಸಿ ಅವರನ್ನು ಕುಣಿಸಿ, ನಗಿಸಿ ಅವರ ಮನೋವಿಕಾಸ ಮತ್ತು ವ್ಯಕ್ತಿತ್ವ ವಿಕಸನವಾಗುವಂತೆ ಮಾಡಲು ನಟನದಲ್ಲಿ ಸಾಕಷ್ಟು ಅವಕಾಶಗಳಿವೆ. ಮಕ್ಕಳಿಗಾಗಿ, ಮಕ್ಕಳಿಂದ, ಮಕ್ಕಳಿಗೋಸ್ಕರ ನಟನ ಸಂಸ್ಥೆಯಿಂದ ಹೆಚ್ಚು ಹೆಚ್ಚು ನಾಟಕಗಳು ಆಗುತ್ತಿರಲಿ ಎಂದು ಆಶಿಸುತ್ತೇನೆ. ನಾಟಕ ತಯಾರಿಕೆಯ ಪ್ರತಿಯೊಂದು ಹಂತವನ್ನೂ ಕ್ರಮವಾಗಿ ತಾಲೀಮು ನಡೆಸಿ ನಮಗೆ ನಾವು ಮಾಡುವ ಕೆಲಸದಲ್ಲಿ ಸ್ಪಷ್ಟತೆ ಇದ್ದರೆ ಮಕ್ಕಳು ಪ್ರಾಮಾಣಿಕವಾಗಿ ಅನುಸರಿಸುತ್ತಾರೆ.

'ಜಗತ್ತಿನ ನಕ್ಷೆಯಲ್ಲಿ ರಂಗಭೂಮಿ ಮಂದಿ ತೀರಾ ಅಲ್ಪಸಂಖ್ಯಾತರು, ಆಧುನಿಕ ರಂಗಭೂಮಿಯವರಂತೂ ಇನ್ನೂ ಕಮ್ಮಿ. ನಾವು ನಾಟಕ ಮಾಡಿಸದಿದ್ದರೆ ಯಾಕೆ ಮಾಡಿಸಿಲ್ಲ ಅಂತ ಯಾರೂ ಕೇಳಲ್ಲ. ಹೊರಗಿನ ಸಂಕಟಗಳೇ ಬೇಕಾದಷ್ಟಿವೆ. ಜನ ಕಳೆದು ಹೋಗಿದ್ದಾರೆ. ನಾಟಕ ಮಾಡಿಸುತ್ತಾ ಹೋಗಿ' ಎಂದು ಗುರು ಕಾರಂತರು ಹೇಳಿದ ಮಾತುಗಳನ್ನು ನೆನಪಿಸಿಕೊಂಡು ಮಕ್ಕಳ ರಂಗಭೂಮಿ ಅದರಲ್ಲೂ ಮಕ್ಕಳ ನಾಟಕಗಳನ್ನು ಮಾಡಿಸುವವರು ಇನ್ನೂ ಅಲ್ಪಸಂಖ್ಯಾತರು. ನಮ್ಮ ಈ ಪುಟ್ಟ ಪ್ರಪಂಚದಲ್ಲಿ ಮಕ್ಕಳ ಮುಗ್ಧತೆ ಮತ್ತು ಬೆರಗುಗಳನ್ನು ನಮ್ಮ ಕಣ್ಣುಗಳಲ್ಲಿ ತುಂಬಿಕೊಂಡು ಮಕ್ಕಳ ನಾಟಕಗಳನ್ನು ಮಾಡೋಣ ಬನ್ನಿ ಎನ್ನುತ್ತಾರೆ ಮಂಡ್ಯ ರಮೇಶ್. ಮಕ್ಕಳ ಜೊತೆ ಕೆಲಸ ಮಾಡುವುದು ರಮೇಶ್ ಅವರಿಗೆ ಹೊಸದೇನಲ್ಲ. ಕೋಟಗಾನಹಳ್ಳಿ ರಾಮಯ್ಯನವರ 'ಆದಿಮ' ಮಕ್ಕಳ ರಂಗ ಸಂಸ್ಥೆಯ ಬಗ್ಗೆ ರಮೇಶ್ ಅವರಿಗೆ ಬಹಳ ಅಭಿಮಾನ. ವರ್ಷಕ್ಕೆ ಒಂದೆರಡು ಬಾರಿ ಅಲ್ಲಿಗೆ ಹೋಗಿ ಅಲ್ಲಿನ ಬಂಡೆಗಳ ಮೇಲೆ ಕೂತು ಹರಟದಿದ್ದರೆ ಸಮಾಧಾನವಿರುವುದಿಲ್ಲ. ನಟನದಿಂದ ಇಲ್ಲಿ ಅನೇಕ ಮಕ್ಕಳ ನಾಟಕಗಳನ್ನು ಮಾಡಿಸಿದ್ದಾರೆ. 'ಆದಿಮ' ತಂಡಕ್ಕೆ, ಮಕ್ಕಳೇ ನಿರ್ದೇಶನ ಮಾಡಿಕೊಂಡಿದ್ದ ಕೋಟಗಾನಹಳ್ಳಿ ರಾಮಯ್ಯನವರು ಬರೆದಿದ್ದ 'Let Poly Thrive' ಎಂಬ ನಾಟಕವನ್ನು ಮಂಡ್ಯ ರಮೇಶ್ ತಿದ್ದಲು ಹೋದಾಗ ತಮಗೆ ಆದ ಅನುಭವವನ್ನು ಮರೆಯಲು ಸಾಧ್ಯವಿಲ್ಲ ಎನ್ನುತ್ತಾರೆ. ಆ ನಾಟಕದ ಬಗ್ಗೆ ಅವರು ಹೇಳುವ ಮಾತು, 'ಅದು ಜಗತ್ತಿನ ಕತೆ, ನಾಟಕಕಾರನ ಚಡಪಡಿಕೆ, ಅಸಹನೆ, ಕಾಳಜಿ, ಪ್ರೀತಿ, ಹತಾಶೆ ಅಂತಃಕರಣ... ಪ್ರತಿ ಉಸಿರೂ ರಂಗದಲ್ಲಿ ಕಾವ್ಯವಾಗಿದೆ. ಅವರ ಪ್ರತಿಭಟನೆಯ ಶೈಲಿಗೆ ಮಾದರಿಯೇ ಇಲ್ಲ. ಅಂತಹ ಅಧ್ಯಾತ್ಮವನ್ನು ನಾನು ಈವರೆಗೆ ಕಂಡಿಲ್ಲ.' ಆರಂಭದಲ್ಲಿ ನಿರಾಸಕ್ತಿಯಿಂದ ಇದ್ದ ಮಕ್ಕಳಿಗೆ ರಂಗದ ಆಟಗಳ ಮೂಲಕ ವಿಶ್ವಾಸಕ್ಕೆ ತೆಗೆದುಕೊಂಡು ಅವರು ತಮ್ಮ ಮೈ ಮನಸುಗಳನ್ನು ಮುಗಿಲೆತ್ತರಕ್ಕೆ ಚಾಚುವಂತೆ ಮಾಡಿದ ಸಂದರ್ಭ ಅದ್ಭುತವಾದುದು.

ಯಾವುದೇ ಮಕ್ಕಳ ನಾಟಕಗಳಲ್ಲಿ ಮೊದಲು ಅವರನ್ನು ಒಲಿಸಿಕೊಳ್ಳಲು ಬಹಳ ಸಾಹಸ ಮಾಡಬೇಕು. ನಂತರದ ಪ್ರಕ್ರಿಯೆ ಅತ್ಯಂತ ಸುಲಭ ಎನ್ನುತ್ತಾರೆ. ದೇಹ ಮತ್ತು ಧ್ವನಿಯ ಕಸರತ್ತುಗಳು ಎಷ್ಟು ಮುಖ್ಯವೋ ಉತ್ತೇಜಿತ ಭಾವಗಳನ್ನು ಕೌಶಲ್ಯಗಳಲ್ಲಿ ನಟ ರಂಗದ ಮೇಲೆ ಅಭಿವ್ಯಕ್ತಪಡಿಸುವುದೂ ಅಷ್ಟೇ ಮುಖ್ಯವಾದುದು ಎಂಬುದು ಅವರ ಭಾವನೆ. ಈ ಹಿನ್ನೆಲೆಯಲ್ಲಿ ಅಲ್ಲಿನ ಮಕ್ಕಳನ್ನು ಉತ್ತೇಜಿಸಿ ಅವರ ಜೊತೆ ಕಳೆದ ಮಧುರ ಕ್ಷಣಗಳು ಸುಂದರ ಎನ್ನುತ್ತಾರೆ. ಅಪ್ಪ–ಅಮ್ಮನನ್ನು ಕಳೆದುಕೊಂಡು ಅನಾಥರಾದ ಮಕ್ಕಳು, ನೋವನ್ನು, ಅಪಮಾನವನ್ನು ಅನುಭವಿಸಿದ ಮಕ್ಕಳು, ತಮ್ಮ ಕುಟುಂಬಗಳಲ್ಲಿ

ಅಪರಾಧವನ್ನು ಮತ್ತು ಕ್ರೌರ್ಯವನ್ನು ಪ್ರತ್ಯಕ್ಷವಾಗಿ ಕಂಡ ಮಕ್ಕಳು ಹೀಗೆ ಮಕ್ಕಳ ಆಕ್ರೋಶ, ಹತಾಶೆ, ಅಳು, ನಗು ಎಲ್ಲವನ್ನೂ ನೋಡಿ ಬೆರಗಾದ ರಮೇಶ್ ಅವರಿಗೆ ಅವರೆಲ್ಲರಲ್ಲೂ ಒಬ್ಬೊಬ್ಬ ಕಲಾವಿದ ಇರುವುದು ಅರಿವಿಗೆ ಬಂದು ಅವರೆಲ್ಲರನ್ನೂ ಸೇರಿಸಿ ಅವರ ಅನುಭವಗಳನ್ನು ರಂಗದ ಮೇಲೆ ಮತ್ತೆ ಘಟಿಸುವಂತೆ ಮಾಡಿ ಅದರ ಮೂಲಕ ಬದುಕನ್ನು ಕಾಣುವ ರೀತಿಯನ್ನು ಹೇಳಿಕೊಟ್ಟ ಮಧುರ ಕ್ಷಣಗಳು ಮರೆಯಲಾಗದು ಎನ್ನುತ್ತಾರೆ. ಅಲ್ಲಿನ ಮಕ್ಕಳು ಒಬ್ಬೊಬ್ಬರೂ ಋಷಿಗಳ ಹಾಗೆ ಕಂಡರು, ಅವರಲ್ಲಿ ಶ್ರದ್ಧೆ, ಅಂತಃಕರಣ ಇದೆ. ಜನ ಅವರತ್ತ ಗಮನ ಹರಿಸಬೇಕು ಅಷ್ಟೇ ಎನ್ನುವ ವಿನಂತಿ ಅವರದು. ಇವೆಲ್ಲವೂ ಸಾಧ್ಯವಾದದ್ದು ರಂಗಭೂಮಿಯ ಮೂಲಕ. ರಂಗಭೂಮಿಗೆ ಅಂತಹ ಶಕ್ತಿ ಇದೆ. ಮಕ್ಕಳಿಗೆ ಮಾಡುವ ಸಾಮರ್ಥ್ಯವಿದೆ ನಮಗೆ ಮಾಡಿಸುವ ಜಾಣ್ಮೆ, ತಾಳ್ಮೆ ಇರಬೇಕು ಅಷ್ಟೇ ಎನ್ನುತ್ತಾರೆ.

ಮಕ್ಕಳ ನಾಟಕಗಳಿಗೆ ಸಂಬಂಧಿಸಿದಂತೆ, ಡಾ. ಗಜಾನನ ಶರ್ಮ ಅವರ 'ಕನ್ನಡ ಮಕ್ಕಳ ರಂಗಭೂಮಿ' ಮತ್ತು ಶ್ರೀ ಕಿರಣ್ ಭಟ್ ಅವರ 'ಮಕ್ಕಳ ರಂಗಭೂಮಿ' ಪುಸ್ತಕಗಳು ಮಾಹಿತಿ ಸಂಗ್ರಹಿಸಲು ಸಹಕಾರಿಯಾಗಿವೆ.

ರಜಾ ಮಜಾ

ನಟನದ ಎಲ್ಲ ರಂಗ ಚಟುವಟಿಕೆಗಳಲ್ಲಿ ಮಕ್ಕಳ ರಜಾಮಜಾಕ್ಕೆ ವಿಶೇಷ ಸ್ಥಾನವಿದೆ. ಪ್ರತಿ ವರ್ಷ ಏಪ್ರಿಲ್–ಮೇ ತಿಂಗಳಿನಲ್ಲಿ ನಡೆಯುವ ಶಿಬಿರ ಅನೇಕ ಕಾರಣಗಳಿಗಾಗಿ ಪ್ರಮುಖ ಎನಿಸುತ್ತದೆ. ಇಂದು ಈ ರೀತಿಯ ಶಿಬಿರಗಳನ್ನು ಮೈಸೂರು ಮತ್ತು ಇನ್ನಿತರ ಭಾಗಗಳಲ್ಲಿ ಸಾಕಷ್ಟು ಕಾಣಬಹುದು. ಮಂಡ್ಯ ರಮೇಶ್ ಅವರ ಸಾರಥ್ಯದಲ್ಲಿ ನಟನ ಮಾಡುವ ಶಿಬಿರ ವಿಶಿಷ್ಟ ಎನಿಸುವುದೇ ಅವರು ನಡೆಸುವ ವೈವಿಧ್ಯಮಯ ಕಾರ್ಯ ಕ್ರಮಗಳಿಂದ. ಹೆಸರು ಕೇಳಲು ಎಷ್ಟು ಚಂದವಿದೆಯೋ ಅಷ್ಟೇ ಚಂದ ಶಿಬಿರವೂ ಕೂಡ. ಮಕ್ಕಳಲ್ಲಿ ಸುಪ್ತವಾಗಿ ಅಡಗಿರುವ ಪ್ರತಿಭೆಯನ್ನು ಹೊರತರಲು ಸೂಕ್ತವಾದ ವೇದಿಕೆ 'ರಜಾಮಜಾ' ಮಕ್ಕಳ ವಿದ್ಯಾಭ್ಯಾಸಕ್ಕಾಗಿ ಪೋಷಕರು ಇಂಜಿನಿಯರಿಂಗ್ ಮತ್ತು ಮೆಡಿಕಲ್ ಸೀಟುಗಳಿಗೆ ಓಡಾಡುವಂತೆ

ಶಿಬಿರದ ಪ್ರವೇಶ ಪಡೆಯಲು ದುಂಬಾಲು ಬೀಳುತ್ತಾರೆ. ನಾವು ಮಾಡುವ ಕೆಲಸದಲ್ಲಿ ಗುಣಮಟ್ಟ ಕಾಯ್ದುಕೊಳ್ಳದೆ ಹೋದರೆ ಯಾರೂ ನಮ್ಮನ್ನು ಹುಡುಕಿಕೊಂಡು ಬರುವುದಿಲ್ಲ. ಈ ಆಧುನಿಕ ಪ್ರಪಂಚದಲ್ಲಂತೂ ಎಲ್ಲವೂ ಈಗ ನಮ್ಮ ಬೆರಳ ತುದಿಯಲ್ಲೇ ಇರುವಾಗ ಜನರನ್ನು ಮೆಚ್ಚಿಸುವುದು ಬಹಳ ಕಷ್ಟ. ಇಂತಹ ತಂತ್ರಜ್ಞತೆಯ ಭರಾಟೆಯ ನಡುವೆಯೂ ಜನ ಸಿನೆಮಾ, ಟಿ.ವಿ., ಮೊಬೈಲ್ ಮುಂತಾದವುಗಳನ್ನು ಬಿಟ್ಟು ರಂಗಭೂಮಿ ಕಡೆಗೆ ಬರಬೇಕೆಂದರೆ ನಮ್ಮಲ್ಲಿ ಏನಾದರೂ ಗಟ್ಟಿಯಾದದ್ದು ಇದ್ದರೆ ಮಾತ್ರ. ಅಂತಹ ಗಟ್ಟಿಯಾದ, ಸತ್ವಯುತವಾದ ಮತ್ತು ಮೌಲಿಕವಾದ ಒಂದು 'ವಸ್ತು' ಮಂಡ್ಯ ರಮೇಶ್ ಅವರ ನಟನದಲ್ಲಿರುವುದರಿಂದ ಜನ ಅದನ್ನು ಕೊಳ್ಳಲು ಮುಗಿಬೀಳುತ್ತಾರೆ... ಅದು ಯಾವುದೆಂದರೆ ರಜದಲ್ಲಿ ಸಿಗುವ ಲಾಭದಾಯಕ ವಸ್ತು... 'ವಿಕಸನ.' ನಿಜ, ಒಂದು ಮಗು ಮಾನಸಿಕವಾಗಿ, ದೈಹಿಕವಾಗಿ ಮತ್ತು ಭಾವನಾತ್ಮಕವಾಗಿ 'ಕನೆಕ್ಟ್' ಆಗಿ ವಿಕಸನ ಹೊಂದಲು 'ರಜಾಮಜಾ' ಹೇಳಿ ಮಾಡಿಸಿದ ಜಾಗ.

ಇಲ್ಲಿಗೆ ಸೇರಿಕೊಳ್ಳಲು ತಮ್ಮವರಿಗೆ ಸೀಟು ಕೊಡುವಂತೆ ಸಚಿವರು, ಉನ್ನತ ಮಟ್ಟದ ಅಧಿಕಾರಿಗಳು ಫೋನ್ ಮಾಡಿ ವಿನಂತಿಸಿಕೊಳ್ಳುತ್ತಾರೆ. ಶಿಬಿರಕ್ಕೆ ಮುನ್ನೂರು ಮಕ್ಕಳನ್ನು ತೆಗೆದುಕೊಳ್ಳಲಾಗುತ್ತದೆ. ಅದರಲ್ಲಿ ಇನ್ನೂರು ಮಕ್ಕಳು ಶುಲ್ಕವನ್ನು ಕೊಟ್ಟು ಬಂದರೆ ಉಳಿದ ನೂರು ಮಕ್ಕಳು ಬಡ ಕುಟುಂಬದಿಂದ ಬಂದವರಾಗಿರುತ್ತಾರೆ. ಕೆಲವು ಮಕ್ಕಳಿಗೆ ಅಪ್ಪ ಇರುವುದಿಲ್ಲ, ಕೆಲವರಿಗೆ ಅಮ್ಮ ಇರುವುದಿಲ್ಲ, ಹೆತ್ತವರು ಯಾವುದೋ ಖಾಯಿಲೆಗೆ ತುತ್ತಾಗಿರುತ್ತಾರೆ, ಆರ್ಥಿಕವಾಗಿ ತುಂಬಾ ದುರ್ಬಲರಾಗಿರುತ್ತಾರೆ, ಇನ್ನೂ ಕೆಲವು ಮಕ್ಕಳಿಗೆ ಮಾರಣಾಂತಿಕ ಖಾಯಿಲೆ ಇದ್ದು ಅವರು ಯಾವ ಕ್ಷಣದಲ್ಲಿ ಬೇಕಾದರೂ ಈ ಲೋಕವನ್ನು ಬಿಟ್ಟು ಹೋಗುವ ಸನ್ನಿವೇಶವಿರುತ್ತದೆ. ಇಂತಹ ಮಕ್ಕಳೂ ಸಹ ಶಿಬಿರದಲ್ಲಿ ಪಾಲ್ಗೊಂಡಿದ್ದಾರೆ. ಇಲ್ಲಿ ಸೇರಿದ ನಂತರ ಮುಂದಿನ ಒಂದು ತಿಂಗಳು ಅವರ ಪಾಲಿನ ಅತಿ ಅಮೂಲ್ಯವಾದ ಕ್ಷಣಗಳಾಗಿರುತ್ತವೆ. ನಾಡಿನ ಮೂಲೆ ಮೂಲೆಯಿಂದ ಪೋಷಕರು ಬಂದು ತಮ್ಮ ಮಕ್ಕಳನ್ನು ಶಿಬಿರಕ್ಕೆ ಸೇರಿಸುತ್ತಾರೆ. ಒಂದು ತಿಂಗಳು ಇಲ್ಲಿಯೇ ಬಾಡಿಗೆ ಮನೆ ಮಾಡಿಕೊಂಡು ಶಿಬಿರ ಮುಗಿಸಿ ಹೋದವರು ಹಲವಾರು ಮಂದಿ ಇದ್ದಾರೆ. ತಮ್ಮ ಮಕ್ಕಳ ಬೆಳವಣಿಗೆಯನ್ನು ಕಂಡು ಪೋಷಕರು ಮೂಕವಿಸ್ಮಿತರಾಗಿದ್ದಾರೆ. ಭಾವುಕರಾಗಿ ಮಾತು ಬಾರದಾಗ ಮೌನವಾಗಿಯೇ ಮಂಡ್ಯ ರಮೇಶ್ ಅವರಿಗೊಂದು ವಂದನೆ ಸಲ್ಲಿಸಿ ತೆರಳುತ್ತಾರೆ. ಹಾಗಾದರೆ ಇಲ್ಲಿ ಮಕ್ಕಳಿಗೆ ಅಂಥಾದ್ದೇನು ಸಿಗುತ್ತದೆ ಎಂಬ ಪ್ರಶ್ನೆ ಮೂಡಬಹುದು. ಅದೇ ಇಲ್ಲಿನ 'interesting part.'

ಇದು ಕೇವಲ ಮನೋರಂಜನೆಯ ಕೇಂದ್ರವಾಗಿ ಕೆಲಸ ಮಾಡುವುದಿಲ್ಲ. ಮನೋವಿಕಾಸಕ್ಕೂ ಇಲ್ಲಿ ಪ್ರಾಧಾನ್ಯತೆ ಇದೆ. ಒಂದು ತಿಂಗಳ ನಂತರ ಒಂದು

ಮಗು ಬದಲಾಗುವ ಪ್ರಕ್ರಿಯೆ ಇದೆಯಲ್ಲ, ಅದು ಅನುಭವಿಸಿ ನೋಡಿದವರಿಗೆ ತಿಳಿಯುತ್ತದೆ. ಇಲ್ಲಿ ಎಲ್ಲವನ್ನೂ ನಿಯಮಬದ್ಧವಾಗಿ ಹೇಳಿಕೊಡಲಾಗುತ್ತದೆ. ನಿಜ, ಒಂದು ತಿಂಗಳ ಅವಧಿಯಲ್ಲಿ ಯಾವುದನ್ನೂ ಪೂರ್ಣವಾಗಿ ಹೇಳಿಕೊಡಲು ಆಗುವುದಿಲ್ಲ, ಅದು ಎಲ್ಲರಿಗೂ ತಿಳಿದ ವಿಷಯವೇ. ಆದರೆ ಹೇಳಿಕೊಡುವುದನ್ನೆ ವಿಭಿನ್ನವಾಗಿ ಮಾಡಲಾಗುತ್ತದೆ. ಮಕ್ಕಳ ಮಾನಸಿಕ ವಿಕಸನಕ್ಕೆ ವ್ಯಾಸಂಗ ಹೇಗೆ ಮುಖ್ಯವೋ ಹಾಗೆಯೇ ದೈಹಿಕ ವಿಕಸನಕ್ಕೆ ಇಂತಹ ಚಟುವಟಿಕೆಗಳು ಬಹಳ ಮುಖ್ಯವಾಗುತ್ತವೆ. ಇಲ್ಲಿ ಮಕ್ಕಳಿಗೆ ಕಂಸಾಳೆ, ವೀರಗಾಸೆ, ಯಕ್ಷಗಾನ, ಪೂಜಾ ಕುಣಿತ, ಸಂಗೀತ, ಮಲ್ಲಗಂಬ, ಕೋಲಾಟ, ರಂಗಾಟಗಳು, ರಂಗ ಸಂಗೀತ, ಅಭಿನಯ, ನಮ್ಮ ಸಂಸ್ಕೃತಿ, ಪರಂಪರೆ, ಕರಕುಶಲ ವಸ್ತುಗಳ ತಯಾರಿಕೆ... ಹೀಗೆ ಹತ್ತು ಹಲವಾರು ವಿಷಯಗಳನ್ನು ಮಕ್ಕಳಿಗೆ ಅವರಿಗೆ ಅರ್ಥವಾಗುವ ರೀತಿಯಲ್ಲೇ ಹೇಳಿ ಕೊಡಲಾಗುವುದು. ಇಂದು ಆಧುನಿಕ ಯಂತ್ರಗಳ ಆರ್ಭಟದಲ್ಲಿ ನಮ್ಮ ದೇಸಿ ಸೊಗಡಿನಿಂದ ದೂರ ಸರಿಯುತ್ತಿರುವ ನಮ್ಮ ಮಕ್ಕಳಿಗೆ ಮತ್ತೆ 'missing link'ನ್ನು ಜೋಡಿಸುವ ಕೆಲಸ ನಟನ ಅಚ್ಚುಕಟ್ಟಾಗಿ ಮಾಡಿಕೊಂಡು ಬರುತ್ತಿದೆ. ಮಕ್ಕಳು ಎಲ್ಲೋ ಕಳೆದುಹೋಗುತ್ತಿದ್ದಾರೆ. ಮುಖ್ಯವಾಗಿ ಗ್ರಾಮೀಣ ಬದುಕಿನ ಅನುಭವಗಳನ್ನು ಕಳೆದುಕೊಳ್ಳುತ್ತಿದ್ದಾರೆ. ಗದ್ದೆಬದಿ, ಏರಿಮೇಲೆ ಹೋಗುವುದು, ಮರ ಹತ್ತುವುದು, ಹಣ್ಣುಗಳನ್ನು ಕೀಳುವುದು, ಮೀನು ಹಿಡಿಯುವುದು, ಕೆಸರಲ್ಲಿ ಬಿದ್ದು ಒದ್ದಾಡುವುದು, ಮಳೆಗೆ ಮುಖಕೊಟ್ಟು ಒದ್ದೆಯಾಗುವುದು, ಕೊಟ್ಟಿಗೆ, ಸೌದೆ ಒಲೆ, ಬಾವಿ, ಕಣಜ, ಉಳುಮೆ... ಹೀಗೆ ಪಟ್ಟಿ ಬೆಳೆಯುತ್ತಾ ಹೋಗುತ್ತದೆ. ಇವುಗಳನ್ನು ಕೆಲವು ಮಕ್ಕಳು ನೋಡಿರುವುದೂ ಇಲ್ಲ, ಅನುಭವಿಸಿಯೂ ಇರುವುದಿಲ್ಲ. ಅಂತಹ ಮಕ್ಕಳನ್ನು ನೋಡಿದಾಗ ನಿಜವಾಗಿಯೂ ಬೇಸರವಾಗುತ್ತದೆ ಎನ್ನುತ್ತಾರೆ ಮಂಡ್ಯ ರಮೇಶ್.

ಇಂದಿನ ಮಕ್ಕಳಿಗೆ ಹರಿಕತೆ ಎಂದರೆ ಏನು ಅಂತ ಗೊತ್ತಿಲ್ಲ, ನಾಟಕಗಳನ್ನು ಕುಳಿತು ನೋಡುವ ಏಕಾಗ್ರತೆ ಇಲ್ಲ. ಎಲ್ಲವನ್ನೂ ನಮ್ಮ ಮೊಬೈಲ್ ಕೊಡುತ್ತದೆ ಎಂಬ ಭ್ರಮೆ ಅವರನ್ನು ಆವರಿಸಿಕೊಂಡಿದೆ. ಮನೆಯಲ್ಲಿ ಹಿರಿಯರಿಗೆ ಮಕ್ಕಳೊಂದಿಗೆ ಕಾಲ ಕಳೆಯಲು ಸಮಯ ಇರುವುದಿಲ್ಲ. ಒಂದು ರೀತಿಯ ಯಾಂತ್ರಿಕ ಬದುಕು ನಮ್ಮೆಲ್ಲರನ್ನೂ ಆವರಿಸಿಕೊಂಡಿದೆ. ಇಂತಹ ಸಂದರ್ಭದಲ್ಲಿ ಅವರು ಏನನ್ನು ಕಳೆದುಕೊಂಡಿದ್ದಾರೋ ಅದನ್ನು ಪರ್ಯಾಯವಾಗಿ ಕೊಡುವ ಕೆಲಸವನ್ನು ನಾವು ಮಾಡುತ್ತಿದ್ದೇವೆ ಎನ್ನುತ್ತಾರೆ ಮಂಡ್ಯ ರಮೇಶ್. ಮಕ್ಕಳು ಮಾನಸಿಕವಾಗಿ ದೃಢವಾಗಿದ್ದರೆ ಅವರು ಜೀವನದಲ್ಲಿ ಯಶಸ್ಸನ್ನು ಕಾಣಲು ಸಾಧ್ಯ. ಇಂತಹ ದೃಢತೆಯನ್ನು ಬದುಕಿನ ಅನುಭವಗಳ ಮೂಲಕ ಪಡೆದುಕೊಂಡಾಗ ಅದರ ಪರಿಣಾಮವೇ ಬೇರೆ ಎಂಬುದು ರಮೇಶ್ ಅವರ

ಬಲವಾದ ನಂಬಿಕೆ. ಒಂದು ತಿಂಗಳು, ಮಕ್ಕಳ ಅಮೂಲ್ಯವಾದ ಸಮಯವನ್ನು ಸಮರ್ಪಕವಾಗಿ ಬಳಸಿಕೊಂಡು ಅವರನ್ನು ಮಾನಸಿಕವಾಗಿ ದೃಢವಾಗಿರುವಂತೆ ಮಾಡುವ ಪ್ರಯತ್ನ ನಮ್ಮದು ಮತ್ತು ಅದರ ಫಲಿತಾಂಶವನ್ನು ಮತ್ತು ಮಕ್ಕಳ ವ್ಯಕ್ತಿತ್ವದಲ್ಲಿ ಆಗುವ ಬದಲಾವಣೆಗಳನ್ನು ಕಂಡಿದ್ದೇನೆ. ಮಕ್ಕಳ ಬಾಲ್ಯ ಸುಂದರವಾದ ಉದ್ಯಾನವನದಂತಿರಬೇಕು. ಅಲ್ಲಿ ನೂರಾರು ಚಂದದ ಹೂಗಳಿರಬೇಕು. ಪುಟ್ಟ ಕಾರಂಜಿ ಇರಬೇಕು. ಇದೆಲ್ಲದರ ಜೊತೆಗೆ ಒಂದು ಸರಿಯಾದ ಬೇಲಿಯೂ ಇರಬೇಕಾಗುತ್ತದೆ. ಅಂತಹ ಬೇಲಿಯನ್ನು ಹಾಕಿಕೊಡುವ ಮತ್ತು ಬದುಕಿನ ಉದ್ಯಾನವನದಲ್ಲಿ ಹೇಗೆ ವರ್ತಿಸಬೇಕು ಎಂಬ ಪಾಠಗಳನ್ನು ಶಿಬಿರದಲ್ಲಿ ಹೇಳಿ ಕೊಡಲಾಗುತ್ತದೆ ಎನ್ನುತ್ತಾರೆ.

ಪ್ರತಿ ವರ್ಷ ನೂರಾರು ಮಕ್ಕಳು ಶಿಬಿರವನ್ನು ಸೇರಿ ಹೆಚ್ಚಿನ ಪ್ರಯೋಜನಗಳನ್ನು ಪಡೆಯುತ್ತಿದ್ದಾರೆ. ರಂಗಶಿಕ್ಷಣದಿಂದ ಮಕ್ಕಳ ಸಂವಹನ ಕೌಶಲ ಉತ್ತಮಗೊಂಡು ಭಾವನೆಗಳು ಪರಿಣಾಮಕಾರಿಯಾಗಿ ವ್ಯಕ್ತವಾಗಲು ಸಾಧ್ಯವಾಗುತ್ತದೆ. ರಂಗಭೂಮಿ ಒಂದು ವಿಜ್ಞಾನ ಮತ್ತು ಮನೋವೈಜ್ಞಾನಿಕ ಶಿಕ್ಷಣ ಎರಡೂ ಹೌದು. ರಂಗ ಶಿಕ್ಷಣವು ಸಾಹಿತ್ಯ, ಸಂಗೀತದೊಂದಿಗೆ ಬದುಕನ್ನು ಕಲಿಸುತ್ತದೆ. ನಡವಳಿಕೆಯನ್ನು ರೂಢಿಸುತ್ತದೆ ಮತ್ತು ಕನಸುಗಳನ್ನು ಕಾಣಲು ಉತ್ತೇಜಿಸುತ್ತದೆ. ಇಂತಹ ವಾತಾವರಣದಲ್ಲಿ ಮಕ್ಕಳನ್ನು ಆಟಗಳ ಮೂಲಕ, ನಾಟಕಗಳ ಮೂಲಕ, ಚರ್ಚೆಯ ಮೂಲಕ ಅವರನ್ನು ವಿವಿಧ ಚಟುವಟಿಕೆಗಳಲ್ಲಿ ತೊಡಗಿಸಿ ಅವರಿಂದ ಹೆಚ್ಚು ಕೆಲಸವನ್ನು ತೆಗೆದು ಶಿಬಿರ ಮುಗಿಸಿ ಒಬ್ಬರನ್ನೊಬ್ಬರು ಬಿಟ್ಟು ಹೊರ ಬರುವಾಗ ಮಕ್ಕಳ ಮತ್ತು ಪೋಷಕರ ಕಣ್ಣುಗಳಲ್ಲಿ ನೀರು ಕಂಡರೆ ಅದಕ್ಕೆ ಕಾರಣ ಮಂಡ್ಯ ರಮೇಶ್ ಮತ್ತು ಅವರ ಶಿಸ್ತಿನ ಶಿಬಿರದ ಕಲಿಕೆ ಎಂದರೆ ಅದು ಅತಿಶಯೋಕ್ತಿ ಆಗಲಾರದು. ಇಂತಹ ಶಿಬಿರಗಳಲ್ಲಿ ಮಕ್ಕಳು ಭಾಗವಹಿಸುವುದರಿಂದ ಅವರಲ್ಲಿ ಸಭಾ ಕಂಪನ ದೂರಾಗಿ, ಭಾಷಾ ಬಳಕೆ, ಸಂವಹನ ಕೌಶಲ, ಸಂವೇದನಾಶೀಲತೆ ಜಾಗೃತವಾಗುತ್ತದೆ.

ರಜಾಮಜಾ ಎಂದರೆ ಕೇವಲ ಮಜಾ ಮಾಡುವುದಲ್ಲ. ಹೆಸರಲ್ಲಿ ಮಜಾ ಇದೆ ಅಷ್ಟೇ. ವಿನೋದಕ್ಕಿರುವ ಅಷ್ಟೇ ಪ್ರಾಮುಖ್ಯತೆ ವಿಕಾಸಕ್ಕೂ ಇದೆ. ಮಂಡ್ಯ ರಮೇಶ್ ಅವರೇ ಹೇಳುವಂತೆ ಮಕ್ಕಳಿಗೆ ಕಲಿಸುತ್ತಾ ಅವರೂ ಕಲಿತಿದ್ದಾರೆ. 'ಶೀಘ್ರ ಕೋಪಿಯಾಗಿದ್ದ ನನಗೆ ಮಕ್ಕಳು ಸಹನೆ ಕಲಿಸಿಕೊಟ್ಟರು' ಎಂದು ಯಾವ ಹಿಂಜರಿಕೆಯೂ ಇಲ್ಲದೆ ಹೇಳಿಕೊಳ್ಳುತ್ತಾರೆ. ಎಲ್ಲ ರೀತಿಯ ಮಕ್ಕಳೂ ಇಲ್ಲಿಗೆ ಬರುವುದರಿಂದ ಅವರೆಲ್ಲರ ಸಾಮಾಜಿಕ ಸ್ಥಾನಮಾನ, ಆರ್ಥಿಕ ಪರಿಸ್ಥಿತಿ, ಪೋಷಕರ ಸಹಕಾರ, ಮಕ್ಕಳ ಮನೋಸ್ಥೈರ್ಯ, ಕೌಟುಂಬಿಕ ಹಿನ್ನೆಲೆ... ಇವೆಲ್ಲವನ್ನೂ ಹತ್ತಿರದಿಂದ ನೋಡಿರುವ ಮಂಡ್ಯ

ರಮೇಶ್ ಅವರಿಗೆ ಯಾರಿಗೆ ಏನು ಮತ್ತು ಎಷ್ಟು ಕೊಡಬೇಕು ಎನ್ನುವ ಸೂಕ್ಷ್ಮತೆ ಚೆನ್ನಾಗಿಯೇ ಇದೆ. ಮಕ್ಕಳ ಜೀವನ ಕೇವಲ ಪಾಠ ಪ್ರವಚನ ಮತ್ತು ಅಂಕಗಳಿಗೆ ಮಾತ್ರ ಸೀಮಿತವಾಗದೆ ಜೀವನದ ಅನುಭವಗಳ ಗ್ರಹಿಕೆ ಮೂಲಕ ಮಕ್ಕಳಿಗೆ ಮತ್ತೊಂದು ಲೋಕವನ್ನೇ ಸಮಾನವಾಗಿ ಪರಿಚಯಿಸುವ ಶಕ್ತಿ ರಂಗ ಮಾಧ್ಯಮಕ್ಕಿದೆ. ಇದೆಲ್ಲವನ್ನೂ ನನಗೆ ರಂಗಭೂಮಿ ಕಲಿಸಿಕೊಟ್ಟಿದೆ, ಅದನ್ನೇ ನಾನು ಮಕ್ಕಳಿಗೆ ಕಲಿಸಲು ಬಯಸುತ್ತೇನೆ ಎನ್ನುತ್ತಾರೆ. ಪ್ರತಿಯೊಂದು ರಜಾಮಜಾವೂ ಕೂಡ ಹಲವಾರು ಹೃದಯಸ್ಪರ್ಶಿ ಕ್ಷಣಗಳನ್ನು ನನಗೆ ಕೊಟ್ಟಿದೆ ಎನ್ನುತ್ತಾರೆ. ಇಲ್ಲಿ ಎಲ್ಲವನ್ನೂ ಮಂಡ್ಯ ರಮೇಶ್ ಅವರೇ ಹೇಳಿಕೊಡುವುದಿಲ್ಲ. ನಟನದಲ್ಲಿ ಅಚ್ಚುಕಟ್ಟಾಗಿ ಕಲಿಸಲು ಒಂದು ಪಡೆಯೇ ಇದೆ. ಸತೀಶ್ ಬೈಕಾಡಿ, ಮೇಘ ಸಮೀರ, ರಾಮು, ದಿಶಾ ರಮೇಶ್, ಚೇತನ್ ... ಮುಂತಾದವರು ಶಿಬಿರದ ಕೆಲಸಗಳನ್ನು ಸೊಗಸಾಗಿ ನಿಭಾಯಿಸುತ್ತಾರೆ. ನಟನದ ರೂವಾರಿ ಮತ್ತು 'ರಜಾಮಜಾ' ಮಕ್ಕಳ ಶಿಬಿರದ 'master mind' ಮಂಡ್ಯ ರಮೇಶ್ ಅವರನ್ನು ಇದರ ಬಗ್ಗೆ ನಿಮ್ಮ ಅನಿಸಿಕೆಗಳನ್ನು ಹೇಳಿ ಎಂದಾಗ ಅವರು ಹೇಳಿದ್ದು...

'ನಟನೆಯನ್ನು ಕುರಿತು ಮಾತನಾಡುವಾಗೆಲ್ಲಾ ಶಕ್ತಿ (Energy) ಬಗ್ಗೆ ಹೇಳದೆ ಮಾತು ಮುಂದಕ್ಕೇ ಹೋಗುವುದಿಲ್ಲ. ಅದು ಮುಖ್ಯವಾಗಿ ಆಂತರಿಕ (Internal Energy) ಮತ್ತು ಬಾಹ್ಯ (External Energy) ಎರಡೂ ಬಗೆಯಲ್ಲಿ ಕಾಣಿಸಿಕೊಳ್ಳುತ್ತಲೇ ಹೋಗುತ್ತದೆ. ಆಂಗಿಕ, ವಾಚಿಕದ ಜೊತೆಗೆ ಸಾತ್ವಿಕವು ಒಂದು ಪಟ್ಟು ಹೆಚ್ಚೇ ಧ್ವನಿಸುತ್ತದೆ.

ರಂಗಭೂಮಿಯಲ್ಲಿ ಒಂದು ಹಂತದಲ್ಲಿ ಅಭಿನಯಿಸಲು ಅಪಾರ ಶಕ್ತಿ ಬೇಕಾಗುತ್ತದೆ. ನಮ್ಮ ಈ ಇಪ್ಪತ್ತೈದು ದಿನಗಳಲ್ಲಿ ಮಕ್ಕಳು ಅರಳಿಕೊಂಡು ತಮ್ಮ ಸಾಧ್ಯತೆಗಳನ್ನು ವಿಸ್ತರಿಸಿಕೊಳ್ಳುವುದನ್ನು, ಕನ್ನಡ ಅಸ್ಮಿತೆಯನ್ನು, ಭಾಷೆ ನುಡಿಸುವ ಪರಿಯನ್ನು ಮಕ್ಕಳು ಶ್ರದ್ಧೆಯಿಂದ ಕಲಿಯಲು ಪ್ರಯತ್ನಿಸುವುದನ್ನು ಕಣ್ಣಾರೆ ಕಂಡೆ. ಅದಕ್ಕೊಂದು ಚೆಂದದ ಚೌಕಟ್ಟು ಸಿಕ್ಕಿದ್ದು 'ರಂಗಭೂಮಿ ಕೇಂದ್ರಿತ' ಅಂತ ಪಟ್ಟಿ ಹಾಕಿಕೊಂಡಿದ್ದು. ಅಸಹಾಯಕ–ನೋವಿನ ಕುಟುಂಬದಿಂದ ಬಂದ ಮಕ್ಕಳು, ಶ್ರೀಮಂತಿಕೆಯನ್ನು ತಿಂದುಟ್ಟು ಬದುಕುವ ಮಕ್ಕಳು, ಮಧ್ಯಮ ವರ್ಗದ ಮಕ್ಕಳು, ಬೇರೆ ಬೇರೆ ಹಿನ್ನೆಲೆಯ ಬೇರೆ ಬೇರೆ ವಯೋಮಾನದ ಅಷ್ಟೂ ಮಕ್ಕಳು ಒಂದೇ ಶ್ರುತಿಯಲ್ಲಿ ಅಭಿನಯಿಸುತ್ತಾ, ಹಾಡುವುದನ್ನು ನೋಡುವುದು ಎಷ್ಟು ಸೊಗಸು ಅಂತೀರಾ... ಅದನ್ನು ಕಣ್ಣಾರೆ ನೋಡಿಯೇ ಅನುಭವಿಸಬೇಕು! ಇದರೊಟ್ಟಿಗೆ ವೃತ್ತಿ ಕಂಪನಿಯ ನಾಟಕ ಶೈಲಿಯನ್ನೂ ಸೇರಿಸಿ ಬೇರೆ ಬೇರೆ ಬಗೆಯ ಪುಟ್ಟಪುಟ್ಟ ನಾಟಕಗಳು, ಡೊಳ್ಳು ಕುಣಿತ, ಕಂಸಾಳೆ, ಕಂಗೀಲುಗಳಂತಹ ಜಾನಪದ ಕಲೆಗಳ ಕಲಿಕೆ

ಆ ಮಕ್ಕಳಲ್ಲಿ ಹುಟ್ಟಿಸುವ ಚೈತನ್ಯವೇ ನಮಗೆ ಹೆಮ್ಮೆ. ಪ್ರತಿ ಮಗುವಿನ ಗ್ರಹಿಕೆ ನೆಲೆ ಬೇರೆಯದೇ ಆಗಿದ್ದರೂ ಸಮಷ್ಟಿಯ ಜೊತೆ ಪ್ರತಿಕ್ರಿಯಿಸಲೇಬೇಕಾದ ಮಾನವೀಯ ಮನೋಧರ್ಮವನ್ನು, ಸಂಸ್ಕೃತಿಯೊಂದಿಗೆ ಸಹಿಷ್ಣುತೆಯನ್ನು ಆ ಮಕ್ಕಳಿಗೆ ಕಲಿಸುವುದು ಎಷ್ಟೇ ಸವಾಲಾಗಿದ್ದರೂ ಮನಸ್ಸಿಗೆ ನಿಜದ ಸಮಾಧಾನ ನೀಡುತ್ತಿದೆ. ನಮ್ಮ ಸಂಪನ್ಮೂಲದ ಬಗೆಗಿನ ಗೌರವ ಪ್ರತಿವರ್ಷ ಹೆಚ್ಚುತ್ತಲೆ ಇರುತ್ತದೆ.'

ಪೋಷಕರ ದೃಷ್ಟಿಯಲ್ಲಿ 'ನಟನ'

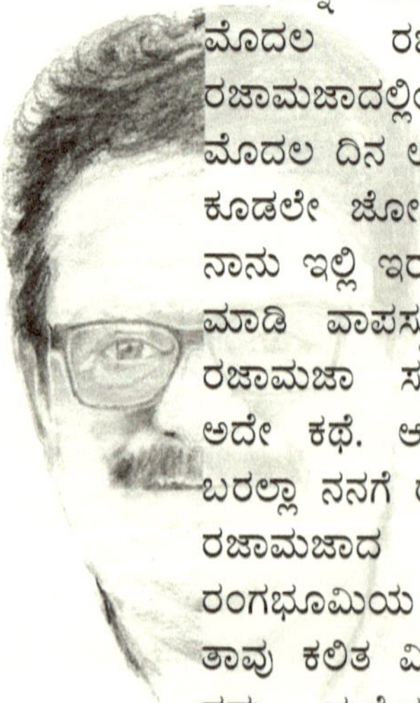

ರಜಾಮಜಾದ ಪವರ್

ನನ್ನ ಮಗ ಹೃದಯ್ ರಾಮ್‌ಗೆ ಇದು ಮೊದಲ ರಜಾಮಜಾ. ಆತ ಬಹುಶಃ ರಜಾಮಜಾದಲ್ಲಿಯೇ ಅತ್ಯಂತ ಕಿರಿಯ. ಆತ ಮೊದಲ ದಿನ ಉದ್ಘಾಟನೆ ಕಾರ್ಯಕ್ರಮ ಮುಗಿದ ಕೂಡಲೇ ಜೋರಾಗಿ ಅಳಲು ಶುರು ಮಾಡಿದ್ದ. ನಾನು ಇಲ್ಲಿ ಇರಲ್ಲ ಅಂತಾ ಬಿದ್ದು, ಒದ್ದಾಡಿ ಹಠ ಮಾಡಿ ವಾಪಸ್ಸು ಬಂದುಬಿಟ್ಟಿದ್ದ. ನೆನ್ನೆ ಸಹಾ ರಜಾಮಜಾ ಸಮಾರೋಪ ಸಮಾರಂಭದಲ್ಲೂ ಅದೇ ಕಥೆ. ಆದ್ರೆ ಈ ಬಾರಿ ನಾನು ಮನೆಗೆ ಬರಲ್ಲಾ ನನಗೆ ರಜಾಮಜಾ ಬೇಕು ಅಂತ. ಇದು ರಜಾಮಜಾದ ಪವರ್. 'ನಟನ' ಎಂಬುದು ರಂಗಭೂಮಿಯ ಆಲದಮರ. ಸಾಮಾನ್ಯವಾಗಿ ತಾವು ಕಲಿತ ವಿದ್ಯೆ ತಮ್ಮ ಬಳಿಯೇ ಇರಬೇಕು, ನಮ್ಮ ಮನೆಯವರು ಮಾತ್ರ ಕಲಿಯಬೇಕು ಅನ್ನೋ ಜನರೇ ಹೆಚ್ಚಾಗಿದ್ದಾರೆ. ಆದ್ರೆ ಮಂಡ್ಯ ರಮೇಶ್ ಇದಕ್ಕೆ ವ್ಯತಿರಿಕ್ತ. ಅವರು ತಾವು ಕಲಿತದ್ದು

ಎಲ್ಲರೂ ಕಲಿಯಬೇಕು ಅನ್ನೋ ದೊಡ್ಡ ಮನಸ್ಸು ಹೊಂದಿರುವವರು. ಅದಕ್ಕೆ ಸಾಕ್ಷಿ ನಟನ ರಂಗಶಾಲೆ ಮತ್ತು ರಜಾಮಜಾ ಬೇಸಿಗೆ ಶಿಬಿರ.

ರಜಾಮಜಾದಲ್ಲಿ ಗುರು ಸ್ಥಾನದಲ್ಲಿರುವ ಎಲ್ಲರೂ ರಮೇಶ್ ಗರಡಿಯಲ್ಲಿ ಪಳಗಿದವರೇ. ರಜಾಮಜಾ ಖಂಡಿತಾ ಬೇಸಿಗೆ ಶಿಬಿರವಲ್ಲ; ಅದು ಜೀವನದ ಪಾಠ ಕಲಿಸುವ ಜೀವ ಶಿಬಿರ.

–ರಾಮ್–ಗೀತಾ–ಖುಷಿ–ಹೃದಯ್

ನಮಸ್ಕಾರ ನಟನ ರಂಗಶಾಲೆ

ಮೈಸೂರಿಗೆ ಹೊಸಬರಾದ ನಾವು ಸರಿಸುಮಾರು ನಾಲ್ಕು ವರ್ಷದಿಂದ ಕಾಸ್ಮೋಪಾಲಿಟನ್ ಸಂಸ್ಕೃತಿಯ ಅಪಾರ್ಟ್‌ಮೆಂಟ್ ಒಂದರಲ್ಲಿ ವಾಸಿಸುತ್ತಿದ್ದೇವೆ. ಇಲ್ಲಿ ವಿವಿಧ ಮಾತೃಭಾಷೆಯ ಮಕ್ಕಳು ಸಂವಹನಕ್ಕೆ ಇಂಗ್ಲಿಷನ್ನು ಉಪಯೋಗಿಸುತ್ತಾರೆ. ಎಲ್ಲಿಯವರೆಗೆ ಎಂದರೆ ಕನ್ನಡದ ಮಕ್ಕಳು ಕೂಡ ಕನ್ನಡ ಮಾತನಾಡಲು ಹಿಂಜರಿಯುವಷ್ಟು! ಭಾಷೆ, ಸಾಹಿತ್ಯ, ಸಂಸ್ಕೃತಿಯ ಸೊಗಡಿನ ಬಗ್ಗೆ ಒಲವಿರುವ ನಮಗೆ ನಮ್ಮ ಮಕ್ಕಳ ಬೆಳವಣಿಗೆ ತುಸು ಆತಂಕಕಾರಿಯೆನಿಸಿತ್ತು. ಶಾಲೆಯಲ್ಲೂ ಕೂಡ ಕನ್ನಡದ ಸಂಸ್ಕೃತಿಯ ವಾತಾವರಣವಿರಲಿಲ್ಲ.

ಮನೆಯಲ್ಲಿ ಕನ್ನಡದ ವಾತಾವರಣವಿದ್ದರೂ ಸಾಲುತ್ತಿರಲಿಲ್ಲ. ನಾವು ಮಕ್ಕಳನ್ನು ನಿರಂತರವಾಗಿ ನಟನ ಮತ್ತು ರಂಗಾಯಣಕ್ಕೆ ನಾಟಕ ನೋಡಲು ಕರೆದುಕೊಂಡು ಹೋಗಲು ಶುರುವಾದ ಮೇಲೆ ಅವರಿಗೆ ಭಾಷೆ–ಸಂಸ್ಕೃತಿಯ ರುಚಿ ಹತ್ತಲು ಶುರುವಾಯ್ತು. ನಂತರ ನಮಗೆ ವರವಾಗಿ ಸಿಕ್ಕಿದ್ದು ನಟನ ವಾರಾಂತ್ಯ ರಂಗಶಾಲೆ. ಅದರ ಹಿಂದೆಯೇ ಬಂದ ರಜಾಮಜಾ ತಪ್ಪಿಸಲು ಸಾಧ್ಯವೇ? ನನ್ನ ಮಗಳಿಗಂತೂ ಇದು ಪಾಯಸದ ಮೇಲೆ ಎರಡು ಹಿಡಿ ಬೂಂದಿ ಹಾಕಿದಷ್ಟು ಸಂತಸ. ನಮ್ಮ ಕೆಲಸದ ಮಧ್ಯೆ ಪ್ರತಿದಿನ ಮಕ್ಕಳನ್ನು ಅಲ್ಲಿ ಬಿಟ್ಟು ಕರೆದು ತರಲು ಒಟ್ಟು 50–60 ಕಿ.ಮೀ. ಪ್ರಯಾಣ ಅಷ್ಟು ಸಲೀಸೇನೂ ಆಗಿರಲಿಲ್ಲ. ಬೇಸಿಗೆ ರಜೆಯ ಟೂರು–ಟ್ರಿಪ್ಪುಗಳು ರದ್ದಾದವು.

ಆದರೆ ಮಗಳ ಉತ್ಸಾಹದ ಮುಂದೆ ಇದೆಲ್ಲ ನಗಣ್ಯ ಎನಿಸಿಬಿಟ್ಟಿತ್ತು. ನಿಧಾನವಾಗಿ ಮನೆಯಲ್ಲಿ ಒಂದು ಸಣ್ಣ ರಂಗವೇದಿಕೆ ಸಿದ್ಧಗೊಳ್ಳುತ್ತಿತ್ತು. ದಿನಾಲೂ ಮನೆಯಲ್ಲಿ ರಂಗ ಗೀತೆಗಳ ಹಬ್ಬ. ನಾವೆಲ್ಲರೂ ಎಲ್ಲಾ ಹಾಡುಗಳನ್ನು ಕಲಿತುಬಿಟ್ಟೆವು. ಮುಂದೆ ನೀವು ಮಕ್ಕಳ ತಂದೆ–ತಾಯಂದಿರಿಗೂ ರಜಾಮಜಾ ಆಯೋಜಿಸುವ ನಿಟ್ಟಿನಲ್ಲಿ ಯೋಚಿಸುವುದು ಒಳ್ಳೆಯದು.

ಧನ್ಯವಾದಗಳು.

–ಮಂಜುನಾಥ್ ಕುಣಿಗಲ್

Amazing camp

Dear Sir, Mandya Ramesh Natana

Thank you for organising this Raja Maja for kids and giving our kids an opportunity to be a part of this amazing camp. My daughter Sadhika was a part of this camp; all these 25 days she has enjoyed it to the fullest. The experience she used to share with me each day evening after her camp made me so jealous of her; that I couldn't be a part of it. All these 25 days I felt why am I not a kid still.

I can see a lot of changes in her after these days. She has improved in her Kannada language; her self confidence has increased. On the introductory event; they told its just not a camp but an emotion. Yes it’s very true; my daughter has completely lived these 25 days. Lastly but not least I personally would like to thank all the mentors. Thank you Satish Baikady Natana.

-Sushma Dileep

Natana... School

Natana... What to tell about this school. It's not just a school of arts built by Mandya Ramesh Sir, it's a place where culture, art, spiritual, drama, theater arts, singing, mallagamba what not here. Previously my son Abheeshta S Bharadwaja got selected for weekend classes at Natana through auditions. He learnt a lot. At that time Ramesh Sir told he is very naughty and can't control him. He is at his 9 years of age. Later he got into summer camp (Raja Maja) which was a dream of all the parents like me a journey of 28 days. He learnt drama, Rangageethe more over the decipline. Now we don't want to miss any of the Natana trainings. I wholeheartedly want to thank Mandya Ramesh Sir, Sameer Sir and all the dignitaries of Natana for their greater effort. Now-a-days reality shows are becoming more and more. Once you are done with one show then you will not be in the race. Natana will not leave you in other words we can't leave and live without Natana. Now it has become my dream also to get involved in such trainings along with my Son. Dear Sir thank you so much for everything. Please just put a message, I will be at your door step for any help that is required in building Natana. Thanks again... Thank you

-Srikanth Nagaraj

ನಟನ... ಪ್ರೇರಣೆ...

Sir... ನಾನು ಶ್ರೀದೇವಿ... ಧರ್ಮಸ್ಥಳ... ನನ್ನ ಮಗಳು ಸಾನ್ವಿಗೋಸ್ಕರವಾಗಿ ಈ ಬಾರಿ ನಿಮ್ಮ ರಜಾಮಜಾ ಶಿಬಿರಕ್ಕೆ ನಾವು ಇಲ್ಲಿ ಬಂದು ಉಳಿದು ಕೊಂಡಿದ್ದೇವೆ... ಈ ಇಪ್ಪತ್ತೈದು ದಿನಗಳಲ್ಲಿ ನನ್ನ ಮಗಳಲ್ಲಾದ ಬದಲಾವಣೆಯು ನಮಗೆ ನಿಮ್ಮ ನಟನಾ ಸಂಸ್ಥೆಯ ಬಗೆಗಿನ ಗೌರವವನ್ನು ಇನ್ನಷ್ಟು ಹೆಚ್ಚಿಸಿದೆ... ಇಂತಹ ಅದ್ಭುತ ಒಡನಾಟಕ್ಕೆ ಕಾರಣೀಕರ್ತರಾದ ನಿಮಗೆ ನಮ್ಮ ತುಂಬು ಹೃದಯದ ಧನ್ಯವಾದಗಳು... ನಾನು ಕೂಡ ಮೂಲತಃ ಸಂಗೀತ ಶಿಕ್ಷಕಿಯಾಗಿರುವ ಕಾರಣದಿಂದ ನನ್ನ ಮಗಳ ಹಾಡುಗಳು ನನ್ನನ್ನು ಮತ್ತಷ್ಟು ಕಲಿಯಲು ಪ್ರೇರೇಪಿಸಿವೆ... ಇಲ್ಲಿಯೇ ಬಂದು ಬಾಡಿಗೆ ಮನೆಯಲ್ಲಿ ನಾನೂ ಕೂಡ ಮಗಳೊಂದಿಗೆ ಉಳಿದುಕೊಂಡ ಕಾರಣ ಅವಳೊಂದಿಗಿನ ನನ್ನ ಬಾಂಧವ್ಯ ತುಂಬಾ ಬಲವಾಗಿದೆ... ಇಂತಹ ಕ್ಷಣಗಳಿಗೆ ಕಾರಣ ನಿಮ್ಮ ಈ ರಜಾಮಜಾ. ನಾವೂ ಇದರಲ್ಲಿ ಭಾಗಿ ಎನ್ನಲು ತುಂಬಾ ಹೆಮ್ಮೆ. ಪ್ರತೀಬಾರಿ ಇಲ್ಲಿ ಬರಲು ತುದಿಗಾಲಲ್ಲಿ ಕಾತರರಾಗಿರುತ್ತೇವೆ. ನಿಮಗೆ ನಾವೆಂದಿಗೂ ಆಭಾರಿ. ಇಂತೀ ನಿಮ್ಮ ಅಭಿಮಾನಿ, ರಂಗಭೂಮಿಯ ಅಭಿಮಾನಿ.

–ಶ್ರೀದೇವಿ, ಧರ್ಮಸ್ಥಳ

ನವ ಚೈತನ್ಯ

ಶಿಕ್ಷಣ ಇಲಾಖೆಯಲ್ಲಿ ಇರುವ ನನಗೆ ನಮ್ಮ ಮಕ್ಕಳನ್ನು ರಜಾ ಅವಧಿಯಲ್ಲಿ ಕ್ರಿಯಾಶೀಲರಾಗಿ ಇಡುವ ಬಗ್ಗೆ ಆಲೋಚಿಸಿದಾಗ ...ತಮ್ಮ ನಟನ ಚಟುವಟಿಕೆಗಳ ಬಗ್ಗೆ ತಿಳಿಯಿತು. ಅತ್ಯಂತ ಉತ್ತಮ ಚಟುವಟಿಕೆಗಳ ಮೂಲಕ ಮಕ್ಕಳನ್ನು ಕ್ರಿಯಾಶೀಲರನ್ನಾಗಿ ಮಾಡಿದ್ದೀರಿ ಅವರಲ್ಲಿ ನವಚೈತನ್ಯ ತುಂಬಿದ್ದೀರಿ.

ತಮ್ಮ ಮುಂದಿನ ಪಯಣ ಹೀಗೆ ಮುಂದುವರೆಯಲಿ... ಶುಭ ಕಾಮನೆಗಳು.

ಧನ್ಯವಾದಗಳು.

–ಮಲ್ಲಿಕಾರ್ಜುನ್
ಸಹಾಯಕ ನಿರ್ದೇಶಕರು, ಶಿಕ್ಷಣ ಇಲಾಖೆ
ಮೈಸೂರು

Enlightening Camp

Good morning! Congratulations to entire Natana team, children and parents for pulling out a fantastic finale event! Last two evenings were thoroughly entertaining and enlightening. Ramesh Sir had told that parents will also learn few things at the end of summer camp. There was a lot to carry back home last two evenings. Hats off to the team to get these little ones perform so well in such a short period of time. My son Sumedh was in this camp and he's evolved as a confident performer. He's expressive and sings very well but used to shy away from cameras and audience. It's changed after the camp, performed very well in front of such a huge audience... His Kannada vocabulary has improved. He's able to convey events at camp in Kannada fluently (our mother tongue isn't Kannada but we are Kannadigas at heart). Everyday at Raja Maja camp was a celebration for him. Thank you for this opportunity and we look forward to be part of the next year's camp.

-Sumedha's Parent

ರಜಾಮಜಾ ವರದಾನ

ಮಗಳ ರಜಾಮಜಾ ಬೇಸಿಗೆ ಶಿಬಿರ ಮುಗಿದಿದೆ. 25 ದಿನಗಳು ಹೇಗೆ ಕಳೆದವೋ? ಇಷ್ಟು ಬೇಗ ಮುಗಿಯಿತೇ? ಅನಿಸುತ್ತಿದೆ. ಅವಳಿಗೋ ಏನೋ ಹೇಳಲಾರದ ದುಃಖ! ನಿಮಗೆ ಅರ್ಥವಾಗೋಲ್ಲ ಎಂದು ಮುಖ ಚಿಕ್ಕದು ಮಾಡಿಕೊಳ್ಳುತ್ತಾಳೆ. ಇಂಗ್ಲೀಷ್‌ನಲ್ಲಿಯೇ ಮುಳುಗೇಳುವ ವಾತಾವರಣದ ನಡುವೆ

ಸ್ವಂತಿಕೆಯನ್ನೇ ಕಳೆದುಕೊಂಡಂತಿದ್ದ ಕೇವಲ ರೋಬೋಟ್‌ನಂತೆ ವರ್ತಿಸುವ ಮಕ್ಕಳನ್ನು ಅದರಿಂದ ಆಚೆ ತರಲು ರಜಾಮಜಾ ವರದಾನವಾಯಿತು.

200ಕ್ಕೂ ಮೀರಿದ ಮಕ್ಕಳು ಬೆರೆತು ಆಡಿ, ಮಾತಾಡಿ ಇದ್ದ ಬಗೆಯಂತೂ ನೋಡುವುದೇ ಖುಷಿ. ಮನೆ, ಶಾಲೆ ಕಲಿಸಲಾರದ, ಗುರುತಿಸಲಾಗದ ಮಕ್ಕಳ ಸುಪ್ತ ಪ್ರತಿಭೆಯನ್ನು ನಟನದ ಅಷ್ಟೂ ಗುರುಗಳು ಆಚೆ ತರುವ ಕೆಲಸ ಮಾಡಿದ್ದಾರೆ. ಅವರೆಲ್ಲಗೂ ಧನ್ಯವಾದಗಳು... ನಮಗೆಲ್ಲ ಇಂಥ ಸೌಭಾಗ್ಯ ದೊರೆಯಲಿಲ್ಲವಲ್ಲ ಅನ್ನೋ ಬೇಸರ ಕೂಡ ಕಾಡುತ್ತದೆ. ಮಂಡ್ಯ ರಮೇಶ್ ಮತ್ತು ತಂಡದವರಿಗೆ ನಮ್ಮ ಧನ್ಯವಾದಗಳನ್ನು ಹೇಳಲು ಮಾತುಗಳೇ ಕಮ್ಮಿಯಾಗುತ್ತವೆ.

–ರೂಪ ಮಂಜುನಾಥ್

ನಟನದಲ್ಲಿ ರಂಗಾಭ್ಯಾಸಿಗಳು

ಮಂಡ್ಯ ರಮೇಶ್ ಅವರ ಮಾರ್ಗ ದರ್ಶನದಲ್ಲಿ ತರಬೇತುಗೊಂಡ ನಟನದ ವಿದ್ಯಾರ್ಥಿಗಳು ತಮಗಾದ ಅನುಭವಗಳನ್ನು ಇಲ್ಲಿ ಹಂಚಿಕೊಂಡಿದ್ದಾರೆ. ತಮ್ಮ ಗುರುವಿಗೆ ಹೆಮ್ಮೆಯಿಂದ ಮತ್ತು ಅಷ್ಟೇ ಗೌರವದಿಂದ ವಂದನೆಗಳನ್ನು ಸಲ್ಲಿಸಿದ್ದಾರೆ. ಒಬ್ಬ ಗುರುವಿಗೆ ಇದಕ್ಕಿಂತ ಇನ್ನೇನು ಬೇಕು ಹೇಳಿ. ಕಲಿಸಿದವರಿಗೆ ತೃಪ್ತ ಭಾವ, ಕಲಿತವರಿಗೆ ಸಂತೃಪ್ತ ಭಾವ.

ನಟನ ಶಕ್ತಿ–ರಮೇಶ್

ನಟನದ ನಾಟಕಗಳು ವಿಭಿನ್ನ ಮತ್ತು ವಿಶಿಷ್ಟವಾಗಿ ಹೊರಹೊಮ್ಮುತ್ತಿರುವುದಕ್ಕೆ ಮುಖ್ಯ ಕಾರಣ ನಟನ ಸಂಸ್ಥೆಗಿರುವ ಶಕ್ತಿ ಮಂಡ್ಯ ರಮೇಶ್ ಸರ್. ಹೊರಗಿನ ನಿರ್ದೇಶಕರು ಮಾತ್ರವಲ್ಲದೆ ರಮೇಶ್ ಸರ್ ನಟನಾಗೆ ಹಲವು ನಾಟಕಗಳನ್ನು

ನಿರ್ದೇಶಿಸಿದ್ದಾರೆ. ಬೇರೆ ಎಲ್ಲರ ನಾಟಕಗಳಿಗಿಂತ ಮಂಡ್ಯ ರಮೇಶ್ ಸರ್ ನಾಟಕಗಳು ವಿಭಿನ್ನ, ಯಾಕೆಂದರೆ ಅವರ ನಾಟಕಗಳಲ್ಲಿ ಉತ್ತಮ ಸಂದೇಶಗಳು ಎಲ್ಲಾ ವರ್ಗದ ಜನರಿಗೂ ತಲುಪುವ ಹಾಗೆ, ತಮಾಷೆಯ ಅಂಶಗಳ ಸಮೇತ ತಲುಪುತ್ತವೆ. ಮಂಡ್ಯ ರಮೇಶ್ ಸರ್ ಕಲಿಸುವ ರೀತಿಯೇ ಚೆಂದ. ಮಕ್ಕಳಿಂದ ದೊಡ್ಡವರ ತನಕ ಎಲ್ಲರೂ ಕಲಿಯಬಹುದಾದ ಅಂಶಗಳು ಅವರಲ್ಲಿ ಸಾಕಷ್ಟಿವೆ. ಯಾವುದೋ ಒಂದು pattern ಅಥವಾ ಶೈಲಿಗೆ ಸಿಲುಕಿಕೊಳ್ಳದೆ, ಎಲ್ಲಾ ಶೈಲಿಯ ನಾಟಕಗಳನ್ನು, ನಾಟಕ ನಿರ್ದೇಶನದ ಎಲ್ಲಾ ಆಯಾಮಗಳನ್ನು ಸ್ಪರ್ಶಿಸಿ, ಎಲ್ಲದರಲ್ಲೂ ಅದ್ಭುತ ಫಲಿತಾಂಶ ಗಳಿಸಿದ್ದಾರೆ ಮಂಡ್ಯ ರಮೇಶ್ ಸರ್. ಸಾಯೋ ಆಟ, ಸನಿದಪದಂತಹ ಹಾಸ್ಯ ನಾಟಕಗಳು ಒಂದೆಡೆಯಾದರೆ, ಬೆತ್ತಲೆ ಅರಸನ ರಾಜರಹಸ್ಯ, ಅಗ್ನಿ ಮತ್ತು ಮಳೆಗಳಂತಹ ಗಂಭೀರ ನಾಟಕಗಳು, ಗಾರ್ಕಿಯ ಈ ಕೆಳಗಿನವರು, ಕೂಡ ರಮೇಶ್ ಸರ್ ನಿರ್ದೇಶನದಲ್ಲಿ ಅತ್ಯುತ್ತಮವಾಗಿ ಸೃಷ್ಟಿಯಾಗಿವೆ. ಅವರ ನಾಟಕಗಳಲ್ಲಿನ ಪ್ರಕ್ರಿಯೆ ಇನ್ನೂ ಮಜಾ.

–ವೀಣಾ ಜಯಶಂಕರ
ನಟಿ, ನಿರೂಪಕಿ

ಜೀವನಕ್ಕೆ ದಾರಿ

ಮಂಡ್ಯ ರಮೇಶ್ ಸರ್, ನಾಟಕ ಎಂದರೆ ಶಕ್ತಿಯುತವಾಗಿರುತ್ತದೆ. ಅವರನ್ನು ನೋಡುತ್ತಿದ್ದರೆ ನಮ್ಮೊಳಗಿರುವ ಶಕ್ತಿ ಉದಯಿಸುತ್ತದೆ. ನಮಗೆಲ್ಲರಿಗೂ ಸುಲಭವಾಗಿ ಹೇಗೆ ರಂಗಭೂಮಿ ಕಲೆಯನ್ನು ಮುಟ್ಟಿಸುತ್ತಾರೆ ಎಂಬುದೇ ಇಲ್ಲಿ ಅದ್ಭುತ. ನಾಟಕದ ಅಂತರಾಳವನ್ನು ನಮ್ಮ ಜೀವನಕ್ಕೆ ಹೋಲಿಸಿ ಹೇಳಿಕೊಡುತ್ತಾರೆ ಅದು ನೇರ ನಮ್ಮ ಮನಸ್ಸಿಗೆ ಮುಟ್ಟುತ್ತದೆ. ಸ್ಪಷ್ಟವಾಗಿ ಮಾತಾಡಲು ಹೇಳಿಕೊಡುತ್ತಾರೆ. ರಂಗದ ಮೇಲೆ ಹೇಗಿರಬೇಕು ಎಂದು ತಿಳಿಸಿಕೊಡುತ್ತಾರೆ. ರಂಗಭೂಮಿ ಮಾತ್ರವಲ್ಲದೆ ನಮ್ಮ ಜೀವನಕ್ಕೆ ದಾರಿ ತೋರಿಸುತ್ತಾರೆ.

ಲಾವಣ್ಯ, ನಟನ

ಬದುಕು ಕಲಿಸಿಕೊಟ್ಟ ಗುರು

ನಮಗೆ ಕೇವಲ ನಾಟಕವನ್ನು ಮಾತ್ರವಲ್ಲದೆ ಬದುಕನ್ನು ಕಲಿಸಿಕೊಟ್ಟ ಗುರು. ಮಂಡ್ಯ ರಮೇಶ್ ಸರ್ ಅವರನ್ನು ಕೇವಲ ಮಂಡ್ಯ ರಮೇಶ್ ಎಂದು ಕರೆಯುವ ಯೋಗ್ಯತೆ ಮತ್ತು ಅರ್ಹತೆ ಎರಡೂ ನನಗೆ ಈ ಜನ್ಮದಲ್ಲಿ ಬರುವುದಿಲ್ಲ. ಅವರನ್ನು ಎಂದೆಂದಿಗೂ ಎಂದು ಗುರು ಎಂದು ಕರೆಯುವ

ಮನೋಭಾವವನ್ನು ಬೆಳೆಸಿಕೊಂಡಿದ್ದೇನೆ. ನಮ್ಮೆಲ್ಲ ತಾಲೀಮುಗಳಲ್ಲಿ ಕೇವಲ ನಮ್ಮ ಪಾತ್ರಗಳನ್ನು ಮಾತ್ರವಲ್ಲದೆ ನಮ್ಮ ಬದುಕನ್ನು ಹಾಗೂ ನಮ್ಮ ವ್ಯಕ್ತಿತ್ವವನ್ನು ಸೃಷ್ಟಿಸುತ್ತಾ ಅದನ್ನು ನವೀಕರಿಸುತ್ತಾರೆ. ಅದರೊಂದಿಗೆ ಬದುಕುವುದನ್ನು ಹೇಳಿಕೊಟ್ಟರು. ಇಂತಹ ದೊಡ್ಡ ಕಾರ್ಯವನ್ನು ಮಾಡುತ್ತಿರುವಾಗಲೂ ಎಂದಿಗೂ ಅವರು ನಮಗೆ ತೋರುತ್ತಿರುವ ಔದಾರ್ಯ ಎಂಬ ಭಾವ ನಮಗೆ ಬರದೆ, ಇದು ನನ್ನ ಕರ್ತವ್ಯ ಎಂಬಂತೆ ಬದುಕಿದ್ದಾರೆ. ಅವರ ಬದುಕೇ ನಮ್ಮ ಜೀವನಕ್ಕೆ ಪ್ರೇರಣೆ.

–ಅರುಣ್ ಮೂರ್ತಿ

ಶಾಲಾಕಲಿಕೆಗೂ ಸಹಕಾರಿ

ರಮೇಶ್ ಸರ್ ನಮ್ಮನ್ನು ಕಂದಾ... ಕಂದಮ್ಮಾ ಅಂತ ಕರೆಯೋದೇ ಚೆಂದ. ಕಳೆದ ಏಳು ವರ್ಷಗಳಿಂದ ನಾನು ನಟನ ರಂಗಶಾಲೆಯಲ್ಲಿ ನಟನೆಯನ್ನು ಕಲಿಯುತ್ತಿದ್ದೇನೆ. ಇದುವರೆಗೂ 20ಕ್ಕಿಂತಲೂ ಹೆಚ್ಚಿನ ನಾಟಕಗಳಲ್ಲಿ ಅಭಿನಯಿಸಿದ್ದೇನೆ. ಪ್ರತಿ ನಾಟಕವು ಹೊಸ ಅನುಭವವನ್ನು ಕೊಟ್ಟಿದೆ. ಸಾಕಷ್ಟು ಕಲಿಯುವ ಅವಕಾಶವನ್ನೂ ಒದಗಿಸಿದೆ. ನಾಲ್ಕು ಜನರ ಜೊತೆ ಬೆರೆಯಲು, ಧೈರ್ಯವಾಗಿ ನಿಂತು ಮಾತನಾಡಲು, ನನ್ನ ಅಭಿಪ್ರಾಯವನ್ನು ಸಮರ್ಥವಾಗಿ ಮಂಡಿಸುವುದನ್ನು ನನಗೆ ರಮೇಶ್ ಸರ್ ತಿಳಿಸಿಕೊಟ್ಟಿದ್ದಾರೆ. ನಾಟಕ ಅಂದಮೇಲೆ ಉದ್ದುದ್ದದ ಡೈಲಾಗ್‌ಗಳನ್ನು ನೆನಪಲ್ಲಿ ಇಟ್ಟುಕೊಳ್ಳಬೇಕು. ಇದು ನನ್ನಲ್ಲಿ ಏಕಾಗ್ರತೆ, ಜ್ಞಾಪಕಶಕ್ತಿಯನ್ನು ಹೆಚ್ಚಿಸಿದೆ. ಇದರಿಂದ ನನ್ನ ಶಾಲಾಕಲಿಕೆಗೂ ಸಹಕಾರಿಯಾಗಿದೆ. ಚೆನ್ನಾಗಿ, ಸ್ಪಷ್ಟವಾಗಿ ಮಾತನಾಡುವುದೂ ಒಂದು ಕಲೆ ಅಂತ ಗೊತ್ತಾಗಿದ್ದೇ 'ನಟನ'ದಿಂದ.

–ಕಾರ್ಣಿಕಾ ವಿ. ನಾಯಕ್

ತಾಯಿಯಾಗಿ, ತಂದೆಯಾಗಿ, ಅಣ್ಣನಾಗಿ...

ನಮಸ್ತೆ,

'ನಟನ' ನನ್ನ ಜೀವನದ ಅತಿ ಮುಖ್ಯ ಭಾಗ. ನನ್ನನ್ನು ತಿದ್ದಿ ತೀಡಿ ಕಲಾವಿದೆಯ ರೂಪ ಕೊಟ್ಟು ಹೆಮ್ಮೆಯ ಬದುಕನ್ನು ಕಟ್ಟಿ ಕೊಟ್ಟಂತಹ ಕುಟುಂಬ. ತಾಯಿಯಾಗಿ, ತಂದೆಯಾಗಿ, ಅಣ್ಣನಾಗಿ, ಗೆಳೆಯನಾಗಿ ಕಲಿಸಿ ನಮ್ಮ ಅಂತರ್‌ಶಕ್ತಿಯನ್ನು ಗಟ್ಟಿಯಾಗಿಸಿ ಯುದ್ಧಕ್ಕೆ ಸಿದ್ಧರಾದ ಯೋಧರಂತೆ ನಮ್ಮನ್ನು ಹೊಳಪಾಗಿಸಿದ ಗುರುಗಳ ಬಗ್ಗೆ ಎಷ್ಟು ಹೇಳಿದರು ಕಡಿಮೆಯೇ.

–ಪ್ರಿಯಾ ಶಟಮರ್ಶನ್

ನಟನಾಗಿ ಮಂಡ್ಯ ರಮೇಶ್

ರಂಗಭೂಮಿ ಎಂಬುದು ಸುಳ್ಳಿನ ವೇದಿಕೆ ಮೇಲೆ ಸತ್ಯವನ್ನು ಹುಡುಕುವ ನೆರಳು ಬೆಳಕಿನ ಆಟ. ರಂಗಭೂಮಿ ಒಂದು ವಿಶ್ವ ವಿದ್ಯಾನಿಲಯ, ಅದೊಂದು ದೇವಾಲಯ. ಇಂತಹ ವಿಶ್ವವಿದ್ಯಾನಿಲಯದಲ್ಲಿ ಸಾವಿರಾರು ಕಲಾವಿದರು ವಿವಿಧ ವಿಭಾಗಗಳಲ್ಲಿ ಸಾರ್ಥಕ ಸೇವೆ ಸಲ್ಲಿಸಿ ತಮ್ಮ ಹೆಸರುಗಳನ್ನು ಜನರ ಮನಸ್ಸಿನಲ್ಲಿ ಶಾಶ್ವತವಾಗಿ ನೆಲೆ ನಿಲ್ಲುವಂತೆ ಮಾಡಿ ಹೋಗಿದ್ದಾರೆ. ಇಂತಹ ಬೃಹತ್ ವಿದ್ಯಾಲಯದಲ್ಲಿ ಮಂಡ್ಯ ರಮೇಶ್ ನಟರಾಗಿ, ನಿರ್ದೇಶಕರಾಗಿ, ಸಂಘಟಕರಾಗಿ, ಲೇಖಕರಾಗಿ ತಮ್ಮ ಛಾಪನ್ನು ಮೂಡಿ ಸಿದ್ದಾರೆ. ತಮ್ಮ ಬಣ್ಣದ ಯಾತ್ರೆ ಆರಂಭವಾದಾಗಿನಿಂದ ನೂರಾರು ಪಾತ್ರಗಳಿಗೆ ಬಣ್ಣ ಹಚ್ಚಿದ್ದಾರೆ. ಪಾತ್ರಗಳ ಮೂಲಕ ಬದುಕನ್ನು ಅವಲೋಕನ ಮಾಡಿದ್ದಾರೆ. ಪಾತ್ರಗಳಲ್ಲಿ ಬದುಕಿದ್ದಾರೆ, ಪಾತ್ರಗಳ ಮೂಲಕ ಜನರನ್ನು ನಗಿಸಿದ್ದಾರೆ, ಅಳಿಸಿದ್ದಾರೆ, ಪಾತ್ರವೇ

ತಾವಾಗಿ ಹೋಗಿದ್ದಾರೆ, ಪಾತ್ರದಿಂದ ಪಾತ್ರಕ್ಕೆ ಬೆಳೆಯುತ್ತಾ ಹೋಗಿದ್ದಾರೆ. ಹೀಗೆ 'ನಟನೆ' ಮತ್ತು 'ನಟನ' ಮಧ್ಯೆ ಹೆಚ್ಚು ವ್ಯತ್ಯಾಸವಿಲ್ಲದಂತೆ ಅವೆರಡೂ ಒಂದೇ ನಾಣ್ಯದ ಎರಡು ಮುಖಗಳಂತೆ ಎಂದು ಭಾವಿಸಿ ಹಾಗೆಯೇ ಬಣ್ಣದ ಬದುಕಿನಲ್ಲಿ ಮಿಂದು ಏಳುತ್ತಿದ್ದಾರೆ. ಒಮ್ಮೆ ಹೋಳಿಗೆ ಊಟವಾದರೆ ಮತ್ತೊಮ್ಮೆ ಚಿತ್ರಾನ್ನ. ಎರಡೂ ಸಮರಸದ ಅದ್ದೂರಿ ಭೋಜನವೇ ಸರಿ. ಬಣ್ಣದ ಬದುಕನ್ನು ಸಂತೋಷದಿಂದ ಆರಿಸಿಕೊಂಡ ಅವರಿಗೆ ಅದರ ಸ್ಥಿತಿ ಮತ್ತು ವೈರುಧ್ಯಗಳ ಬಗ್ಗೆ ಎಂದಿಗೂ ಬೇಸರವಿಲ್ಲ.

'ಪಾಲಿಗೆ ಬಂದದ್ದು ಪಂಚಾಮೃತ' ಎನ್ನುವ ಹಾಗೆ ತಮ್ಮ ಪಾಲಿಗೆ ಬಂದ ಪಾತ್ರವನ್ನು ಮತ್ತು ಕೆಲಸವನ್ನು ಅಚ್ಚುಕಟ್ಟಾಗಿ ನಿರ್ವಹಿಸಿದ್ದಾರೆ. ಕಲಾವಿದರ ಬದುಕೇ ಹಾಗೆ. ಒಮ್ಮೆ ಬಿರುಬಿಸಿಲು, ಒಮ್ಮೊಮ್ಮೆ ತಂಗಾಳಿ, ಮತ್ತೆ ಬಿರುಗಾಳಿ, ಮತ್ತೆ ಶಾಂತ ಸರೋವರ. ಏನೆಲ್ಲಾ ಸಂಕಷ್ಟಗಳು ಬದುಕಿನಲ್ಲಿ ಎದುರಾದರೂ ಅದನ್ನು ಎಂದೂ ಸುಲಭವಾಗಿ ಬಿಟ್ಟುಕೊಟ್ಟವರಲ್ಲ. ಬಣ್ಣವ ನಂಬಿ ಕೆಟ್ಟೆ ಎಂದು ಎಂದೂ ಹೇಳಿದವರಲ್ಲ. ತಮ್ಮನ್ನು ತಮಗಿಂತ ಉತ್ತಮ ಸ್ಥಿತಿಯಲ್ಲಿರುವವರ ಜೊತೆ ಎಂದಿಗೂ ಹೋಲಿಸಿಕೊಂಡವರಲ್ಲ. ಪಾತ್ರ ಚಿಕ್ಕದಿರಲಿ, ದೊಡ್ಡದಿರಲಿ ಅದನ್ನು ದೊಡ್ಡ ಮನಸ್ಸಿನಿಂದ ಸ್ವೀಕರಿಸಿ ಚಿಕ್ಕ ಪಾತ್ರಕ್ಕೂ ದೊಡ್ಡ ಹೆಸರನ್ನು ತಂದು ಕೊಟ್ಟ ಸಭ್ಯ ವ್ಯಕ್ತಿ. ರಂಗಭೂಮಿಯ ಸಹವಾಸವೇ ಹಾಗೇ. ಮೊದಲು ಅದು ನಮ್ಮ ಇತಿಮಿತಿಯನ್ನು ನಮಗೆ ಅರ್ಥ ಮಾಡಿಸುತ್ತದೆ. ಬದುಕು ಹೀಗೂ ಇರುತ್ತದೆ ಎಂಬ ಕಿವಿಮಾತನ್ನು ಹೇಳಿಕೊಡುತ್ತದೆ. ಬರಿಗಾಲಲ್ಲಿ ನಡೆಸಿ ಬಿಸಿಲಲ್ಲಿ ಕಾಲನ್ನು ಸುಡಿಸುತ್ತದೆ, ಬೆವರು ಬರಿಸುತ್ತದೆ, ಅಷ್ಟೇ ತಾಳ್ಮೆಯಿಂದ, ಶ್ರದ್ಧೆಯಿಂದ ಇದ್ದರೆ ವರ್ಷಧಾರೆಯನ್ನು ಸುರಿಸಿ ಬದುಕನ್ನು ತಂಪಾಗಿರಿಸುತ್ತದೆ. ಇಂತಹ ಸಿಹಿಕಹಿಗಳ ಹದವಾದ ಪಾಕದಲ್ಲಿ ಬೆಂದವರು ಮಂಡ್ಯ ರಮೇಶ್. ಅವರು ನಟರಾಗಿ ತಮ್ಮ ಪಾತ್ರಗಳನ್ನು ಹೇಗೆ ನಿರ್ವಹಿಸಿದ್ದಾರೆ ಮತ್ತು ಪಾತ್ರಗಳ ಮೂಲಕ ಬದುಕನ್ನು ಹೇಗೆ ಅರ್ಥೈಸಿಕೊಂಡಿದ್ದಾರೆ ಮತ್ತು ಪಾತ್ರಗಳು ಅವರ ಬದುಕನ್ನು ಹೇಗೆ ಬದಲಿಸಿವೆ ಎಂಬ ಬಗ್ಗೆ ಒಂದು ಇಣುಕುನೋಟ. ಮಂಡ್ಯ ರಮೇಶ್ ಅವರಲ್ಲಿ ಒಬ್ಬ ನಟ ಹೇಗೆ ಹುಟ್ಟಿದ ಮತ್ತು ಬೆಳೆದ ಎಂಬುದನ್ನು ತಿಳಿದರೆ ಅವರ ಪ್ರಸ್ತುತ ಕಾರ್ಯಕ್ಷೇತ್ರ ಮತ್ತು ಕಾರ್ಯವೈಖರಿಗಳ ಬಗ್ಗೆ ಒಂದು ಸ್ಪಷ್ಟವಾದ ಚಿತ್ರಣ ದೊರೆಯುತ್ತದೆ. ಇವರಿಗೆ ನಟನಾಗಬೇಕೆನ್ನುವ ಹಂಬಲ ಹೇಗೆ ಬಂತು ಎಂಬುದು ಸ್ವಾರಸ್ಯಕರವಾಗಿದೆ. ಆಕಸ್ಮಿಕವಾಗಿ ನಡೆದ ಒಂದು ಘಟನೆ ನಟನೆಯನ್ನು ಆಯ್ಕೆ ಮಾಡಿಕೊಳ್ಳಲು ಇವರಿಗೆ ಪ್ರೇರೇಪಣೆ ನೀಡಿತು ಎಂಬುದು ಇಲ್ಲಿ ಗಮನಿಸಬೇಕು. ಮಂಡ್ಯ ರಮೇಶ್ ಅವರ ಒಟ್ಟಾರೆ ವ್ಯಕ್ತಿತ್ವ ರೂಪುಗೊಂಡಿದ್ದೇ ಗ್ರಾಮ್ಯದ ಸೊಗಡಿನ ಹಿನ್ನೆಲೆಯಿಂದ. ಇವರಿಗೆ ತಮ್ಮ ಬಾಲ್ಯದ ಬಗ್ಗೆ ಹೆಮ್ಮೆ ಇದೆ, ಸಂತೋಷವಿದೆ. ಅಪ್ಪ ಸರ್ಕಾರಿ

ನೌಕರರಾಗಿದ್ದುದರಿಂದ ಬೇರೆ ಬೇರೆ ಊರುಗಳಿಗೆ ವರ್ಗವಾಗುವುದು ಅನಿವಾರ್ಯವಾಗಿತ್ತು. ನಾಗಮಂಗಲದ ಬೆಳ್ಳೂರಿನ ಶಿಶುವಿಹಾರದಲ್ಲಿ ಶಿಕ್ಷಣ ಆರಂಭವಾಯಿತು. ನಂತರ ಮಂಡ್ಯದಲ್ಲಿದ್ದ ಅಜ್ಜಿಯ ಮನೆಗೆ ಬಂದು ಒಂದನೇ ತರಗತಿಗೆ ದಾಖಲಾದರು. ಗ್ರಾಮೀಣ ಪ್ರದೇಶದ ವಾತಾವರಣದಲ್ಲಿ ಬೆಳೆದ ಹುಡುಗನಿಗೆ ನಗರದ ಶಿಸ್ತಿನ ಕಲಿಕೆ ಉಸಿರು ಕಟ್ಟಿಸುತ್ತದೆ.

ಒಮ್ಮೆ ಶಾಲೆಯಲ್ಲಿ ಟ್ಯಾಬ್ಲೋಗಾಗಿ ಗಾಂಧಿಯ ಪಾತ್ರವನ್ನು ಮಾಡಿದ್ದರು. ಚಲಿಸುತ್ತಿದ್ದ ವಾಹನ ಇದ್ದಕ್ಕಿದ್ದ ಹಾಗೆ ಬ್ರೇಕ್ ಹಾಕಿದ್ದರ ಪರಿಣಾಮ ಬಾಲಕ ಮಂಡ್ಯ ರಮೇಶ್ ಮುಗ್ಗರಿಸಿ ಬಿದ್ದಾಗ ಜನ ನಗುತ್ತಾರೆ. ತನ್ನ ನಟನೆ ನೋಡಿ ಜನ ನಕ್ಕಿದ್ದು ಎಂದು ಭಾವಿಸಿದ ರಮೇಶ್ ಅವರಿಗೆ ಬಹಳ ಸಂತೋಷವಾಗುತ್ತದೆ. 'ಆಕಸ್ಮಿಕವೋ ಅಥವಾ ಮತ್ತಿನ್ನೇನೋ ಒಟ್ಟಿನಲ್ಲಿ ನಾನು ಮಾಡಿದ ಮೊದಲ ಪಾತ್ರ ಗಾಂಧಿಯದ್ದು ಎನ್ನುವ ಸಂತಸ ನನ್ನಲ್ಲಿ ಈಗಲೂ ಇದೆ' ಎನ್ನುತ್ತಾರೆ. ಒಂದುಕಡೆ ಅಜ್ಜಿ ಮನೆಯಲ್ಲಿ ಅಂಥ ಸ್ಥಿತಿವಂತಿಕೆಯೇನೂ ಇರಲಿಲ್ಲ. ಮತ್ತೊಂದೆಡೆ ವಿದ್ಯಾಭ್ಯಾಸ ಮುಂದುವರಿಸಲೇಬೇಕಾದ ಅನಿವಾರ್ಯ ಪರಿಸ್ಥಿತಿ. ಎಷ್ಟೋ ದಿನ ಶಾಲೆಯಲ್ಲಿ ಮಧ್ಯಾಹ್ನದ ಊಟಕ್ಕೆಂದು ಬಾಕ್ಸ್‌ನಲ್ಲಿ ಇರುತ್ತಿದ್ದುದು ಕೇವಲ ಒಂದೆರಡು ಬಿಸ್ಕತ್ತುಗಳು ಮಾತ್ರ. ಇದು ಗೆಳೆಯರಿಗೆ ತಿಳಿದರೆ ಅವರು ತಮ್ಮ ಊಟವನ್ನು ಕೊಡಲು ಬರಬಹುದೆಂಬ ಸಂಕೋಚದಿಂದ ಅವರಿಂದ ದೂರ ಕುಳಿತು ತಾನೂ ಕೂಡ ಊಟ ತಂದಿದ್ದೇನೆ ಎಂದು ಅವರು ಭಾವಿಸಿಕೊಳ್ಳುವ ಹಾಗೆ ನಟಿಸಿ ಊಟವನ್ನು ಮಾಡಿ ಮುಗಿಸುತ್ತಿದ್ದರಂತೆ. 'ಪ್ರಾಯಶಃ ನನ್ನ ಆಕ್ಟಿಂಗ್ ಪ್ರಾರಂಭವಾಗಿದ್ದು ಅಲ್ಲಿಯೇ ಎನಿಸುತ್ತದೆ' ಎನ್ನುತ್ತಾರೆ ಮಂಡ್ಯ ರಮೇಶ್. ಶಾಲೆಯಲ್ಲಿ ಪ್ರತಿ ಶನಿವಾರ ಪ್ರತಿಭಾ ಪ್ರದರ್ಶನವಿರುತ್ತಿತ್ತು. ಶಿಕ್ಷಕರಾದ ಚಂದ್ರಶೇಖರ್ ನಾಟಕಗಳನ್ನು ಮಾಡಿಸುತ್ತಿದ್ದರು. ಪಾರ್ವತಿ ಎಂಬ ಶಿಕ್ಷಕಿ ಮಕ್ಕಳಿಗೆ ಅದ್ಭುತವಾದ ಕತೆಗಳನ್ನು ಹೇಳುತ್ತಿದ್ದರು. ಇಲ್ಲೆಲ್ಲ ಅವರು ಸಕ್ರಿಯವಾಗಿ ಭಾಗವಹಿಸುತ್ತಿದ್ದರು. ಇಲ್ಲಿಂದಲೇ ಅವರಲ್ಲಿ ಒಬ್ಬ ನಟ ಸಿದ್ಧವಾಗುತ್ತಿದ್ದ. ಕಲಿಯುವಲ್ಲಿ ಅಪಾರವಾದ ಆಸಕ್ತಿ ಮತ್ತು ಶಿಸ್ತು ಬಾಲ್ಯದಿಂದಲೇ ಬಂದಿದೆ ಇವರಿಗೆ. ಕಲಿಯುವಾಗ ಇದ್ದ ಆಸಕ್ತಿ ಮತ್ತು ಶಿಸ್ತು ಈಗ ಮತ್ತೊಬ್ಬರಿಗೆ ಕಲಿಸುವಾಗಲೂ ಹಾಗೇ ಉಳಿದುಕೊಂಡಿರುವುದು ಗಮನಾರ್ಹ. ಅಷ್ಟು ಹೊತ್ತಿಗೆ ನಾಗಮಂಗಲದಲ್ಲಿ ಕಲಾಸಂಘ ಉದಯಿಸಿ ತನ್ನ ವಿಭಿನ್ನ ಪ್ರದರ್ಶನಗಳ ಮೂಲಕ ತನ್ನ ಕಲೆಯ ವ್ಯಾಪ್ತಿಯನ್ನು ನಿಧಾನವಾಗಿ ವಿಸ್ತರಿಸಿಕೊಳ್ಳಲು ಪ್ರಯತ್ನಿಸುತ್ತಿತ್ತು.

ಸಂಘದ ಕಲಾವಿದರಾದ ಶಿಖರೇಶ್, ಶೆಲ್ಲಪ್ಪನ್, ಆದಿಶೇಷ್ ಮುಂತಾದ ನಟರು ಮತ್ತು ಸಂಘವನ್ನು ಆಧುನಿಕ ಚಿಂತನೆಗಳ ಮೂಲಕ ಮುನ್ನಡೆಸುತ್ತಿದ್ದ ನಾ.ಸು. ನಾಗೇಶ್ ಮುಂತಾದವರು ಇವರ ಮೇಲೆ ಪ್ರಭಾವ ಬೀರಿದ್ದರು. ಮಂಡ್ಯ

ರಮೇಶ್ ಅವರು ಅಭಿನಯಿಸಿದ ಮೊದಲ ನಾಟಕ 'ಮೋಹಿನಿ ಭಸ್ಮಾಸುರ.' ಈ ನಾಟಕದಲ್ಲಿ ಅವರದು ಮೋಹಿನಿಯ ಪಾತ್ರ. ನಾಲ್ಕು ಗೋಡೆಗಳ ಮಧ್ಯೆ ಕುಳಿತು ಕಲಿತ ಗಣಿತ, ವಿಜ್ಞಾನ, ಇತಿಹಾಸ ಇವುಗಳಿಗಿಂತ ನಾಗಮಂಗಲದ ಸಾಂಸ್ಕೃತಿಕ ಪರಿಸರ ಕಲಿಸಿದ್ದೇ ಹೆಚ್ಚು. ಅಲ್ಲಿಗೆ ಬರುತ್ತಿದ್ದ ಹೆಸರಾಂತ ಸಾಹಿತಿಗಳ ಮಾತುಗಳನ್ನು ಕೇಳುವ, ವೈವಿಧ್ಯಮಯ ನಾಟಕಗಳನ್ನು ನೋಡುವ, ಕೇಳಿದ್ದನ್ನು ಮತ್ತು ನೋಡಿದ್ದನ್ನು ಚರ್ಚಿಸುವ ಸಾಕಷ್ಟು ಅವಕಾಶಗಳು ಇದ್ದುದರಿಂದ ದಿನದಿಂದ ದಿನಕ್ಕೆ ತಾನೂ ಒಬ್ಬ ನಟನಾಗಬೇಕೆಂಬ ಬಯಕೆ ಹೆಚ್ಚಾಗುತ್ತಾ ಹೋಯಿತು. 'ಓದೋ ಹಾಳಾಗಿ ಹೋಗ್ತೀಯ ಕಣೋ, ನಾಟಕನಾದರೂ ಮಾಡೋ' ಎಂದು ಶಾಲೆಯಲ್ಲಿ ಓದುವಾಗ ಮೇಷ್ಟ್ರು ಆಡಿದ ತಮಾಷೆಯ ಮಾತು ಬಹುಶಃ ಮಂಡ್ಯ ರಮೇಶ್ ಅವರೊಳಗೆ ಒಬ್ಬ ಕಲಾವಿದ ಹುಟ್ಟಲು ಕಾರಣವಾಯಿತು ಎನಿಸುತ್ತದೆ. ರಾತ್ರಿಯೆಲ್ಲಾ ನಿದ್ದೆಗೆಟ್ಟು ಕಂಪನಿ ನಾಟಕಗಳನ್ನು ನೋಡುತ್ತಿದ್ದರು. ನಟನೊಬ್ಬ ರಾತ್ರಿಯೆಲ್ಲಾ ನಿದ್ದೆಗೆಟ್ಟು ಅಭಿನಯಿಸಿ ಬೆಳಿಗ್ಗೆ ಕಣ್ಣುಜ್ಜಿಕೊಂಡು ಟೀ ಕುಡಿಯಲು ಅಂಗಡಿಗೆ ಬಂದಾಗ ಅಂಗಡಿಯವನು 'ಏನು ಸಕ್ಕತ್ತಾಗ್ ಮಾಡಿದೆ ನೀನು ಪಾತ್ರನಾ... ಸೂಪರ್ ಅಣ್ಣ' ಎಂದು ಮೆಚ್ಚುಗೆಯ ಮಾತುಗಳನ್ನಾಡಿ ಉಚಿತವಾಗಿ ಟೀ ಕೊಡುತ್ತಿದ್ದ.

ಅದು ಬಾಲಕ ಮಂಡ್ಯ ರಮೇಶ್ ಅವರನ್ನು ಕಾಡಲು ಶುರು ಮಾಡಿತು. ಸಮಾಜದಲ್ಲಿ ಕಲಾವಿದರಿಗೆ ದೊರೆಯುತ್ತಿದ್ದ ಮರ್ಯಾದೆ, ಪ್ರೀತಿ, ಗೌರವ, ಕಲಾವಿದರು ಹೊಗಳಿಕೆಯ ಮಾತುಗಳನ್ನು ಸ್ವೀಕರಿಸುತ್ತಿದ್ದ ರೀತಿ, ಶಾಲೆಯಲ್ಲಿ ನಾಟಕ ಮಾಡುವಂತೆ ಪ್ರೋತ್ಸಾಹದ ಮಾತುಗಳನ್ನಾಡುತ್ತಿದ್ದ ಶಿಕ್ಷಕರು, ದೇವರ ಉತ್ಸವಗಳ ಮುಂದೆ ಬರುತ್ತಿದ್ದ ವೀರಗಾಸೆ...ಇವೆಲ್ಲವೂ ಮಂಡ್ಯ ರಮೇಶ್ ಅವರ ಮೇಲೆ ಸಾಕಷ್ಟು ಪ್ರಭಾವ ಬೀರಿ ನಟನಾಗುವಂತೆ ಉತ್ತೇಜನ ನೀಡಿದವು. ಇಂತಹ ಬಯಕೆಯ ಬೀಜವೊಂದು ಮನಸ್ಸಿನಲ್ಲಿ ಮೊಳಕೆಯೊಡೆದಾಗ ಅವರು ನಾಲ್ಕನೇ ತರಗತಿಯಲ್ಲಿದ್ದರು. ಅಲ್ಲಿಯವರೆಗೂ ಅಲ್ಪಸ್ವಲ್ಪವಿದ್ದ ನಾಟಕದ ಹುಚ್ಚು ಎಂಟನೇ ತರಗತಿಗೆ ಬರುವ ಹೊತ್ತಿಗೆ ಅತಿರೇಕಕ್ಕೆ ಕರೆದುಕೊಂಡು ಹೋಯಿತು. ಅಪ್ಪನಿಗೆ ಮಂಡ್ಯಕ್ಕೆ ವರ್ಗವಾಗಿ ಅಲ್ಲಿನ ಸರ್ಕಾರಿ ಪ್ರೌಢ ಶಾಲೆಗೆ ಸೇರಿದಾಗ ಅಲ್ಲಿಯ ಮೇಷ್ಟ್ರು ಸಿದ್ದಪ್ಪನವರೂ ಸಹ ನಾಟಕಕ್ಕೆ ಸಂಬಂಧಿಸಿದಂತೆ ಹೆಚ್ಚು ಉತ್ತೇಜನವನ್ನು ನೀಡಿದಾಗ ಮಂಡ್ಯ ರಮೇಶ್ ಅವರಿಗೆ ಆನೆಬಲ ಬಂದಂತಾಗಿ ಒಂದು ಕೈ ನೋಡಿಯೇ ಬಿಡೋಣ ಎಂದು ಗಂಭೀರವಾಗಿ ಇದರ ಬಗ್ಗೆ ಚಿಂತಿಸಿ ನಟನೆಯ ಬಗ್ಗೆ ಮತ್ತಷ್ಟು ಒಲವನ್ನು ತೋರಿಸಿದರು. ಪ್ರೌಢಶಾಲೆಯಲ್ಲಿರುವಾಗ ದಾಶರಥಿ ದೀಕ್ಷಿತ್ ಅವರ 'ಅಳಿಯ ದೇವರು' ನಾಟಕದಲ್ಲಿ ನಗಾರಿ ನರಸಿಂಹಯ್ಯನ ಪಾತ್ರವನ್ನು ಮಾಡಿ ಮೊದಲ ಬಹುಮಾನವನ್ನು ಪಡೆದರು. ಅಲ್ಲಿದ್ದ ಮೂರು ವರ್ಷವೂ ಸಹ ಮೊದಲ

ಬಹುಮಾನವೇ. ನಂತರ 'ಅರ್ಜುನ-ಬಬ್ರುವಾಹನ', 'ಎಚ್ಚಮ ನಾಯಕ' ಮುಂತಾದ ನಾಟಕಗಳಲ್ಲಿ ಅಭಿನಯಿಸಿದರು. ಪ್ರಥಮ ಬಿ.ಎಸ್ಸಿ. ಓದುತ್ತಿರುವಾಗ ಮಂಡ್ಯ ಗೆಳೆಯರ ಬಳಗದ ವತಿಯಿಂದ ರಂಗಕರ್ಮಿ ಅಶೋಕ್ ಬಾದರದಿನ್ನಿ ನೇತೃತ್ವದಲ್ಲಿ ಆಯೋಜನೆಗೊಂಡಿದ್ದ ರಂಗ ಶಿಬಿರದಲ್ಲಿ ಪಾಲ್ಗೊಂಡರು. ಅದು ಮಂಡ್ಯ ಜಿಲ್ಲೆಯ ಮೊಟ್ಟ ಮೊದಲ ಆಧುನಿಕ ರಂಗ ಶಿಬಿರವಾಗಿತ್ತು.

ಮಂಡ್ಯದ ಗೆಳೆಯರ ಬಳಗದ ಅನೇಕ ನಾಟಕಗಳಲ್ಲಿ ವಿವಿಧ ಪಾತ್ರಗಳನ್ನು ವಹಿಸಿದ್ದಾರೆ. ಶ್ರೀ ಕೆ.ವಿ. ಶಂಕರೇಗೌಡ ಅವರೊಡನೆ 'ಪಾದುಕಾ ಕಿರೀಟ' ನಾಟಕದಲ್ಲಿ ಅಭಿನಯಿಸಿದ್ದಾರೆ. 'ರಕ್ತಾಕ್ಷಿ' ನಾಟಕದಲ್ಲಿ ಸೇವಕನ ಪಾತ್ರ ಮಾಡಿದ್ದಾರೆ. 'ಹೆಚ್ಚು ಸಣ್ಣಪುಟ್ಟ ಪಾತ್ರಗಳಲ್ಲೇ ಸರದಾರ ನಾನು, ಮುಖ್ಯಪಾತ್ರ ಮಾಡಿದ್ದು ಕಡಿಮೆ' ಎಂದು ಬೇಸರದಿಂದ ಹೇಳುತ್ತಾರೆ. ಪಾತ್ರ ಯಾವುದೇ ಆದರೂ ಅದನ್ನು ಶ್ರದ್ಧೆಯಿಂದ ಮಾಡುವ ಗುಣವೇ ಅವರನ್ನು ಯಶಸ್ಸಿನ ಮೆಟ್ಟಿಲೇರುವಂತೆ ಮಾಡಿದೆ. ನೀನಾಸಂನಲ್ಲಿದ್ದಾಗ 'ಈ ಕೆಳಗಿನವರು' (ಸಂಕಪ್ಪ), 'ಅಲಿಬಾಬಾ' (ಸಲೀಂ), 'ಮೂರು ಕಾಸಿನ ಸಂಗೀತ ನಾಟಕ' (ಟೈಗರ್ ಬ್ರೌನ್), 'ಮಣ್ಣಿನ ಬಂಡಿ' (ಸಂವಾಹಕ), 'ಸಾಂಬ ಶಿವ ಪ್ರಹಸನ' (ಶಿವ), 'ಮ್ಯಾಕ್‌ಬೆತ್ (ಮಾಲ್ಕಮ್), 'ಮಿಸ್ ಸದಾರಮೆ' (ಆದಿಮೂರ್ತಿ), 'ಅಂಧಯುಗ' (ಸಂಜಯ), ಮುಂತಾದ ನಾಟಕಗಳಲ್ಲಿ ಅಭಿನಯಿಸಿದರು. ರಂಗಾಯಣಕ್ಕೆ ಬಂದ ನಂತರ 'ಕಿಂದರಿ ಜೋಗಿ' (ಕುಂಟ), 'ಚಂದ್ರಹಾಸ' (ಚಂದ್ರಹಾಸ) 'ಕುಸುಮಬಾಲೆ' (ಕಿಟ್ಟಯ್ಯ ಮತ್ತು ಇಪ್ಪತ್ತೈದು ಬೇರೆ ಬೇರೆ ಪಾತ್ರಗಳು), 'ಚೆರ್ರಿ ತೋಟ' (ಅಜ್ಜ), 'ಜಗದೇಕ ವೀರನಕತೆ' (ಚಿಂಟು), 'ಪಿಯರ್ ಗೆಂಟ್' (ಮದುವೆ ಗಂಡು), 'ಹಿಪ್ಪೋಲಿಟಸ್' (ದೂತ), 'ಎತ್ತ ಹಾರಿದೆ ಹಂಸ' (ರಾಮಚಂದ್ರ), 'ಭೂಮಿಗೀತ' (ಕೋತಿ), 'ರೋಡ್' (ಸ್ಯಾಮ್) ಮುಂತಾದ ನಾಟಕಗಳಲ್ಲಿ ಅಭಿನಯಿಸಿದರು. 'ತಲೆದಂಡ' ನಾಟಕದಲ್ಲಿ ಮಾಡಿದ 'ತಿಥಿ ಬ್ರಾಹ್ಮಣ' ಮತ್ತು 'ಮರಿಯಪ್ಪ' ಎಂಬ ಪಾತ್ರಗಳು ಚಿಕ್ಕದಾಗಿದ್ದರೂ ಅಪಾರವಾದ ಜನ ಪ್ರಶಂಸೆಯನ್ನು ತಂದುಕೊಟ್ಟವು. 'ನೀನಾಸಂನ ತಿರುಗಾಟ, ರಂಗಾಯಣದ ನಾಟಕಗಳಲ್ಲಿ ಪಾತ್ರಗಳನ್ನು ಮಾಡುವಾಗ ನಾನು ರಂಗದ ಮೇಲೆ ಬಂದ ಕೂಡಲೇ ಪ್ರೇಕ್ಷಕರು ಸಂತೋಷ ಪಡುತ್ತಿದ್ದುದು ನನ್ನ ಅನುಭವಕ್ಕೆ ಬಂದಿದೆ' ಎನ್ನುತ್ತಾರೆ ಮಂಡ್ಯ ರಮೇಶ್.

ನಟನಾಗಿ ಮಂಡ್ಯ ರಮೇಶ್ ಅವರು ಒಂದು ಪಾತ್ರದ ಒಳಹೊಕ್ಕು, ಅದಕ್ಕೆ ನ್ಯಾಯ ಒದಗಿಸಿ, ಪಾತ್ರದಲ್ಲಿಯೇ ಜೀವಿಸುತ್ತಾರೆ. ನಾಟಕದಿಂದ ಪ್ರೇಕ್ಷಕರಿಗೆ ಮನೋರಂಜನೆ ದೊರೆಯುತ್ತದೆ ನಿಜ, ಆದರೆ ಅದು ಅಷ್ಟಕ್ಕೇ ಸೀಮಿತವಾಗಬಾರದು ಎನ್ನುವ ರಮೇಶ್ ವಿವಿಧ ಪಾತ್ರಗಳ ಮೂಲಕ ತಮಗೆ ಬಂದ ಸವಾಲುಗಳನ್ನು ದಿಟ್ಟವಾಗಿ ಎದುರಿಸಿದ್ದಾರೆ. 'ನಟ ತಾನು ಅಭಿನಯಿಸುವ

ಪಾತ್ರದ ಭಾಷ್ಯಕಾರ' ಎಂದು ಹಿರಿಯ ನಟ ಎಚ್.ಜಿ. ಸೋಮಶೇಖರರಾವ್ ಹೇಳುತ್ತಾರೆ. ಬಣ್ಣ ಹಚ್ಚಿ, ಪೋಷಾಕು ಧರಿಸಿ ಜನರ ಮುಂದೆ ಅಭಿನಯಿಸಲು ಬಂದು ನಿಲ್ಲುವ ನಟನ ಹೆಗಲ ಮೇಲೆ ಬಹಳ ದೊಡ್ಡ ಜವಾಬ್ದಾರಿ ಇರುತ್ತದೆ. ಅಭಿನಯಕ್ಕೆ ಇಳಿಯುವ ಮುನ್ನ ಮಂಡ್ಯ ರಮೇಶ್ ಅವರು 'GRACE' 'SPACE' 'PACE'... ಇವುಗಳನ್ನು ತಮ್ಮ ಕೌಶಲದ ಮೂಲಕ ಕಾಪಾಡಿಕೊಳ್ಳುವ ಪ್ರಯತ್ನ ಮಾಡುತ್ತಾರೆ. ಇವು ಒಬ್ಬ ನಟನಿಗೆ ಅತ್ಯಂತ ಪ್ರಮುಖವಾದ ಅಂಶಗಳು. ಅವರಿಗೆ ಅಪಾರವಾದ ಅನುಭವ ಇರುವುದರಿಂದ ಜೊತೆಗೆ ಮೂಲತಃ ಭಾವಜೀವಿಯಾಗಿರುವುದರಿಂದ ಅಭಿನಯಕ್ಕೆ ಬೇಕಾದ ಭಾವನಾಶಕ್ತಿಯನ್ನು ಸಮರ್ಥವಾಗಿ ತುಂಬಿಬಿಡುತ್ತಾರೆ. ಪಾತ್ರವನ್ನು ಮಾಡುತ್ತಾ, ಅದರಿಂದ ಹೊರಗೆ ನಿಂತು ತಮ್ಮನ್ನು ತಾವೇ ವಿಮರ್ಶಿಸಿಕೊಳ್ಳುವ ಗುಣವೂ ಅವರಲ್ಲಿದೆ. ಎಚ್.ಜಿ.ಸೋಮಶೇಖರ್‌ರಾವ್ ಅವರು ಹೇಳುವಂತೆ, 'ಒಬ್ಬ ನಟ ತನ್ನ ಅಭಿನಯದಲ್ಲಿಯೇ ಅನೇಕ ವೈರುಧ್ಯಗಳನ್ನು ಸಂಭಾಳಿಸಬೇಕಾಗುತ್ತದೆ. ಅಭಿನಯದ ಆಳದಲ್ಲಿ ನಟನಿಗೆ 'ಅದು ತಾನಲ್ಲ' ಎಂಬ ಅರಿವಿದ್ದೂ 'BEING'ನಿಂದ 'BECOMING'ನ ಸಾಧಿಸುವ ಸಾಮರ್ಥ್ಯ ಬೇಕು. ಅದರಿಂದಾಗಿಯೇ ಕೆಲವು ಪ್ರಾಜ್ಞರು ನಟನೆಯನ್ನು 'Highly spiritual' ಎಂದಿದ್ದಾರೆ. ಅದೊಂದು ರಸಯಾತ್ರೆ.'

ಈ ಎಲ್ಲಾ ಹಿನ್ನೆಲೆಯಿಂದ ನೋಡಿದಾಗ ಮಂಡ್ಯ ರಮೇಶ್ ಒಬ್ಬ ನಟನಾಗಿ ಶ್ರದ್ಧೆ, ಸಾಧನೆ, ತಾಳ್ಮೆ, ಏಕಾಗ್ರತೆ, ನಿಷ್ಠೆ, ಸ್ಥಿರತೆ ಮತ್ತು ತೀವ್ರತೆ ಮುಂತಾದ ಅಂಶಗಳನ್ನು ತಮ್ಮ ನಟನೆಯಲ್ಲಿ ಅಳವಡಿಸಿಕೊಂಡಿರುವುದನ್ನು ಕಾಣಬಹುದು.

ರಂಗ ನಿರ್ದೇಶಕ

ನೃತ್ಯವಾಗಲಿ, ಸಂಗೀತವಾಗಲಿ ಗುರುವಿನ ಪಾತ್ರ ಬಹಳ ಪ್ರಮುಖವಾದ ಪಾತ್ರವನ್ನು ವಹಿಸುತ್ತದೆ. ಗುರು ಮುಖೇನ ಅಲ್ಲಿ ವಿದ್ಯಾರ್ಥಿಗಳು ತಪ್ಪುಗಳನ್ನು ತಿದ್ದಿಕೊಳ್ಳುತ್ತಾ, ಕಲಿಯುತ್ತಾ ಹಂತಹಂತವಾಗಿ ಬೆಳೆಯುತ್ತಾ ಹೋಗುತ್ತಾರೆ. ಆದರೆ ರಂಗಭೂಮಿಯಲ್ಲಿ ಆ ಕೆಲಸವನ್ನು ಒಬ್ಬ ನಿರ್ದೇಶಕ ಮಾಡುತ್ತಾ ಹೋಗುತ್ತಾನೆ. ನೃತ್ಯ ಮತ್ತು ಸಂಗೀತ ವೈಯಕ್ತಿಕ ಕಲಿಕೆ ಮತ್ತು ಸಾಧನೆಯಾದರೆ ರಂಗಭೂಮಿ ಎಲ್ಲರ ಜೊತೆ ಬೆರೆತು ಕಲಿಯುವ ಪ್ರಕ್ರಿಯೆ. ಇಲ್ಲಿ ಒಬ್ಬನಿಂದ ಕಲಿಕೆ ಸಾಧ್ಯವಿಲ್ಲ. ಒಬ್ಬನಿಂದ ನಾಟಕ ಆಗುವುದಿಲ್ಲ. ಹತ್ತಾರು ಜನ ಸೇರಿದರೆ ನಾಟಕ ಸಾಧ್ಯ. ಹೀಗೆ ಹತ್ತಾರು ಜನರನ್ನು ಸೇರಿಸಿ ಒಂದು ನಾಟಕವನ್ನು ಆರಿಸಿಕೊಂಡು, ತಾಲೀಮು ನಡೆಸಿ, ಪ್ರದರ್ಶನವಾಗುವವರೆಗೆ ಒಬ್ಬನ ಮಾರ್ಗದರ್ಶನ, ಸಲಹೆ ಸೂಚನೆಗಳು ಅಗತ್ಯವಾಗಿ ಬೇಕಿರುತ್ತವೆ. ಇಂತಹ ಕೆಲಸವನ್ನು

ರಂಗಭೂಮಿಗೆ ಸಂಬಂಧಿಸಿದಂತೆ ಒಬ್ಬ ನಿರ್ದೇಶಕ ಮಾಡುತ್ತಾನೆ. ಇಲ್ಲಿ ಅವನು ಗುರುವೂ ಹೌದು, ನಿರ್ದೇಶಕನೂ ಹೌದು, ಮಾರ್ಗದರ್ಶಿಯೂ ಹೌದು. ಒಂದು ನಾಟಕದ ಯಶಸ್ಸಿನಲ್ಲಿ ನಟರು ಹೇಗೆ ಪ್ರಮುಖ ಪಾತ್ರವನ್ನು ವಹಿಸುತ್ತಾರೋ ಹಾಗೆಯೇ ನಿರ್ದೇಶಕನೂ ಪ್ರಮುಖವಾದ ಪಾತ್ರವನ್ನು ವಹಿಸುತ್ತಾನೆ. ನಟರು, ತಂತ್ರಜ್ಞರು, ಸಂಘಟಕರು ಮತ್ತು ನಿರ್ಮಾಪಕರು ಮುಂತಾದವರೊಂದಿಗೆ ಬೆರೆತು ಎಲ್ಲರನ್ನೂ ವಿಶ್ವಾಸಕ್ಕೆ ತೆಗೆದುಕೊಂಡು ಒಬ್ಬ ನಿರ್ದೇಶಕ ತನ್ನ ಕೆಲಸವನ್ನು ಮಾಡಬೇಕಾಗುತ್ತದೆ.

ಹೀಗೆ ಎಲ್ಲರೊಂದಿಗೆ ಕೆಲಸ ಮಾಡುವಾಗ ನಿರ್ದೇಶಕನಾದವನಿಗೆ ಎಲ್ಲ ವಿಭಾಗಗಳ ಅರಿವು ಚೆನ್ನಾಗಿಯೇ ಇರಬೇಕಾಗುತ್ತದೆ. ಗ್ರಾಮೀಣ ಪ್ರದೇಶಗಳಲ್ಲಿ ನಾಟಕಗಳನ್ನು ಮಾಡುವಾಗ ನಿರ್ದೇಶಕ ಎನ್ನುವ ಬದಲು ಅವನನ್ನು ಹಾರ್ಮೋನಿಯಂ ಮೇಷ್ಟ್ರು ಎಂದು ಕರೆಯುವ ಪರಿಪಾಠವಿತ್ತು. ನಟನದಲ್ಲಿ ಮಂಡ್ಯ ರಮೇಶ್ ಅವರು ನಿರ್ದೇಶಕರಾಗಿ ಒಂದು ನಾಟಕವನ್ನು ಹೇಗೆ ನೋಡುತ್ತಾರೆ, ಅದನ್ನು ಹೇಗೆ ಕಟ್ಟುತ್ತಾರೆ ಎನ್ನುವುದೇ ಒಂದು ಕುತೂಹಲ. ನಿರ್ದೇಶಕನ ಕೆಲಸ ನಾಟಕವನ್ನು ಆಯ್ಕೆ ಮಾಡಿಕೊಂಡ ಮೊದಲ ದಿನದ ತಾಲೀಮಿನಿಂದಲೇ ಶುರುವಾಗುತ್ತದೆ. ನಟನಕ್ಕೆ ವಿಭಿನ್ನ ವಯಸ್ಸಿನ, ವಿಭಿನ್ನ ಮನೋಭಾವದ ಹಿರಿಯ ಮತ್ತು ಕಿರಿಯ ಕಲಾವಿದರು ಬರುವುದರಿಂದ ಅವರಿಗೆ ಎಂತಹ ನಾಟಕವನ್ನು ಮಾಡಿಸಬೇಕು ಎಂಬುದರ ಬಗ್ಗೆ ಮಂಡ್ಯ ರಮೇಶ್ ಅವರು ಮೊದಲು ಯೋಚಿಸುತ್ತಾರೆ. ಒಂದು ನಾಟಕವನ್ನು ಆಯ್ಕೆಮಾಡಿಕೊಂಡ ನಂತರ ತಾಲೀಮಿಗೂ ಮುನ್ನ ಒಬ್ಬ ನಿರ್ದೇಶಕ ಮಾಡುವ ಚರ್ಚೆ ಬಹಳ ಮುಖ್ಯವಾಗುತ್ತದೆ. ರಮೇಶ್ ಅವರ ಕೆಲಸ ಇಲ್ಲಿಂದ ಆರಂಭವಾಗುತ್ತದೆ. ನಿರ್ದೇಶಕನಾಗಿ ನಾಟಕದ ಗ್ರಹಿಕೆ ಅವನ ಮನಸ್ಸಿನಲ್ಲಿ ಹೇಗೆ ಮೂಡಿದೆ, ಅದು ರಂಗದ ಮೇಲೆ ಹೇಗೆ ಬರಬೇಕು, ರಂಗದ ಮೇಲೆ ಸಮರ್ಥವಾಗಿ ಬರಬೇಕು ಎಂದರೆ ಅಲ್ಲಿ ನಟರ ಕೆಲಸ ಹೇಗಿರಬೇಕು, ತಾಲೀಮು ಹೇಗೆ ಇರುತ್ತದೆ, ಮುಖ್ಯವಾಗಿ ಒಬ್ಬ ನಟ ಪಾಲಿಸಬೇಕಾದ ನಿಯಮಗಳು ಏನು ಎಂಬುದನ್ನು ಮೊದಲು ಮನದಟ್ಟು ಮಾಡಿಕೊಡುತ್ತಾರೆ.

ಮೊದಲು ರಂಗದ ಆಟಗಳನ್ನು ಆಡಿಸುವುದರ ಮೂಲಕ ನಟರುಗಳನ್ನು ನಾಟಕದ ವಾತಾವರಣಕ್ಕೆ ಹೊಂದಿಕೊಳ್ಳುವಂತೆ ಮಾಡುತ್ತಾರೆ. ಕೆಲವರಿಗೆ ಸಂಕೋಚ, ಭಯ ಇತ್ಯಾದಿ ಸಮಸ್ಯೆಗಳು ಇರುತ್ತವೆ. ಮಾತನಾಡಲು ಹಿಂಜರಿಕೆ ಇರುತ್ತದೆ. ಅವರನ್ನು ಆಡಲು, ಮಾತಾಡಲು, ಹಾಡಲು, ಕುಣಿಯಲು ಬಿಟ್ಟು ಅವರಲ್ಲಿರುವ ಪ್ರತಿಭೆಯನ್ನು ಗಮನಿಸುತ್ತಾ ಹೋಗುತ್ತಾರೆ. ಈ ಹಂತದಲ್ಲಿ ನಟರು ತಮ್ಮ ಮೈ ಚಳಿಯನ್ನು ಬಿಟ್ಟು ನಾವೆಲ್ಲ ಒಂದೇ ಎನ್ನುವ ಭಾವ ಮೂಡಿ ಒಬ್ಬರಿಗೊಬ್ಬರು ಅರ್ಥಮಾಡಿಕೊಂಡು ಹತ್ತಿರವಾಗುವ ಸಾಧ್ಯತೆ ಇರುತ್ತದೆ.

ಹೀಗೆ ಮೈಕೈ ಸಡಿಲವಾಗಿ ನಟರು ಒಂದು ಹದಕ್ಕೆ ಬಂದ ನಂತರ ನಾಟಕದ ಓದಿಗೆ ಅವರನ್ನು ಸಿದ್ಧ ಮಾಡುತ್ತಾರೆ. ಈ ಹಂತದಲ್ಲಿ ಅವರು ಪಕ್ಕಾ ಶಿಕ್ಷಕರಾಗಿ ಬಿಡುತ್ತಾರೆ. ಬೇರೆ ಸಂದರ್ಭಗಳಲ್ಲಿ ಒಬ್ಬ ನಿರ್ದೇಶಕ ಕೇವಲ ನಾಟಕವನ್ನು ನಿರ್ದೇಶಿಸಿ ಪ್ರದರ್ಶನಕ್ಕೆ ಸಿದ್ಧಪಡಿಸುವ ಕೆಲಸ ಮಾಡುತ್ತಾನೆ. ಆದರೆ ನಟನದ ಕ್ರಮವನ್ನು ನಾವು ಬೇರೆಯದೇ ರೀತಿಯಲ್ಲಿ ನೋಡಬೇಕಾಗುತ್ತದೆ. ಇಲ್ಲಿ ನಿರ್ದೇಶನಕ್ಕೂ ಮುನ್ನ ಅವರ ಮಾತುಗಳನ್ನು ಗಮನಿಸಿ, ಅವರ ತಪ್ಪುಗಳನ್ನು ತಿದ್ದಿ, ಅವರ ಓದಿನ ಕ್ರಮವನ್ನು ಸರಿಪಡಿಸಿ ನಾಟಕದ ಓದು ಸರಾಗವಾಗುವ ಹಾಗೆ ಮಾಡುತ್ತಾರೆ ಮಂಡ್ಯ ರಮೇಶ್. ಇಲ್ಲಿ ಮಂಡ್ಯ ರಮೇಶ್ ಕೇವಲ ಒಬ್ಬ ನಿರ್ದೇಶಕನಲ್ಲ ಬದಲಾಗಿ ಆತ ಒಬ್ಬ ಶಿಕ್ಷಕ, ತಂಡದ ಮುಖ್ಯಸ್ಥ, ಸಂಸ್ಥೆಯ ನೇತಾರ, ಒಬ್ಬ ಸಂಘಟಕ, ಒಬ್ಬ ನಿರ್ಮಾಪಕ. ಈ ಹಿನ್ನೆಲೆಯಲ್ಲಿ ನೋಡಿದಾಗ 'ನಿರ್ದೇಶಕ' ಎನ್ನುವ ಪದ ಒಂದು ಮಿತಿಗೆ ಒಳಪಟ್ಟಂತೆ ಕಾಣುವುದರಿಂದ ಅದನ್ನು ಸ್ವಲ್ಪ ವಿಸ್ತೃತ ರೂಪದಲ್ಲಿ ನೋಡಬೇಕಾಗುತ್ತದೆ.

ಇಲ್ಲಿ ಮಂಡ್ಯ ರಮೇಶ್ ಅವರಿಗೆ ನಿರ್ದೇಶನ, ನಿರ್ಮಾಣ, ಸಂಘಟನೆ, ಪ್ರದರ್ಶನ ಎಲ್ಲವೂ ಮುಖ್ಯವಾಗುತ್ತದೆ. ಆದ್ದರಿಂದ ಅವರು ಬೇರೆ ಜಾಗಗಳಿಗೆ ಹೋಗಿ ಅಲ್ಲಿನ ತಂಡಕ್ಕೆ ನಾಟಕ ನಿರ್ದೇಶನ ಮಾಡುವುದಕ್ಕೂ ತಮ್ಮದೇ ತಂಡವಾದ ನಟನಕ್ಕೆ ನಾಟಕ ನಿರ್ದೇಶನ ಮಾಡುವುದಕ್ಕೂ ಬಹಳ ವ್ಯತ್ಯಾಸವಿದೆ. ಇದನ್ನು ನಾವು ಅರ್ಥಮಾಡಿಕೊಳ್ಳಬೇಕಾಗಿದೆ. ನಾಟಕದ ಓದಿನಲ್ಲಿ ನಟರ ವ್ಯಾಕರಣ, ಭಾಷಾ ಶುದ್ಧತೆ ಮುಂತಾದ ಅಂಶಗಳನ್ನು ಗಮನಿಸುತ್ತಾರೆ. ಆಗ ಅವರಿಗೆ ಒಬ್ಬ ನಟನ ಇತಿಮಿತಿಯ ಒಂದು ಸ್ಪಷ್ಟವಾದ ಚಿತ್ರಣ ದೊರೆಯುತ್ತದೆ. ಇದು ಒಂದು ಹಂತವಾದರೆ ಮುಂದಿನ ಹಂತ ಮತ್ತೆ ಅದೇ ನಾಟಕವನ್ನು ಭಾವಪೂರ್ಣವಾಗಿ ಓದುವುದು. ಕೆಲವು ನಟರು ಮೊದಲ ಓದಿನಲ್ಲಿಯೇ ತಮ್ಮ ಸಂಭಾಷಣೆಗೆ ಭಾವವನ್ನು ತುಂಬಿ ಓದಿಬಿಡುತ್ತಾರೆ. ಅವರಿಗೆ, ಹಾಗೆ ಯಾವುದೇ ಒಂದು ಶೈಲಿಗೆ ಜೋತು ಬೀಳಲು ಬಿಡದೆ ಮೊದಲು ಭಾವನಾರಹಿತವಾಗಿ ಓದಿದ ನಂತರ ಭಾವನಾಪೂರ್ಣವಾಗಿ ಓದಲು ಬಿಡುತ್ತಾರೆ. ಇದು ಒಬ್ಬ ನಿರ್ದೇಶಕ ಮಾಡಬೇಕಾದ ಬಹಳ ಮುಖ್ಯವಾದ ಕೆಲಸ. ಈ ಹಂತದಲ್ಲಿ ಅವರಿಗೆ ಯಾರ ಯಾರ ಶಕ್ತಿ ಸಾಮರ್ಥ್ಯ ಏನು ಎಂಬುದರ ಒಂದು ಸ್ಪಷ್ಟವಾದ ಚಿತ್ರಣ ಸಿಕ್ಕಿರುತ್ತದೆ. ಮುಂದಿನ ಹಂತದಲ್ಲಿ ಪಾತ್ರಗಳನ್ನು ಹಂಚುತ್ತಾರೆ. ಇವೆಲ್ಲ ಆಗುವ ಹೊತ್ತಿಗೆ ಒಂದು ಹತ್ತು ದಿನಗಳು ಕಳೆದಿರುತ್ತವೆ. ಒಬ್ಬ ನಿರ್ದೇಶಕನ ನಿಜವಾದ ಕೆಲಸ ಆರಂಭವಾಗುವುದು ಮುಂದಿನ ಹಂತದಲ್ಲಿಯೆ ಎನ್ನಬಹುದು. ಪಾತ್ರಗಳ ಹಂಚಿಕೆಯಾದ ನಂತರ ದೃಶ್ಯಗಳ ಸಂಯೋಜನೆ(blocking)ಯ ಹಂತದಿಂದ ಅವರ ಕೆಲಸ ಹೆಚ್ಚು ಗಟ್ಟಿಯಾಗುತ್ತಾ ಸಾಗುತ್ತದೆ.

ಇಲ್ಲಿ ಎಲ್ಲವನ್ನೂ ಅವರೇ ಹೇಳಲು ಹೋಗದೆ ನಟರನ್ನು ಮಾತನಾಡಲು ಬಿಟ್ಟು ಅವರಿಂದ ಹೆಚ್ಚು ತಿಳಿಯಲು ಪ್ರಯತ್ನಿಸುತ್ತಾರೆ. ಇಲ್ಲಿ ನಾನು ನಿರ್ದೇಶಕ, ಅವರು ಮಕ್ಕಳು ನಾನು ಹೇಳಿದಂತೆಯೇ ನಡೆಯಬೇಕು ಎನ್ನುವ ಯಾವುದೇ ನಿರೀಕ್ಷೆಯನ್ನು ಇಟ್ಟುಕೊಳ್ಳದೆ ಅವರಿಂದ ಯಾವುದಾದರೂ ಸೂಕ್ತ ಸಲಹೆಗಳು ಬಂದಲ್ಲಿ ಅವುಗಳನ್ನೂ ಅಳವಡಿಸಿಕೊಳ್ಳುವ ವಿಶಾಲ ಮನೋಭಾವ ಮಂಡ್ಯ ರಮೇಶ್ ಅವರಲ್ಲಿದೆ. ಇದು ಒಬ್ಬ ನಿರ್ದೇಶಕನಿಗೆ ಇರಬೇಕಾದ ಗುಣ. ಸಾಹಿತ್ಯ ಕೃತಿಯೊಂದು ರಂಗ ಕೃತಿಯಾಗಿ ಮಾರ್ಪಾಡಾದಾಗ ಒಬ್ಬ ನಿರ್ದೇಶಕ ಮಾಡಬೇಕಾದ ಕೆಲಸಗಳ ಬಗ್ಗೆ ಮಂಡ್ಯ ರಮೇಶ್ ಅವರಿಗೆ ಅರಿವಿದೆ. ಒಂದು ಪಾತ್ರವನ್ನು ಬೇರೆ ಬೇರೆ ಕಲಾವಿದರಿಗೆ ನೀಡಿ ಅವರಿಂದ ಹೆಚ್ಚು ಕೆಲಸವನ್ನು ತೆಗೆಯುವ ಪ್ರಯತ್ನ ಮಾಡುತ್ತಾರೆ. ಎಲ್ಲರನ್ನೂ ಪ್ರೀತಿಯಿಂದ ಮತ್ತು ಅಷ್ಟೇ ಮುಕ್ತ ಮನಸ್ಸಿನಿಂದ ನೋಡುವ ಗುಣವನ್ನು ಹೊಂದಿದ್ದಾರೆ. ಹೀಗೆ ತಾಲೀಮು ಆರಂಭವಾಗಿ ಮುಖ್ಯ ಪಾತ್ರಗಳಲ್ಲಿ ಅಭಿನಯಿಸುವ ನಟರು ಒಮ್ಮೊಮ್ಮೆ ತಮ್ಮ ತಮ್ಮ ಪಾತ್ರಗಳ ಬಗ್ಗೆ ತಮಗೆ ತಾವೇ ಹೊಗಳಿಕೆಯ ಮಾತುಗಳನ್ನು ಆಡಿಕೊಂಡು ಉಳಿದವರ ಗಮನವನ್ನು ತಮ್ಮತ್ತ ಸೆಳೆಯುವ ಪ್ರಯತ್ನದಲ್ಲಿ ಇರುತ್ತಾರೆ. ಅಂತಹ ನಟರಿಗೆ ಕಿವಿಮಾತು ಹೇಳಿ ಹೆಚ್ಚು ಮಾತಿರುವ ಒಂದು ರಾಜನ ಪಾತ್ರ ಎಷ್ಟು ಮುಖ್ಯವೋ ಹಾಗೆಯೇ ಒಂದೂ ಮಾತಿಲ್ಲದ ಈಟಿ ಹಿಡಿಯುವ ಸೈನಿಕನ ಪಾತ್ರವೂ ಅಷ್ಟೇ ಮುಖ್ಯ ಎಂಬ ಸತ್ಯದ ದರ್ಶನವನ್ನು ಮಾಡಿಸುತ್ತಾರೆ. ನಂತರ ಮುಖ್ಯ ಪಾತ್ರ ಮಾಡುವ ಕಲಾವಿದ ಇಡೀ ನಾಟಕವನ್ನು ನಿಭಾಯಿಸಬಲ್ಲನೆ ಎಂಬುದನ್ನು ಬಹಳ ಸೂಕ್ಷ್ಮವಾಗಿ ಗಮನಿಸುತ್ತಾರೆ. ಹೀಗೆ ಮುಂದುವರೆಯುವ ತಾಲೀಮು ನಿಧಾನವಾಗಿ ಒಂದು ರೂಪ ಪಡೆಯುತ್ತಾ ಹೋಗುತ್ತದೆ.

'ನಟರ ದೇಹದಲ್ಲಿ ಸೂಕ್ತವಾದ ಆಂಗಿಕವು ಮೂಡುವಂತೆ ಮಾಡುವುದು ನಿರ್ದೇಶಕನ ಜವಾಬ್ದಾರಿಗಳಲ್ಲಿ ಒಂದು' ಇದು ಪ್ರಸನ್ನ ಅವರ ಮಾತು. ಪ್ರತಿಯೊಬ್ಬ ನಟನ ದೇಹದಲ್ಲಿ ಆಂಗಿಕವು ಮೂಡುವಂತೆ ಮಂಡ್ಯ ರಮೇಶ್ ಅವರು ಮಾಡುವ ಕೆಲಸವಿದೆಯಲ್ಲ ಅದು ನಿಜಕ್ಕೂ ಅಚ್ಚರಿ ಮೂಡಿಸುವ ಘಟ್ಟ. ಈ ಹಂತದಲ್ಲಿ ಅವರು ನಟರಿಗೆ ಹೇಳಿಕೊಡುವ ಅಭಿನಯದ ಪಾಠಗಳು ನೆನಪಿನಲ್ಲಿ ಉಳಿಯುವಂತಹದು. ಈ ಹಂತದಲ್ಲಿ ನಟರು ಒಂದಷ್ಟು ಮಾತನ್ನು ಕಲಿತು ರಂಗದ ಮೇಲೆ ಸರಾಗವಾಗಿ ಚಲಿಸುತ್ತಾ ಜೊತೆಗೆ ಮಾತನಾಡುತ್ತಾ ಹೋಗುತ್ತಾರೆ. ಹಂತಹಂತವಾಗಿ ಈ ರೀತಿಯ ಆತ್ಮವಿಶ್ವಾಸವನ್ನು ನಟರು ಪಡೆದುಕೊಳ್ಳುವಂತೆ ಒಬ್ಬ ನಿರ್ದೇಶಕನಾಗಿ ಮಂಡ್ಯ ರಮೇಶ್ ಅಚ್ಚುಕಟ್ಟಾಗಿ ಮಾಡುತ್ತಾರೆ. ನಂತರ ರಂಗಸಜ್ಜಿಕೆ ಮತ್ತು ರಂಗ ಪರಿಕರಗಳನ್ನು ಬಳಸಿಕೊಂಡು ಅಭಿನಯಿಸುವಂತೆ ಮಾಡುತ್ತಾರೆ. ನಟರಿಗೆ

ಆರಂಭದಲ್ಲಿಯೇ ಪರಿಕರಗಳು ಮತ್ತು ರಂಗಸಜ್ಜಿಕೆಗಳ ಜೊತೆ ಅಭಿನಯಿಸಲು ಅನುಕೂಲ ಮಾಡಿಕೊಟ್ಟರೆ ಅವರ ಅಭಿನಯ ಚೆನ್ನಾಗಿ ಮೂಡಿಬರುತ್ತದೆ. ಏಕೆಂದರೆ ಖಾಲಿ ಸ್ಥಳದಲ್ಲಿ ನಟರು ಎಲ್ಲವನ್ನೂ ಕಲ್ಪಿಸಿಕೊಂಡು ನಟಿಸಲು ಆಗುವುದಿಲ್ಲ. ಒಬ್ಬ ನಿರ್ದೇಶಕನಾಗಿ ಮಂಡ್ಯ ರಮೇಶ್ ಅವರಿಗೆ ಇವೆಲ್ಲವನ್ನೂ ಹೇಗೆ ನಿಭಾಯಿಸಬೇಕು ಎಂಬ ಸ್ಪಷ್ಟವಾದ ಚಿತ್ರಣವಿದೆ. ಇದರ ನಂತರ ಮುಂದಿನ ಹಂತದಲ್ಲಿ ಒಂದು ಪಾತ್ರವನ್ನು ಹೇಗೆ ಕಟ್ಟಬೇಕು ಮತ್ತು ಅದನ್ನು ಹೇಗೆ ಪೋಷಿಸಬೇಕು ಎಂಬುದರ ಬಗ್ಗೆ ಯೋಚಿಸುತ್ತಾರೆ.

ಇದು ನಿರ್ದೇಶಕನ ಬಹಳ ದೊಡ್ಡ ಜವಾಬ್ದಾರಿ. ಪಾತ್ರ ಚಿಕ್ಕದಿರಲಿ ಅಥವಾ ದೊಡ್ಡದಿರಲಿ ರಂಗದ ಮೇಲೆ ಬಂದಾಗ ಅದಕ್ಕೆ ತನ್ನದೇ ಆದ ಒಂದು ವೈಶಿಷ್ಟ್ಯವಿರುತ್ತದೆ. ಅದನ್ನು ಚೆನ್ನಾಗಿ ಕೆತ್ತಿ ಅದಕ್ಕೊಂದು ಚಂದದ ರೂಪ ಕೊಡಬೇಕಾದವನು ನಿರ್ದೇಶಕನೆ. ಏಕೆಂದರೆ ನಟರು ನಾಟಕದ ಒಳಗಿದ್ದು ತಮಗೆ ಸಿಕ್ಕ ಸೂಚನೆಯ ಪ್ರಕಾರ ನಟಿಸುತ್ತಿರುತ್ತಾರೆ. ಆದರೆ ನಿರ್ದೇಶಕನಾದವನು ಹೊರಗೆ ನಿಂತು ನಾಟಕವನ್ನು ನೋಡುವಾಗ ಒಂದು ಪಾತ್ರ ಹೇಗೆ ಬೆಳೆಯುತ್ತಿದೆ ಮತ್ತು ಅದು ಯಾವ ರೂಪ ಪಡೆಯುತ್ತಿದೆ ಎಂಬ ಅರಿವನ್ನು ಇಟ್ಟುಕೊಂಡಿರುತ್ತಾನೆ. ನಟನಿಗೆ ತಾನು ಮಾಡುತ್ತಿರುವ ಪಾತ್ರ ಎಷ್ಟು ಅರ್ಥವಾಗಿದೆ ಅದು ಏನನ್ನು ಬೇಡುತ್ತದೆ ಮತ್ತು ಅವನು ಅದನ್ನು ಹೇಗೆ ಮಾಡಲು ಬಯಸುತ್ತಾನೆ ಎಂಬುದನ್ನು ಅವನಿಂದಲೇ ತಿಳಿಯಲು ಬಯಸುತ್ತಾರೆ. ಏಕೆಂದರೆ ನಟನಾದವನು ಕೇವಲ ನಾಟಕಕಾರನ ಮಾತುಗಳನ್ನು ಓದಿ ಅದರಂತೆ ಅಭಿನಯಿಸಲು ಸಿದ್ಧನಿರುತ್ತಾನೆ. ಆದರೆ ಕೇವಲ ನಾಟಕಕಾರ ಬರೆದ ಮಾತುಗಳನ್ನು ಇಟ್ಟುಕೊಂಡು ಪಾತ್ರವನ್ನು ಕಟ್ಟಲು ಬರುವುದಿಲ್ಲ. ಉದಾಹರಣೆಗೆ ಎಂ.ಎಸ್.ಕೆ. ಪ್ರಭು ಅವರ ಕತೆಯನ್ನು ಆಧರಿಸಿ ಪ್ರದರ್ಶನವಾದ 'ಬೆತ್ತಲೆ ಅರಸನ ರಾಜ ರಹಸ್ಯ' ನಾಟಕವನ್ನು ಇಲ್ಲಿ ಚರ್ಚೆಗೆ ತೆಗೆದುಕೊಳ್ಳೋಣ. ಈ ನಾಟಕವನ್ನು ಮಂಡ್ಯ ರಮೇಶ್ ಅವರೇ ನಿರ್ದೇಶಿಸಿದ್ದಾರೆ. ಇಲ್ಲಿ ಬರುವ ರಾಜನ ಬಗ್ಗೆ ಮೂಲ ಕತೆಯಲ್ಲಿ ಅವನೊಬ್ಬ ವಿಚಿತ್ರವಾದ ವ್ಯಕ್ತಿ, ಅವನಿಗೆ ಮೈಯೆಲ್ಲಾ ಉರಿ. ಶೃಂಗಾರ ಕವಿತೆಗಳನ್ನು ಕೇಳಿದರೆ ಉರಿ ಶಮನವಾಗುತ್ತದೆ. ಅವನಿಗೆ ನಿರಂತರವಾಗಿ ಯಾರಾದರೂ ಕಾವ್ಯ ವಾಚನ ಮಾಡುತ್ತಲೇ ಇರಬೇಕು, ಅದು ನಿಂತಲ್ಲಿ ತನ್ನ ಬಟ್ಟೆಯನ್ನು ಕಳಚಿ ಬೆತ್ತಲಾಗಿ ಬಿಡುತ್ತಾನೆ. ಇದು ರಾಜನ ಪಾತ್ರದ ಬಗ್ಗೆ ನಮಗೆ ಸಿಗುವ ವಿವರ. ಕೇವಲ ಇದನ್ನಷ್ಟೇ ಓದಿಕೊಂಡು ಒಬ್ಬ ನಟ ಹುಚ್ಚುಹುಚ್ಚಾಗಿ ನಟಿಸಲು ತೊಡಗಿದರೆ ಆಭಾಸವಾಗುತ್ತದೆ. ಇಲ್ಲಿ ಒಬ್ಬ ನಿರ್ದೇಶಕನ ಪಾತ್ರ ಬಹಳ ಮುಖ್ಯವಾಗುತ್ತದೆ. ಮಂಡ್ಯ ರಮೇಶ್ ಅವರು ಈ ಹಂತದಲ್ಲಿ ನಟರಿಗೆ ಪಾತ್ರವನ್ನು ಒಡೆಯುವ, ಅದರ ಒಳ ಹೋಗುವ ಮತ್ತು ವಿವಿಧ ಸಾಧ್ಯತೆಗಳ

ಬಗ್ಗೆ ಹೇಳಿಕೊಡುತ್ತಾರೆ. ಇಲ್ಲಿ ನಿರ್ದೇಶಕನಾದವನು ಒಬ್ಬ ಒಳ್ಳೆಯ ಓದುಗನೂ ಆಗಿರಬೇಕು ಎಂಬುದನ್ನು ವಿಶೇಷವಾಗಿ ಹೇಳುವ ಅಗತ್ಯವಿಲ್ಲ. ಮಂಡ್ಯ ರಮೇಶ್ ಒಬ್ಬ ಒಳ್ಳೆಯ ಓದುಗ. ಅಧ್ಯಯನಶೀಲರು. ರಾಜನ ಪಾತ್ರವನ್ನು ಅವರು ತಮ್ಮದೇ ದೃಷ್ಟಿಕೋನದಿಂದ ನೋಡಿ ಅದು ಪರಿಣಾಮಕಾರಿಯಾಗಿ ಮೂಡಿ ಬರುವಂತೆ ಮಾಡಿದ್ದಾರೆ. ಹತ್ತಾರು ಸಾಲುಗಳಲ್ಲಿ ಅಡಕವಾಗಿರುವ ಆ ಪಾತ್ರವು ಆಂಗಿಕ, ವಾಚಿಕ, ಆಹಾರ್ಯ... ಇವುಗಳ ಮೂಲಕ ರಂಗದ ಮೇಲೆ ಕಳೆ ಕಟ್ಟುವಂತೆ ಮಾಡಿದ್ದಾರೆ. ನಟನೆಯಲ್ಲಿ ಮನಸ್ಸನ್ನು ಕೇಂದ್ರೀಕರಿಸಿರುವ ನಟರಿಗೆ ಇವೆಲ್ಲ ಹೊಳೆಯದೆ ಇರಬಹುದು. ಆದರೆ ನಿರ್ದೇಶಕನ ಮೂಲಕ ಪಾತ್ರದ ಮಹತ್ವ ಅರ್ಥವಾಗುತ್ತದೆ.

ಇಂತಹ ಸೂಕ್ಷ್ಮ ವಿಚಾರಗಳನ್ನು ನಟರಿಗೆ ಮನಮುಟ್ಟುವಂತೆ ಅರ್ಥಮಾಡಿಸುವಲ್ಲಿ ಮಂಡ್ಯ ರಮೇಶ್ ಅವರು ಸಿದ್ಧಹಸ್ತರು. ನಟನಿಗೆ ಹೆಚ್ಚು ಯೋಚಿಸಲು ಹೇಳಿ ಅವನಿಂದಲೇ ಹೆಚ್ಚು ವಿವರವನ್ನು ತೆಗೆಯುವ ಕೆಲಸವನ್ನು ಮಾಡಿಸುತ್ತಾರೆ. ಹೀಗೆ ಮಾಡುವುದರಿಂದ ನಟರನ್ನು ಚಿಂತನೆಗೆ ಹಚ್ಚಿದಂತಾಗುತ್ತದೆ. ಅವರು ನಾಟಕದಿಂದ ನಾಟಕಕ್ಕೆ ವಿಭಿನ್ನ ಪಾತ್ರಗಳನ್ನು ಮಾಡುತ್ತಾ, ತಮ್ಮ ಪಾತ್ರಗಳನ್ನು ವಿಶ್ಲೇಷಣೆಗೆ ಒಡ್ಡುತ್ತ ಹೋಗಲು ಅನುಕೂಲವಾಗುತ್ತದೆ. ಇಷ್ಟೆಲ್ಲಾ ಆದ ನಂತರ ನಾಟಕ ಒಂದು ಮಟ್ಟಕ್ಕೆ ಸಿದ್ಧವಾಗಿರುತ್ತದೆ. ನಟರು ಮಾತೆಲ್ಲಾ ಕಲಿತಿದ್ದಾರೆ. ಆತ್ಮ ವಿಶ್ವಾಸ, ಧೈರ್ಯ, ಉತ್ಸಾಹ ಎಲ್ಲವೂ ಇರುತ್ತವೆ ಅವರಲ್ಲಿ. ನಟರು ಈಗ ಪೂರ್ಣ ನಾಟಕವನ್ನು ಮಾಡಲು ಸಿದ್ಧರಿದ್ದಾರೆ ಎಂದು ತಿಳಿದ ಮೇಲೆ ಮಂಡ್ಯ ರಮೇಶ್ ಅವರು ಒಬ್ಬ ಪ್ರೇಕ್ಷಕನಾಗಿ ಇಡೀ ನಾಟಕದ ತಾಲೀಮನ್ನು ನೋಡುತ್ತಾರೆ. ಈ ಹಂತದಲ್ಲಿ ನಿರ್ದೇಶಕನಿಗೆ ತನ್ನ ಕಲ್ಪನೆ ಮತ್ತು ಗ್ರಹಿಕೆ ರಂಗದ ಮೇಲೆ ಹೇಗೆ ಮೂಡಿ ಬಂದಿದೆ ಎಂಬುದು ತಿಳಿದುಬಿಡುತ್ತದೆ. ಇಲ್ಲಿ ಕಂಡುಬರುವ ತಪ್ಪುಗಳನ್ನು ತಿದ್ದಿ ನಾಟಕವನ್ನು ಮತ್ತಷ್ಟು ಮೊನಚುಗೊಳಿಸುವ ಕೆಲಸಕ್ಕೆ ಮುಂದಾಗುತ್ತಾರೆ.

ನಾಟಕದ ನಿರ್ದೇಶನಕ್ಕೆ ನಿಂತಾಗ ಮಂಡ್ಯ ರಮೇಶ್ ಅತ್ಯಂತ ಶಿಸ್ತಿನ ಮನುಷ್ಯ. ನಟರಿಗೆ ಸಮಯದ ಬೆಲೆಯನ್ನು ಚೆನ್ನಾಗಿ ತಿಳಿಸುತ್ತಾರೆ. ತಾಲೀಮು ಮತ್ತು ಅಂತಿಮ ಪ್ರದರ್ಶನದ ದಿನಗಳಲ್ಲಿ ಸಮಯ ಪರಿಪಾಲನೆ ಬಹಳ ಮುಖ್ಯ. ವಸ್ತ್ರ ವಿನ್ಯಾಸ, ರಂಗ ವಿನ್ಯಾಸ, ಸಂಗೀತ, ಬೆಳಕು, ಸಂಗೀತ ಇವೆಲ್ಲದರ ಬಗ್ಗೆ ನಿರ್ದೇಶಕನಿಗೆ ಅರಿವು ಇರಬೇಕು. ಇವೆಲ್ಲವನ್ನೂ ಒಬ್ಬ ಪೂರ್ಣವಾಗಿ ಕಲಿತಿರಬೇಕು ಎಂದಲ್ಲ. ಒಂದು ನಾಟಕಕ್ಕೆ ಸಂಬಂಧಿಸಿದಂತೆ ಒಬ್ಬ ನಿರ್ದೇಶನಿಗೆ ತನಗೆ ಏನು ಬೇಕು ಎಂಬುದರ ಸ್ಪಷ್ಟ ಚಿತ್ರಣವಿರಬೇಕು. ಇವೆಲ್ಲವನ್ನೂ ನಿಭಾಯಿಸಲು ಪ್ರತ್ಯೇಕ ತಜ್ಞರು ಇರುತ್ತಾರೆ. ಆದರೆ ತನಗೆ ಬೇಕಾದ್ದನ್ನು ಹೇಳಿ ಮಾಡಿಸುವ ಜಾಣ್ಮೆ ನಿರ್ದೇಶಕನಿಗೆ ಇರಬೇಕು. ಮಂಡ್ಯ

ರಮೇಶ್ ಅವರಿಗೆ ಇವೆಲ್ಲದರ ಬಗ್ಗೆ ಚೆನ್ನಾಗಿ ತಿಳಿದಿದೆ. ಅವರು ಯಾವುದೇ ನಾಟಕವನ್ನು ನಿರ್ದೇಶಿಸಿದರೂ ಇವೆಲ್ಲವನ್ನೂ ಶಿಸ್ತಿನಿಂದ ಮಾಡುತ್ತಾರೆ. ನಾಟಕವನ್ನು ಆಯ್ಕೆ ಮಾಡಿಕೊಂಡು ನಿರ್ದೇಶಿಸಲು ಹೊರಡುವ ಮುನ್ನ ಮಂಡ್ಯ ರಮೇಶ್ ಅವರು ಸಾಕಷ್ಟು 'ಹೋಂ ವರ್ಕ್' ಮಾಡಿಕೊಂಡು ಹೋಗುತ್ತಾರೆ. ಹೀಗೆ ಪೂರ್ವತಯಾರಿ ಮಾಡಿಕೊಳ್ಳುವುದರಿಂದ ಅನಗತ್ಯವಾಗಿ ಸಮಯ ಪೋಲಾಗುವುದು ತಪ್ಪುತ್ತದೆ. ನಿರ್ದೇಶಕನ ಕೈಯಲ್ಲಿ ಒಂದು ನಾಟಕ ಸೋಲುವ ಅಥವಾ ಗೆಲ್ಲುವ ಎರಡೂ ಸಾಧ್ಯತೆಗಳು ಇರುತ್ತವೆ. ಆತನ ಪೂರ್ವತಯಾರಿ ಚೆನಾಗಿದ್ದಲ್ಲಿ ನಾಟಕ ಸುಂದರವಾಗಿ ಮೂಡಿ ಬರುತ್ತದೆ. ನಿರ್ದೇಶಕನಾಗಿ ಒಂದು ನಾಟಕವನ್ನು ನೋಡುವ ಮತ್ತು ಕಟ್ಟುವ ಬಗೆ ಹೇಗೆಂದು ಆಳವಾಗಿ ಅಧ್ಯಯನ ಮಾಡಿರುವ ಇವರಿಗೆ ನಾಟಕವೆಂದರೆ ಒಂದು ಹಬ್ಬ. ಇದು ಮಂಡ್ಯ ರಮೇಶ್ ಒಬ್ಬ ನಿರ್ದೇಶಕನಾಗಿ ನಾಟಕವನ್ನು ನೋಡುವ ಬಗೆ. ಇವರಿಗೆ ಬಾಲ್ಯದಿಂದಲೂ ನಾಟಕಗಳನ್ನು ನಿರ್ದೇಶಿಸುವ ಹಂಬಲವಿತ್ತು. ಪ್ರಾಥಮಿಕ ಶಾಲೆಯಲ್ಲಿ ಇದ್ದಾಗಲೇ 'ಕೌರವನ ಗರ್ವಭಂಗ', 'ನಾರದನ ಕಿತಾಪತಿ' ಮುಂತಾದ ಕಿರು ಪ್ರಹಸನಗಳನ್ನು ತಾವೇ ಬರೆದು, ಅಭಿನಯಿಸಿ, ನಿರ್ದೇಶಿಸುತ್ತಿದ್ದರು. ಸಂದರ್ಭಕ್ಕೆ ತಕ್ಕಂತೆ ಅಲ್ಲೇ ಒಂದು ಕಿರುನಾಟಕವನ್ನೋ ಅಥವಾ ಪ್ರಹಸನವನ್ನೋ ಬರೆದು ಪ್ರದರ್ಶಿಸಿ ಬಿಡುತ್ತಿದ್ದರು. 'ಖುರ್ಚಿ', 'ಅಲೋ ಕನ್ನಡಿಗಾಸ್', 'ಆಹಾ ಇಸ್ಪೇಸ್‌ರಯ್ಯಾ' ಮುಂತಾದವುಗಳನ್ನು ಇಲ್ಲಿ ಹೆಸರಿಸಬಹುದು.

ಇವರಿಗೆ ಆರಂಭದಿಂದಲೂ ಬೀದಿನಾಟಕಗಳಲ್ಲಿ ಅಭಿನಯಿಸುವ ಉತ್ಸಾಹವಿತ್ತು. 'ಬಂದರೋ ಬಂದರು', 'ಪಂಚಮ-ನೆಲಸಮ', 'ಹೊಸ ಬಾಳಿನೆಡೆಗೆ', 'ಜನ ಮರುಳೋ...', 'ಪುಣ್ಯಭೂಮಿ', 'ಪಂಚಭೂತ', 'ಕುರಿದೊಡ್ಡಿ ಕುರುಕ್ಷೇತ್ರ' ಮುಂತಾದ ನಾಟಕಗಳನ್ನು ಆರಂಭದ ದಿನಗಳಲ್ಲೇ ನಿರ್ದೇಶಿಸಿದ್ದರು. ತಾನು ನೋಡಿದ್ದನ್ನು, ತಾನು ಅನುಭವಿಸಿದ್ದನ್ನು ಮರುಸೃಷ್ಟಿಗೊಳಿಸಿ ಮತ್ತೊಬ್ಬರಿಗೆ ತೋರಿಸುವ ತುಡಿತ ಅವರಲ್ಲಿದ್ದ ಕಾರಣ ರಂಗಭೂಮಿಯ ಅನನ್ಯ ಕೃತಿಗಳನ್ನು ತಮ್ಮ ಗ್ರಹಿಕೆಯ ಮೂಲಕ ಪ್ರೇಕ್ಷಕರಿಗೆ ಪರಿಚಯಿಸುವ ಕೆಲಸಕ್ಕೆ ಬಿದ್ದರು. ಹಾಗೆ ಯೋಚಿಸಿದ ನಂತರ ಮಾಡಲು ಹೊರಟ ಕೆಲಸವೇ ನಿರ್ದೇಶನ. ನೀನಾಸಂಗೆ ಕಲಿಯಲು ಹೋದ ನಂತರ ಅಲ್ಲಿನ ಒಂದು 'student production'ನಲ್ಲಿ ಭಾಗಿಯಾಗಿ ಒಂದು ನಾಟಕವನ್ನು ನಿರ್ದೇಶಿಸಿದರು. ನಾಟಕ: ದೊರೆ ಈಡಿಪಸ್, ರಚನೆ: ಲಂಕೇಶ್. ನೀನಾಸಂನ ಶಿವರಾಮ ಕಾರಂತ ರಂಗಮಂದಿರದಲ್ಲಿ ಪ್ರೇಕ್ಷಾಂಗಣದ ಎಲ್ಲ ಖುರ್ಚಿಗಳನ್ನು ಖಾಲಿ ಮಾಡಿ ಮೆಟ್ಟಿಲುಗಳ ಮೇಲೆ ರಂಗಸಜ್ಜಿಕೆಯನ್ನು ನಿರ್ಮಿಸಿ ನಾಟಕವನ್ನು ಪ್ರದರ್ಶಿಸಿದ್ದರು. ಇಲ್ಲಿ ಒಬ್ಬ ನಿರ್ದೇಶಕನಾಗಿ ಅವರು ಆ ನಾಟಕವನ್ನು ಗ್ರಹಿಸಿ

ಅದನ್ನು ವಿಭಿನ್ನವಾದ ದೃಷ್ಟಿಕೋನದಲ್ಲಿ ನೋಡಿ ನೂತನ ಕಲ್ಪನೆಯೊಂದಿಗೆ ನಿರ್ದೇಶನ ಮಾಡಿದ ಅನುಭವವನ್ನು ಬಹಳ ಹೆಮ್ಮೆಯಿಂದ ಸ್ಮರಿಸುತ್ತಾರೆ. ನೀನಾಸಂ ತಿರುಗಾಟದ ನಂತರ ನಾಗಮಂಗಲದ ಕನ್ನಡ ಸಂಘಕ್ಕೆ 'ಮಹಿಮಾಪುರ', 'ಮಣ್ಣಿನ ಗಾಡಿ', 'ನಾಗಮಂಡಲ', 'ಅಗ್ನಿ ಮತ್ತು ಮಳೆ', 'ಸಾಹೇಬರು ಬರುತ್ತಾರೆ', 'ಯುಯುತ್ಸು' ಮತ್ತು ಮಕ್ಕಳ ಶಿಬಿರಕ್ಕಾಗಿ 'ನೀಲಿ ಕುದುರೆ', ಸೃಷ್ಟಿ ಕೊಡಗು ತಂಡಕ್ಕೆ 'ಸಂಕ್ರಾಂತಿ' ಮತ್ತು 'ರಾಬಿನ್ ಗುಡ್ ಫೆಲೋ' ನಾಟಕಗಳನ್ನು ನಿರ್ದೇಶಿಸಿದರು. ಹೀಗೆ ಶುರುವಾದ ಅವರ ನಿರ್ದೇಶನದ ಯಾತ್ರೆ ಯಶಸ್ವಿಯಾಗಿ ಸಾಗುತ್ತಾ ಹೋಯಿತು. ಪ್ಲಾಂಟೇಶನ್ ಕಾರ್ಮಿಕರಿಗಾಗಿ ಪ್ರಸಾದ್ ರಕ್ಷದಿ ಅವರ ತಂಡಕ್ಕೆ 'ಬಂಕಾಪುರದ ಬಯಲಾಟ' ಮತ್ತು ವಿಟ್ಲ ರಂಗಾಸಕ್ತರು ತಂಡಕ್ಕೆ 'ಚೋರ ಚರಣದಾಸ' ನಾಟಕಗಳನ್ನು ನಿರ್ದೇಶಿಸಿದರು. ರಂಗಾಯಣಕ್ಕೆ ಬಂದ ನಂತರ ಮಂಡ್ಯ ರಮೇಶ್ ಅವರು ನಿರ್ದೇಶಿಸಿದ ಮೊದಲ ನಾಟಕ 'ಗೋವಿನ ಹಾಡು.' ಈ ನಾಟಕಕ್ಕೆ ಸಂಗೀತ ಸಂಯೋಜನೆ ಮಾಡಿದವರು ಶ್ರೀ ಯೋಗನರಸಿಂಹ.

ಮಂಡ್ಯ ರಮೇಶ್ ರಂಗಾಯಣದ ಶಿಕ್ಷಣ ಕೇಂದ್ರಕ್ಕೆ ನಿರ್ದೇಶಿಸಿದ ನಾಟಕ 'ಈ ಕೆಳಗಿನವರು.' ಹೀಗೆ ಜೊತೆ ಜೊತೆಗೆ ನಾಟಕಗಳಲ್ಲಿ ಅಭಿನಯಿಸುತ್ತಾ ಅವಕಾಶ ಸಿಕ್ಕಾಗ ನಿರ್ದೇಶನ ಮಾಡುತ್ತಾ ಅವರು ಬೆಳೆದ ರೀತಿ ಮತ್ತೊಬ್ಬರಿಗೆ ಮಾದರಿ. ಈ ಎಲ್ಲಾ ನಾಟಕಗಳು ಮಂಡ್ಯ ರಮೇಶ್ ಅವರಿಗೆ ತಮ್ಮನ್ನು ತಾವು ಅರ್ಥ ಮಾಡಿಕೊಳ್ಳಲು, ಬದುಕನ್ನು ಹತ್ತಿರದಿಂದ ನೋಡಲು ಮತ್ತು ನೂರಾರು ಯುವ ಮನಸ್ಸುಗಳಿಗೆ ನಾಟಕದ ಹುಚ್ಚನ್ನು ಹತ್ತಿಸಲು ನೆರವಾಗಿವೆ. ನಟನದ ಹಲವಾರು ನಾಟಕಗಳನ್ನು ನಿರ್ದೇಶಿಸಿದ್ದಾರೆ. ಪ್ರಮುಖವಾದ ನಾಟಕಗಳೆಂದರೆ: ಚೋರ ಚರಣದಾಸ, ಅಗ್ನಿ ಮತ್ತು ಮಳೆ, ಈ ಕೆಳಗಿನವರು, ಐಲು ದೊರೆ, ಸತ್ತರೂ ಅಂದ್ರೆ ಸತ್ರಾ?, ಸಾಯೋ ಆಟ, ಹರಕೆಯ ಕುರಿ, ಚಾಮಚೆಲುವೆ, ಸಂಸಾರದಲ್ಲಿ ಸನಿದಪ, ಊರುಭಂಗ, ವಲಸೆ ಹಕ್ಕಿಯ ಹಾಡು, ನಾಡ ಒಡನಾಡಿ, ಸುಭದ್ರಾ ಕಲ್ಯಾಣ, ಮೃಚ್ಛಕಟಿಕ, ಅಂಧಯುಗ, ಪುಂಗಿ ಎಂಗಟ, ಬೆತ್ತಲೆ ಅರಸನ ರಾಜ ರಹಸ್ಯ ಇತ್ಯಾದಿ. ಮೈಸೂರಿನ ಪತ್ರಕರ್ತರ ಸಂಘಕ್ಕೆ ಲಂಕೇಶ್ ಅವರ ಸಂಕ್ರಾಂತಿ ನಾಟಕವನ್ನು ನಿರ್ದೇಶಿಸಿದ್ದಾರೆ. ನಿರ್ದೇಶಕನಾದವನಿಗೆ ನಟರುಗಳ ಜೊತೆ ಕೆಲಸ ಮಾಡುವಾಗ 'balanced judgement' ಬಹಳ ಮುಖ್ಯವಾಗುತ್ತದೆ. ಹಲವಾರು ದಿನಗಳು ತಾಲೀಮನ್ನು ನಡೆಸಿದ್ದರೂ ಅಂತಿಮ ಪ್ರದರ್ಶನ ನಿರ್ದೇಶಕನ ನಿಯಂತ್ರಣದಲ್ಲಿ ಇರುವುದಿಲ್ಲ. ನಾಟಕ ಆರಂಭವಾಗಿ ಏನಾದರೂ ತಪ್ಪುಗಳು ಕಂಡು ಬಂದಲ್ಲಿ ಅವುಗಳು ಮುಂದೆ ಆಗದಂತೆ ಎಚ್ಚರಿಕೆ ನೀಡಿ ತಿದ್ದಬಹುದೇ ವಿನಹ ರಂಗದ ಮೇಲೆ ಆದ ತಪ್ಪನ್ನು ಅಲ್ಲೇ ಸರಿಪಡಿಸಲು ಆಗದು. ಅಥವಾ ಒಂದು ನಾಟಕ ಸಿದ್ಧವಾಗಲು

ಒಬ್ಬ ನಿರ್ದೇಶಕ ಅಂದುಕೊಂಡಿದ್ದಕ್ಕಿಂತ ಹೆಚ್ಚಿನ ಸಮಯ ಹಿಡಿಯಬಹುದು, ನಟರು ಪದೇ ಪದೇ ತಪ್ಪು ಮಾಡಬಹುದು, ಕಲಿಯಲು ಹೆಚ್ಚು ಸಮಯ ತೆಗೆದುಕೊಳ್ಳಬಹುದು.

ಇಂತಹ ಸಂದರ್ಭಗಳಲ್ಲೆಲ್ಲ ನಿರ್ದೇಶಕನ ತಾಳ್ಮೆಯನ್ನು ಪರೀಕ್ಷೆಗೆ ಒಡ್ಡಿದ ಹಾಗೆಯೇ ಆಗುತ್ತದೆ. ಪ್ರದರ್ಶನದ ದಿನಾಂಕ ಹತ್ತಿರವಾಗುತ್ತಿದ್ದಂತೆ ಎಲ್ಲರಲ್ಲೂ ಒಂದು ರೀತಿಯ ಆತಂಕ ಮನೆಮಾಡಿರುತ್ತದೆ. ಕೆಲವು ನಟರು ತಡವಾಗಿ ಬರಬಹುದು, ಏನೋ ತಾಂತ್ರಿಕ ಸಮಸ್ಯೆ ಆಗಬಹುದು, ಸಂಗೀತ ಅಥವಾ ಬೆಳಕಿನ ತೊಡಕಿರಬಹುದು, ಆಗೆಲ್ಲ ನಿರ್ದೇಶಕ ಇಡೀ ತಂಡವನ್ನು ನಡೆಸುವ ರೀತಿ ಮುಖ್ಯವಾಗುತ್ತದೆ. ಕೋಪ ಮಾಡಿಕೊಳ್ಳುವುದರಿಂದ ಅಥವಾ ರೇಗುವುದರಿಂದ ಕೆಲಸ ಕೆಡುತ್ತದೆ. ಇಂತಹ ಸಂದರ್ಭಗಳಲ್ಲಿ ಮಂಡ್ಯ ರಮೇಶ್ ಸಮತೋಲನವನ್ನು ಕಾಪಾಡಿಕೊಂಡು ತಂಡವನ್ನು ಮತ್ತು ನಟರನ್ನು ಮುನ್ನಡೆಸುತ್ತಾರೆ. ಕೆಲವು ನಿರ್ದೇಶಕರು ಕೆಲವು ಪಾತ್ರಗಳಿಗೆ ಹೊಂದದ ನಟರನ್ನು ಆರಿಸಿ ನಂತರ ಪಶ್ಚಾತಾಪ ಪಡುವುದನ್ನು ನೋಡಿದ್ದೇವೆ. ಯಾವುದೇ ಒಂದು ಸಣ್ಣ ತಪ್ಪು ಇಡೀ ನಾಟಕದ ಅಂದವನ್ನು ಕೆಡಿಸಬಹುದು. ಹಾಗಾಗಿ ನಿರ್ದೇಶಕನಾದವನು ಮೈಯೆಲ್ಲಾ ಕಣ್ಣಾಗಿರಬೇಕು. ಇವೆಲ್ಲವನ್ನೂ ಮಂಡ್ಯ ರಮೇಶ್ ಬಹಳ ಸೂಕ್ಷ್ಮವಾಗಿ ನಿಭಾಯಿಸುತ್ತಾರೆ. ಒಬ್ಬ ನಿರ್ದೇಶಕನಾಗಿ ಮಂಡ್ಯ ರಮೇಶ್ ಅವರಿಗೆ ಒಂದು ನಾಟಕಕ್ಕೆ ಸಂಬಂಧಿಸಿದಂತೆ ಸೃಜನಶೀಲವಾಗಿ ಯೋಚಿಸುವ ಮತ್ತು ತನಗೆ ಅನಿಸಿದ್ದನ್ನು ಮೌಖಿಕವಾಗಿ ಮತ್ತು ಲಿಖಿತವಾಗಿ ಅಭಿವ್ಯಕ್ತಿ ಪಡಿಸುವ ಕೌಶಲ್ಯವಿದೆ. ನಟರಿಗೆ ಇರುವಷ್ಟೇ ಆತಂಕ ಮತ್ತು ಭಯ ನಿರ್ದೇಶಕರಿಗೂ ಇರುತ್ತದೆ. ನಾಟಕದ ದಿನ ಕೆಲವು ನಿರ್ದೇಶಕರು ಪ್ರೇಕ್ಷಾಗೃಹದಲ್ಲಿ ತಾವೂ ಒಬ್ಬ ಪ್ರೇಕ್ಷಕರಾಗಿ ನಾಟಕ ನೋಡಿದರೆ ಮತ್ತೆ ಕೆಲವರು ಸೈಡ್‌ವಿಂಗ್‌ನಲ್ಲಿ ಅತ್ತಿಂದಿತ್ತ ಓಡಾಡುತ್ತಾ ಅಗತ್ಯ ಎನಿಸಿದರೆ ಸಣ್ಣ ಪುಟ್ಟ ಸೂಚನೆಯನ್ನು ಕೊಡುತ್ತಾ ಇರುತ್ತಾರೆ. ಕೊನೆ ಕ್ಷಣದಲ್ಲಿ ನೀಡುವ ಅತಿಯಾದ ಸಲಹೆಗಳು ಮತ್ತು ಸೂಚನೆಗಳು ನಟರಲ್ಲಿ ಗೊಂದಲ ಮೂಡಿಸಬಹುದು. ಇಲ್ಲೆಲ್ಲ ಮಂಡ್ಯ ರಮೇಶ್ ಅವರು ಜಾಣ್ಮೆಯಿಂದ ವರ್ತಿಸಿ ನಟರ ಆತ್ಮವಿಶ್ವಾಸವನ್ನು ಹೆಚ್ಚಿಸುತ್ತಾರೆ.

ಮಂಡ್ಯ ರಮೇಶ್ ಅವರಿಗೆ ಓದಿನ ಹವ್ಯಾಸ ಚೆನ್ನಾಗಿ ಇರುವುದರಿಂದ ಅವರ ನಾಟಕಗಳ ಆಯ್ಕೆಯೂ ಬಹಳ ವಿಶೇಷವಾಗಿರುತ್ತದೆ. ಜಾನಪದ, ಅನುವಾದಿತ ನಾಟಕಗಳು, ಪುರಾಣ, ಇತಿಹಾಸ, ಕಾದಂಬರಿ, ಕತೆ, ಕಾವ್ಯ... ಇವೆಲ್ಲವನ್ನೂ ಗಂಭೀರವಾಗಿ ಓದುವ ಅಭ್ಯಾಸವನ್ನು ರೂಢಿಸಿಕೊಂಡಿರುವ ಇವರಿಗೆ ನಿರ್ದೇಶನದ ವಿಚಾರ ಬಂದಾಗ ಆಯ್ಕೆ ಬಹಳ ಸುಲಭವಾಗುತ್ತದೆ. ಬಿಡುವಿದ್ದಾಗ ಮಂಡ್ಯ ರಮೇಶ್ ಅವರು ನಟನದ ತಮ್ಮ ಖಾಸಗಿ ಕೋಣೆಯಲ್ಲಿ

ಕುಳಿತು ಏನನ್ನಾದರೂ ಓದುತ್ತಲೇ ಇರುತ್ತಾರೆ. ಯಾವ ಕತೆಯನ್ನು ಅಥವಾ ಕಾದಂಬರಿಯನ್ನು ನಾಟಕಕ್ಕೆ ಅಳವಡಿಸಲಿ, ಯಾರಿಗೆ ರಂಗರೂಪವನ್ನು ಮಾಡಿ ಕೊಡುವಂತೆ ಕೇಳಲಿ, ಯಾವ ನಾಟಕವನ್ನು ಹೀಗೆ ಮಾಡಿದರೆ ಹೇಗೆ ಎಂಬಿತ್ಯಾದಿ ವಿಚಾರಗಳ ಬಗ್ಗೆ ಮನಸ್ಸಿನಲ್ಲೇ ಲೆಕ್ಕಾಚಾರ ಹಾಕುತ್ತಿರುತ್ತಾರೆ. ಇದು ಒಬ್ಬ ನಿರ್ದೇಶಕ ಸದಾ ಮಾಡುತ್ತಿರಬೇಕಾದ ಕೆಲಸ. ತಮ್ಮ ಕೆಲಸವನ್ನು ಕೇವಲ ಒಂದು ನಾಟಕಕ್ಕೆ ಮಾತ್ರ ಸೀಮಿತಗೊಳಿಸಿಕೊಳ್ಳದೆ ಅದನ್ನೂ ಮೀರಿ ತಮ್ಮನ್ನು ತೊಡಗಿಸಿಕೊಳ್ಳುವ ಪ್ರಯತ್ನ ಮಾಡುತ್ತಾರೆ. ನಿರ್ದೇಶಕ ಎಷ್ಟು ಸೃಜನಶೀಲನಾಗಿ ನಾಟಕವನ್ನು ದೃಶ್ಯೀಕರಿಸಿಕೊಳ್ಳುತ್ತಾನೋ ಅಷ್ಟೇ ಚೆನ್ನಾಗಿ ನಾಟಕ ಗೆಲ್ಲುತ್ತದೆ. ಅಷ್ಟೇ ಅಲ್ಲದೆ ನಿರ್ದೇಶಕನಿಗೆ ಸೌಜನ್ಯ, ಸೌಹಾರ್ದತೆ, ವಿನಯವಂತಿಕೆಗಳಿದ್ದರೆ ಆ ನಾಟಕ ಖಂಡಿತ ಯಶಸ್ವಿಯಾಗುತ್ತದೆ. ಇದಕ್ಕೆ ಉತ್ತಮ ಉದಾಹರಣೆ ಮಂಡ್ಯ ರಮೇಶ್.

ಲೇಖಕರಾಗಿ ಮಂಡ್ಯ ರಮೇಶ್

ಮಂಡ್ಯ ರಮೇಶ್ ಈಗಾಗಲೇ ನಾವು ನೋಡಿದ ಹಾಗೆ ಬಹುಮುಖ ಪ್ರತಿಭೆಯ ವ್ಯಕ್ತಿ. ಉತ್ತಮ ನಟ, ನಿರ್ದೇಶಕ, ಸಂಘಟಕ, ತರಬೇತುದಾರ ಹೇಗೋ ಹಾಗೆಯೇ ಉತ್ತಮ ಲೇಖಕ ಕೂಡ. ರಮೇಶ್ ಅವರಿಗೆ ಬದುಕಿನ ಪ್ರತಿಯೊಂದು ಸಣ್ಣ ಪುಟ್ಟ ವಿಷಯಗಳ ಬಗ್ಗೆಯೂ ಕೌತುಕ, ವಿಸ್ಮಯ. ಅವುಗಳನ್ನು ತಿಳಿದುಕೊಳ್ಳುವ, ವಿಶ್ಲೇಷಿಸುವ ಗುಣ ಅವರಲ್ಲಿದೆ. ಬದುಕಿನಲ್ಲಿ ಎದುರಿಸಿದ ಸವಾಲುಗಳು, ಪಟ್ಟ ಕಷ್ಟಗಳು, ಸಂತೋಷ ಕೊಟ್ಟ ರಸನಿಮಿಷಗಳು, ಬದುಕನ್ನು ಕಟ್ಟಿಕೊಳ್ಳಲು ಹೆಣಗಿದ್ದು, ಮಾನಾಪಮಾನ ಇತ್ಯಾದಿ ವಿಚಾರಗಳನ್ನು ತಾವೇ ಬರೆದಿರುವ ಎರಡು ಪುಸ್ತಕಗಳಲ್ಲಿ ಬಹಳ ಸುಂದರವಾಗಿ ವಿವರಿಸಿದ್ದಾರೆ. ಪುಸ್ತಕಗಳು ಯಾವುವೆಂದರೆ: 'ರಂಗವಲ್ಲಿ' ಮತ್ತು 'ಕನವರಿಕೆಗಳು.' ಈ ಎರಡೂ ಕೃತಿಗಳು ಮಂಡ್ಯ ರಮೇಶ್ ಅವರ ಸುಂದರ ಬರವಣಿಗೆಗೆ ಹಿಡಿದ

ಕೈಗನ್ನಡಿ ಎಂದರೆ ತಪ್ಪಾಗಲಾರದು. ಎರಡೂ ಕೃತಿಗಳೂ ಅವರ ಜೀವನದ ಸಿಹಿಕಹಿಯ ಹೂರಣವನ್ನು ತುಂಬಿಕೊಂಡು ಬಂದ ಎರಡು ರುಚಿಯಾದ ಹೋಳಿಗೆಗಳು. ಒಬ್ಬ ವ್ಯಕ್ತಿ ಕಾದಂಬರಿ, ಕಾವ್ಯ, ನಾಟಕ, ಕತೆ... ಹೀಗೆ ಇವುಗಳನ್ನೇ ಬರೆದು ಮುನ್ನೆಲೆಗೆ ಬರಬೇಕು ಎಂಬ ಯಾವ ನಿಯಮವೂ ಇಲ್ಲ. ನಮ್ಮ ಜೀವನದ, ನಮ್ಮ ಅನುಭವದ, ನಮ್ಮ ಸುತ್ತಮುತ್ತ ಪರಿಸರದ ವಿಚಾರಗಳೂ ಸಹ ಉತ್ತಮ ಸಾಹಿತ್ಯಕ್ಕೆ ವಸ್ತುಗಳಾಗಬಲ್ಲವು ಎಂಬುದಕ್ಕೆ ಇವರ ಕೃತಿಗಳು ಸಾಕ್ಷಿಯಾಗಿವೆ. ಬದುಕನ್ನು ಪ್ರೀತಿಸಿದ್ದಾರೆ, ಮೊದಲು ತಮ್ಮನ್ನು ಪ್ರೀತಿಸಿಕೊಂಡಿದ್ದಾರೆ, ನಂತರ ಇತರರ ಬದುಕನ್ನು ಅರ್ಥ ಮಾಡಿಕೊಳ್ಳಲು ಮತ್ತು ಬೇರೆಯವರನ್ನೂ ಪ್ರೀತಿಸಲು ಸಾಧ್ಯವಾಗಿದೆ. ಈ ಅಂಶಗಳು ಅವರ ಕೃತಿಗಳ ಉದ್ದಕ್ಕೂ ಕಾಣಿಸುತ್ತ ಹೋಗುತ್ತವೆ. ತಮಗೆ ಅನಿಸಿದ್ದನ್ನು ಬರೆಯಲು ಅವರಿಗೆ ಯಾವುದೇ ಮುಚ್ಚುಮರೆಯಿಲ್ಲ. ಮನಸ್ಸನ್ನು ತೆರೆದಿಟ್ಟು ಎಲ್ಲವನ್ನೂ ಗ್ರಹಿಸುವ ಗುಣ ಅವರಲ್ಲಿದೆ.

'ರಂಗವಲ್ಲಿ' ಕೃತಿಯಲ್ಲಿ ತಮ್ಮ ಬಾಲ್ಯ, ತುಂಟತನ, ಗೆಳೆಯರು, ನಾಟಕ ಆಡಿದ್ದು, ಮಾಡಿದ್ದು, ರಂಗಭೂಮಿಯ ಸಮಸ್ಯೆಗಳು ಮುಂತಾದ ವಿಚಾರಗಳನ್ನೂ ಕುರಿತು ಮನಮುಟ್ಟುವಂತೆ ಬರೆದಿದ್ದಾರೆ. ಮಾಸ್ತಿಯವರ ಕೃತಿಗಳು ಅವರ ಮೇಲೆ ಹೇಗೆ ಪ್ರಭಾವ ಬೀರಿವೆ ಎಂಬುದನ್ನು ಬಹಳ ಚೆನ್ನಾಗಿ ವಿವರಿಸಿದ್ದಾರೆ. ಅವರು ಪ್ರೌಢಶಾಲೆಯಲ್ಲಿದ್ದಾಗ ಮಾಸ್ತಿಯವರ 'ಮೊಸರಿನ ಮಂಗಮ್ಮ' ಎಂಬ ಕತೆ ಅವರ ಪಠ್ಯದಲ್ಲಿತ್ತು. ಆ ಕತೆ ಮಂಡ್ಯ ರಮೇಶ್ ಅವರನ್ನು ಬಹಳಷ್ಟು ಕಾಡಿದೆ. ಅದರ ಬಗ್ಗೆ ಸುಂದರವಾಗಿ ಬರೆಯುತ್ತಾ ಹೋಗುತ್ತಾರೆ. 'ನಮ್ಮ ಮನೆಗೆ ನಿತ್ಯ ಹಾಲು ಮೊಸರು ಕೊಡುವ ಹೆಂಗಸಿನಷ್ಟೇ ಹತ್ತಿರವಾಗಿ ಬಿಟ್ಟಿದ್ದಳು ಮಂಗಮ್ಮ' ಎಂದು ಬರೆಯುತ್ತಾರೆ. 'ಕಾಕನ ಕೋಟೆ' ನಾಟಕದಲ್ಲಿ ಬರುವ ಕಾಡುಕುರುಬರ ಜೀವನ, ನಗರೀಕರಣದಿಂದ ಉಂಟಾದ ಸಂಘರ್ಷ... ಇವೆಲ್ಲವೂ ನಮ್ಮ ಮನಸ್ಸುಗಳನ್ನು ಅಸ್ಥಿರಗೊಳಿಸಿವೆ ಎನ್ನುತ್ತಾರೆ. 'ವೆಂಕಟಶಾಮಿಯ ಪ್ರಣಯ'ಎಲ್ಲೂ ಅಸಹಜವೆನಿಸದ, ಅತಿರೇಕವೆನಿಸದ ಅತ್ಯಂತ ಸರಳವಾಗಿ, ನೇರವಾಗಿ ನಮ್ಮ ಹಳ್ಳಿಯಲ್ಲಿ ನೇರ ಓಣಿಯಲ್ಲಿ, ಪಕ್ಕದ ಮನೆಯಲ್ಲಿ ಅಥವಾ ನಮ್ಮ ಮನೆಗಳಲ್ಲೇ ನಡೆದ ಪ್ರಸಂಗ ಎನ್ನುವ ಹಾಗಿದೆ. ಮನೆಯ ಭಾವನೋ, ಮಾವನೋ, ಅಜ್ಜನೋ ಬಿಚ್ಚು ಮನಸ್ಸಿನಿಂದ ಮಕ್ಕಳಿಗೆ ಕತೆ ಹೇಳುವ ಬಗೆಯಲ್ಲಿ ಮಂಡಿಸಿದ ರೀತಿಗೆ ತನ್ಮಯ–ಪ್ರೀತಿಯಿಂದ ಉಲ್ಲಸಿತನಾಗಿಬಿಟ್ಟೆ' ಎಂದು ಬರೆಯುತ್ತಾರೆ.

ರಂಗಾಯಣದಲ್ಲಿದ್ದಾಗ ಮಾಸ್ತಿಯವರ 'ಮೂಕನ ಮಕ್ಕಳು' (ವೈದೇಹಿ) ನಾಟಕವನ್ನು ಪ್ರಯೋಗಿಸಿದ ನೆನಪನ್ನು ಹಂಚಿಕೊಂಡಿದ್ದಾರೆ. 'ಹಿರಿಯಣ್ಣ, ಕನ್ನಡದ ಆಸ್ತಿ... ಹೀಗೆ ಏನೆಲ್ಲಾ ಕರೆದರೂ, ನಿರ್ದೇಶಕ ಪ್ರಸನ್ನ ಕರೆಯುವುದೇ

ಹೆಚ್ಚು ಸರಿ ಅನ್ನಿಸುತ್ತದೆ; 'ಸಂಭಾವಿತ ಮಾಸ್ತಿ' ಎಂದು ಮಾಸ್ತಿಯವರನ್ನು ಸ್ಮರಿಸಿಕೊಂಡಿರುವ ಪರಿ ಚೆನ್ನಾಗಿದೆ. 'ಗ್ರಾಮೀಣ ರಂಗಭೂಮಿಯ ಸಮಸ್ಯೆಗಳು' ಎಂಬ ಲೇಖನದಲ್ಲಿ ಹಳ್ಳಿಗಳಲ್ಲಿ ನಾಟಕ ಮಾಡುವುದು ಎಷ್ಟು ಕಷ್ಟದ ಕೆಲಸ ಎಂದು ಎಳೆಎಳೆಯಾಗಿ ಬಿಡಿಸಿಟ್ಟಿದ್ದಾರೆ. ಕಲಾವಿದರ ಸಮಸ್ಯೆಗಳು, ಹೆಣ್ಣು ಪಾತ್ರಗಳನ್ನು ಹೊಂದಿಸಲು ಮಾಡುವ ಕಸರತ್ತುಗಳು, ಹಣಕಾಸಿನ ಸಮಸ್ಯೆ ಮುಂತಾದ ಅಂಶಗಳನ್ನು ಕುರಿತು ಚರ್ಚಿಸಿದ್ದಾರೆ. ಒಮ್ಮೆ ಮಂಡ್ಯ ರಮೇಶ್ ಅವರು ತಮ್ಮ ನಾಟಕದಲ್ಲಿ ಪಾತ್ರ ಮಾಡಲು ಅವರಿಗೆ ಗೊತ್ತಿರುವ ಮಹಿಳಾ ವಕೀಲೆಯೊಬ್ಬರನ್ನು ಕಾಡಿಬೇಡಿ ಕರೆತಂದಿರುತ್ತಾರೆ. 'Grand Rehearsal' ದಿನ ಆ ಮಹಿಳೆ ಬರುವುದೇ ಇಲ್ಲ. ಮೊಬೈಲ್ ಇಲ್ಲದ ಕಾಲವದು. ಕಾದು ಕಾದು ಸಾಕಾಗಿ ಫೋನ್ ಮಾಡಿದರೆ ಆಕೆ 'ಮೆಲ್ಲಗೆ ಮಾತಾಡಿ ಇವತ್ತು ನನ್ನ ಎಂಗೇಜ್‌ಮೆಂಟ್. ಬರಕ್ಕಾಗಲ್ಲ, ಜೋರು ಮಾಡಿದ್ರೆ ನಾಟಕಕ್ಕೆ ಬರಲ್ಲ' ಎನ್ನುತ್ತಾರೆ. ಮತ್ತೊಮ್ಮೆ ಒಂದು ಹುಡುಗಿ ತನ್ನ ಪ್ರಿಯಕರ ಒಪ್ಪಲಿಲ್ಲ ಅಂತ ನಾಟಕದ ದಿನ ಕೈಕೊಟ್ಟು ಹೋಗಿಬಿಡುತ್ತಾಳೆ. ಶೋ ಹಾಳಾಗಿ ಹೋಗುತ್ತದೆ. 'ಸಂಘಟಕರು ಎಲೆ ಅಡಿಕೆ ಹಾಕ್ಕೊಂಡು ಉಗಿದ್ರು' ಎಂದು ಬಹಳ ನೋವಿನಿಂದ ಹೇಳುತ್ತಾರೆ. ಹಳ್ಳಿಗಳಲ್ಲಿ ರಿಹರ್ಸಲ್ ಮಾಡೋಕೆ ಒಂದು ನಿಗದಿಯಾದ ಸ್ಥಳ ಸಿಗಲ್ಲ. ಯಾವುದೋ ಶಾಲೆಯ ಕೊಠಡಿ, ಗ್ರಂಥಾಲಯ, ಕಾರ್ ಶೆಡ್, ಅರಳೀಕಟ್ಟೆ, ಸಮುದಾಯ ಭವನ, ಶಿಕ್ಷಕರ ಭವನ, ಪಾಳು ಬಿದ್ದ ತೋಟ... ಹೀಗೆ ಕಷ್ಟಪಟ್ಟು ಜಾಗವನ್ನು ಹುಡುಕಿದರೆ ಅಲ್ಲಿಗೆ ಬೆಳಕಿನ ವ್ಯವಸ್ಥೆ ಮಾಡಲು ಮತ್ತೊಂದು ಹರಸಾಹಸ ಮಾಡಬೇಕಿತ್ತು. ಅವರಿವರ ಮನೆಯಿಂದ ಪಂಚೆ, ಶಲ್ಯ, ಸೀರೆ ಮುಂತಾದ ವಸ್ತುಗಳನ್ನು ತಂದು ನಾಟಕಕ್ಕೆ ಬಳಸಿ ಅವುಗಳನ್ನು ವಾಪಸ್ ಕೊಡುವಾಗ ಒಮ್ಮೊಮ್ಮೆ ಅವು ಹರಿದಿರುತ್ತಿದ್ದವು. ಆಗ ಆಗುತ್ತಿದ್ದ ಬೇಸರ ಮತ್ತು ಮನಸ್ತಾಪಗಳು... ಇವುಗಳ ಮಧ್ಯೆಯೇ ನಾಟಕ ಮಾಡಬೇಕಾದ ಪರಿಸ್ಥಿತಿ ಇತ್ತು ಆಗ. ಇಂತಹ ಹಲವಾರು ಸಮಸ್ಯೆಗಳನ್ನು ಎದುರಿಸಿ ಗ್ರಾಮೀಣ ಪ್ರದೇಶಗಳಲ್ಲಿ ನಾಟಕ ಮಾಡಬೇಕಿದೆ ಎನ್ನುವ ವಿಚಾರವನ್ನು ಸ್ಪಷ್ಟವಾಗಿ ವಿವರಿಸಿದ್ದಾರೆ.

ಅವರ ಸೋದರಮಾವ ಅವರಿಗೆ ನಾಟಕ ನೋಡುವ ಹುಚ್ಚನ್ನು ಹತ್ತಿಸಿದ್ದು, ಹಿರಣ್ಣಯ್ಯನವರ ನಾಟಕಗಳಿಗೆ ಪ್ರೇಕ್ಷಕರು ಮುಗಿ ಬೀಳುತ್ತಿದ್ದುದು. ಇವೆಲ್ಲ ವಿವರಗಳು ಓದುಗನನ್ನು ಕಾಡುತ್ತವೆ. ಹಿರಣ್ಣಯ್ಯನವರ ಬಗ್ಗೆ ಮಂಡ್ಯ ರಮೇಶ್ ಅವರು ಬರೆಯುವ ಸಾಲುಗಳನ್ನು ನೋಡಿ, 'ಚಿತ್ರೀಕರಣದ ಸೆಟ್‌ನಲ್ಲಿ ಅವರ ಜೊತೆ ಇರುವುದೇ ದೊಡ್ಡ ಸೌಭಾಗ್ಯ. ಅವರಾಡುವ ಪ್ರತಿ ನುಡಿಯಲ್ಲೂ ನಮಗೆ ಕಲಿಕೆ ಇದೆ. ಅವರ ಕ್ಯಾನ್ವಾಸ್ ಆದರೂ ಎಂಥದ್ದು. ಕನ್ನಡ ಚಿತ್ರದಿಂದ ಹಿಡಿದು ಕುರಸೋವನವರೆಗೆ. ಮೌಸ್ಟಂಟ್‌ನಿಂದ ಬಸ್ಟರ್ ಕೀಟನ್‌ವರೆಗೆ,

ಬೀದಿ ನಾಟಕದಿಂದ ರಾಯಲ್ ಶೇಕ್ಸ್‌ಪಿಯರ್ ಕಂಪೆನಿಯವರೆಗೆ, ಬೀಚಿಯಿಂದ ಬರ್ನಾರ್ಡ್ ಸಾಹಿತ್ಯವೆಲ್ಲ ಅವರ ಬಾಯಲ್ಲಿ. ಮಾರ್ಕ್ಸ್, ಲೆನಿನ್, ಸಮಾಜವಾದದ ಒಳತಿರುವುಗಳು, ಸಾಮಾಜಿಕ ವ್ಯವಸ್ಥೆಯಲ್ಲಿ ಪರಂಪರೆಯ ಊನಗಳು, ಉಪ್ಪಿನಕಾಯಿ ತಯಾರಿಯಿಂದ ಹಿಡಿದು ಜಾಗತೀಕರಣದವರೆಗಿನ ಯಾವುದೇ ವಿಷಯವನ್ನು ಆಥೆಂಟಿಕ್ ಆಗಿ ನಮ್ಮ ಮುಂದಿಡಬಲ್ಲರು. ಹೇಳುವಾಗ ಆತ್ಮೀಯತೆ ಇದೆ. ಎಲ್ಲಕ್ಕಿಂತ ಹೆಚ್ಚು ಎಲ್ಲರಿಗೂ ತಲುಪಬಲ್ಲ ನಗೆಯ ಲೇಪವಿದೆ.'

ಒಂದು ಲೇಖನದಲ್ಲಿ ಕೆ.ವಿ. ಸುಬ್ಬಣ್ಣನವರನ್ನು 'ಅಪರಿಮಿತ ಅಂತಃಕರಣದ ರಂಗ ಸಂತ' ಎಂದು ಕರೆಯುತ್ತಾರೆ. ಭೂಪಾಲ್ ಪ್ರಕರಣದಲ್ಲಿ ಕಾರಂತರು ತೊಂದರೆಯಲ್ಲಿದ್ದಾಗ ಸುಬ್ಬಣ್ಣನವರು ತುರ್ತಾಗಿ ಅವರಿಗೆ ಒಂದಷ್ಟು ಹಣಕಾಸಿನ ವ್ಯವಸ್ಥೆ ಮಾಡಿದ್ದು, ನಾಟಕ ಅಕಾಡೆಮಿಯ ಅಧ್ಯಕ್ಷ ಸ್ಥಾನ, ಕೇಂದ್ರ ಸಂಗೀತ ನಾಟಕ ಅಕಾಡೆಮಿಯ ಅಧ್ಯಕ್ಷಸ್ಥಾನ, ರಾಷ್ಟ್ರೀಯ ನಾಟಕ ಶಾಲೆಯ ಅಧ್ಯಕ್ಷಗಿರಿ ಮುಂತಾದ ಉನ್ನತ ಸ್ಥಾನಮಾನಗಳನ್ನು ನಯವಾಗಿ ತಿರಸ್ಕರಿಸಿ ತಮ್ಮ ಪಾಡಿಗೆ ತಾವು ಬರೆಯುತ್ತಾ, ನಾಟಕ ಮಾಡುತ್ತಾ, ಒಂದು ಸಣ್ಣ ಹಳ್ಳಿಯಲ್ಲಿ ಅದ್ಭುತಗಳನ್ನು ಸೃಷ್ಟಿಸಿದ್ದು... ಇವೆಲ್ಲ ಅವರ ಜೀವನದ ಮೇಲೆ ಯಾವ ರೀತಿ ಧನಾತ್ಮಕ ಪ್ರಭಾವವನ್ನು ಬೀರಿದೆ ಎಂದು ಬಹಳ ಸುಂದರವಾಗಿ ಹೇಳಿದ್ದಾರೆ. ಸಣ್ಣ ಹಳ್ಳಿಯ ಒಂದು ಮೂಲೆಯಲ್ಲಿ ಕುಳಿತು ಕವಳ ಮೆಲ್ಲುತ್ತಾ ಜಗತ್ತಿನ ರಂಗಭೂಮಿಯ ಬಗ್ಗೆ ಮಾತನಾಡುತ್ತಾ ಗ್ರಾಮೀಣ ಹುಡುಗರಿಗೆ ಮತ್ತು ನಾಟಕ ಕಲಿಯಲು ಬಂದ ಹುಡುಗರಿಗೆ ಸುಬ್ಬಣ್ಣ ಕಣ್ಣಾಗಿದ್ದರು ಎಂದು ಬರೆಯುತ್ತಾರೆ. ಆಪ್ತಮಿತ್ರ ರಾಜು ಅನಂತಸ್ವಾಮಿಯವರನ್ನು ಸ್ಮರಿಸುತ್ತಾ ಅಂತಹ ಪ್ರತಿಭೆಯೊಂದು ತನ್ನ ವ್ಯಸನದಿಂದ ಹಾಳಾದದ್ದನ್ನು ಕಂಡು ಮರುಗುತ್ತಾರೆ. ಮಂಡ್ಯ ರಮೇಶ್ ಅವರ ಬರವಣಿಗೆ ಶೈಲಿ ಬಹಳ ಚೆನ್ನಾಗಿದೆ. ಓದುಗನನ್ನು ಆತ್ಮೀಯ ಭಾವಲೋಕಕ್ಕೆ ಕೊಂಡೊಯ್ಯುವ ಗುಣವಿದೆ. ವಿಷಯ ನಿರೂಪಣೆಯಲ್ಲಿ ಸಹಜತೆ ಇದೆ, ಹೇಳುವ ಧಾಟಿಯಲ್ಲಿ ನಿಷ್ಠುರತೆ ಇದೆ ಅಷ್ಟೇ ನೋವಿದೆ. ಗೆಳೆಯನನ್ನು ಕಳೆದುಕೊಂಡ ದುಃಖ ಇಡೀ ಲೇಖನದ ತುಂಬಾ ಆವರಿಸಿಕೊಂಡಿದೆ. ಅವರು ಬರೆಯುವ ಸಾಲುಗಳನ್ನು ನೋಡಿ, 'ವಂಶಪಾರಂಪರ್ಯವಾಗಿ ಬಂದ ಹಾಡುವ ಗುಣ, ನಾಡಿಗೆ ದೊಡ್ಡದು ಕೊಟ್ಟ ಮೈಸೂರು ಅನಂತಸ್ವಾಮಿ, ಅಪಾರ ಮಾತೃತ್ವ ಕೊಟ್ಟ ಅಮ್ಮ, ತೊಂಬತ್ತರ ಅಜ್ಜಿ, ಪ್ರೀತಿಗೆ ಇನ್ನೊಂದು ಹೆಸರು ಅವನ ಸೋದರಿಯರು, ಅಚ್ಚುಕಟ್ಟಾದ ಮನೆ, ಕಾರು, ಬೇಕಾದಷ್ಟು ಹಣ, ಅವನ ರೂಪರಾಶಿಗೆ, ಹಾಡುಗಾರಿಕೆಗೆ ಒಲಿದ ಅಸಂಖ್ಯ ರಾಧೆಯರು, ಮೀರಾಬಾಯಿಯರು, ಪ್ರಪಂಚದಾದ್ಯಂತ ಅವನ ಕಂಠಸಿರಿಗೆ ಮಾರುಹೋದ ಅಸಂಖ್ಯ ಅಭಿಮಾನಿಗಳು, ಶಿಷ್ಯ ಕೋಟಿ...

ಒಬ್ಬ ಮನುಷ್ಯ ಜೀವಿತಾವಧಿಯಲ್ಲಿ ಪಡೆದುಕೊಳ್ಳಬಹುದಾದದ್ದೆಲ್ಲ ಇದ್ದು, ಸಣ್ಣದೊಂದು ವ್ಯಸನವನ್ನು ಮೀರಲಾಗದೆ, ಹಿಂದಿರುಗಿ ಬರಲಾಗದ ಜಾಗಕ್ಕೆ ಸುಮ್ಮನೆ, ಸದ್ದಿಲ್ಲದೆ ನಡೆದು ಹೋಗಿಬಿಟ್ಟ...'

ಬಿ.ವಿ. ಕಾರಂತರ ನಂತರ ರಂಗಸಂಗೀತದ ಸೂಕ್ಷ್ಮಗಳನ್ನು ಅವನಷ್ಟು ಸಮರ್ಥವಾಗಿ ಗಮನಿಸಿದವರನ್ನು ನಾನು ಕಂಡಿಲ್ಲ. ಮಕ್ಕಳ ನಾಟಕಗಳಿಗೆ ಅವನು ಸಂಗೀತ ಸಂಯೋಜನೆ ಮಾಡುವಾಗ ಅಲ್ಲೊಂದು ಗಂಧರ್ವ ಲೋಕ ಸೃಷ್ಟಿಯಾಗುತ್ತಿತ್ತು ಎನ್ನುತ್ತಾರೆ. ಗೆಳೆಯನ ನಗು, ಸ್ವಾಭಿಮಾನ, ದುರಭಿಮಾನ, ಬದ್ಧತೆ, ಮುಂಗೋಪ, ಅಂತಃಕರಣ, ಸ್ನೇಹಪರತೆ, ಮಾನವೀಯ ಗುಣಗಳು... ಇವೆಲ್ಲದರ ಬಗ್ಗೆ ಬರೆದಿದ್ದಾರೆ. ತುಂಟ ಕೃಷ್ಣ ವಿರಾಟ್ ರಾಜಕಾರಣಿಯಾಗಿ ಬೆಳೆದು ಕಾಡಿನ ಮೂಲೆಯಲ್ಲಿ ಮೌನವಾಗಿ ಪ್ರಾಣಬಿಟ್ಟ ಕೃಷ್ಣನ ಕತೆಯನ್ನು ಆಧರಿಸಿ ಸಂಗೀತ ನಾಟಕವನ್ನು ಮಕ್ಕಳಿಂದ ಮಾಡಿಸಬೇಕು ಎಂಬ ಆಸೆ ಇತ್ತು ರಾಜು ಅನಂತಸ್ವಾಮಿಯವರಿಗೆ. ಅದನ್ನು ಮಂಡ್ಯ ರಮೇಶ್ ಅವರೇ ನಿರ್ದೇಶಿಸಬೇಕು ಎಂದಿದ್ದರು. ನಾಟಕದ ಹೆಸರು 'ಕೃಷ್ಣನಾ ಕೊಳಲಿನ ಕರೆ.' 'ಕರೆಬಂತು... ಕೃಷ್ಣನೇ ಹೋಗಿಬಿಟ್ಟ... ಸಂಗೀತ?... ಇನ್ನೆಲ್ಲಿ ನಾಟಕ ಮಾಡಿಸಲಿ? ಅವನ ಬದುಕಿಗೆ, ಗತಿಗೆ, ಸಾವಿಗೆ, ಅರ್ಥಕಟ್ಟಲು ಕೊನೆಗೂ ಸಾಧ್ಯವಾಗಲಿಲ್ಲ. ಅವನ ಹೆಣವನ್ನು ಹೆಗಲ ಮೇಲಿಟ್ಟುಕೊಂಡು ಸಾಗುವಾಗ, ಚಿತೆಗೆ ತಳ್ಳುವಾಗ ಅನ್ನಿಸಿದ್ದು, ನಾನು ಸೋತೆ... ನಾನು ಸೋತೆ.' ಇದು ಮಂಡ್ಯ ರಮೇಶ್ ತಮ್ಮ ಗೆಳೆಯನ ಬಗ್ಗೆ ಬರೆಯುವ ದುಃಖದ ಸಾಲುಗಳು.

'ಬೃಹತ್ ಭಾವವೃಕ್ಷದ ನೆರಳಿನಲ್ಲಿ' ಎಂಬ ಲೇಖನದಲ್ಲಿ ಗೆಳೆಯ ಸಿಹಿಕಹಿ ಚಂದ್ರು ಅವರ ಬಗ್ಗೆ ಬರೆಯುತ್ತಾರೆ. 'ಪಾಪ ಪಾಂಡು' ಧಾರಾವಾಹಿಯ ಬಗ್ಗೆ ಬರೆಯುತ್ತಾ ಹಲವಾರು ವಿಚಾರಗಳನ್ನು ಮೆಲುಕು ಹಾಕುತ್ತಾರೆ. ಸಿಹಿಕಹಿ ಚಂದ್ರು ಅವರ ವ್ಯಕ್ತಿತ್ವದಲ್ಲಿ ಹೊಸತನ್ನು ಏನಾದರೂ ಕೊಡಬೇಕು ಜನರಿಗೆ ಎಂದು ಯೋಚಿಸುವ ಅವರ ಹುಡುಕಾಟದ ಗುಣ ಇಷ್ಟವಾಗುತ್ತದೆ ಎನ್ನುತ್ತಾರೆ. 'ಪಾಪ ಪಾಂಡು' ಧಾರಾವಾಹಿಯಿಂದ ಆದ ಲಾಭದ ಬಗ್ಗೆ ಬಹಳ ಮೆಚ್ಚುಗೆ ವ್ಯಕ್ತಪಡಿಸುತ್ತಾರೆ. ಇತ್ತೀಚಿನ ಯುವ ಪೀಳಿಗೆಗೆ ಡಾ.ರಾಶಿ, ನಾ. ಕಸ್ತೂರಿ, ಬೀಚಿ, ದುಂಡಿರಾಜ್, ಲಕ್ಷ್ಮಣರಾವ್, ಇಟಗಿ ಈರಣ್ಣ ಮುಂತಾದ ಮಹನೀಯರು ಯಾರು ಎನ್ನುವುದೇ ಗೊತ್ತಿಲ್ಲ. ಅಂತಹವರ ಹಾಸ್ಯ ರಸದೌತಣ ನಮಗೆಲ್ಲ ಸಿಗುವಂತೆ ಆದದ್ದು ನಮ್ಮ ಭಾಗ್ಯ.

'ನಗುವಿಗಾಗಿ ಎಲ್ಲರೂ ಮಗುವಾಗುವುದನ್ನು ಕಂಡು ಸಂತಸಪಡುತ್ತೇನೆ' ಎಂದು ಬರೆದಿರುವ ಸಾಲುಗಳು ಹಾಸ್ಯ ನಮ್ಮ ಜೀವನದಲ್ಲಿ ಹೇಗೆ ಪ್ರಮುಖ ಸ್ಥಾನ ಪಡೆದುಕೊಂಡಿದೆ ಎಂಬುದನ್ನು ತಿಳಿಸುತ್ತವೆ. 'ವಿದ್ಯುನ್ಮಾನದ ಆರ್ಭಟದಲ್ಲಿ ಕೆಲ ಜೀವಗಳಾದರೂ ಪ್ರೀತಿ, ಸೂಕ್ಷ್ಮಗಳನ್ನು ಪ್ರಕಟಿಸಬಲ್ಲವು.

ಇಂತಹ ಸಾಹಸ ಸೃಷ್ಟಿಸಿದ ಸಿಹಿಕಹಿ ಚಂದ್ರುವಿಗೆ ನಮೋನಮಃ' ಎನ್ನುತ್ತಾರೆ. 'ಬಂದಾ ಬಂದಾ ಕಿಂದರಿಜೋಗಿ' ಎನ್ನುವ ಲೇಖನದಲ್ಲಿ ನಟ ಅಂಬರೀಷ್ ಅವರನ್ನು ಸ್ಮರಿಸುತ್ತಾರೆ. ಮಂಡ್ಯದ ಚುನಾವಣೆ ಸಮಯದಲ್ಲಿ ಅವರ ನಿಜವಾದ ಶಕ್ತಿ ಮಂಡ್ಯ ರಮೇಶ್ ಅವರ ಅರಿವಿಗೆ ಬಂದಿದ್ದು, ಮಂಡ್ಯದಲ್ಲಿ ನಿಂತುಹೋಗಿದ್ದ ರಂಗಮಂದಿರದ ಕಾಮಗಾರಿಗೆ ಅಂಬರೀಷ್ ಮತ್ತೆ ಚಾಲನೆ ನೀಡಿದ್ದು, ಅವರ ಉಡಾಫೆ ಗುಣದಲ್ಲಿಯೆ ಒಂದು ರೀತಿಯ ಆತ್ಮೀಯತೆ, ನಿಷ್ಕಲ್ಮಶ ಮನಸ್ಸು ಮುಂತಾದವುಗಳನ್ನು ನೆನಪಿಸಿಕೊಂಡಿದ್ದಾರೆ. 'ಬರೀ ಊರಲ್ಲ ಅದು ರಮ್ಯ ಕಾವ್ಯ' ಎನ್ನುವ ಲೇಖನದಲ್ಲಿ ಮೈಸೂರನ್ನು ಕುರಿತು ಮೆಚ್ಚುಗೆಯ ಮಾತುಗಳನ್ನಾಡುತ್ತರೆ. 'ಮೈ ಎಂದರೆ 'ನನ್ನ' 'ಸೂರು' ಎಂದರೆ 'ಛಾವಣಿ' 'ಮನೆ', 'ಗುಡಿಸಲು' ಎಂದರ್ಥ. ಇಡೀ ಊರೇ ನನ್ನ ಮನೆ ಎಂಬ ಆತ್ಮೀಯ ಭಾವಾರ್ಥ' ಎಂದು ಮೈಸೂರನ್ನು ಹೀಗೆ ಬಣ್ಣಿಸುತ್ತಾರೆ. ಭಾರತದಲ್ಲೇ ಒಂದು ಅಪರೂಪವಾದ ಊರು ಮೈಸೂರು ಎನ್ನುವ ಹೆಮ್ಮೆ ಇದೆ ಅವರಿಗೆ. ಮೈಸೂರು ಅರಸರ ಕೊಡುಗೆಗಳು, ಇಲ್ಲಿಯ ಉತ್ತಮ ಹವೆ, ಇಲ್ಲಿನ ಕಲಾವಿದರು, ತಂತ್ರಜ್ಞರು, ಸಾಹಿತಿಗಳು, ರಂಗಭೂಮಿ, ಜನ... ಇವೆಲ್ಲವೂ ಮೈಸೂರಿಗೆ ವಿಶೇಷ ಮೆರುಗನ್ನು ನೀಡಿವೆ ಎಂಬುದು ಅವರ ಅಭಿಪ್ರಾಯ.

'ಕನವರಿಕೆ... ಸೈಡ್‌ವಿಂಗ್ ಸ್ವಗತಗಳು' ಎಂಬ ಪುಸ್ತಕದಲ್ಲಿ ಮಂಡ್ಯ ರಮೇಶ್ ಅವರು ವಿಭಿನ್ನ ಲೇಖನಗಳನ್ನು ಬರೆಯುವ ಮೂಲಕ ಓದುಗರ ಆಸಕ್ತಿಯನ್ನು ಕೆರಳಿಸುತ್ತಾರೆ. ನಟನೆಯ ಬಗ್ಗೆ, ಹವ್ಯಾಸಿ ರಂಗಭೂಮಿಯ ಸಮಸ್ಯೆಗಳು, ಮಕ್ಕಳ ರಂಗಭೂಮಿ, ಯುವ ಪೀಳಿಗೆಯ ಪಾತ್ರ, ಏಣಗಿ ನಟರಾಜ್ ಅವರ ಮಾರ್ಗದರ್ಶನದಲ್ಲಿ ರಂಗಭಾಷೆ ಕಲಿತದ್ದು ಮುಂತಾದ ವಿಷಯಗಳನ್ನು ಮನಮುಟ್ಟುವಂತೆ ಬರೆದಿದ್ದಾರೆ. ಮಂಡ್ಯ ರಮೇಶ್ ಉತ್ತಮ ಬರಹಗಾರರು, ಅವರಲ್ಲಿ ಉತ್ತಮ ಮಟ್ಟದ ಹಾಸ್ಯ ಪ್ರಜ್ಞೆ ಇದೆ ಮತ್ತು ಅದರ ಮೂಲಕವೇ ಕೆಟ್ಟು ನಿಂತ ವ್ಯವಸ್ಥೆಗೆ ಚಾಟಿ ಬೀಸುವ ಕಲೆಗಾರಿಕೆಯೂ ಇದೆ. 'ಜಾತಿ ಭೂತದ ಅಡಕತ್ತರಿಯಲ್ಲಿ' ಎಂಬ ಲೇಖನದಲ್ಲಿ ಪ್ರತಿಭೆಗೆ ಸಂಬಂಧಿಸಿದಂತೆ ಜಾತಿ ಆಟ ನಡೆಯುವುದಿಲ್ಲ. ರಾಜ್‌ಕುಮಾರ್, ವಿಷ್ಣುವರ್ಧನ್, ಶಂಕರ್‌ನಾಗ್, ಅಶ್ವತ್ಥ್ ಮುಂತಾದ ಶ್ರೇಷ್ಠ ಕಲಾವಿದರು ಜಾತಿ ಮತ್ತು ಕುಲದಿಂದ ಮೇಲಕ್ಕೆ ಬಂದವರಲ್ಲ ಬದಲಾಗಿ ತಮ್ಮಲ್ಲಿದ್ದ ಅಗಾಧವಾದ ಪ್ರತಿಭೆಯನ್ನು ಬಳಸಿಕೊಂಡು ಜನಮಾನಸದಲ್ಲಿ ಎಂದಿಗೂ ಪ್ರಾತಃಸ್ಮರಣೀಯರಾಗಿ ಉಳಿದಿದ್ದಾರೆ ಎಂಬುದು ಅವರ ಅಭಿಪ್ರಾಯ. ಸಿಹಿಕಹಿ ಚಂದ್ರು ಆಪತ್ತಿನಲ್ಲಿದ್ದಾಗ ನಟ ಜಹಾಂಗೀರ್ ಅವರಿಗೆ ಬೆನ್ನೆಲುಬಾಗಿ ನಿಂತರು. ಜಹಾಂಗೀರ್ ಚಂದ್ರುವಿಗೆ ಮನೆ ಮಗನಿಗಿಂತಲೂ ಹೆಚ್ಚು. ಇಲ್ಲಿ ಯಾವ

ಜಾತಿಯೂ ಕೆಲಸ ಮಾಡಿಲ್ಲ, ಇಲ್ಲಿರುವುದು ಶುದ್ಧ ಪ್ರೀತಿ ಮತ್ತು ಅಂತಃಕರಣ. ಕಲಾಕ್ಷೇತ್ರದಲ್ಲಿ ಜಾತಿಯ ಸೋಂಕು ಹತ್ತಲೇಬಾರದು ಎನ್ನುತ್ತಾರೆ. ಮಂಡ್ಯಮ್ ರಂಗಾಚಾರ್, ಕೊಟ್ಟೂರಪ್ಪ, ವರದಾಚಾರ್, ಗುಬ್ಬಿ ವೀರಣ್ಣ, ಕಾರಂತರು, ಮೊಹಮದ್ ಪೀರ್... ಇವರೆಲ್ಲ ಜಾತಿ, ಮತ, ಧರ್ಮ, ಕುಲ... ಇವುಗಳನ್ನೆಲ್ಲ ಮೀರಿ ಬೆಳೆದವರು. ಮನುಷ್ಯ ತನ್ನ ಸಂಸ್ಕಾರ ಮತ್ತು ತಾನು ಬದುಕುವ ರೀತಿಯಿಂದ ದೊಡ್ಡವನಾಗಬೇಕು, ಜಾತಿಯಿಂದಲ್ಲ ಎನ್ನುವ, ಹೃದಯಕ್ಕೆ ನಾಟುವ ಮಾತುಗಳ ಮೂಲಕ ಓದುಗರನ್ನು ಆಕರ್ಷಿಸುತ್ತಾರೆ.

ಹೀಗೆ ತಮ್ಮ ಎರಡೂ ಕೃತಿಗಳಲ್ಲಿ ತಮ್ಮ ಅನುಭವಕ್ಕೆ ದಕ್ಕಿದ, ತಮ್ಮ ಗಮನಕ್ಕೆ ಬಂದ ಮತ್ತು ತಾವು ಅನುಭವಿಸಿದ ಸಂಗತಿಗಳನ್ನು ನೇರವಾಗಿ ಓದುಗರ ಮುಂದೆ ಇಡುವ ಪ್ರಾಮಾಣಿಕ ಪ್ರಯತ್ನ ಮಾಡಿದ್ದಾರೆ. ಮಂಡ್ಯ ರಮೇಶ್ ಅವರಿಗೆ ಕಲೆಯ ಬಗ್ಗೆ ಅಪಾರವಾದ ಪ್ರೀತಿ ಮತ್ತು ಗೌರವವಿದೆ. ಅದರ ಜೊತೆಗೆ ಅಲ್ಲಿನ ಜಡ್ಡುಗಟ್ಟಿದ ಕಲುಷಿತ ವಾತಾವರಣದ ಬಗ್ಗೆ ಬೇಸರವೂ ಇದೆ. ಕಲೆಯಲ್ಲಿ ರಾಜಕಾರಣ ಮಾಡುವ ಮಂದಿಯ ಬಗ್ಗೆ ಆಕ್ರೋಶವಿದೆ. ರಂಗಭೂಮಿ ಎಂಬ ಪವಿತ್ರ ಕ್ಷೇತ್ರ ಎಂದಿಗೂ ಅಪವಿತ್ರ ಆಗಬಾರದು ಎಂಬ ಕಳಕಳಿ ಇದೆ. ತಮ್ಮ ಸಾಧನೆಗಳ ಬಗ್ಗೆ ಹೆಮ್ಮೆ ಇದೆ, ಕಲಿತದ್ದು ಸಾಸಿವೆ, ಕಲಿಯಬೇಕಾದ್ದು ಬೆಟ್ಟದಷ್ಟು ಇದೆ ಎಂಬ ನಮ್ರ ಭಾವವಿದೆ. ಈ ಎರಡೂ ಪುಸ್ತಕಗಳಲ್ಲಿ ತಮ್ಮಲ್ಲಿ ಒಬ್ಬ ವಿಚಾರವಂತ ಲೇಖಕ ಇದ್ದಾನೆ ಎನ್ನುವುದನ್ನು ಬಹಳ ಚೆನ್ನಾಗಿಯೇ ತೋರಿಸಿದ್ದಾರೆ. ಮುಂದೆ ಅವರು ಇನ್ನೂ ಉತ್ತಮ ಕೃತಿಗಳನ್ನು ರಚಿಸಬಲ್ಲರು ಎಂಬುದಕ್ಕೆ ಸಾಕ್ಷಿಯಾಗಿ ಉಳಿದಿವೆ ಈ ಎರಡು ಕೃತಿಗಳು. ಬದುಕಿನಲ್ಲಿ ನೊಂದು, ಬೆಂದು, ಅವಮಾನಗಳನ್ನು ಎದುರಿಸಿ, ಆದ ಅಪಮಾನಗಳನ್ನೇ ಯಶಸ್ಸಿನ ಮೆಟ್ಟಿಲುಗಳನ್ನಾಗಿ ಪರಿವರ್ತಿಸಿಕೊಂಡು ಬದುಕಿನಲ್ಲಿ ಮೇಲೆ ಬರುವವರಲ್ಲಿ ಮಂಡ್ಯ ರಮೇಶ್ ಎದ್ದು ಕಾಣಿಸುತ್ತಾರೆ. ಅವರ ಜೀವನ, ಕಲಿತದ್ದು, ಕಲಿಸಿದ್ದು, ಅತ್ತಿದ್ದು, ನಕ್ಕಿದ್ದು, ಬಣ್ಣದ ಬಂಡಿಯನ್ನು ಪ್ರೀತಿಯಿಂದ ನಡೆಸಿದ್ದು, ಕಲೆಗಾಗಿ ಮನೆ ಬಿಟ್ಟಿದ್ದು, ಕಲೆಯಿಂದಲೆ ಬಾಳಗೂಡನ್ನು ಕಟ್ಟಿದ್ದು, ನಟನ ಕಟ್ಟಿದ್ದು... ಇವೆಲ್ಲದರ ಸಂಗಮವೇ ಈ ಎರಡೂ ಕೃತಿಗಳು. ಇಂತಹ ವಿಚಾರಗಳನ್ನು ಓದುವುದರಿಂದ ನಮ್ಮ ಬದುಕಿನಲ್ಲಿಯೂ ನಾವು ಏನಾದರೂ ಸಾಧನೆ ಮಾಡಲು ಪ್ರೇರಣೆ ದೊರೆಯುತ್ತದೆ ಎನ್ನುವುದರಲ್ಲಿ ಯಾವುದೇ ಸಂಶಯವಿಲ್ಲ.

ಮಂಡ್ಯ ರಮೇಶ್ ಅವರು ಒಬ್ಬ ಅದ್ಭುತವಾದ ಕನಸುಗಾರ (ಕನಸುಗಾರ ಎಂಬ ಚಿತ್ರದಲ್ಲಿಯೂ ನಟಿಸಿದ್ದಾರೆ). ಅವರಿಗೆ ಕನಸುಗಳನ್ನು ಕಾಣುವ ಮತ್ತು ಕಂಡ ಕನಸುಗಳನ್ನು ನನಸು ಮಾಡುವ ಹಂಬಲ ಮತ್ತು ಗುರಿ ಇದೆ. ಕನಸಿನ ಮೂಟೆಯನ್ನು ಹೊತ್ತು, ಕಷ್ಟಗಳ ಗುಡ್ಡ ಹತ್ತಿ, ನೆಲವನ್ನು ಹಸನು ಮಾಡಿ,

ಬೀಜ ಬಿತ್ತಿ ಬೆಳೆ ತೆಗೆಯುವ ಕೆಲಸ ಹೇಳಿದಷ್ಟು ಸುಲಭವಲ್ಲ. ಅದನ್ನು ಮಾಡಿ ಗೆದ್ದಿದ್ದಾರೆ ರಮೇಶ್ ಎಂಬುದು ನನ್ನ ಅಭಿಪ್ರಾಯ. ಏಕೆಂದರೆ ನಮ್ಮ ಕನಸುಗಳಿಗೆ ಅಂಥಾ ತಾಕತ್ತಿದೆ. ನಮ್ಮನ್ನು ಎತ್ತರಕ್ಕೆ ಕೊಂಡೊಯ್ಯುವ ಶಕ್ತಿ ನಮ್ಮ ಕನಸುಗಳಿಗಿವೆ. ಹಾರಲು ನಾವು ಸಿದ್ಧರಿರಬೇಕು ಅಷ್ಟೇ. ಮಂಡ್ಯ ರಮೇಶ್ ಅವರ ಬದುಕಿನಲ್ಲಿ ಈ 'ಕನಸು' ತುಂಬಾ ಕೆಲಸ ಮಾಡಿದೆ.

ನಟನ ಒಂದು ಕನಸು, ರಂಗಭೂಮಿ ಒಂದು ಕನಸು, ನಟನೆ ಒಂದು ಕನಸು, ನಿರ್ದೇಶನ ಒಂದು ಕನಸು, ಗುರುವಾಗಿ ಕಲಿಸುವ ಒಂದು ಕನಸು, ಸಂಘಟನೆ ಒಂದು ಕನಸು... ಹೀಗೆ ಕನಸುಗಳ ಬೆನ್ನೇರಿ, ಬಸವಳಿದು, ಸಮಯ ಸಿಕ್ಕಾಗ ವಿಶ್ರಮಿಸಿ, ಮತ್ತೆ ಮುಂದೆ ಸಾಗುವ ಪ್ರಕ್ರಿಯೆ ನಮ್ಮನ್ನು ಸದಾ ಜೀವಂತವಾಗಿ ಇರಿಸುತ್ತದೆ ಎನ್ನುವುದಕ್ಕೆ ಮಂಡ್ಯ ರಮೇಶ್ ಅವರ ಬಣ್ಣದ ಬದುಕು ಮಾದರಿಯಾಗಿ ಸಿಗುತ್ತದೆ. ಈ ಎರಡೂ ಕೃತಿಗಳಲ್ಲಿ ಬದುಕು ಕಲಿಸಿದ ಪಾಠಗಳನ್ನು ಚಂದವಾಗಿ ದಾಖಲಿಸಿದ್ದಾರೆ. ಬದುಕು ಒಡ್ಡಿದ ಸವಾಲುಗಳ ಬಗ್ಗೆ ಬೇಸರವಿಲ್ಲ, ಬಿದ್ದೆ ಎಂಬ ಅಳುವಿಲ್ಲ, ಗೆದ್ದೆ ಎಂಬ ಹುಂಬತನವಿಲ್ಲ. ತನ್ನ ಬೊಗಸೆಗೆ ಎಷ್ಟು ದಕ್ಕಿದೆಯೋ ಅಷ್ಟನ್ನೂ ತನ್ನದಾಗಿಸಿಕೊಂಡು ಒಂದು ಅಗಳನ್ನೂ ಚೆಲ್ಲದೇ ಪೂರ್ಣವಾಗಿ ಊಟ ಮಾಡಿದ ಸಂತೃಪ್ತ ಭಾವ ಅವರಲ್ಲಿದೆ. ನಟನೆಯನ್ನು ಬದುಕು ಹೇಗೆ ಕಲಿಸಿತೋ, ಶಿಸ್ತನ್ನು ಬದುಕು ಹೇಗೆ ಕಲಿಸಿತೋ ಹಾಗೆಯೇ ಬರವಣಿಗೆಯ ಕೌಶಲ್ಯವನ್ನೂ ಕಲಿಸಿದೆ. ಬದುಕನ್ನು ಅವರು ನೋಡುವ ಮತ್ತು ತಮ್ಮ ಅನುಭವಗಳನ್ನು ತಮ್ಮ ಹಾಸ್ಯ ಮತ್ತು ವ್ಯಂಗ್ಯದ ಮಾತುಗಳ ಮೂಲಕ ನಮ್ಮ ಮುಂದೆ ತೆರೆದಿಡುವ ಪರಿ ಸೊಗಸಾಗಿದೆ. ಈ ಎಲ್ಲಾ ಹಿನ್ನೆಲೆಯಿಂದ ನೋಡಿದಾಗ ಅವರ ಈ ಎರಡೂ ಕೃತಿಗಳು ಕಲಾನುಭವ ಮತ್ತು ಬದುಕಿನ ಮೌಲ್ಯಗಳನ್ನು ಕುರಿತು ಮಾತನಾಡುತ್ತವೆ.

ವಿದೇಶದಲ್ಲಿ ಮಂಡ್ಯ

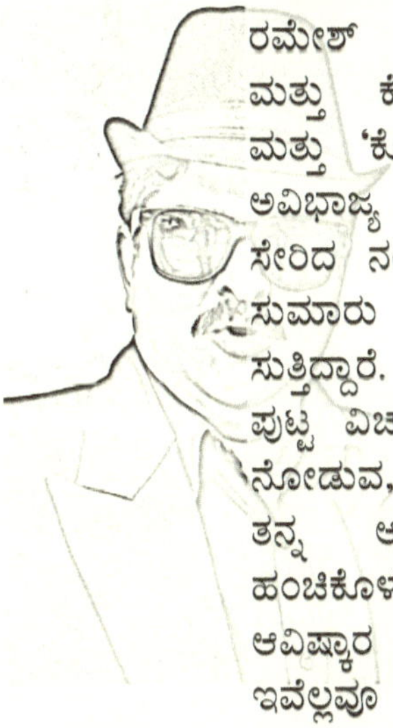

'ದೇಶ ಸುತ್ತು ಕೋಶ ಓದು' ಎನ್ನುವ ಮಾತಿಗೆ ಅನ್ವರ್ಥವೆಂಬಂತೆ ಮಂಡ್ಯ ರಮೇಶ್ ಅವರು ದೇಶವನ್ನೂ ಸುತ್ತಿದವರು ಮತ್ತು ಕೋಶವನ್ನೂ ಓದಿದವರು. 'ದೇಶ' ಮತ್ತು 'ಕೋಶ' ಇವೆರಡೂ ಅವರ ಬದುಕಿನ ಅವಿಭಾಜ್ಯ ಅಂಗಗಳಾಗಿವೆ. ರಂಗಾಯಣಕ್ಕೆ ಸೇರಿದ ನಂತರದಿಂದ ಹಿಡಿದು ಇಲ್ಲಿಯವರೆಗೂ ಸುಮಾರು ಹನ್ನೆರಡಕ್ಕೂ ಹೆಚ್ಚು ದೇಶಗಳನ್ನು ಸುತ್ತಿದ್ದಾರೆ. ಮಂಡ್ಯ ರಮೇಶ್ ಅವರಿಗೆ ಸಣ್ಣ ಪುಟ್ಟ ವಿಚಾರಗಳಲ್ಲೂ ಬಹಳ ಆಸಕ್ತಿ. ಅದನ್ನು ನೋಡುವ, ಅದರ ಬಗ್ಗೆ ತಿಳಿಯುವ ಮತ್ತು ತನ್ನ ಅನುಭವಗಳನ್ನು ಮತ್ತೊಬ್ಬರೊಂದಿಗೆ ಹಂಚಿಕೊಳ್ಳುವ ಗುಣವಿದೆ. ಇಂತಹ ಕುತೂಹಲ, ಆವಿಷ್ಕಾರ ಗುಣ, ಹೊಸತನ್ನು ಕಲಿಯುವ ಆಸಕ್ತಿ ಇವೆಲ್ಲವೂ ಇವರ ವ್ಯಕ್ತಿತ್ವದಲ್ಲಿ ಬೆರೆತು ಹೋಗಿವೆ.

'One best book is equal to hundred good friends, one good friend is equal to a library' ಮತ್ತು ಆಸ್ಕರ್ ವೈಲ್ಡ್ ಹೇಳುವಂತೆ 'Live with no excuses and travel with no regret.'

ಇವೆರಡೂ ಹೇಳಿಕೆಗಳು ಮಂಡ್ಯ ರಮೇಶ್ ಅವರಿಗೆ ಚೆನ್ನಾಗಿ ಅನ್ವಯ ವಾಗುತ್ತವೆ. 'ಪ್ರಯಾಣ ಮತ್ತು ಪುಸ್ತಕವಿಲ್ಲದ ಬದುಕು ವಿರಹದ ಅನುಭವವಿಲ್ಲದ ಸುದೀರ್ಘ ಜೀವನದಂತೆ' ಇದು ಜೋಗಿಯವರ ಮಾತು. ಪುಸ್ತಕ ಮತ್ತು ಪ್ರಯಾಣಗಳು ಅತ್ಯಂತ ಸಂತೋಷವನ್ನು ನೀಡಿ ನಮ್ಮನ್ನು ಭಾವುಕರನ್ನಾಗಿಸಿ ಬಿಡುತ್ತವೆ. ಇವೆರಡಕ್ಕೂ ಅಂತಹ ಶಕ್ತಿ ಇದೆ. ಪುಸ್ತಕಕ್ಕಿಂತ ಪ್ರಾಮಾಣಿಕ ಗೆಳೆಯ ಮತ್ತೊಬ್ಬನಿಲ್ಲ.' ಇದು ಪ್ರಸಿದ್ಧ ಕಾದಂಬರಿಕಾರ ಅರ್ನೆಸ್ಟ್ ಹೆಮಿಂಗ್ವೇಯ ಮಾತುಗಳು. ಹೀಗೆ ಪುಸ್ತಕ ಮತ್ತು ಪ್ರಯಾಣ ಈ ಎರಡರ ಸಂಗಮವಾದರೆ ಅಲ್ಲಿ ಭೂರಿ ಭೋಜನ ಸಿದ್ಧವಾದ ಹಾಗೆಯೇ ಎಂದರ್ಥ. ಇವೆಲ್ಲವನ್ನೂ ಗಮನಿಸಿದರೆ ನಮ್ಮ ಜೀವನದಲ್ಲಿ ಪುಸ್ತಕ ಮತ್ತು ಪ್ರಯಾಣ ಹೇಗೆ ಪ್ರಭಾವ ಬೀರುತ್ತವೆ ಎಂಬುದು ಅರ್ಥವಾಗುತ್ತದೆ. ಪುಸ್ತಕ ಮತ್ತು ಪ್ರಯಾಣದಿಂದ ಮಂಡ್ಯ ರಮೇಶ್ ತಮ್ಮ ಅರಿವಿನ ಜಗತ್ತನ್ನು ವಿಸ್ತರಿಸಿಕೊಂಡಿದ್ದಾರೆ, ನೂರಾರು ಜನರನ್ನು ಸ್ನೇಹಿತರನ್ನಾಗಿ ಮತ್ತು ಅಭಿಮಾನಿಗಳಾಗಿ ಪಡೆದಿದ್ದಾರೆ. ಇವರ ವಿದೇಶ ಪ್ರಯಾಣದ ಕತೆ ಬಹಳ ಸ್ವಾರಸ್ಯಕರವಾಗಿದೆ.

ಇವರ ಮೊದಲ ವಿದೇಶ ಪ್ರಯಾಣ ಆರಂಭವಾಗಿದ್ದು ರಂಗಾಯಣದಿಂದ. ಕಾರಂತರು ನಿರ್ದೇಶಕರಾಗಿದ್ದ ಅವಧಿಯಲ್ಲಿ. ಅಮೆರಿಕ, ಜರ್ಮನಿ, ಆಸ್ಟ್ರಿಯಾ ಮುಂತಾದ ದೇಶಗಳಿಗೆ ಹಿಪ್ಪೋಲಿಟಸ್ ನಾಟಕವನ್ನು ಪ್ರದರ್ಶಿಸಲು ಭೇಟಿ ನೀಡಿದ್ದಾರೆ. ಅಮೆರಿಕಾದಲ್ಲಿ ಹಿಪ್ಪೋಲಿಟಸ್, ಜರ್ಮನಿ ಮತ್ತು ಆಸ್ಟ್ರಿಯದಲ್ಲಿ ಮಿಡ್ ಸಮ್ಮರ್ ನೈಟ್ಸ್ ಡ್ರೀಮ್ಸ್ ನಾಟಕಗಳು ಪ್ರದರ್ಶನಗೊಂಡವು. ಅಮೆರಿಕಾಕ್ಕೆ ತೆರಳಲು ಸಿದ್ಧರಾದ ತಂಡದ ಎಲ್ಲ ಕಲಾವಿದರಿಗೂ ವೀಸಾ ಸಿಕ್ಕಿ ಬಿಡುತ್ತದೆ. ಆದರೆ ಅಧಿಕಾರಿಗಳೊಂದಿಗೆ ಇಂಗ್ಲಿಷ್‌ನಲ್ಲಿ ವ್ಯವಹರಿಸಲು ಬಾರದ ಕಾರಣ ಮಂಡ್ಯ ರಮೇಶ್ ಅವರೊಬ್ಬರಿಗೆ ವೀಸಾ ಸಿಗುವುದಿಲ್ಲ. ಆಗ ಮಂಡ್ಯ ರಮೇಶ್ ಅವರಿಗೆ ಬಹಳ ಬೇಸರವಾಗುತ್ತದೆ. ಇನ್ನೇನೂ ಮಾಡಲು ಸಾಧ್ಯವಾಗದ ಕಾರಣ ಉಳಿದ ಕಲಾವಿದರಿಗೆ ಶುಭಕೋರಿ ಅವರು ಸುಮ್ಮನಾಗುತ್ತಾರೆ. ಆದರೆ ಇದರಿಂದ ಸುಮ್ಮನಾಗದ ಕಾರಂತರು ತಮ್ಮೆಲ್ಲ ಪ್ರಭಾವವನ್ನು ಬಳಸಿ ನಟ ಅಮಿತಾಬ್ ಬಚ್ಚನ್ ಅವರನ್ನು ಸಂಪರ್ಕಿಸಿ, ಆದ ಸಮಸ್ಯೆಯನ್ನು ವಿವರಿಸಿ ಕೊನೆಗೆ ಮಂಡ್ಯ ರಮೇಶ್ ಅವರಿಗೆ ವೀಸಾ ಕೊಡಿಸುವಲ್ಲಿ ಯಶಸ್ವಿಯಾಗುತ್ತಾರೆ. ನಂತರ ಎಲ್ಲರೂ ಸೇರಿ ಒಟ್ಟಿಗೆ ವಿಮಾನ ಹತ್ತುತ್ತಾರೆ. ಮಧ್ಯಮ ವರ್ಗದ ಕುಟುಂಬದಲ್ಲಿ ಹುಟ್ಟಿ ಬೆಳೆದು, ಬದುಕು ನಡೆಸುತ್ತಿದ್ದ ಮಂಡ್ಯ ರಮೇಶ್ ಅವರಿಗೆ ಅವೆಲ್ಲವೂ ಒಂದು ರೀತಿಯ ಹೊಸ ಅನುಭವವಾಗಿತ್ತು. ವಿಮಾನ

ಪ್ರಯಾಣ, ವಿದೇಶ ಭೇಟಿ, ಅಲ್ಲಿನ ವಾತಾವರಣ, ಜನ, ಸಂಸ್ಕೃತಿ, ಕಲೆ ಇತ್ಯಾದಿಗಳನ್ನು ನೋಡಿ ಬೆರಗಾಗಿ ಹೋಗುತ್ತಾರೆ. ನ್ಯೂಯಾರ್ಕ್‌ನ ಲಮಾಮ ಥಿಯೇಟರ್‌ನಲ್ಲಿ ಹಿಪ್ಪೋಲಿಟಸ್ ನಾಟಕ ಪ್ರದರ್ಶನವಾಗುತ್ತದೆ.

ಅಲ್ಲಿನ ನಿಯಮದ ಪ್ರಕಾರ ರಂಗದ ಮೇಲೆ ಯಾವುದೇ ಕಾರಣಕ್ಕೂ ಬೆಂಕಿಯನ್ನು ತರುವ ಹಾಗಿಲ್ಲ. ಆದರೆ ನಾಟಕದ ಒಂದು ದೃಶ್ಯದಲ್ಲಿ, ಒಬೇರಾನ್ ಪಾತ್ರ ನಿರ್ವಹಿಸುತ್ತದ್ದ ಮಂಡ್ಯ ರಮೇಶ್ ಉರಿಯುತ್ತಿರುವ ಪಂಜನ್ನು ಹಿಡಿದು ಅಭಿನಯಿಸುವಾಗ ಪಂಜಿನ ತುದಿಯಲ್ಲಿದ್ದ ಬೆಂಕಿಯ ಉಂಡೆ ಆಕಸ್ಮಿಕವಾಗಿ ನೆಲದ ಮೇಲೆ ಬಿದ್ದು ಬಿಡುತ್ತದೆ. ಕೂಡಲೇ ಮೇಲೆ ಹಾರಿ ಬೆಂಕಿಯನ್ನು ಕಾಲಿನಿಂದ ತುಳಿದು ಆರಿಸಿ ಮುಂದೆ ಆಗಬಹುದಾಗಿದ್ದ ಅನಾಹುತವನ್ನು ತಪ್ಪಿಸುತ್ತಾರೆ. ಸಾಮಾನ್ಯವಾಗಿ ಕಲಾವಿದರನ್ನು ಅವರ ಮುಂದೆ ಕಾರಂತರು ಹೊಗಳುತ್ತಿರಲಿಲ್ಲ. ಆದರೆ ಈ ಘಟನೆ ಆದ ನಂತರ ಕಾರಂತರು ಮಂಡ್ಯ ರಮೇಶ್ ಅವರ ಸಮಯೋಚಿತ ರಂಗ ಪ್ರಜ್ಞೆಯನ್ನು ಎಲ್ಲರ ಮುಂದೆ ಕೊಂಡಾಡುತ್ತಾರೆ. ಇದಾದ ನಾಲ್ಕು ವರ್ಷಗಳ ನಂತರ ಮುಂದಿನ ಪ್ರದರ್ಶನಕ್ಕೆ ಜರ್ಮನಿಗೆ ಹೋಗುತ್ತಾರೆ. ಅಲ್ಲಿನ ಪ್ರಸಿದ್ಧವಾದ ಒಬೇರಾಮೆರಗೌನಲ್ಲಿ ಐವತ್ತು ಸಾವಿರ ಪ್ರೇಕ್ಷಕರು ಕೂರುವ ಬೃಹತ್ ರಂಗಮಂದಿರವಿದೆ ಆಲ್ಪ್ಸ್ ಪರ್ವತದ ತಪ್ಪಲಿನಲ್ಲಿರುವ ಒಂದು ಪುಟ್ಟ ಊರು ಇದು. ಅಲ್ಲಿಂದ ಬರ್ಲಿನ್‌ನಲ್ಲಿ ಮಿಡ್‌ಸಮ್ಮರ್ ನಾಟಕ ನಡೆಯುತ್ತದೆ. ಈ ನಾಟಕದಲ್ಲಿ ಮಂಡ್ಯ ರಮೇಶ್ ಅವರ ಮಡದಿ ಶ್ರೀಮತಿ ಸರೋಜ ಹೆಗಡೆಯವರೂ ಒಂದು ಪಾತ್ರ ಮಾಡಿದ್ದರು. ಮಗಳು ದಿಶಾಗೆ ಆಗಿನ್ನೂ ಕೇವಲ ಐದು ತಿಂಗಳು. ಸೈಡ್‌ವಿಂಗ್‌ನಲ್ಲಿ ಸರೋಜ ಮಗುವಿಗೆ ಎದೆ ಹಾಲು ಕೊಡುತ್ತಿರುತ್ತಾರೆ, ಮುಂದಿನ ದೃಶ್ಯದಲ್ಲಿ ಅವರ ಪಾತ್ರವಿದ್ದುದರಿಂದ, ಹಾಲು ಕುಡಿಯುತ್ತಿದ್ದ ಮಗುವಿನ ಬಾಯನ್ನು ಬಲವಂತವಾಗಿ ಬಿಡಿಸಿ, ಅಲ್ಲೇ ಪಕ್ಕದಲ್ಲಿ ಮಲಗಿಸಿ, ರಂಗದ ಮೇಲೆ ಬಂದು ಬಿಡುತ್ತಾರೆ. ಅವಸರದಲ್ಲಿ ಹಾಗೆ ಬರುವಾಗ ಧರಿಸಿದ್ದ ಉಡುಪು ಹಾಲಿನಿಂದ ಒದ್ದೆಯಾಗಿ ಬಿಡುತ್ತದೆ. ಅದೇ ಸ್ಥಿತಿಯಲ್ಲೇ ತಮ್ಮ ಪಾತ್ರವನ್ನು ನಿರ್ವಹಿಸುತ್ತಾರೆ. ತಕ್ಷಣವೇ ಮಂಡ್ಯ ರಮೇಶ್ ಅವರ ಪಾತ್ರದ ಪ್ರವೇಶವೂ ಇದ್ದುದರಿಂದ ಮಗುವನ್ನು ಎತ್ತಿಕೊಂಡು ಸಮಾಧಾನ ಮಾಡಲೂ ಆಗದಂತಹ ಪರಿಸ್ಥಿತಿ. ಕೊನೆಗೆ ಸಹಕಲಾವಿದರು ಮಗುವನ್ನು ಎತ್ತಿಕೊಂಡು ಒಳಹೋಗುತ್ತಾರೆ.

ಈ ಪ್ರಸಂಗವನ್ನು ಮಂಡ್ಯ ರಮೇಶ್ ಭಾವುಕತೆಯಿಂದ ಮತ್ತು ಅಷ್ಟೇ ಹೆಮ್ಮೆಯಿಂದ ಹೇಳಿಕೊಳ್ಳುತ್ತಾರೆ. ಒಂದೇ ರಂಗದ ಮೇಲೆ ಬದುಕು ಮತ್ತು ನಾಟಕವನ್ನು ನಿಭಾಯಿಸಲೇಬೇಕಾದ ಅನಿವಾರ್ಯ ಪರಿಸ್ಥಿತಿ. ಇಂತಹ ಅನೇಕ ಪ್ರಸಂಗಗಳು ನಮ್ಮ ಬದುಕಿನಲ್ಲಿ ನಮಗೆ ಅರಿವಿಲ್ಲದಂತೆ ಹಲವಾರು ವಿಚಾರಗಳನ್ನು ಕಲಿಸುತ್ತಾ ಹೋಗುತ್ತವೆ. ಇಂತಹ ಪ್ರಸಂಗಗಳು ನಮ್ಮನ್ನು

ಗಟ್ಟಿಗೊಳಿಸಿ ಜೀವನವನ್ನು ನೋಡುವ ಸರಿಯಾದ ಕ್ರಮವನ್ನು ತಿಳಿಸುತ್ತವೆ. ಹೀಗೆ ಅನೇಕ ಘಟನೆಗಳು ಮಂಡ್ಯ ರಮೇಶ್ ಅವರ ಬದುಕನ್ನು ರೂಪಿಸಿವೆ. ಇದಾದ ನಂತರ ನೂರಾರು ರಂಗಮಂದಿರಗಳನ್ನು ನೋಡಿ ಬರ್ಲಿನ್ ಮತ್ತಿತರ ಕಡೆ ಅನೇಕ ಪ್ರದರ್ಶನಗಳನ್ನು ನೀಡುತ್ತಾರೆ. ನಂತರ ಆಸ್ಟ್ರಿಯಾಗೆ ತೆರಳಿ ಅಲ್ಲಿನ ಬೃಹತ್ ರಂಗ ಮಂದಿರಗಳಲ್ಲಿ ಮ್ಯೂಸಿಕ್ ಶೋಗಳನ್ನು ನೋಡುತ್ತಾರೆ. ಹೀಗೆ ಒಂದು ತಿಂಗಳಿಗೂ ಹೆಚ್ಚಿನ ಅವಧಿಗೆ ವಿವಿಧ ದೇಶಗಳನ್ನು ಸುತ್ತಿ ನಾಟಕವಾಡಿ ಉತ್ತಮ ಅನುಭವಗಳನ್ನು ತಮ್ಮದಾಗಿಸಿಕೊಂಡು ವಾಪಸ್ ಬರುತ್ತಾರೆ. ಕಾರಂತರ ಜೊತೆ ಮಾಡಿದ ಈ ವಿದೇಶ ಪ್ರವಾಸ ಬದುಕಿನಲ್ಲಿ ಮರೆಯಲಾಗದು ಎನ್ನುತ್ತಾರೆ ಮಂಡ್ಯ ರಮೇಶ್. ಕಲಾವಿದರಾದ ಮಂಜುಭಾಷಿಣಿ, ಟೆನ್ನಿಸ್ ಕೃಷ್ಣ ಮತ್ತಿತರ ಗೆಳೆಯರೊಂದಿಗೆ ದುಬೈನಲ್ಲಿ ಸುತ್ತಾಡಿ ಕಳೆದ ಮಧುರ ಕ್ಷಣಗಳು ಸುಂದರ ಎನ್ನುತ್ತಾರೆ. ಮೊದಲೇ ಹೇಳಿದ ಹಾಗೆ ಮಂಡ್ಯ ರಮೇಶ್ ಅದ್ಭುತ ಸಂಪನ್ಮೂಲ ವ್ಯಕ್ತಿ. ಅವರ ಬತ್ತಳಿಕೆಯಲ್ಲಿ ಅನೇಕ ರಂಗ ಸಂಬಂಧಿತ ವಿಚಾರಗಳಿವೆ, ಅನುಭವಗಳಿವೆ. ಅವರಿಂದ ಕಲಿಯಬೇಕೆಂಬ ತುಡಿತ ಹಲವರಿಗಿದೆ. ಅದು ಸ್ವದೇಶವಾಗಲಿ, ವಿದೇಶವಾಗಲಿ, ರಂಗಭೂಮಿ ಕೆಲಸವೆಂದರೆ ಹಾರಲು ಸದಾ ಸಿದ್ಧ ಮಂಡ್ಯ ರಮೇಶ್. ರಂಗ ಪಾಠಗಳನ್ನು ಹೇಳಿಕೊಡುವ ಯಾವುದೇ ಆಹ್ವಾನ ಬಂದರೂ ಸಾಮಾನ್ಯವಾಗಿ ಇವರು ತಿರಸ್ಕರಿಸುವುದಿಲ್ಲ. ನೂರಾರು ರಂಗ ಶಿಬಿರಗಳಲ್ಲಿ ಭಾಗವಹಿಸಿ ತಮ್ಮ ಪ್ರತಿಭೆಯನ್ನು ಪ್ರದರ್ಶಿಸಿದ್ದಾರೆ. ಇವರ ಚಟುವಟಿಕೆಗಳನ್ನು ಗಮನಿಸುತ್ತಿದ್ದ ಅಮೆರಿಕಾದ ಕೆ.ಕೆ.ಎನ್.ಸಿ ತಂಡ ಇವರಿಗೆ ತಮಗೊಂದು ರಂಗ ಶಿಬಿರವನ್ನು ಮಾಡಿ ಒಂದು ನಾಟಕವನ್ನು ಮಾಡಿಕೊಡುವಂತೆ ಆಹ್ವಾನಿಸುತ್ತದೆ. ಬಹಳ ಸಂಭ್ರಮದಿಂದ ಒಂದು ತಿಂಗಳ ಪ್ರವಾಸಕ್ಕೆ ಸಿದ್ಧರಾಗಿ ಹೋದ ಮಂಡ್ಯ ರಮೇಶ್ ಅಲ್ಲಿ ಕಲಿಸಿದ್ದು ಮತ್ತು ಅವರಿಂದ ಕಲಿತಿದ್ದು ಅಪಾರ. ಒಂದೊಂದು ಪ್ರವಾಸವೂ ಅವರಿಗೆ ವಿಶಿಷ್ಟವಾದ ಅನುಭವವನ್ನು ನೀಡಿದೆ.

ಅಮೆರಿಕದಲ್ಲಿ ಒಂದು ತಿಂಗಳ ಕಾಲ ಶಿಬಿರವನ್ನು ನಡೆಸಿ ಅವರಿಗೆ ಅಭಿನಯದ ಪಾಠಗಳನ್ನು ಹೇಳಿಕೊಟ್ಟು ಕೊನೆಯಲ್ಲಿ 'ಚೋರ ಚರಣದಾಸ' ನಾಟಕವನ್ನು ನಿರ್ದೇಶಿಸುತ್ತಾರೆ. ರಂಗ ಗೀತೆಗಳು ಮತ್ತು ಸಂವಾದ ಕಾರ್ಯಕ್ರಮ ಬಹಳ ವಿಶೇಷವಾಗಿದ್ದವು. ಮಕ್ಕಳಿಗಾಗಿ ನಾಟಕ ಮಾಡಿಸಿದ ಅತ್ಯಂತ ಅಪರೂಪದ ಕಾರ್ಯಕ್ರಮ ಇದು ಎಂದು ಅಲ್ಲಿನ ಪ್ರತಿಯೊಂದು ಕ್ಷಣವನ್ನೂ ಬಹಳ ಸಂತಸದಿಂದ ನೆನೆಯುತ್ತಾರೆ. ನಂತರ ಆಯೋಜಕರು ವ್ಯವಸ್ಥೆ ಮಾಡಿದ ಪ್ರವಾಸದಲ್ಲಿ ಹಾಲಿವುಡ್ ಸ್ಟುಡಿಯೋ, ಲಾಸ್ ಏಂಜಲೀಸ್‌ನ ಸ್ಟುಡಿಯೋ, ಡಿಸ್ನಿಲ್ಯಾಂಡ್ ಮುಂತಾದ ಸ್ಥಳಗಳನ್ನು ನೋಡಿದ್ದು ರೋಮಾಂಚಕಾರಿ ಅನುಭವ ಎನ್ನುತ್ತಾರೆ.

ಜಪಾನಿನಲ್ಲಿ ನೆಲೆಸಿರುವ ಮಂಡ್ಯ ರಮೇಶ್ ಅವರ ವಿದ್ಯಾರ್ಥಿ ಶಿರೀಶ್ ಆಹ್ವಾನದ ಮೇಲೆ ಕನ್ನಡ ಸಂಘದ ಒಂದು ಕಾರ್ಯಕ್ರಮಕ್ಕೆ ಅತಿಥಿಯಾಗಿ ಜಪಾನಿಗೆ ಭೇಟಿ ನೀಡಿದ್ದಾರೆ. ವಾಷಿಂಗ್ಟನ್ ಡಿ.ಸಿ.ಯ ಕಾವೇರಿ ಕನ್ನಡ ಸಂಘಕ್ಕೆ ಅತಿಥಿ ಉಪನ್ಯಾಸಕರಾಗಿ ಮೂರು ದಿನಗಳ ಶಿಬಿರದಲ್ಲಿ ಭಾಗವಹಿಸಿ ರಂಗಭೂಮಿಯ ಮಹತ್ವವನ್ನು ತಿಳಿಸಿದ್ದಾರೆ. ಮಂಡ್ಯ ರಮೇಶ್ ಅವರ ಜೊತೆ ಡಾಲಿ ಧನಂಜಯ ಅವರು ಸಹಾ ಇದ್ದರು. ಇಂಗ್ಲೆಂಡಿನಲ್ಲಿ 'ಯು.ಕೆ. ಕನ್ನಡಿಗರು' ಎಂಬ ಒಂದು ಸಂಸ್ಥೆ ರಾಜ್ಯೋತ್ಸವ ಕಾರ್ಯಕ್ರಮಕ್ಕೆ ಮಂಡ್ಯ ರಮೇಶ್ ಅವರನ್ನು ಆಹ್ವಾನಿಸಿತ್ತು. ಮಗಳು ದಿಶಾ ರಮೇಶ್, ಗೋನಸ್ವಾಮಿ, ನವೀನ್ ಡಿ. ಪಡೀಲ್ ಮುಂತಾದವರು ಸೇರಿದ್ದ ಆ ಕಾರ್ಯಕ್ರಮವನ್ನು ನನ್ನ ಜೀವನದಲ್ಲಿ ಮರೆಯಲಾಗದ ದಿನ ಎನ್ನುತ್ತಾರೆ. ಮಗಳು ದಿಶಾ ರಮೇಶ್ ಅವರ ಕಂಠಸಿರಿಗೆ ಬೆರಗಾದ ಎಲ್ಲ ಪ್ರೇಕ್ಷಕರು ಎದ್ದು ನಿಂತು ಕರತಾಡನದ ಮೂಲಕ ಅಭಿನಂದನೆ ಸಲ್ಲಿಸಿದ ಕ್ಷಣವನ್ನೂ ನೆನೆದರೆ ಮಾತೇ ಹೊರಡುವುದಿಲ್ಲ ಎನ್ನುತ್ತಾರೆ. ಎಲ್ಲರೂ ಮಗಳನ್ನು ಸುತ್ತುವರಿದು ಮೆಚ್ಚುಗೆಯ ಮಾತುಗಳನ್ನು ಆಡುವಾಗ ನನ್ನ ಕಣ್ಣಂಚಿನಲ್ಲಿ ನೀರು ಜಿನುಗಿ ಒಂದು ಮೂಲೆಯಲ್ಲಿ ನಿಂತು ಮೌನವಾಗಿ ಅಲ್ಲಿನ ರಸನಿಮಿಷಗಳನ್ನು ಕಣ್ತುಂಬಿಕೊಳ್ಳುತ್ತಿದ್ದೆ. ನಾನು ಅತಿಥಿಯಾಗಿದ್ದರೂ ಎಲ್ಲರ ಗಮನ ಮಗಳ ಮೇಲೆ ಬಿದ್ದು ನಾನು ಮೂಲೆಗುಂಪಾದೆ ಎಂದು ಹೆಮ್ಮೆಯಿಂದ ಹೇಳಿ ಕೊಳ್ಳುತ್ತಾರೆ.

ಐರ್ಲೆಂಡ್ ಕಾರ್ಯಕ್ರಮವೂ ಅಷ್ಟೇ ಅದ್ಭುತವಾಗಿ ನಡೆಯುತ್ತದೆ. ಅದೊಂದು ದಿಗ್ವಿಜಯ ಯಾತ್ರೆ ಎಂದು ಹೇಳುತ್ತಾರೆ. ಮಂಡ್ಯ ರಮೇಶ್ ಅವರು ಒಂದು ಜಾಗಕ್ಕೆ ಹೋದಾಗ ಅಲ್ಲಿನ ಅನೇಕ ಸಂಗತಿಗಳತ್ತ ಆಕರ್ಷಿತರಾಗುತ್ತಾರೆ. ನಾಟಕ, ವಿಚಾರ ಸಂಕಿರಣ, ಸಂವಾದ ಇವೆಲ್ಲವೂ ಒಂದು ಕಡೆಯಾದರೆ ಮತ್ತೊಂದು ಕಡೆ ಆ ಪ್ರದೇಶದ ಬಗ್ಗೆ ಹೆಚ್ಚು ಆಸಕ್ತಿಯಿಂದ ತಿಳಿದುಕೊಳ್ಳಲು ಬಯಸುತ್ತಾರೆ. ಮೊದಲಿಂದಲೂ ಪ್ರವಾಸದ ಹುಚ್ಚನ್ನು ಅಂಟಿಸಿಕೊಂಡಿರುವ ಮಂಡ್ಯ ರಮೇಶ್ ಅವರಿಗೆ ಪ್ರತಿಯೊಂದು ಭೇಟಿಯೂ ಹೊಸ ವಿಸ್ಮಯ ಜಗತ್ತಿಗೆ ಕರೆದುಕೊಂಡು ಹೋಗುತ್ತದೆ. ಎರಡೂ ದೇಶಗಳನ್ನು ಸುತ್ತಾಡಿ ಹಲವಾರು ವಿಚಾರಗಳನ್ನು ತಿಳಿದುಕೊಂಡೆ ಎನ್ನುತ್ತಾರೆ. ಅಲ್ಲಿನ ಮನೆಗಳ ಶೈಲಿ, ಪುರಾತನ ಸಂಸ್ಕೃತಿ, ಬ್ರಿಟಿಷ್ ಮತ್ತು ಐರಿಷ್ ನಡುವಿನ ಸಾಮ್ಯತೆ, ಅವರ ಶಿಸ್ತು, ಆತಿಥ್ಯ, ಕಲೆ, ಹವ್ಯಾಸ, ಸಾವಿರಾರು ವರ್ಷಗಳ ಹಿಂದಿನ ರಾಜ ರಾಣಿಯರ ಉಡುಪುಗಳು, ಕತ್ತಿಗಳು, ಕಿವಿಯೋಲೆಗಳು, ಚಿತ್ರಕಲೆ, ಅರಮನೆಯಲ್ಲಿನ ಹಾಸಿಗೆಗಳು, ದಿಂಬುಗಳು, ಜಮಖಾನಗಳು, ಮದ್ಯಪಾನ ಪಾತ್ರೆಗಳು... ಹೀಗೆ ಪ್ರತಿಯೊಂದರಲ್ಲೂ ಅವರ ಅಭಿರುಚಿ ಅತ್ಯದ್ಭುತವಾದುದು.

ಕನ್ನಡ ಭಾಷೆಯಲ್ಲಿ ಎಂತಹ ಐಕ್ಯತೆ ಇದೆ ಎಂಬುದನ್ನು ಇಂಗ್ಲಿಷ್ ಮಣ್ಣಿನಲ್ಲಿ ನೆಲೆಸಿರುವ ಕನ್ನಡಿಗರನ್ನು ನೋಡಿದಾಗ ಅದರ ಗಟ್ಟಿತನದ ಅರಿವಾಗುತ್ತದೆ ಎನ್ನುತ್ತಾರೆ ಮಂಡ್ಯ ರಮೇಶ್. ವಿದೇಶದಲ್ಲಿ ನೆಲೆಸಿರುವ ಕನ್ನಡಿಗರ ಹೃದಯ ಸದಾ ಕನ್ನಡಕ್ಕಾಗಿ ಮಿಡಿಯುತ್ತಲೇ ಇರುತ್ತದೆ. ಎಲ್ಲಿ ಹೋದರೂ ಇಂಗ್ಲಿಷ್ ಭಾಷೆಯೇ ಪ್ರಮುಖವಾಗಿರುವ ಈ ನಾಡಿನಲ್ಲಿ ತಮ್ಮ ಮಕ್ಕಳು 'ಮಮ್ಮಿ, ಡ್ಯಾಡಿ' ಎಂದು ಕರೆಯುವ ಬದಲು 'ಅಪ್ಪ ಅಮ್ಮ' ಎಂದು ಕರೆಯಲಿ ಎನ್ನುವ ಕಾರಣಕ್ಕೆ ಪ್ರತಿವಾರ ಸಂಜೆ ಒಂದು ಗಂಟೆ ಕನ್ನಡದ ಮನೆ ಪಾಠದ ವ್ಯವಸ್ಥೆ ಮಾಡಿದ್ದಾರೆ. ಅಮೆರಿಕದ ವಾಷಿಂಗ್ಟನ್ ಡಿ.ಸಿ.ಯಲ್ಲಿ ನೆಲೆಸಿರುವ ಕನ್ನಡಿಗರು ಎಲ್ಲ ಹಬ್ಬ ಹರಿದಿನಗಳಲ್ಲಿ ಒಟ್ಟಾಗಿ ಸೇರಿ ನಾಟಕ, ಸಂಗೀತ, ಹಾಡುಗಾರಿಕೆ, ನೃತ್ಯ ಮುಂತಾದ ಸಾಂಸ್ಕೃತಿಕ ಕಾರ್ಯಕ್ರಮಗಳನ್ನು ಏರ್ಪಡಿಸುತ್ತಾರೆ. ಕೆಲವರು ಕನ್ನಡ ಪುಸ್ತಕಗಳನ್ನು ರಚಿಸಿ ಬಿಡುಗಡೆ ಮಾಡುತ್ತಾರೆ. ಪುಸ್ತಕಗಳನ್ನು ಓದಿ ಅದರ ಬಗ್ಗೆ ಚರ್ಚೆ, ಸಂವಾದಗಳನ್ನು ನಡೆಸುತ್ತಾರೆ.

ಯುಗಾದಿಯಲ್ಲಿ 'ರಂಗಯುಗಾದಿ' ಹಾಗೂ ದೀಪಾವಳಿಯಲ್ಲಿ 'ರಂಗ ದೀಪಾವಳಿ' ನಾಟಕೋತ್ಸವಗಳನ್ನು ಏರ್ಪಡಿಸುತ್ತಾರೆ. ಭಾರತದ ರಾಷ್ಟ್ರೀಯ ಹಬ್ಬಗಳನ್ನು ಅತ್ಯಂತ ಉತ್ಸಾಹದಿಂದ ಆಚರಿಸುತ್ತಾರೆ. ಪರದೇಶದಲ್ಲಿ ಸುಮಾರು ನಲವತ್ತು ವರ್ಷಗಳಿಂದ ಕನ್ನಡವನ್ನು ಉಳಿಸಿಕೊಂಡು ಬಂದಿರುವ ವಿದೇಶದಲ್ಲಿರುವ ಬಹುತೇಕ ಕನ್ನಡಿಗರ ಅಭಿಮಾನಕ್ಕೆ ದೊಡ್ಡ ನಮಸ್ಕಾರ. ವಾಷಿಂಗ್ಟನ್ ಡಿ.ಸಿ.ಯಲ್ಲಿ ಕಾವೇರಿ ಕನ್ನಡ ಸಂಘದವರು ನಾಟಕೋತ್ಸವದ ನಂತರ ಪ್ರೇಕ್ಷಕರೊಂದಿಗೆ ಸಂವಾದ ಏರ್ಪಡಿಸಿದ್ದರು. ಒಂದೇ ದಿನ ಜಯಂತ ಕಾಯ್ಕಿಣಿಯವರ 'ಸೇವಂತಿ ಪ್ರಸಂಗ', ನಿತೀಶ್ ಶ್ರೀಧರ್ ಅವರ 'ಫ್ರೆಡ್ ಮಿಲ್,' ಸೇತುರಾಂ ಅವರ 'ನಿಮಿತ್ತ' ಮತ್ತು ಡುಂಡಿರಾಜ್ ಅವರ 'ಕೊರಿಯಪ್ಪನ ಕೊರಿಯೋಗ್ರಫಿ' ಎಂಬ ನಾಲ್ಕು ನಾಟಕಗಳನ್ನು ಪ್ರದರ್ಶಿಸಿದ್ದರು ಎಂದು ವಿದೇಶದ ಅನುಭವಗಳನ್ನು ಬಹಳ ಪ್ರೀತಿಯಿಂದ ನೆನೆಯುತ್ತಾರೆ.

ವಿಶ್ವ ಕನ್ನಡ ಸಂಸ್ಕೃತಿ ಸಮ್ಮೇಳನದಲ್ಲಿ ಭಾಗವಹಿಸಲು ಆಸ್ಟ್ರೇಲಿಯಾಗೆ ಭೇಟಿ ನೀಡಿದ್ದಾರೆ. ಅಲ್ಲಿ ಇವರ ಹಾಗೆಯೇ ವಿವಿಧ ದೇಶಗಳಿಂದ ಆಗಮಿಸಿದ್ದ ಹಲವಾರು ಮಂದಿಯ ಪರಿಚಯವಾಗಿ ಕಾರ್ಯಕ್ರಮದ ನಂತರ ಅವರೊಂದಿಗೆ ಇಡೀ ಆಸ್ಟ್ರೇಲಿಯಾ ಸುತ್ತಾಡಿದ್ದು ಬಹಳ ಸುಂದರವಾಗಿತ್ತು ಎನ್ನುತ್ತಾರೆ. ಅಲ್ಲಿನ ಸಾಂಸ್ಕೃತಿಕ ಮಂತ್ರಿ ಸೈಕಲ್ಲಿನಲ್ಲಿ ಬಂದಿಳಿದು, ಇವರನ್ನೆಲ್ಲ ಸ್ವಾಗತಿಸಿ ರಾಜ ಭವನದ ವೈಟ್ ಹೌಸ್‌ಗೆ ಕರೆದುಕೊಂಡು ಹೋಗಿ ಸನ್ಮಾನ ಮಾಡಿ ನಮ್ಮ ಭಾರತೀಯ ರಂಗಭೂಮಿಯ ಬಗ್ಗೆ ಮಾಹಿತಿಯನ್ನು ಪಡೆದುಕೊಳ್ಳುತ್ತಾರೆ. ಅವರ ಸರಳತೆಯನ್ನು ಕಂಡು ಬೆರಗಾಗಿ ಹೋಗುತ್ತಾರೆ ಮಂಡ್ಯ ರಮೇಶ್. ಸಿಡ್ನಿ, ಮೆಲ್ಬೋರ್ನ್, ಪರ್ತ್, ಬ್ರಿಸ್ಬೇನ್ ನಗರಗಳಲ್ಲಿ ಸುತ್ತಾಡಿ ಅಲ್ಲಿನ ಜನ

ಪ್ರವಾಸೋದ್ಯಮವನ್ನು ಅಭಿವೃದ್ಧಿ ಪಡಿಸಿರುವುದನ್ನು ನೋಡಿ ಮೂಕನಾದೆ ಎನ್ನುತ್ತಾರೆ. ಕಾಡುಗಳು, ಪರ್ವತಗಳು, ಸಾಗರಗಳು, ಕಣಿವೆಗಳು ಮತ್ತು ಸಾವಿರಾರು ಮೈಲಿಗಳ ಉದ್ದಕ್ಕೂ ಅವರು ಗದ್ದೆ, ತೋಟಗಳನ್ನು ಕಾಪಾಡಿಕೊಂಡು ಬಂದಿರುವ ಅವರ ಬದ್ಧತೆಯ ಬಗ್ಗೆ ಎರಡು ಮಾತಿಲ್ಲ ಎಂಬುದು ಅವರ ಅಭಿಪ್ರಾಯ. ಅತ್ಯಾಧುನಿಕ ರೋಪ್‌ವೇಗಳ ಮೂಲಕ ಕಣಿವೆಗಳಲ್ಲಿ ಇಳಿದಾಗ ಬಹಳ ಸಂಭ್ರಮವಾಗುತ್ತಿತ್ತು. ಇವೆಲ್ಲವೂ ಬಾಲ್ಯವನ್ನು ಮತ್ತೆ ನೆನಪಿಸಿ ನನ್ನನ್ನು ದಶಕಗಳ ಹಿಂದಿನ ಬಾಲ್ಯಾವಸ್ಥೆಗೆ ಕರೆದುಕೊಂಡು ಹೋಯಿತು ಎನ್ನುತ್ತಾರೆ.

ಇದಾದ ಕೆಲವು ವರ್ಷಗಳ ನಂತರ 'ಮಜಾ ಟಾಕೀಸ್' ತಂಡದೊಂದಿಗೆ ಎರಡನೇ ಬಾರಿಗೆ ಆಸ್ಟ್ರೇಲಿಯಾಗೆ ಮತ್ತೆ ಭೇಟಿ ನೀಡುತ್ತಾರೆ. ಆಗ ತಂಡದಲ್ಲಿದ್ದವರು ಸೃಜನ್ ಲೋಕೇಶ್, ಮಿಮಿಕ್ರಿ ದಯಾನಂದ್, ನವೀನ್ ಪಡೀಲ್, ತೇಜಸ್ವಿ, ಅಪರ್ಣಾ ವಸ್ತಾರೆ, ಶ್ವೇತಾ ಚಂಗಪ್ಪ, ಪವನ್, ಅಗ್ನಿ ಮುಂತಾದ ಗೆಳೆಯರು. ಅಲ್ಲಿನ ಮುಖ್ಯ ನಗರಗಳಲ್ಲಿ ಮಜಾ ಟಾಕೀಸಿನ ಪ್ರದರ್ಶನಗಳಲ್ಲಿ ಭಾಗವಹಿಸಿದ್ದು, ಅಲ್ಲಿನ ಆಯೋಜಕರು ಇವರೆಲ್ಲರನ್ನೂ ಉಪಚರಿಸಿದ್ದು, ಊಟ-ನೋಟ ಎಲ್ಲವೂ ಬದುಕಿನಲ್ಲಿ ನಮಗೆ ಇನ್ನೊಂದು ಬಾರಿ ಸಿಗುವುದಿಲ್ಲ ಎಂದು ಹೆಮ್ಮೆಯ ಮಾತುಗಳನ್ನು ಆಡುತ್ತಾರೆ. ಉನ್ನತ ಹುದ್ದೆಯಲ್ಲಿರುವ ಭಾರತೀಯರು ಅದರಲ್ಲೂ ಕನ್ನಡಿಗರು ಮಂಡ್ಯ ರಮೇಶ್ ಅವರು ಮಜಾ ಟಾಕೀಸಿನಲ್ಲಿ ನಿರ್ವಹಿಸುವ ಮುದ್ದೇಶನ ಪಾತ್ರವನ್ನು ಮೆಚ್ಚಿ ಕೊಟ್ಟ ಪ್ರೀತಿಯ ಉಡುಗೊರೆ ಅದ್ವಿತೀಯವಾದುದು. ಮದುವೆಯ ಆರತಕ್ಷತೆಯಲ್ಲಿ ವಧು ವರರಿಗೆ ಶುಭ ಕೋರುವಂತೆ, ಪ್ರದರ್ಶನದ ನಂತರ ಸಾವಿರಾರು ಜನ ಸರದಿಯಲ್ಲಿ ಬಂದು ಶುಭ ಕೋರಿ ಫೋಟೋ ತೆಗೆಸಿಕೊಂಡ ಮಧುರ ಕ್ಷಣಗಳು ಬಹಳ ಆಪ್ಯಾಯಮಾನವಾಗಿತ್ತು. ಆಸ್ಟ್ರೇಲಿಯಾದ ಮೂಲ ನಿವಾಸಿಗಳು ಮತ್ತು ಆಧುನಿಕ ಶೈಲಿಯ ಸಂಸ್ಕೃತಿ ಇವೆರಡೂ ಅವರನ್ನು ಹೆಚ್ಚು ಆಕರ್ಷಿಸಿವೆ. ಹಠಕ್ಕೆ ಬಿದ್ದು ಅವರ ಊಟದ ಶೈಲಿಗಳು, ಅವರ ಚಟುವಟಿಕೆಗಳನ್ನು ಗಮನಿಸಲು, ಅನುಭವಿಸಲು ಪ್ರಯತ್ನಿಸುತ್ತಿದ್ದೆ ಎನ್ನುತ್ತಾರೆ.

'ನನಗೆ ರಂಗಭೂಮಿ, ಅಭಿನಯ, ಸಂಘಟನೆ, ಕಲಿಸುವಿಕೆ ಇವೆಲ್ಲವೂ ಎಷ್ಟು ಇಷ್ಟವೋ ಅಷ್ಟೇ ಇಷ್ಟವಾದುದು ಪ್ರವಾಸ. ಕನ್ನಡ ಬಿಟ್ಟು ಮಿಕ್ಕ ಭಾಷೆಗಳಲ್ಲಿ ನಾನು ತೀರಾ ಪೇಲವ. ಆದರೂ ಇಷ್ಟೆಲ್ಲ ಸಾಧ್ಯವಾಗಿದ್ದು ಕಲಾ ಪ್ರಜ್ಞೆಯಿಂದ ಮತ್ತು ರಂಗ ಪ್ರತಿಭೆಯನ್ನು ಜನ ಗೌರವಿಸಿದ್ದರಿಂದ ಮಾತ್ರ ಅಂತ ನನ್ನ ನಂಬಿಕೆ.' ಇದು ಮಂಡ್ಯ ರಮೇಶ್ ಅವರ ಮನದಾಳದ ಮಾತು.

ಬದುಕು ಪ್ರೇರೇಪಿಸಿದ ಮಹನೀಯರು

ನಮ್ಮ ಬದುಕಿನಲ್ಲಿ ನಾವೆಲ್ಲರೂ ಕೆಲವರ ಪ್ರಭಾವಕ್ಕೆ ಒಳಗಾಗಿರುತ್ತೇವೆ. ಅವರ ಪ್ರಭಾವಕ್ಕೆ ಒಳಗಾಗಲು ಅವರ ಜೀವನ ಶೈಲಿ, ನಡೆ, ನುಡಿ ಮತ್ತು ಅವರ ಒಟ್ಟಾರೆ ವ್ಯಕ್ತಿತ್ವ ನಮ್ಮನ್ನು ಆಕರ್ಷಿಸಿರುತ್ತದೆ. ನಾವೂ ಅವರಂತೆಯೇ ಬದುಕಬೇಕು ಎನ್ನುವ ಹಂಬಲವನ್ನು ಇರಿಸಿಕೊಂಡು ಮುಂದೆ ಸಾಗುತ್ತಿರುತ್ತೇವೆ. ಇಂತಹ ಪ್ರೇರಣೆ, ಉತ್ತೇಜನ, ಪ್ರೋತ್ಸಾಹ ಸದಾ ನಮಗೆ ಶ್ರೀರಕ್ಷೆಯಾಗಿರುತ್ತದೆ. ಮಂಡ್ಯ ರಮೇಶ್ ಅವರ ಬದುಕಿನಲ್ಲೂ ಸಹ ಹಲವಾರು ಮಂದಿ ಪ್ರಭಾವ ಬೀರಿದ್ದಾರೆ. ಅವರ ಬದುಕಿನಲ್ಲಿ ಆಸಕ್ತಿಯನ್ನು, ಕುತೂಹಲವನ್ನು ಕೆರಳಿಸಿದ್ದಾರೆ. ಅವರೆಲ್ಲರ ಬಗ್ಗೆ ಮಂಡ್ಯ ರಮೇಶ್ ಅವರಿಗೆ ಪ್ರೀತಿ, ಗೌರವ ಮತ್ತು ಅಭಿಮಾನ. ಅವರೆಲ್ಲರನ್ನೂ ತಮ್ಮ ಜೀವನದಲ್ಲಿ ಮರೆಯಲು ಸಾಧ್ಯವಿಲ್ಲ ಎನ್ನುತ್ತಾರೆ. ಹಾಗೆ ಅವರ

ಮೇಲೆ ಪ್ರಭಾವ ಬೀರಿದ ಮಹನೀಯರು ಯಾರು? ಅವರ ಬದುಕನ್ನು ಪ್ರೇರೇಪಿಸಿದ ಪುಣ್ಯಾತ್ಮರು ಹಲವರಿದ್ದಾರೆ.

ತಂದೆ ಶ್ರೀ ಸುಬ್ರಹ್ಮಣ್ಯಮ್ ಅವರು ಮಂಡ್ಯ ರಮೇಶ್ ಅವರ ಮೇಲೆ ಹೆಚ್ಚಿನ ಪ್ರಭಾವ ಬೀರಿದ್ದಾರೆ. ಅಪ್ಪನಾಗಿ, ಗೆಳೆಯನಾಗಿ, ಮಾರ್ಗದರ್ಶಕನಾಗಿ, ಆಪ್ತ ಸಲಹೆಗಾರನಾಗಿ ರಮೇಶ್ ಅವರ ಬದುಕಿನಲ್ಲಿ ಜೊತೆಗೆ ನಿಂತಿದ್ದಾರೆ, ಹೆಗಲು ಕೊಟ್ಟಿದ್ದಾರೆ, ಗೆದ್ದಾಗ ಭುಜ ತಟ್ಟಿದ್ದಾರೆ, ಬಿದ್ದಾಗ ತಲೆ ನೇವರಿಸಿ ಸಮಾಧಾನ ಮಾಡಿದ್ದಾರೆ. ಮಗನ ಪ್ರತಿಯೊಂದೂ ಕೆಲಸವನ್ನೂ ಇಷ್ಟ ಪಟ್ಟಿದ್ದಾರೆ. ಸಿಹಿಕಹಿಗಳನ್ನು ಸಮಚಿತ್ತದಿಂದ ಸ್ವೀಕರಿಸುವುದನ್ನು ಕಲಿಸಿದ್ದಾರೆ. ಅಪ್ಪನ ಬಗ್ಗೆ ಮಂಡ್ಯ ರಮೇಶ್ ಅವರಿಗೆ ಗೌರವ ಮತ್ತು ಅಭಿಮಾನ ಸಹಜವಾಗಿಯೇ ಬಂದಿದೆ. ನಾವು ಮಾಡುವ ಕೆಲಸವನ್ನು ನಮ್ಮ ಮನೆಯವರೇ ಪ್ರೋತ್ಸಾಹಿಸದೇ ಇದ್ದರೆ ನಾವು ಬೆಳವಣಿಗೆಯನ್ನು ಕಾಣುವುದಾದರೂ ಹೇಗೆ? ರಂಗಭೂಮಿಯನ್ನು ಬದುಕನ್ನಾಗಿ ಆರಿಸಿಕೊಂಡಾಗ ಸಾಮಾನ್ಯವಾಗಿ ಎಲ್ಲ ಪೋಷಕರಿಗೂ ಒಂದು ರೀತಿಯ ಆತಂಕ ಇರುತ್ತದೆ. ಆದರೆ ಸುಬ್ರಮಣ್ಯಮ್ ಅವರು ಹೃದಯಪೂರ್ವಕವಾಗಿ ಮಗನಿಗೆ ಆಶೀರ್ವಾದ ಮಾಡಿ ಶ್ರದ್ಧೆಯಿಂದ ಕೆಲಸವನ್ನು ಮಾಡಿ ಜೀವನದಲ್ಲಿ ಮುಂದೆ ಬಾ ಎಂದು ಹುರಿದುಂಬಿಸುವ ಮಾತುಗಳನ್ನು ಆಡುತ್ತಾರೆ. ಅವರ ತಂದೆಯಲ್ಲಿಯೂ ಒಬ್ಬ ಅದ್ಭುತ ಕಲಾವಿದ ಇದ್ದ ಎನ್ನುವುದಕ್ಕೆ ಅವರು ರಮೇಶ ಅವರಿಗೆ ಮಾಡಿ ಕೊಡುತ್ತಿದ್ದ ಅನೇಕ ಕಲಾಕೃತಿಗಳೇ ಸಾಕ್ಷಿ. ಮಂಡ್ಯ ರಮೇಶ್ ಅವರು ಚಿಕ್ಕಂದಿನಲ್ಲಿ ನಾಟಕಗಳಲ್ಲಿ ಪಾತ್ರ ಮಾಡಲು ಹೊರಟಾಗ, ರಟ್ಟುಗಳನ್ನು ಕತ್ತರಿಸಿ, ಪಾತ್ರಗಳಿಗೆ ಒಪ್ಪುವಂತಹ ಕಿರೀಟ, ಭುಜಕೀರ್ತಿಗಳನ್ನು ಮಾಡಿ ಅವುಗಳಿಗೆ ಬಣ್ಣದ ಕಾಗದ, ಝುರಿ ಕಾಗದಗಳನ್ನು ಅಂಟಿಸುತ್ತಿದ್ದರು. ಕತ್ತಿ, ಗದೆಗಳಿಗೆ ನಕ್ಕಿ ಕಾಗದವನ್ನು ಅಂಟಿಸಿ ಮಗನ ಕೈಗಿತ್ತು, ಶುಭ ಹಾರೈಸಿ ಕಳುಹಿಸಿಕೊಡುತ್ತಿದ್ದರು. ಆಗೆಲ್ಲ ನಾಟಕ ಅಂದ್ರೆ ಅಪ್ಪ ಇದ್ದಾರಲ್ಲ, ಅವರು ಏನು ಬೇಕೋ ಅದನ್ನೆಲ್ಲ ಮಾಡಿಕೊಡುತ್ತಾರೆ ಎನ್ನುವ ನಂಬಿಕೆ ಮತ್ತು ವಿಶ್ವಾಸ ಇತ್ತು ಮಂಡ್ಯ ರಮೇಶ್ ಅವರಿಗೆ. ಕೊಬ್ಬರಿ ಮೇಲಿನ ಕೆತ್ತನೆಯಲ್ಲಿ ನಿಷ್ಣಾತ. ಅತ್ಯಂತ ಶಿಸ್ತಿನ ಮನುಷ್ಯ ಅವರು. ಅವರಿಗೆ ಜನ ಬೇಕಿತ್ತು, ಮಾತು ಬೇಕಿತ್ತು. ಒಳ್ಳೆಯ ಮಾತುಗಾರರಾಗಿದ್ದರು.

ಮಂಡ್ಯ ರಮೇಶ್ ಅವರೂ ಸಹ ಅದ್ಭುತ ಮಾತುಗಾರರು, ಅವರಿಗೂ ಜನ ಬೇಕು ಎಂಬುದನ್ನು ಪ್ರತ್ಯೇಕವಾಗಿ ಹೇಳಬೇಕಾಗಿಲ್ಲ. ನಿಷ್ಠಾವಂತ ಸರ್ಕಾರಿ ನೌಕರ. ಎಲ್ಲದರಲ್ಲೂ ಅಚ್ಚುಕಟ್ಟು. ಮಹಾ ಕೋಪಿಷ್ಠರಾದರೂ ಅಂತರಂಗದಲ್ಲಿ ಮಾನವೀಯತೆಯನ್ನು ಸದಾ ಕಾಪಿಟ್ಟುಕೊಂಡಿರುತ್ತಿದ್ದರು. ಮಂಡ್ಯ ರಮೇಶ್ ನಟನ ಸಂಸ್ಥೆ ಕಟ್ಟಿದಾಗ ಬೆರಗಾಗಿಬಿಟ್ಟಿದ್ದರು. ಇಷ್ಟೆಲ್ಲಾ ಗುಣಗಳನ್ನು ಹೊಂದಿದ್ದ

ಅಪ್ಪನ ಬಗ್ಗೆ ಮಂಡ್ಯ ರಮೇಶ್ ಅವರಿಗೆ ಎಲ್ಲಿಲ್ಲದ ಪ್ರೀತಿ. ಯಾವುದೇ ನಾಟಕವಾಗಲಿ, ಶಿಬಿರವಾಗಲಿ, ವಿಚಾರ ಸಂಕಿರಣವಾಗಲಿ ಅವರ ಉಪಸ್ಥಿತಿ ಎದ್ದು ಕಾಣುತ್ತಿತ್ತು. ಒಬ್ಬ ಒಳ್ಳೆಯ ಪ್ರೇಕ್ಷಕ ಮತ್ತು ವಿಮರ್ಶಕರಾಗಿದ್ದರು. ಅವರಲ್ಲಿದ್ದ ಜೀವನೋತ್ಸಾಹ, ಲವಲವಿಕೆ ಮತ್ತು ಕಲಾಪ್ರೇಮ ಮಂಡ್ಯ ರಮೇಶ್ ಅವರನ್ನು ಆಕರ್ಷಿಸಿವೆ ಎಂದರೆ ತಪ್ಪಾಗಲಾರದು. 'ನನ್ನ ಅಪ್ಪ ನನಗೆ ಸಾಕಷ್ಟು ಕಲಿಸಿದ್ದಾರೆ, ನನ್ನ ಬದುಕನ್ನು ಪ್ರೇರೇಪಿಸಿದ ಮಹನೀಯರಲ್ಲಿ ನನ್ನ ಅಪ್ಪನಿಗೆ ಪ್ರಮುಖ ಸ್ಥಾನ' ಎಂದು ಅತ್ಯಂತ ಹೆಮ್ಮೆ ಯಿಂದ ಹೇಳಿಕೊಳ್ಳುತ್ತಾರೆ ಮಂಡ್ಯ ರಮೇಶ್.

ಗಾಂಧೀಜಿಯವರ ಬದುಕು, ಸರಳತೆ, ಸತ್ಯ ನಿಷ್ಠುರತೆ, ರಾಜಕೀಯ ಪ್ರಜ್ಞೆ, ದೂರದರ್ಶಿತ್ವ, ರಾಷ್ಟ್ರಭಕ್ತಿ, ಕಠೋರ ವ್ರತ ಮತ್ತು ಎಲ್ಲರನ್ನೂ ಪ್ರೀತಿಸಬೇಕು ಎನ್ನುವ ಗುಣ ಎಲ್ಲವೂ ಮಂಡ್ಯ ರಮೇಶ್ ಅವರನ್ನು ಆಕರ್ಷಿಸಿವೆ. 'ಕ್ರಾಂತಿ ಪುರುಷ ಬಸವಣ್ಣನ ಮಹಾಮನೆ, ಶರಣ ಯುಗ, ಸಾಂಸ್ಕೃತಿಕ ಕಲ್ಪನೆ, ಬಸವಣ್ಣನ ವಚನಗಳು, ಅವರು ಬದುಕನ್ನು ಕಂಡುಕೊಂಡ ರೀತಿ ಇವೆಲ್ಲವೂ ನನ್ನನ್ನು ಚಿಂತನೆಗೆ ಹಚ್ಚಿವೆ' ಎಂದು ಹೇಳುತ್ತಾರೆ ರಮೇಶ್.

ಡಾ. ರಾಜ್‌ಕುಮಾರ್ ಬಗ್ಗೆಯೂ ಅವರಿಗೆ ಎಲ್ಲಿಲ್ಲದ ಅಭಿಮಾನ ಮತ್ತು ಗೌರವ. 'ಹಳ್ಳಿಯ ಸಾಧಾರಣ ಬಾಲಕನೊಬ್ಬ ಭಾರತದ ಸರ್ವ ಶ್ರೇಷ್ಠ ನಟನಾಗಿ ಬೆಳೆದು, ಫಾಲ್ಕೆ ಪ್ರಶಸ್ತಿಯನ್ನು ಪಡೆಯುವವರೆಗಿನ ಒಟ್ಟಾರೆ ಅವರ ಕಲಾಯಾತ್ರೆ ನನ್ನನ್ನು ಸದಾ ಉತ್ತೇಜಿಸುತ್ತಿರುತ್ತದೆ. ರಾಜ್ ಅವರ ನಿಲುವು, ಉಡುಪು, ಜ್ಞಾನ, ಅವರು ಬಳಸುವ ಕನ್ನಡ ಭಾಷೆ, ಯಾವುದೇ ಪಾತ್ರಕ್ಕೂ ಮೈ, ಮನಸ್ಸು ಮತ್ತು ಮಾತುಗಳನ್ನು ಒಗ್ಗಿಸಿಕೊಳ್ಳುವ ಮತ್ತು ನಟನೆಯನ್ನು, ವ್ಯಕ್ತಿತ್ವವನ್ನು ಆದರ್ಶವನ್ನಾಗಿ ಮಾಡಿದ ಪ್ರಯತ್ನವೇ ಶ್ರೇಷ್ಠ' ಎನ್ನುತ್ತಾರೆ ಮಂಡ್ಯ ರಮೇಶ್.

ನೀನಾಸಂ ಎಂಬ ಅದ್ಭುತ ಸಂಸ್ಥೆಯನ್ನು ಕಟ್ಟಿ ಬೆಳೆಸಿದ ರಂಗಋಷಿ ಕೆ.ವಿ.ಸುಬ್ಬಣ್ಣನವರ ಪ್ರತಿಭೆ, ಅವರ ಸಂಘಟನಾ ಚಾತುರ್ಯ, ಬದ್ಧತೆ, ರಂಗಪ್ರೀತಿ ಅವರನ್ನು ಬಹಳ ಆಕರ್ಷಿಸಿವೆ. ಪಟ್ಟಣದ ಓದಿನ ನಂತರ ತಮ್ಮ ಹಳ್ಳಿಗೆ ತೆರಳಿ ಅಲ್ಲಿ ರೈತನಾಗಿದ್ದುಕೊಂಡು ಪ್ರಪಂಚಕ್ಕೆ ತನ್ನ ಪ್ರತಿಭೆಯನ್ನು ಪರಿಚಯಿಸಿದ ಶ್ರೇಷ್ಠ ಸಾಧಕ ಅವರು ಎನ್ನುತ್ತಾರೆ. ಅವರಿಂದ ಬಹಳಷ್ಟು ಕಲಿತು ಅದನ್ನು ನನ್ನ ನಟನೆ ಮತ್ತು ನಟನ ಯಾನದಲ್ಲಿ ಅಳವಡಿಸಿಕೊಂಡಿದ್ದೇನೆ ಎಂಬ ಹೆಮ್ಮೆಯ ಮಾತುಗಳನ್ನು ಆಡುತ್ತಾರೆ. 'ಬಿ.ವಿ. ಕಾರಂತರ ಜೀವನ ದೃಷ್ಟಿಯೇ ರಂಗವಿದ್ಯಾರ್ಥಿಯಾಗಿ ನನಗೆ ಅವಿರತ ಕಲಿಕೆ' ಎನ್ನುತ್ತಾರೆ.

ಶಿವರಾಮ ಕಾರಂತರ ನೇರ ನಡೆ, ಅಸಾಮಾನ್ಯ ವಿಜ್ಞಾನ ದೃಷ್ಟಿಕೋನ, ಪ್ರಖರ ವಿಚಾರವಂತಿಕೆ, ತೊಂಬತ್ತರ ಇಳಿವಯಸ್ಸಿನಲ್ಲಿಯೂ ಗೆಜ್ಜೆ ಕಟ್ಟಿ

ಯಕ್ಷಗಾನಕ್ಕೆ ಹೆಜ್ಜೆ ಹಾಕುವ ಅವರ ಹುರುಪು, ಅವರ ಸಾಮಾಜಿಕ ಹೋರಾಟ ಇವೆಲ್ಲವೂ ಮಂಡ್ಯ ರಮೇಶ್ ಅವರಲ್ಲಿ ಸಂಚಲನವನ್ನು ಮೂಡಿಸಿವೆ.

ತಳ ಸಮುದಾಯದಿಂದ ಬಂದರೂ ತಮ್ಮ ವಿಶಿಷ್ಟ ಲೋಕಗ್ರಹಿಕೆಯಿಂದ, ಸಾತ್ವಿಕ ನಡೆಯಿಂದ ಜನರನ್ನು ಎಚ್ಚರಿಸುತ್ತಿರುವ ಲೇಖಕ ದೇವನೂರ ಮಹಾದೇವ ಅವರ ವ್ಯಕ್ತಿತ್ವವೂ ಮಂಡ್ಯ ರಮೇಶ್ ಅವರ ಮೇಲೆ ಪ್ರಭಾವ ಬೀರಿದೆ. 'ಸರಳ ಉಡುಪು-ವ್ಯಕ್ತಿತ್ವಗಳಿಂದ ಎಲ್ಲರನ್ನೂ ಒಳಗು ಮಾಡಿಕೊಳ್ಳುತ್ತಾ, ತನ್ನ ಕಾಲದ ನೋವನ್ನು ಮೃದುವಾಗಿ ಆದರೆ ಅಷ್ಟೇ ನಿಷ್ಠುರವಾಗಿ ಹೇಳಬಲ್ಲ ಮಹಾನ್ ಬರಹಗಾರ. ಅವರೊಬ್ಬ ಮಾದರಿ ಮನುಷ್ಯ' ಎಂಬ ಅಭಿಮಾನದ ಮಾತುಗಳನ್ನು ಆಡುತ್ತಾರೆ.

ಹನ್ನೆರಡನೇ ವಯಸ್ಸಿನಲ್ಲಿಯೇ ರಮೇಶ್ ಅವರ ಅಜ್ಜನಿಗೆ ಎರಡನೇ ಹೆಂಡತಿಯಾಗಿ ಬಂದು ಇಡೀ ಮನೆಯನ್ನು ನಿಭಾಯಿಸಿದ ಅಜ್ಜಿ ಸೀತಮ್ಮನವರ ಪ್ರೀತಿ, ಅಂತಃಕರಣ ಕಂಡು ಭವುಕರಾಗುತ್ತಾರೆ. ಬಾಲ್ಯದಲ್ಲಿ ಮಂಡ್ಯ ರಮೇಶ್ ಅವರನ್ನು ಸಾಕಿ, ಸಲಹಿ, ಬಡತನದ ರುಚಿ ತೋರಿಸಿದವರು ಸೀತಮ್ಮ. ತಮ್ಮ ಇಳಿ ವಯಸ್ಸಿನಲ್ಲಿಯೂ ಕಾಮೆಂಟರಿ ಕೇಳುತ್ತಿದ್ದರು. ಮಂಡ್ಯ ರಮೇಶ್ ಅಭಿನಯದ ಮೊದಲ ಚಿತ್ರವನ್ನು ನೋಡಿ ತಮ್ಮ ಮುರುಕು ಹಲ್ಲುಗಳನ್ನು ತೋರಿಸುತ್ತಾ ಸಂತಸಪಟ್ಟು ರಮೇಶ್ ಅವರಿಗೆ ಆಶೀರ್ವಾದ ಮಾಡಿದ್ದರು. 'ಅಜ್ಜಿ ಚಿಕ್ಕ ವಯಸ್ಸಿನಲ್ಲಿ ಪಟ್ಟ ಅತೀವ ಕಷ್ಟಗಳೇ ನನಗೆ ಭಗವದ್ಗೀತೆ' ಎಂದು ಭಾವುಕರಾಗಿ ನುಡಿಯುತ್ತಾರೆ.

ಇವರಲ್ಲದೆ ಗುಬ್ಬಿ ವೀರಣ್ಣನವರ ಸಂಘಟಿತ ಮನೋಭಾವ, ತೇಜಸ್ವಿಯವರ ಸಾಹಿತ್ಯ-ಬದುಕು, ಬೆಳಗೆರೆ ಕೃಷ್ಣಶಾಸ್ತ್ರಿ ಅವರು ಬದುಕಿದ ರೀತಿ, ಅವರ ಸಮಾಜಮುಖಿ ಚಿಂತನೆ, ಅಶೋಕ ಬಾದರದಿನ್ನಿ ಅವರ ಪ್ರತಿಭೆ, ಜ್ಞಾನ, ಗುರು ಚಿದಂಬರರಾವ್ ಜಂಬೆ ಅವರ ಆ ಕಾಲದ ರಂಗಶಿಸ್ತು, ಗುರು ಪರಮಶಿವನ್ ಅವರ ಅನುಭವ ಮತ್ತು ಸರಳತೆ. ನಾಗತಿಹಳ್ಳಿ ಚಂದ್ರಶೇಖರ್ ಅವರ ಗ್ರಾಮ್ಯ ಬದುಕಿನ ಪ್ರೀತಿ, ಕವಿ ಸಿದ್ದಲಿಂಗಯ್ಯನವರ ಬದುಕು ಬರಹ, ವಿಜಯಮ್ಮ ಅವರ ಬರಹ ಮತ್ತು ಸಾಂತ್ವನದ ಗುಣ...ಇವರೆಲ್ಲರೂ ಮಂಡ್ಯ ರಮೇಶ್ ಅವರ ಬದುಕಿನ ಮೇಲೆ ಸಾಕಷ್ಟು ಪ್ರಭಾವ ಬೀರಿದ್ದಾರೆ.

ಅಣ್ಣ ಅಂದ್ರೆ ರಾಜಣ್ಣ

ಕನ್ನಡ ಚಿತ್ರರಂಗ ಕಂಡ ಅದ್ವಿತೀಯ, ಅದ್ಭುತ, ಮಹಾನ್ ನಟ ಡಾ. ರಾಜ್‌ಕುಮಾರ್. ಹೆಚ್ಚುಕಡಿಮೆ ಎಲ್ಲಾ ಕಲಾವಿದರ ಮೇಲೂ ಒಂದಲ್ಲ ಒಂದು ರೀತಿಯಲ್ಲಿ ಅಗಾಧವಾದ ಪ್ರಭಾವವನ್ನು ಬೀರಿದ್ದಾರೆ. ಮಂಡ್ಯ ರಮೇಶ್ ಅವರು ಸಹ ರಾಜ್‌ಕುಮಾರ್ ಅವರ ನಟನಾ ಪ್ರತಿಭೆಗೆ ಮಾರು ಹೋಗಿದ್ದಾರೆ. ತಮ್ಮ ಹೃದಯದಲ್ಲಿ ರಾಜಣ್ಣನಿಗೆ ವಿಶೇಷ ಸ್ಥಾನ ನೀಡಿರುವ ಅವರಿಗೆ ರಾಜ್ ಅಂದರೆ ಬೆರಗು, ರಾಜ್ ಅಂದರೆ ವಿಸ್ಮಯ, ರಾಜ್ ಎಂದರೆ ಸಂಭ್ರಮ ಮತ್ತು ಕುತೂಹಲ. ಒಬ್ಬ ಮೇರು ಕಲಾವಿದ ಮತ್ತೊಬ್ಬ ಕಿರಿಯ ಕಲಾವಿದನನ್ನು ಪ್ರೀತಿಯಿಂದ ಕಾಣುವ ಮತ್ತು ಗೌರವದಿಂದ ನಡೆಸಿಕೊಳ್ಳುವ ಕೆಲವು ಸಂದರ್ಭಗಳನ್ನು ಅಭಿಮಾನದಿಂದ ನೆನೆಯುತ್ತಾರೆ. ಮಂಡ್ಯ ರಮೇಶ್ ಅವರು ಎಂಟನೇ ತರಗತಿಯಲ್ಲಿ ಓದುತ್ತಿರುವ ಸಮಯದಲ್ಲಿ ರಾಜ್‌ಕುಮಾರ್

ಅವರಿಗೆ ಡಾಕ್ಟರೇಟ್ ಬಂದಿರುತ್ತದೆ. ಆಗ ಮಂಡ್ಯದಲ್ಲಿ ಬೃಹತ್ ಮೆರವಣಿಗೆ ಆಯೋಜನೆಗೊಂಡಿರುತ್ತದೆ. ಸರ್ಕಾರಿ ಪ್ರೌಢಶಾಲೆಯ ಕಲ್ಲು ಕಟ್ಟಡದ ಮುಂದಿರುವ ಮೋರಿಗೆ ಹಾಕಿದ್ದ ಅಡ್ಡಕಟ್ಟೆಯ ಮೇಲೆ ನಿಂತು ರಾಜ್‌ಕುಮಾರ್ ಅವರನ್ನು ನೋಡಿದ, ಕೈ ಬೀಸಿದ ಮತ್ತು ಅವರನ್ನು ಕಣ್ತುಂಬಿಕೊಂಡ ಮಧುರ ಕ್ಷಣಗಳು ಅವರ ಜೀವನದಲ್ಲಿ ಎಂದೆಂದೂ ಮರೆಯಲಾಗದ ಸಂದರ್ಭವಾಗಿದೆ. ರಾಜಣ್ಣನವರು ಎಲ್ಲರಿಗೂ ಕೈ ಬೀಸುತ್ತಿದ್ದರೆ ಮಂಡ್ಯ ರಮೇಶ್ ಅವರಿಗೆ, ಅವರು ತಮ್ಮನ್ನು ನೋಡಿಯೇ ಕೈ ಬೀಸುತ್ತಿದ್ದಾರೆ ಎಂದು ಸಂತೋಷವಾಗುತ್ತಿತ್ತು. ಹಾಗೆ ಸಂತೋಷದ ಅಲೆಯಲ್ಲಿ ತೇಲುತ್ತಿರುವಾಗ ಹಿಂದಿನಿಂದ ಒಬ್ಬ ಪೊಲೀಸ್ ಬಂದು ಕುಂಡಿಯ ಮೇಲೆ ಲಾಠಿ ಬೀಸಿದಾಗ ಮೋರಿ ಬಿದ್ದು ಓಡಿದ ನೆನಪು ಇನ್ನೂ ಹಸಿರಾಗಿಯೇ ಇದೆ ಎನ್ನುತ್ತಾರೆ.

'ಬಬ್ರುವಾಹನ' ಚಿತ್ರ ಬಿಡುಗಡೆಯಾದಾಗ ಮಾರ್ನಿಂಗ್ ಶೋಗೆ ಟಿಕೆಟ್ ಪಡೆಯಲು ಬೆಳಿಗ್ಗೆ ಐದು ಗಂಟೆಗೆ ಮಂಡ್ಯದ ನಂದಾ ಟಾಕೀಸಿನ ಮುಂದೆ ನಿಂತಿದ್ದರು. ಸಿಕ್ಕಾಪಟ್ಟೆ ಜನ. ಸಮಯ ಕಳೆದಂತೆ ಜನಸಾಗರ ಹೆಚ್ಚುತ್ತಾ ಹೋಯಿತು. ಜೊತೆಗೆ ಬಿಸಿಲು, ಹಿಂದುಮುಂದು ನೂಕಾಟ, ಮಧ್ಯದಲ್ಲಿ ಸಿಕ್ಕಿ ಹಾಕಿಕೊಂಡಿದ್ದ ಮಂಡ್ಯ ರಮೇಶ್ ಅವರ ಪರಿಸ್ಥಿತಿ ಗಾಡಿ ಚಕ್ರದಡಿಯಲ್ಲಿ ಸಿಕ್ಕ ಬಾಳೆಹಣ್ಣಿನಂತೆ ಆಗಿತ್ತು. ಕಬ್ಬಿಣದ ಸರಳುಗಳ ಮಧ್ಯೆ ಕೈಕಾಲುಗಳು ಸಿಕ್ಕಿಹಾಕಿಕೊಂಡು, ಉಸಿರುಗಟ್ಟಿದಂತಾಗಿ ಬಹುತೇಕ ಪ್ರಾಣಪಕ್ಷಿ ಹಾರಿಹೋದ ಅನುಭವವಾಗಿತ್ತು. ಕೊನೆಗೂ ಏದುಸಿರು ಬಿಡುತ್ತಾ ಟಿಕೆಟ್ ಕೌಂಟರ್ ಒಳಗೆ ಕೈ ಹಾಕಿದಾಗ ಟಿಕೆಟ್ ಸಿಕ್ಕಿತು. ಕೈಗೆ ಟಿಕೆಟ್ ಬಂದ ಕ್ಷಣ ಜಗತ್ತನ್ನೇ ಗೆದ್ದ ಸಂಭ್ರಮ. ಕೊನೆಗೂ ಕಷ್ಟಪಟ್ಟಿದ್ದು ಸಾರ್ಥಕವಾಯಿತು ಎನ್ನುತ್ತಾರೆ. ಮಂಡ್ಯ ರಮೇಶ್ ಅವರಿಗೆ ಎಲ್ಲರಂತೆ ಕೇವಲ ಸಿನೆಮಾ ನೋಡಿ ಬಂದು ಅದು ಚೆನ್ನಾಗಿತ್ತು ಅಥವಾ ಚೆನ್ನಾಗಿಲ್ಲ ಎಂದಷ್ಟೇ ಮಾತಾಡುವ ಗುಣವಿರಲಿಲ್ಲ. ಬದಲಾಗಿ ಒಂದು ಸಿನೆಮಾವನ್ನು ಗಮನವಿಟ್ಟು, ಆಸಕ್ತಿಯಿಂದ ನೋಡಿ ಅದರ ಗುಣಮಟ್ಟವನ್ನು ಅಳೆಯುವ ವಿಮರ್ಶಾತ್ಮಕ ಗುಣವಿತ್ತು. ರಾಜ್‌ಕುಮಾರ್ ಅವರ ಅಭಿನಯ ಹೇಗಿದೆ, ಅವರ ನಿಲುವು, ಭಂಗಿ, ಸ್ಪಷ್ಟವಾಗಿ ಮಾತನಾಡುವ ಶೈಲಿ, ಅವರ ಭಾವಾಭಿವ್ಯಕ್ತಿ, ಒಂದೊಂದು ದೃಶ್ಯದಲ್ಲೂ ಅವರು ಹೇಗೆ ತಲ್ಲೀನರಾಗಿ ನಟಿಸುತ್ತಾರೆ, ದ್ವಿಪಾತ್ರದಲ್ಲಿ ನಟಿಸುವಾಗ ಅವರು ಕೊಡುವ ಬದಲಾವಣೆ ಇವೆಲ್ಲವನ್ನೂ ಬಹಳ ಸೂಕ್ಷ್ಮವಾಗಿ ಗಮನಿಸುವ ಗುಣ ಚಿಕ್ಕಂದಿನಲ್ಲೇ ಅವರಿಗೆ ಇತ್ತು. ನಿರ್ದೇಶಕ ಒಂದು ದೃಶ್ಯವನ್ನು ಹೇಗೆ ಕಟ್ಟಿಕೊಡುತ್ತಾನೆ, ಛಾಯಾಗ್ರಹಣ ಹೇಗಿದೆ ಎಂಬಿತ್ಯಾದಿ ಸೂಕ್ಷ್ಮಗಳನ್ನು ಇಂದಿಗೂ ಗಮನಿಸುವ ಗುಣ ಅವರಲ್ಲಿದೆ.

ಅದರಲ್ಲೂ ರಾಜ್‌ಕುಮಾರ್ ಅವರ ಚಿತ್ರಗಳನ್ನು ಇನ್ನೂ ಹೆಚ್ಚಿನ ಆಸಕ್ತಿಯಿಂದ, ಭಕ್ತಿಪರವಶವಾದವರಂತೆ ನೋಡುತ್ತಿದ್ದರು. ಮಂಡ್ಯ ರಮೇಶ್

ಅವರಿಗೆ ಮೊದಲಿಂದಲೂ ರಾಜ್‌ಕುಮಾರ್ ಅವರನ್ನು ಹತ್ತಿರದಿಂದ ನೋಡಬೇಕೆನ್ನುವ ಹಂಬಲವಿತ್ತು. ಹಲವಾರು ವರ್ಷಗಳ ಆಸೆಯನ್ನು ಪೂರೈಸಿಕೊಳ್ಳುವ ಸಮಯ ಬಂದಿದ್ದು 'ಜನುಮದ ಜೋಡಿ' ಚಿತ್ರಕ್ಕೆ ಆಯ್ಕೆಯಾದಾಗ. ತಾವು ಮಾಡುವ ಪಾತ್ರದ ಉಡುಪಿನ ಅಳತೆ ತೆಗೆದುಕೊಳ್ಳುವ ಸಲುವಾಗಿ ಪ್ರಕಾಶ್ ಮೇಹು ಅವರ ಜೊತೆ ಅಣ್ಣಾವ್ರ ಸದಾಶಿವ ನಗರದ ಮನೆಗೆ ಹೋದಾಗ ಅಲ್ಲಿ ರಾಜಣ್ಣನವರನ್ನು ನೋಡಬಹುದು ಎಂಬ ನಿರೀಕ್ಷೆ ಇತ್ತು. ಆದರೆ ಅವರೆಲ್ಲೂ ಅಲ್ಲಿ ಕಾಣದೆ ನಿರಾಸೆಯಾಗುತ್ತದೆ.

'ಜನುಮದ ಜೋಡಿ' ಮುಹೂರ್ತದ ದಿನ ಬಲಮುರಿಯಲ್ಲಿ ರಾಜಣ್ಣನವರು ಅರಳಿಮರಕ್ಕೆ ಕೈ ಮುಗಿಯುತ್ತಾ ನಿಂತಿದ್ದರು. ದೂರದಿಂದಲೇ ಅದನ್ನು ಗಮನಿಸಿದ ಮಂಡ್ಯ ರಮೇಶ್ ಅವರು ಯಾರಿಗೂ ಹೇಳದೆ, ಯಾರ ಅನುಮತಿಗೂ ಕಾಯದೆ ರಾಜಣ್ಣನವರ ತೀರ ಸಮೀಪಕ್ಕೆ ಹೋಗಿ ನಿಂತುಬಿಟ್ಟರು. ಕೆಲವು ನಿಮಿಷಗಳವರೆಗೂ ಅಲ್ಲಿ ರಾಜ್‌ಕುಮಾರ್ ಮತ್ತು ಮಂಡ್ಯ ರಮೇಶ್ ಇಬ್ಬರೇ. ಅವರು ಕಣ್ಣು ತೆಗೆಯುವವರೆಗೂ ಮಂಡ್ಯ ರಮೇಶ್ ಕಾಯುತ್ತಾ ನಿಂತಿದ್ದರು. 'ರಾಜಣ್ಣ ಕಣ್ತೆರೆದು ನನ್ನನ್ನು ನೋಡಿದ ಆ ಕ್ಷಣ ಸ್ವರ್ಗವೇ ನನ್ನ ಮುಂದಿತ್ತು' ಎಂದು ಭಾವುಕರಾಗಿ ನುಡಿಯುತ್ತಾರೆ. ತಕ್ಷಣ ಕಾಲಿಗೆ ಬೀಳುತ್ತಾರೆ, ಅವರ ಕೈಗಳನ್ನು ಮುಟ್ಟುತ್ತಾರೆ, ನಮಸ್ಕಾರ ಮಾಡುತ್ತಾರೆ. ತಮ್ಮ ಪರಿಚಯ ಮಾಡಿಕೊಂಡ ನಂತರ 'ಯಾರು, ನಮ್ಮ ಕಾರಂತರ ಕಂಪನಿಯ ಹುಡುಗನ' ಎಂದು ಮಾತಾಡಿಸಿ ಒಳ್ಳೆಯದಾಗಲಿ ಎಂದು ಹಾರೈಸಿ ಕಳುಹಿಸಿ ಕೊಡುತ್ತಾರೆ. ಒಮ್ಮೆ ರಾಜ್‌ಕುಮಾರ್ ಅವರು ರಂಗಾಯಣಕ್ಕೆ ಭೇಟಿ ನೀಡಿದಾಗ ಅವರನ್ನು ನೋಡಿ ರೋಮಾಂಚನಗೊಂಡ ಮಂಡ್ಯ ರಮೇಶ್ ಅವರು ಎಲ್ಲರೆದುರಿಗೆ ಅವರ ಪಾದಗಳನ್ನು ಮುಟ್ಟಿ ದೀರ್ಘದಂಡ ನಮಸ್ಕಾರ ಮಾಡುತ್ತಾರೆ. ಆಗ ಕಾರಂತರು ಕಲಾವಿದರಿಗೆ 'ಏನಾದ್ರೂ ಪ್ರಶ್ನೆಗಳು ಇದ್ರೆ ಕೇಳಿ ಮುತ್ತುರಾಜನಿಗೆ' ಎನ್ನುತ್ತಾರೆ. ಆಗ ಮಂಡ್ಯ ರಮೇಶ್ ಅವರು 'ನಮಗೆ ಸ್ಪೀಚ್ ಕ್ಲಾಸ್ ಮಾಡಿಕೊಡಿ ಸರ್' ಎನ್ನುತ್ತಾರೆ. ಅದಕ್ಕೆ ರಾಜ್‌ಕುಮಾರ್ ಅವರು 'ಅಯ್ಯಯ್ಯೋ ನಂಗೆ ಅದೆಲ್ಲ ಗೊತ್ತಿಲ್ಲಪ್ಪ, ನಾನು ಆಕ್ಟ್ ಮಾಡ್ತೀನಿ ಅಷ್ಟೇ, ಪಾಠ ಎಲ್ಲ ಬರಲ್ಲಪ್ಪ' ಎನ್ನುತ್ತಾರೆ. ಆಗ ಮಂಡ್ಯ ರಮೇಶ್ ಅವರಿಗೆ 'ಅವರನ್ನು ನೋಡುತ್ತಾ ಕಲಿಯುವುದೇ ದೊಡ್ಡ ಪಾಠ' ಎನಿಸುತ್ತದೆ.

ಮಂಡ್ಯ ರಮೇಶ್ ಅವರು ಒಂದಷ್ಟು ಚಿತ್ರಗಳಲ್ಲಿ ನಟಿಸಿ ಜನಪ್ರಿಯರಾದ ಮೇಲೆ ಒಮ್ಮೆ 'ಗಡಿಬಿಡಿಕೃಷ್ಣ' ಚಿತ್ರದ ಮುಹೂರ್ತದಲ್ಲಿ ರಾಜ್‌ಕುಮಾರ್ ಅವರು ಎಲ್ಲರ ಬಾಯಿಗೂ ಸಿಹಿ ತಿನ್ನಿಸುತ್ತಾ ಮಂಡ್ಯ ರಮೇಶ್ ಅವರಿಗೂ ತಿನ್ನಿಸಿ ಮುಂದೆ ಹೋಗುತ್ತಾರೆ. ತಕ್ಷಣ ಪಕ್ಕದಲ್ಲೇ ಇದ್ದ ಅವರ ಭಂಟ ಚೆನ್ನ 'ಅಣ್ಣ ಈ ಹುಡುಗ ಜನುಮದ ಜೋಡಿ ಚಿತ್ರದಲ್ಲಿ ಮಾಡಿದ್ದ ಎಂದು ಹೇಳಿದಾಗ

ಮುಂದೆ ಹೋಗಿದ್ದ ಅಣ್ಣಾವ್ರು ತಕ್ಷಣ ಹಿಂದೆ ಬಂದು ಸಿಹಿತಿಂಡಿ ತಟ್ಟೆಯನ್ನು ಪಕ್ಕದವರಿಗೆ ಕೊಟ್ಟು ರಮೇಶ್ ಅವರನ್ನು ಗಟ್ಟಿಯಾಗಿ ತಬ್ಬಿಕೊಂಡು 'ಏನು ಚೆನ್ನಾಗಿ ಮಾಡ್ತಿ ಕಂದಾ, 'ಮನೆತನ' ಸೀರಿಯಲ್‌ನಲ್ಲಿ, ನಮ್ಮ ಕಲ್ಯಾಣ್‌ಕುಮಾರ್ ಅವರ ಮಗನ ಪಾತ್ರವನ್ನು ಬಹಳ ಚೆನ್ನಾಗಿ ಮಾಡ್ತಿ. ನಾನು ದಿನಾ ನೋಡ್ತೀನಿ' ಎನ್ನುತ್ತಾರೆ. ಹಾಗೆ ಅವರು ಹೇಳಿದ ಮರುಕ್ಷಣವೇ ಮಂಡ್ಯ ರಮೇಶ್ ಅವರ ಕಣ್ಣಲ್ಲಿ ಆನಂದಬಾಷ್ಪ. 'ಅವರು ಅಪ್ಪಿಕೊಂಡ ಆಪ್ತತೆಯ ಬಿಸಿ ಹಾಗೆಯೇ ಇತ್ತು. ಆ ಖುಷಿಗೆ ನಾನು ಎರಡು ದಿನ ಸ್ನಾನವೇ ಮಾಡ್ಲಿಲ್ಲ' ಎನ್ನುತ್ತಾರೆ. ಹೀಗೆ ರಾಜ್‌ಕುಮಾರ್ ಅವರು ಮಂಡ್ಯ ರಮೇಶ್ ಅವರ ಮೇಲೆ ಬಹಳ ಗಾಢವಾದ ಪ್ರಭಾವ ಬೀರಿದ್ದಾರೆ.

ಸಂಸಾರ ಅದು ಆನಂದ ಸಾಗರ

ಮಂಡ್ಯ ರಮೇಶ್ ಅವರ ಸಂಸಾರ ಸರಳ ಮತ್ತು ಸುಂದರ. ಅಲ್ಲಿ ಧನಕ್ಕಿಂತ ಮನಕ್ಕೆ, ಭಾವಕ್ಕೆ, ಆತ್ಮೀಯತೆಗೆ, ಪ್ರೀತಿಗೆ ಪ್ರಾಶಸ್ತ್ಯ. ಅಪ್ಪ, ಅಮ್ಮ, ಅಣ್ಣ ಮತ್ತು ಅಕ್ಕ... ಇವರೆಲ್ಲರೂ ಕುಟುಂಬವೆಂಬ ಜೇನುಗೂಡಿನ ಜೇನುಗಳು.

'ಬಾಳೊಂದು ನಂದನ ಅನುರಾಗ ಬಂಧನ' ಎನ್ನುವ ಹಾಡಿನಂತೆ ಜೇನುಗೂಡಿಗೆ ಅನುರಾಗವೇ ಆಧಾರ. ಅಂತಃಕರಣವೇ ಅಸ್ತಿಭಾರ. ಕುಟುಂಬದ ಸದಸ್ಯರೇ ಕಂಬಗಳು. ಮೌಲ್ಯಗಳು ಉಸಿರಾಡುತ್ತಿದ್ದ ಸುಂದರ ಕಾಲವದು ಮತ್ತು ಆದರ್ಶ ಕುಟುಂಬವದು. ಅಪ್ಪನಿಗೆ ಕಲೆಯ ಬಗ್ಗೆ ಅಪಾರವಾದ ಪ್ರೀತಿ. ಮಂಡ್ಯ ರಮೇಶ್ ಬಾಲಕರಾಗಿದ್ದಾಗ ಅವರನ್ನು ಏಕಪಾತ್ರಾಭಿನಯಕ್ಕೆ ಸಿದ್ಧಪಡಿಸಿ ಮಾತುಗಳನ್ನು ಉರು ಹೊಡೆಸಿ ಕಳುಹಿಸುವ ಜವಾಬ್ದಾರಿ ಅಪ್ಪನದಾಗಿತ್ತು. ಮುಂದೆ

ರಮೇಶ್ ಅವರು ನಾಟಕವನ್ನೇ ಬದುಕನ್ನಾಗಿ ಸ್ವೀಕರಿಸಿದಾಗ ಮನಸ್ಸಿನೊಳಗೆ ಭಯವಿದ್ದರೂ ಅದನ್ನು ತೋರಿಸಿಕೊಳ್ಳುತ್ತಿರಲಿಲ್ಲ. ನೌಕರಿಗೆ ಒಂದು ದಿನವೂ ತಡವಾಗಿ ಹೋಗದ, ರಜೆಯೇ ಹಾಕದ ಮತ್ತು ಜೀವಮಾನ ಪೂರ ನಿಷ್ಠೆಯಿಂದ ಕೆಲಸ ಮಾಡಿದವರು. ಪ್ರವಾಸ ಪ್ರಿಯರು. ಮಂಡ್ಯ ರಮೇಶ್ ಅವರು ಮನೆಗೆ ಯಾರೇ ಗೆಳೆಯರನ್ನು ಕರೆದುಕೊಂಡು ಹೋದರೂ ಬಣ್ಣ, ಜಾತಿ, ವರ್ಗ... ಇವುಗಳ ಬಗ್ಗೆ ಒಂದು ಮಾತನ್ನೂ ಆಡದೆ ಬಾಯಿತುಂಬಾ ಮಾತಾಡಿ ಊಟ ಮಾಡಿಸಿ ಕಳುಹಿಸುತ್ತಿದ್ದರು. ನೂರಾರು ಲೇಖನಗಳು, ಕವನಗಳು, ಪ್ರವಾಸಾನುಭವಗಳನ್ನು ಬರೆದಿದ್ದಾರೆ. ಕಣ್ಣಿಗೆ ಬಿದ್ದದ್ದೆಲ್ಲ ಅವರ ಸಾಹಿತ್ಯಕ್ಕೆ ವಸ್ತುಗಳಾಗುತ್ತಿದ್ದವು. ಭಾವುಕ ಜೀವಿ. ನಟನ ಸಂಸ್ಥೆಯ ಸ್ಥಾಪಕ ಅಧ್ಯಕ್ಷರಾಗಿ ತಮ್ಮ ಬದುಕಿನ ಕೊನೆಯ ಕ್ಷಣದವರೆಗೂ ಕಲೆಯನ್ನು ಬಹಳವಾಗಿ ಪ್ರೀತಿಸಿದವರು. ಯಾವಾಗಲೂ ಮೂಗಿನ ತುದಿಯಲ್ಲೇ ಕೋಪ ನಾಟ್ಯವಾಡುತ್ತಿರುತ್ತಿತ್ತು. 'ಒಮ್ಮೆ ಹಠ ಮಾಡಿದಾಗ ಅಂಡಿನ ಮೇಲೆ ಬರೆ ಬರುವಂತೆ ಬಾರಿಸಿದ್ದರು', ಎಂದು ಅಪ್ಪನ ಕೋಪವನ್ನು ನೆನಪಿಸಿಕೊಳ್ಳುತ್ತಾರೆ ಮಂಡ್ಯ ರಮೇಶ್. ಆದರೆ ಕೋಪ ಕ್ಷಣಮಾತ್ರದಲ್ಲಿ ಇಳಿದು ಹೋಗುತ್ತಿತ್ತು. ತಕ್ಷಣವೇ ಮಕ್ಕಳಿಗೆ ಬಗೆಬಗೆಯ ತಿಂಡಿಗಳನ್ನು ಕೊಡಿಸಿ, ಜಾತ್ರೆ, ಸಂತೆ ಅಂತೆಲ್ಲ ಸುತ್ತಾಡಿಸಿ ರಮಿಸುತ್ತಿದ್ದರು.

ಟಿ.ಎನ್. ಸೀತಾರಾಂ ಮತ್ತು ಸೇತೂರಾಂ ಅವರುಗಳ ಧಾರವಾಹಿಗಳ ಸಂವಾದ ಕಾರ್ಯಕ್ರಮಗಳಲ್ಲಿ ಭಾಗವಹಿಸಲು ಮತ್ತು ಚರ್ಚಿಸಲು ಸದಾ ಮುನ್ನುಗ್ಗುತ್ತಿದ್ದರು. ಅಪ್ಪನ ಮನಸ್ಸು ಬೆಣ್ಣೆ, ಹೃದಯ ನಿಷ್ಕಲ್ಮಷವಾದ ತಿಳಿಗೊಳ. ಅಪ್ಪ ಎಂದರೆ ಆಲದಮರ. ಅಪ್ಪನ ಕೆಲವು ಗುಣಗಳು ಮಂಡ್ಯ ರಮೇಶ್ ಅವರಲ್ಲಿಯೂ ನೆಲೆಗೊಂಡಿವೆ ಎಂದರೆ ತಪ್ಪಾಗಲಾರದು.

ಅಮ್ಮ ನಾಗಲಕ್ಷ್ಮಿ ಅವರ ಪಾತ್ರವೂ ಇಲ್ಲಿ ಗಮನ ಸೆಳೆಯುತ್ತದೆ. ಮಂಡ್ಯ ರಮೇಶ್ ಅವರ ಅಮ್ಮ ಚಲನಚಿತ್ರಗಳ ಮಹಾ ಪ್ರೇಕ್ಷಕಿ. ಅಮ್ಮನ ಬಗ್ಗೆ ಮಂಡ್ಯ ರಮೇಶ್ ಹೀಗೆ ಹೇಳುತ್ತಾರೆ,

'ಅಪ್ಪನನ್ನು ಆಫೀಸಿಗೆ ಕಳುಹಿಸಿ, ಅಕ್ಕಪಕ್ಕದ ಹೆಂಗಸರನ್ನು ಒಟ್ಟಿಗೆ ಸೇರಿಸಿಕೊಂಡು ಗೋಳು ಸಿನಿಮಾಗಳನ್ನು ಹತ್ತತ್ತು ಬಾರಿ ನೋಡಿ, ಪ್ರತಿ ಬಾರಿಯೂ ಬಕೆಟ್‌ಗಟ್ಟಲೆ ಅಳುತ್ತಿದ್ದ ಪುಣ್ಯಾತಿಗಿತ್ತಿ. ಮಮತೆಯ ಮಹಾಸಾಗರ. ಹಸಿದು ಬಂದವರಿಗೆ 'ಅನ್ನಪೂರ್ಣೇಶ್ವರಿ.' ಗಂಡನ ಧಾರಾಳತನವನ್ನು ಕಂಡು ಭಯವಾಗಿ, ಒಂದು ದೃಢ ನಿರ್ಧಾರ ಮಾಡಿ, ಸಾಸಿವೆ ಡಬ್ಬಿಯಲ್ಲಿ ಕಾಸಿಗೆ ಕಾಸು ಕೂಡಿಹಾಕಿ 'ಮನೆ' ಮಾಡಿಕೊಟ್ಟ ಅದ್ಭುತ ಹೆಂಗಸು. ಮಗನ ಚಿತ್ರಗಳನ್ನು ಮೊದಲ ದಿನವೇ ನೋಡಿ ಅವುಗಳ ವಿಮರ್ಶೆ ಮಾಡಿ ತಪ್ಪುಗಳನ್ನು ತಿದ್ದಿ, ಕೆಲವೊಮ್ಮೆ ಬೈದು, ಆಡಿಕೊಂಡು ನಗುತ್ತಿದ್ದರು. ನನ್ನ ಮಗಳನ್ನು ತಿಂಗಳುಗಟ್ಟಲೆ

ಸಾಕಿದವಳು ನನ್ನಮ್ಮ ನಾಗಲಕ್ಷ್ಮಿ. ಬೇಸಿಗೆ ರಜೆಯಲ್ಲಿ ನನ್ನನ್ನು ಕ್ಯಾತನಹಳ್ಳಿಯ ಯಾಲಕ್ಕಿಗೌಡ್ರ ಮನೆಯಲ್ಲಿರಿಸಿ, ನನಗೆ ಹೊಸ ಬದುಕೊಂದನ್ನು, ಜಾತ್ಯತೀತ ನಿಲುವೊಂದನ್ನು ಕಲಿಸಿಕೊಟ್ಟವಳು ನನ್ನ ಪ್ರೀತಿಯ ಅಮ್ಮ ನಾಗಲಕ್ಷ್ಮಿ' ಎಂದು ಧನ್ಯತಾ ಭಾವದಿಂದ ನುಡಿಯುತ್ತಾರೆ ಮಂಡ್ಯ ರಮೇಶ್.

ಮಡದಿ ಸರೋಜಾ ಹೆಗಡೆ ಪತಿಯ ಕಷ್ಟ ಸುಖಗಳಲ್ಲಿ ಜೊತೆಯಾಗಿ ನಿಂತು ಹೆಗಲಿಗೆ ಹೆಗಲುಕೊಟ್ಟು ಬಾಳರಥವನ್ನು ಎಳೆಯುತ್ತಿದ್ದಾರೆ. ಮಂಡ್ಯ ರಮೇಶ್ ಅವರದು ಪ್ರೇಮ ವಿವಾಹ. ನೀನಾಸಂನಲ್ಲಿ ತಿರುಗಾಟದ ಕಲಾವಿದರಾಗಿದ್ದಾಗ ಸರೋಜಾ ಅವರು ರಂಗ ಶಿಕ್ಷಣ ಕೇಂದ್ರದ ವಿದ್ಯಾರ್ಥಿ ಯಾಗಿದ್ದರು. 'ಆಕೆಯ ಜೋರಿಗೆ ಎಂಥವರೂ ನಡುಗಬೇಕು' ಎನ್ನುತ್ತಾರೆ ರಮೇಶ್. ತಿರುಗಾಟ ಮುಗಿಸಿ ರಂಗಾಯಣಕ್ಕೆ ಬಂದಾಗಲೂ ಅವರಿಬ್ಬರೂ ತುಂಬಾ ಹತ್ತಿರದಲ್ಲೇನೂ ಇರಲಿಲ್ಲ. ಒಂದೆರಡು ವರ್ಷಗಳ ನಂತರ ಪರಿಚಯ ತೀವ್ರವಾಯಿತು. ಹಲವಾರು ದಿನಗಳ ನಂತರ, 'ಮದುವೆ ಆಗಯ್ಯ ಏನು ನಿನ್ನ ಪ್ರಾಬ್ಲಂ?' ಅಂದ್ಳು. 'ಅವಳನ್ನು ಪಳಗಿಸಲು ಹೋಗಿ ನಾನೇ ಬದಲಾದೆನೋ ಅಂತಾ ಅನುಮಾನ ನನಗೆ. ಅಂತೂ ಜೊತೆಯಾದೆವು' ಎನ್ನುತ್ತಾರೆ. ಹುಡುಗಿ ನಾಟಕದವಳು ಕಣೋ ಯೋಚನೆ ಮಾಡು ಎಂದು ಅಮ್ಮ ಕಿವಿಮಾತು ಹೇಳಿದರೂ ಸಹ ಕಲಾವಿದನಾಗಿ ನಾನು ಮತ್ತೊಬ್ಬ ಕಲಾವಿದೆಯನ್ನು ಗೌರವಿಸದಿದ್ದರೆ ಹೇಗೆ ಎಂದು ತೀರ್ಮಾನಿಸಿ ಅಮ್ಮನಿಗೆ ಮನವರಿಕೆ ಮಾಡಿಕೊಟ್ಟು ಸರೋಜಾ ಹೆಗಡೆ ಅವರನ್ನು ಮದುವೆ ಆಗುತ್ತಾರೆ ರಮೇಶ್. ಅತ್ಯಂತ ಸರಳವಾಗಿ ಸುಬ್ರಹ್ಮಣ್ಯದಲ್ಲಿ ಮದುವೆ ನಡೆಯುತ್ತದೆ. ಕಾರಂತರು ಕೊಟ್ಟ ಮೂರು ದಿನಗಳ ರಜೆಯಲ್ಲಿ ಮದುವೆಯಾಗಿ ಮತ್ತೆ ರಂಗಾಯಣದ ಕೆಲಸಕ್ಕೆ ಎಂದಿನಂತೆ ಹಾಜರಾಗುತ್ತಾರೆ. ಕಾರಂತರು ಕಲಿಸಿಕೊಟ್ಟ ಸಮಯ ಪರಿಪಾಲನೆಯ ಪಾಠವನ್ನು ನನ್ನ ಜೀವವಿರುವವರೆಗೂ ಪಾಲಿಸುತ್ತೇನೆ ಎನ್ನುತ್ತಾರೆ. ಮನೆಯನ್ನೂ ಮತ್ತು ವೃತ್ತಿಯನ್ನೂ ಸಮರ್ಥವಾಗಿ ನಿಭಾಯಿಸಿದ ದಿಟ್ಟ ಮಹಿಳೆ ಎಂದು ತಮ್ಮ ಮಡದಿಯ ಬಗ್ಗೆ ಮೆಚ್ಚುಗೆಯ ಮಾತುಗಳನ್ನಾಡುತ್ತಾರೆ. ಇಬ್ಬರ ನಡುವೆ ಏನೇ ಸೈದ್ಧಾಂತಿಕ ಭಿನ್ನಾಭಿಪ್ರಾಯಗಳು ಇದ್ದರೂ ಸಹ ಅದು ನಮ್ಮ ನಮ್ಮ ಸಂಬಂಧವನ್ನು ಎಂದೂ ಸಡಿಲಗೊಳಿಸಿಲ್ಲ. ನೊಂದವರಿಗೆ ಸಹಾಯ ಮಾಡುವ ಗುಣವಿದೆ. ನಮ್ಮ ಪ್ರೀತಿಯ ಮನೆಯನ್ನು ಕಟ್ಟಿದ್ದು 'ಅವಳೇ' ಎನ್ನುತ್ತಾರೆ.

ಮಗಳು ದಿಶಾ ನನ್ನ ದಿಕ್ಕು. ನನ್ನ ಬದುಕಿನ ದಿಕ್ಕನ್ನು ಬದಲಿಸಿದ ನನ್ನ ಮುದ್ದಿನ ಮಗಳು. ನನ್ನ ಬಾಳಿಗೆ ಒಂದು ವಿಶಿಷ್ಟ ಸ್ಥಾನವನ್ನು ಮತ್ತು ಮೆರುಗನ್ನು ತಂದುಕೊಟ್ಟವಳು ನನ್ನ ಮಗಳು ಎನ್ನುತ್ತಾರೆ. ಪ್ರಸನ್ನ ಅವರು ರಂಗಾಯಣಕ್ಕೆ 'ಹ್ಯಾಮ್ಲೆಟ್' ನಾಟಕ ನಿರ್ದೇಶಿಸಿದಾಗ ದಿಶಾ ಅವರ

ಕೈಯಲ್ಲಿ ಒಫೀಲಿಯ ಪಾತ್ರವನ್ನು ಮಾಡಿಸಿದ್ದರು. ಹಿರಿಯ ನಟನಟಿಯರ ಮಧ್ಯೆ ಮಗಳು ಹಾಡುತ್ತಾ, ಅಭಿನಯಿಸುತ್ತಾ ತನ್ನ ಪಾತ್ರವನ್ನು ಅಚ್ಚುಕಟ್ಟಾಗಿ ನಿಭಾಯಿಸಿ ಗೆದ್ದುಬಂದ ಸಂದರ್ಭ ನನ್ನ ಹೆಮ್ಮೆಯ ದಿನಗಳು ಎನ್ನುತ್ತಾರೆ. ಲಂಡನ್ ಮತ್ತು ಅಮೆರಿಕಾದ ಹಲವಾರು ಜಾಗಗಳಲ್ಲಿ ದಿಶಾ ಅವರ ರಂಗ ಗೀತೆಗಳನ್ನು ಕೇಳಿ ಇಡೀ ಪ್ರೇಕ್ಷಾಗೃಹ ಎದ್ದು ನಿಂತು ಕೆಲವು ನಿಮಿಷಗಳ ತನಕ ಚಪ್ಪಾಳೆ ಹೊಡೆಯುತ್ತಿದ್ದುದನ್ನು ನೋಡಿದಾಗ ತಂದೆಯಾಗಿ ಬಹಳ ಹೆಮ್ಮೆ ಎನಿಸಿತು ಅವರಿಗೆ. 'ಚಾಮ ಚೆಲುವೆ', 'ಕೆಂಪು ಕಣಗಿಲೆ', 'ಸುಭದ್ರಾ ಕಲ್ಯಾಣ' ಮುಂತಾದ ನಾಟಕಗಳಲ್ಲಿ ಮಗಳ ಪ್ರತಿಭೆ ಕಂಡು ಬೆರಗಾಗಿ ನನಗೆ ಹೀಗೆಲ್ಲ ಹಾಡಲು ಆಗಲಿಲ್ಲವಲ್ಲ ಎಂದುಕೊಂಡಿದ್ದಾರೆ. ಕೆಲಸದಲ್ಲಿ ಅಚ್ಚುಕಟ್ಟು, ಅಪ್ಪನ ಹಾಗೆಯೇ ಹಠಮಾರಿತನ, ಮುಂಗೋಪ ಎಲ್ಲದರಲ್ಲೂ ನನ್ನ ಪಡಿಯಚ್ಚು, ತಂಡವನ್ನು ಬಹಳ ಚೆನ್ನಾಗಿ ನಿಭಾಯಿಸುತ್ತಾಳೆ ಎಂದು ಮಗಳ ಬಗ್ಗೆ ಹೆಮ್ಮೆಯ ಮಾತುಗಳನ್ನಾಡುತ್ತಾರೆ. ರಂಗ ಶಿಕ್ಷಣದಲ್ಲಿ ಸ್ನಾತಕೋತ್ತರ ಮುಗಿಸಿದಾಗ ಮಗಳಿಗೆ ವಿದೇಶಕ್ಕೆ ಹೋಗಿ ಹೆಚ್ಚಿನದನ್ನು ಕಲಿ ಎಂದಾಗ ಅದನ್ನು ನಯವಾಗಿ ನಿರಾಕರಿಸಿ ನಾನು ಎಲ್ಲಿಯೂ ಹೋಗುವುದಿಲ್ಲ ಇಲ್ಲೇ ಮಾಡಲು ಸಾಕಷ್ಟು ಕೆಲಸಗಳಿವೆ ಎಂದು ತಮ್ಮ ನಿಲುವನ್ನು ಸ್ಪಷ್ಟವಾಗಿ ಅಪ್ಪನಿಗೆ ತಿಳಿಸಿದ ದಿಶಾ ಅವರು ಬಹುಮುಖ ಪ್ರತಿಭೆ ಉಳ್ಳವರು. 'ಪ್ರತಿಯೊಂದು ಪಾತ್ರವನ್ನು ಮಾಡುವಾಗ ಮಗಳು ಮಾಡಿಕೊಳ್ಳುವ ಸಿದ್ಧತೆ, ಬದ್ಧತೆ ಮತ್ತು ಶಿಸ್ತುಗಳನ್ನು ಕಂಡು ನನಗೆ ಅಚ್ಚರಿಯಾಗುತ್ತದೆ. ರಂಗಮಂಚವನ್ನು ಏರಿದ ಕೂಡಲೇ ಬದಲಾಗುವ ಅವಳ ರೂಪ ಪರಿವರ್ತನೆಗೆ ವಿಸ್ಮಯದಿಂದ ತತ್ತರಿಸಿದ್ದೇನೆ. ಸಾಹಿತ್ಯ, ರಂಗಭೂಮಿ, ರಂಗ ಸಂಗೀತವೇ ಅವಳ ಅಧ್ಯಾತ್ಮವಾಗಿಬಿಟ್ಟಿದೆ' ಎನ್ನುತ್ತಾರೆ. ತಾವು ಬೆಳೆದ ರಂಗಾಯಣದ ಆವರಣದಲ್ಲಿ ಬಹುರೂಪಿಯ ಸಂದರ್ಭದಲ್ಲಿ ಎತ್ತರದ ಧ್ವನಿಯಲ್ಲಿ ಮಗಳು ಹಾಡುವಾಗ ಅಪ್ಪನಾಗಿ ತಮಗೆ ಆದ ಸಂಭ್ರಮ ಮತ್ತು ಆನಂದವನ್ನು ಮೌನವಾಗಿಯೇ ಅನುಭವಿಸಿದ್ದಾರೆ. 'ರಂಗ ಕಾಯಕದ ಮೂಲಕ ದಿಶಾ ನನ್ನ ಸಂತೋಷವನ್ನು ಪದೇ ಪದೇ ಹೆಚ್ಚಿಸಿದ್ದಾಳೆ' ಎನ್ನುತ್ತಾರೆ.

'ಬದುಕಿನ ಎಂಥದೇ ಸಂದರ್ಭದಲ್ಲಿಯೂ ಪೊರೆಯುವ ಜೀವಗಳೆಂದರೆ, ಅಣ್ಣ ಆನಂದಬಾಬು, ಅತ್ತಿಗೆ ಹರಿಣಿ ಮತ್ತು ಅಕ್ಕ ವಲ್ಲಿದೇವಿ ಹಾಗೂ ಭಾವ ಪ್ರಭಾಕರ್. ನನ್ನ ಎಲ್ಲ ತೊಂದರೆಗಳಿಗೆ ಸ್ಪಂದಿಸಿ ಆಪತ್ತಿನಿಂದ ಕಾಪಾಡಿದ್ದಾರೆ. ನನ್ನ ಬದುಕಿನ ಆಪ್ತ ಜೀವಿಗಳು ಅಕ್ಕ ಮತ್ತು ಅಣ್ಣ. ಅವರ ಕಾಳಜಿಗೆ ನಾನು ಕೃತಜ್ಞ' ಎಂಬುದು ರಮೇಶ್ ಅವರ ನುಡಿಗಳು.

ಬೇವು-ಬೆಲ್ಲ

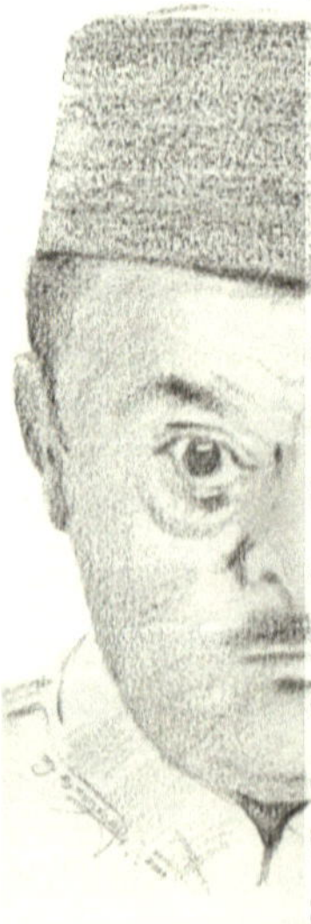

ಮನುಷ್ಯನ ಬದುಕೇ ಹಾಗೆ. ಒಂದುಕ್ಷಣ ವರ್ಷಧಾರೆ, ಮರುಕ್ಷಣ ಬಿರುಬಿಸಿಲು, ಒಮ್ಮೆ ಮಾವು ಮತ್ತೊಮ್ಮೆ ಬೇವು, ಸಿಹಿ ಸಿಕ್ಕಾಗ ನಗು ಕಹಿ ಸಿಕ್ಕಾಗ ಅಳು. ಏರುಪೇರಿನ ಜೀವನದಲ್ಲಿ ಒಮ್ಮೆ ನಂದನವನ ಮತ್ತೊಮ್ಮೆ ಬರಡು ಕಾನನ. ಇವುಗಳ ಮಧ್ಯೆಯೇ ನಾವು ಬದುಕನ್ನು ಕಟ್ಟಿಕೊಂಡು ಸಾಗಬೇಕಾಗುತ್ತದೆ. ಕೆಲವು ಘಟನೆಗಳು ಮನಸ್ಸಿನ ಮೇಲೆ ಗಾಢವಾದ ಪರಿಣಾಮವನ್ನು ಉಂಟುಮಾಡುತ್ತವೆ. ಬೆಲ್ಲದ ಸಿಹಿಯನ್ನು ಹೇಗೆ ಮರೆಯಲು ಅಸಾಧ್ಯವೋ ಹಾಗೆಯೇ ಬೇವಿನ ಕಹಿಯೂ ಕೂಡ. ಮಂಡ್ಯ ರಮೇಶ್ ಅವರ ಜೀವನವೂ ಸಹ ಬೆಲ್ಲದ ಸಿಹಿ ಮತ್ತು ಬೇವಿನ ಕಹಿಯ ಮಿಶ್ರಣವಾಗಿದೆ. ಕೆಲವು ಘಟನೆಗಳು ಅತಿಯಾದ ಸಂತಸವನ್ನು ತಂದುಕೊಟ್ಟರೆ, ಕೆಲವು ಘಟನೆಗಳು ಅತೀವ ಬೇಸರವನ್ನು ಉಂಟುಮಾಡಿವೆ. ಅಂತಹ

ಒಂದೆರಡು ಘಟನೆಗಳನ್ನು ಇಲ್ಲಿ ನೋಡೋಣ. ನಿಮಗೆ ಸಂತೋಷ ತಂದುಕೊಟ್ಟ ಸಂದರ್ಭಗಳು ಯಾವುವು ಎಂದು ಕೇಳಿದರೆ ಅವರು ಭಾವುಕರಾಗಿ ಬಿಡುತ್ತಾರೆ. ನಾನು ಸಂತೋಷವನ್ನು ಹುಡುಕಿಕೊಳ್ಳುತ್ತೇನೆ. ಜೀವನದ ಪ್ರತಿ ಕ್ಷಣವೂ ನಮಗಾಗಿ ನಿಲ್ಲುವುದಿಲ್ಲ, ಅದು ಸಾಗುತ್ತಲೇ ಇರುತ್ತದೆ ಎನ್ನುತ್ತಾರೆ. ಪ್ರತಿಯೊಂದು ಸಣ್ಣಪುಟ್ಟ ವಿಷಯಗಳಿಗೂ ತೀರಾ ಸಂತೋಷ ಪಡುವ ಗುಣ ಅವರಲ್ಲಿದೆ.

ರಾಜ್‌ಕುಮಾರ್ ಅವರು ಚೆನ್ನಾಗಿ ಅಭಿನಯಿಸುವೆ ಎಂದು ಅಪ್ಪಿಕೊಂಡಾಗ ಸಂತೋಷವಾಗಿದೆ, ರಮೇಶ್ ಭಟ್ ಅವರು ಎಂಥಾ ವಿಲನ್ ಪಾತ್ರ ಮಾಡ್ತೀಯ ಮಾರಾಯ ಅಂದಾಗ, ಆಸ್ಟ್ರೇಲಿಯಾದಲ್ಲಿ ಯಾರೋ ಅಪರಿಚಿತರು ಅಭಿನಯ ಮೆಚ್ಚಿ ಉಡುಗೊರೆ ಕೊಟ್ಟಾಗ, ಪ್ರತಿ ಬಾರಿ ನಾಟಕ ಗೆದ್ದಾಗ, ರಂಗಶಾಲೆ ನೋಡಲು ಬಂದವರೆಲ್ಲ ಪ್ರೀತಿಯ ಮಾತನಾಡುವಾಗ, ನಾಡಿನ ಶ್ರೇಷ್ಠರೂ ತಮ್ಮ ಬಗ್ಗೆ ಒಳ್ಳೆಯ ಮಾತುಗಳನ್ನು ಆಡಿದಾಗ, ನಟನ ಕಟ್ಟಿದಾಗ... ಹೀಗೆ ಅನೇಕ ಸಂದರ್ಭಗಳು ಮತ್ತು ಘಟನೆಗಳು ಮಂಡ್ಯ ರಮೇಶ್ ಅವರ ಬದುಕಿನಲ್ಲಿ ಅವರಿಗೆ ಸಂಭ್ರಮ ಪಡಲು ದಾರಿಮಾಡಿಕೊಟ್ಟಿವೆ. ಇದರ ಜೊತೆಜೊತೆಗೆ ಮನಸ್ಸನ್ನು ಘಾಸಿಗೊಳಿಸಿದ ಪ್ರಸಂಗಗಳೂ ಇವೆ.

ಪ್ರೀತಿಯ ಅಕ್ಕ ವಲ್ಲಿ ಅವರ ಇಪ್ಪತ್ನಾಲ್ಕು ವರ್ಷದ ಮುದ್ದಾದ ಒಬ್ಬನೇ ಮಗ ಕಾರ್ತೀಕ, ಯಾವ ಕಾರಣವೂ ಇಲ್ಲದೆ ರಸ್ತೆಯಲ್ಲೇ ಕುಸಿದು ಪ್ರಾಣಬಿಟ್ಟ ಘಟನೆ ಅವರನ್ನು ತುಂಬಾ ಧೃತಿಗೆಡಿಸಿದೆ. ಆ ಸಾವಿಗೆ ನನಗಿನ್ನೂ ಉತ್ತರ ಸಿಕ್ಕಿಲ್ಲ ಎಂದು ನೋವಿನಿಂದ ನುಡಿಯುತ್ತಾರೆ. 'ನನ್ನ ಬದುಕಿನ ಅತ್ಯಂತ ನೋವಿನ ದಿನ ಅದು. ನಮ್ಮ ಕುಟುಂಬದ ನಂದಾದೀಪ ಕಾರ್ತೀಕನ ಸಾವು ನನ್ನನ್ನು ತುಂಬಾ ದಿಕ್ಕೆಡಿಸಿತ್ತು' ಎನ್ನುತ್ತಾರೆ.

ಮಂಡ್ಯ ರಮೇಶ್ ಚಿತ್ರರಂಗಕ್ಕೆ ಪ್ರವೇಶಿಸಿದ ಆರಂಭದ ದಿನಗಳಲ್ಲಿ ನಡೆದ ಒಂದು ಘಟನೆ ವಿಚಿತ್ರ ಎನಿಸಿದರೂ ಸತ್ಯವಾದುದು. ಈ ಪ್ರಸಂಗ ನಡೆಯುವ ಸಮಯಕ್ಕೆ ಅದಾಗಲೇ ರಮೇಶ್ ಅವರು 'ಜನುಮದ ಜೋಡಿ' ಮತ್ತು 'ನಾಗಮಂಡಲ' ಚಿತ್ರಗಳಲ್ಲಿ ನಟಿಸಿದ್ದರು. ಪ್ರಶಸ್ತಿಯೂ ಮುಡಿಗೇರಿ ಆತ್ಮವಿಶ್ವಾಸದಲ್ಲಿ ಇದ್ದರು. ಒಂದು ದಿನ ಹೀಗೇ ಮಲಗಿರುವಾಗ 'ಪೇಜರ್' ರಿಂಗಣಿಸುತ್ತದೆ. ಹತ್ತಿರದ ಟೆಲಿಫೋನ್ ಬೂತ್‌ಗೆ ಹೋಗಿ ಫೋನ್ ಮಾಡಿದಾಗ ಆ ಕಡೆಯಿಂದ ಸಿಂಗ್ ಎನ್ನುವ ಕ್ಯಾಮೆರಾಮನ್ ಟಿ.ವಿ. ಸೀರಿಯಲ್ ಒಂದಕ್ಕೆ ನಟಿಸುವಂತೆ ಆಹ್ವಾನಿಸುತ್ತಾನೆ. 'ನಿಮ್ಮ ಮೇಲೇನೆ ಮೊದಲ ಶಾಟ್ ನಾಳೆ ಬೆಳಿಗ್ಗೆ ರಾಮನಗರದ ಬಳಿ ಇರುವ 'ಜನಪದ ಲೋಕ' ಕ್ಕೆ ಬಂದು ಬಿಡ್ರಿ' ಎಂದು ಆ ವ್ಯಕ್ತಿ ಹೇಳುತ್ತಾನೆ. ಅವನು ಹೇಳಿದ 'ಮೊದಲ ಶಾಟ್ ನಿಮ್ಮ ಮೇಲೇನೆ' ಎನ್ನುವ ಮಾತನ್ನು ಕೇಳಿ ಉಬ್ಬಿಹೋದ ರಮೇಶ್ ಅವರು

ರಾತ್ರಿಯೆಲ್ಲಾ ಅದನ್ನೇ ಕನವರಿಸಿ, ಬೆಳಿಗ್ಗೆ ನಾಲ್ಕು ಗಂಟೆಗೆ ಎದ್ದು ಬೋರ್ವೆಲ್ ನಲ್ಲಿ ನೀರು ಹಿಡಿದು, ಸ್ನಾನ ಮುಗಿಸಿ, ಸಿಟಿ ಬಸ್ ಹಿಡಿದು, ಮೇನ್ ಬಸ್ ಸ್ಟ್ಯಾಂಡ್‌ಗೆ ಬಂದು ಅಲ್ಲಿಂದ ರಾಮನಗರಕ್ಕೆ ಬಂದು, ಮತ್ತೆ ಅಲ್ಲಿಂದ ಜಾನಪದ ಲೋಕಕ್ಕೆ ತರಕಾರಿ ಗೂಡ್ಸ್ ಗಾಡಿಯಲ್ಲಿ ಎದ್ದೆನೋ, ಬಿದ್ದೆನೋ ಎಂದು ಚಿತ್ರೀಕರಣದ ಜಾಗಕ್ಕೆ ಬಂದಾಗ ಅಲ್ಲಿ ಸಿಂಗ್ ಅವರು ಸಿಕ್ಕಿ ಮಂಡ್ಯ ರಮೇಶ್ ಅವರನ್ನು ಬರ ಮಾಡಿಕೊಳ್ಳುತ್ತಾರೆ. ನಿರ್ದೇಶಕರಿಗೆ ಪರಿಚಯ ವನ್ನೂ ಮಾಡಿಸುತ್ತಾರೆ. ನಿರ್ದೇಶಕ ಮಹಾಶಯ ಮಂಡ್ಯ ರಮೇಶ್ ಅವರನ್ನು ಮೇಲಿಂದ ಕೆಳಗೆ ಒಮ್ಮೆ ನೋಡಿ 'ನಿಮ್ಮದು ಭಗವಾನ್ ವಿಷ್ಣುವಿನ ಪಾತ್ರ' ಎನ್ನುತ್ತಾರೆ.

ಆ ಮಾತನ್ನು ಕೇಳಿದ ಕೂಡಲೇ ಮಂಡ್ಯ ರಮೇಶ ಅವರಿಗೆ ರೋಮಾಂಚನ, ಸಂತೋಷ ಸಂಭ್ರಮ ಎಲ್ಲವೂ ಒಟ್ಟಿಗೆ ಮೇಳೈಸುತ್ತವೆ. 'ಏನಪ್ಪಾ ಕಿರುತೆರೆಗೆ ಕಾಲಿಡುತ್ತಿದ್ದ ಹಾಗೆ ದೇವರ ಪಾತ್ರ! ಎಂಥಾ ಅದೃಷ್ಟ ದೇವರ ದಯೆ' ಎಂದೆಲ್ಲ ಯೋಚಿಸಿ ಮಹದಾನಂದವಾಗುತ್ತದೆ. ತಿಂಡಿಯ ಸೇವನೆಯೂ ಆಗುತ್ತದೆ. 'ಇವರಿಗೆ ಮೇಕಪ್ ಹಾಕ್ರಿ' ಎಂದು ಹೇಳಿ ಇಡೀ ಚಿತ್ರೀಕರಣ ತಂಡವನ್ನು ಕರೆದುಕೊಂಡು ಅಲ್ಲೇ ಇದ್ದ ಗುಡ್ಡವನ್ನು ಹತ್ತಿ ಹೋಗುತ್ತಾರೆ. ಮೇಕಪ್‌ನವನು ಬಂದು ಮಂಡ್ಯ ರಮೇಶ ಅವರಿಗೆ ಉಡುಪು ಹಾಕಿಕೊಳ್ಳುವಂತೆ ಹೇಳಿ ಹರಿದು ಹೋದ, ಮಾಸಲು ಬಣ್ಣದ ಒಂದು ತುಂಡು ಗೋಣಿ ತಾಟನ್ನು ಎಸೆದು ಹೋಗುತ್ತಾನೆ. ಆಗ ಮಂಡ್ಯ ರಮೇಶ ಮೆಲು ಧ್ವನಿಯಲ್ಲಿ 'ಸಾರ್ ನಾನು ದೇವರಂತೆ' ಎನ್ನುತ್ತಾರೆ. ಅದಕ್ಕೆ ಉತ್ತರಿಸುತ್ತಾ ಸಹಾಯಕ ನಿರ್ದೇಶಕ 'ಹೌದು ಶಾಪಗ್ರಸ್ತ ದೇವರು, ಮೂರನೇ ಸೀನ್‌ನಲ್ಲಿ ನೀವು ದೇವರಾಗಿ ಬದಲಾಗುತ್ತೀರಿ. ಈಗ ಕುಷ್ಠರೋಗಿ ಭಿಕ್ಷುಕನಾಗಿರ್ತೀರಿ. ಇದನ್ನು ಧರಿಸಿ ಮೇಕಪ್ ಹಾಕಿಕೊಳ್ಳಿ' ಎನ್ನುತ್ತಾನೆ. ತಾವು ಧರಿಸಿದ್ದ ಬಟ್ಟೆಯನ್ನು ತೆಗೆದು ಗೋಣಿ ತಾಟನ್ನ ಧರಿಸುತ್ತಾರೆ. ಮಂಡ್ಯ ರಮೇಶ್ ಅವರ ತಲೆಯಿಂದ ಕಾಲಿನವರೆಗೂ ಇಡೀ ದೇಹಕ್ಕೆ ಕಪ್ಪನ್ನು ಬಳಿಯಲಾಗುತ್ತದೆ. ಮುಖಕ್ಕೆ ಕಡುಗಪ್ಪು ಬಣ್ಣವನ್ನು ಬಳಿದು, ತಲೆಗೆ ಗಂಟುಗಂಟಾದ, ಗುಂಗುರು ಕೂದಲಿನ ವಿಗ್ ಸಿಕ್ಕಿಸಿ ಸಿಕ್ಕ ಸಿಕ್ಕ ಕಡೆ ಹೇರ್‌ಪಿನ್ನುಗಳನ್ನು ನಿರ್ದಾಕ್ಷಿಣ್ಯವಾಗಿ ಚುಚ್ಚುತ್ತಾನೆ. ಫಿಕ್ಸ್ ಮಾಡಿದ ಹಲ್ಲಿಗೆಲ್ಲ ಸ್ಪಿರಿಟ್ ಗಮ್ ಹಾಕಿ ಕಪ್ಪು ತಿಕ್ಕಿ ಬಣ್ಣ ಬದಲಾಯಿಸಲಾಗುತ್ತದೆ. ಚರ್ಮ ಸುಕ್ಕಾಗಲಿ ಎಂದು ಮೈಗೆ, ಹಸ್ತಕ್ಕೆ, ಕೈಗೆ ಫೆವಿಕಾಲ್ ಅನ್ನು ಬಳಿಯಲಾಗುತ್ತದೆ. ಸಹಜವಾಗಿ ಕಾಣಲಿ ಎಂದು ಚೆನ್ನಾಗಿ ಕಳಿತ ಪಚ್ಚಬಾಳೆಹಣ್ಣನ್ನು ಕಿವುಚಿ ಕೈಕಾಲು, ಮೂಗು, ಕಣ್ಣು, ಕಿವಿಗಳ ಮೇಲೆ ಬಳಿಯಲಾಗುತ್ತದೆ. ಇದಾದ ನಂತರ ಮಂಡ್ಯ ರಮೇಶ್ ಅವರು ಕುಷ್ಠರೋಗಿ ಭಿಕ್ಷುಕನ ಚಹರೆಗಳನ್ನೆಲ್ಲ ಆವಿರ್ಭವಿಸಿಕೊಂಡು, ಬೆರಳುಗಳನ್ನು ಮಡಚಿಕೊಂಡು, ಕಣ್ಣುಗಳಲ್ಲಿ ಜಿಬರು

ಹಾಕಿಸಿಕೊಂಡು, ದೇಹ ವಕ್ರ ಮಾಡಿಕೊಂಡು ಬೆಟ್ಟದ ಕೆಳಗಿನ ಮಂಟಪದಲ್ಲಿ ಕಾಯುತ್ತಾ ಕುಳಿತುಕೊಳ್ಳುತ್ತಾರೆ.

ದೂರದಿಂದ ಒಂದು ಹಳೆಯ ಅಲ್ಯುಮಿನಿಯಂ ತಟ್ಟೆಯನ್ನು ಎಸೆಯಲಾಗುತ್ತದೆ. ಅದನ್ನು ಹಿಡಿದುಕೊಂಡು ಶಾಟ್‌ಗಾಗಿ ಕಾಯುತ್ತಾ ಕುಳಿತುಕೊಳ್ಳುತ್ತಾರೆ. ಮೇಕಪ್ ಮ್ಯಾನ್ ಬೀಡಿ ಸೇದಲು ಹೋಗುತ್ತಾನೆ. ಎಲ್ಲರೂ ಶೂಟಿಂಗ್‌ಗಾಗಿ ಗುಡ್ಡದ ಮೇಲೆ ಹೋಗುತ್ತಾರೆ. ನಿರ್ಜನ ಪ್ರದೇಶ, ರಣ ಬಿಸಿಲು. ನಿಧಾನವಾಗಿ ನೊಣಗಳು ಕೈ, ಕಾಲು ಮತ್ತು ಮುಖವನ್ನು ಮುತ್ತಿಕೊಳ್ಳುತ್ತವೆ. ಮಧ್ಯಾಹ್ನ ಎಲ್ಲರೂ ಊಟ ಮಾಡಿ ಬೆಟ್ಟದ ಮೇಲೆಯೇ ಶೂಟಿಂಗ್ ಮುಂದುವರೆಸುತ್ತಾರೆ. ಇವರಿಗೆ ಮಧ್ಯಾಹ್ನದ ಊಟ ಇಲ್ಲ. ಸಂಜೆಯಾದರೂ ಯಾರೂ ಬರುವುದೇ ಇಲ್ಲ. ಏಳು ಗಂಟೆಯ ಹೊತ್ತಿಗೆ ಬೆಟ್ಟದ ಮೇಲಿಂದ ಎಲ್ಲರೂ ವಾಪಸ್ ಬರುತ್ತಾರೆ. ಸಹಾಯಕ ನಿರ್ದೇಶಕ 'ಸರ್ ಇವರ ಸೀನ್' ಅಂತ ನಿರ್ದೇಶಕನಿಗೆ ನೆನಪಿಸುತ್ತಾನೆ. ಆಗ ನಿರ್ದೇಶಕ, 'ಓಹೋ ಇವರು ಬಂದಿದ್ರು ಅಲ್ವಾ? ಮರೆತೇ ಬಿಟ್ಟೆ. ಇವತ್ತು ಪ್ಯಾಕ್‌ಅಪ್ ಆಯಿತು. ನಾಳೆ ತೆಗೆಯೋಣ ಬಿಡಿ' ಎನ್ನುತ್ತಾರೆ. ಸರಿ ಬೋರ್‌ವೆಲ್ ತಣ್ಣೀರಲ್ಲಿ ಚಡ್ಡಿಯಲ್ಲೇ ನಿಂತು ಸ್ನಾನ ಮಾಡಿ ಬೆಂಗಳೂರಿಗೆ ವಾಪಸ್ ಹೊರಡುತ್ತಾರೆ ಮಂಡ್ಯ ರಮೇಶ್. ಮರುದಿನ ಬೆಳಿಗ್ಗೆಯೇ ಬೇಗ ಹೊರಟು ಶೂಟಿಂಗ್ ಜಾಗ ತಲುಪಿ ಮತ್ತೇ ಅದೇ ಸುದೀರ್ಘವಾದ ಮೇಕಪ್ ಮಾಡಿಸಿಕೊಂಡು ಕಾಯುತ್ತಾ ಕುಳಿತುಕೊಳ್ಳುತ್ತಾರೆ. ಹಿಂದಿನ ದಿನದ ಹಾಗೆಯೇ ಎಲ್ಲರೂ ಬೆಟ್ಟದ ಮೇಲೆ ಹೋಗುತ್ತಾರೆ. ಯಥಾಪ್ರಕಾರ ಸಂಜೆಯವರೆಗೂ ಯಾರೂ ಬರುವುದಿಲ್ಲ.

ದೂರದಲ್ಲಿ ಒಂದು ಬಿಳಿ ಬಣ್ಣದ ಮಾರುತಿ ಕಾರು ಬರುತ್ತಿರುವುದು ಕಾಣಿಸುತ್ತದೆ. ಆಧುನಿಕ ಉಡುಪು ತೊಟ್ಟಿದ್ದ ಹೀರೋಯಿನ್ ಕೂದಲನ್ನು ಹಾರಿಸಿಕೊಂಡು, ಕೂಲಿಂಗ್ ಗ್ಲಾಸ್ ಹಾಕಿಕೊಂಡು ಕೆಳಗಿಳಿಯುತ್ತಾರೆ. ಆ ಕಾಲದ ಕನ್ನಡ ಟಿವಿಯ ಪ್ರಸಿದ್ಧ ತಾರೆ ಲಕ್ಷ್ಮಿ ಭಟ್. ಬೆಟ್ಟವನ್ನು ಹತ್ತಲು ಮಂಡ್ಯ ರಮೇಶ್ ಕುಳಿತಿದ್ದ ಮಂಟಪದ ಬಳಿಯೇ ಬರುತ್ತಾರೆ. ಆಕೆ ಮಂಡ್ಯ ರಮೇಶ್ ಅವರ ಮುಂದೆಯೇ ಹಾದುಹೋಗುತ್ತಾರೆ. ಮುಂದೆ ಹೋದ ಆಕೆ ಒಂದೆರಡು ಹೆಜ್ಜೆ ಹಿಂದೆ ಬರುತ್ತಾರೆ. ತನ್ನನ್ನೇ ಮಾತನಾಡಿಸಲು ಬರುತ್ತಿದ್ದಾರೆಂದು ಭಾವಿಸಿ ಹಲ್ಲು ಕಿರಿಯುತ್ತಾರೆ. ಸಮೀಪ ಬಂದ ಆಕೆ 'ಪಾಪ' ಎನ್ನುತ್ತಾ ಅಲ್ಯುಮಿನಿಯಂ ತಟ್ಟೆಗೆ ನಾಲ್ಕಾಣೆ ಎಸೆಯುತ್ತಾರೆ. ಅಷ್ಟರಲ್ಲಿ ಮಂಡ್ಯ ರಮೇಶ್ ಅವರು ಏನೋ ಹೇಳಬೇಕು ಎನ್ನುವಷ್ಟರಲ್ಲಿ ಆಕೆ 'ಸಾರಿ' ಎಂದು ಹೇಳಿ ಅವರ ಅಸಿಸ್ಟೆಂಟ್ ಕಡೆಯಿಂದ ಮತ್ತೆ ಎಂಟಾಣೆ ತೆಗೆದುಕೊಂಡು ತಟ್ಟೆಗೆ ಎಸೆಯುತ್ತಾ ಶೂಟಿಂಗ್ ಜಾಗಕ್ಕೆ ಹೊರಡುತ್ತಾರೆ.

ರಾತ್ರಿಯಾಗುತ್ತದೆ ಅವತ್ತೂ ಸಹ ಮಂಡ್ಯ ರಮೇಶ್ ಅವರ ಪಾತ್ರದ ಚಿತ್ರೀಕರಣ ಆಗುವುದೇ ಇಲ್ಲ. ಎಂದಿನಂತೆ ನಿರ್ದೇಶಕ 'ಸಾರಿ ಮರ್ತೆ ಬಿಟ್ಟೆ, ನಾಳೆ ಗ್ಯಾರಂಟಿ ಎನ್ನುತ್ತಾರೆ. ಕೊನೆಗೂ ಮಾರನೇ ದಿನ ಸಂಜೆಯ ಹೊತ್ತಿಗೆ ಕ್ಯಾಮೆರಾ ಮುಂದೆ ನಿಲ್ಲುವ ಅವಕಾಶ ಬರುತ್ತದೆ. ರಣಬಿಸಿಲಿನಲ್ಲಿ ಕಾದಿದ್ದ ಬಂಡೆಯ ಮೇಲೆ ಮಲಗುವಂತೆ ಹೇಳಲಾಗುತ್ತದೆ. ಯಾತನೆ ಎನಿಸಿದರೂ ವಿಧಿಯಿಲ್ಲದೆ ಮಲಗುತ್ತಾರೆ. ನಿರ್ದೇಶಕ ಆಕ್ಷನ್ ಎನ್ನುವ ಸಮಯಕ್ಕೆ ಸರಿಯಾಗಿ ಮಳೆ ಶುರುವಾಗಿ ಎಲ್ಲರೂ ಕೆಳಗೆ ಇಳಿದು ಬಂದುಬಿಡುತ್ತಾರೆ. ಮಳೆ ನಿಂತು ಮತ್ತೆ ಆಕ್ಷನ್ ಹೇಳುವ ಹೊತ್ತಿಗೆ ಸೂರ್ಯಾಸ್ತವಾಗಿರುತ್ತದೆ. ಅವತ್ತೂ ಸಹ ಚಿತ್ರೀಕರಣ ಆಗುವುದೇ ಇಲ್ಲ. ಕ್ಯಾಮೆರಾಮನ್ ಮತ್ತು ಹೀರೋಯಿನ್‌ಗಳ ಜೊತೆ ಮಾತನಾಡುತ್ತ ನಿರ್ದೇಶಕ ಆರಾಮವಾಗಿ 'ಇನ್ನೊಮ್ಮೆ ಮಾಡಿಕೊಳ್ಳೋಣ, ಆ ಹುಡುಗನನ್ನು ಕಳುಹಿಸಿಬಿಡಿ' ಎನ್ನುತ್ತಾರೆ. ಅಂದೂ ಸಹ ಕೊರೆಯುವ ಚಳಿಯಲ್ಲಿ ಬೋರ್ವೆಲ್ ಸ್ನಾನ ಮಾಡಿ ಹೊರಡುತ್ತಾರೆ ಮಂಡ್ಯ ರಮೇಶ್. ಆಗ ಪ್ರೊಡಕ್ಷನ್ ಮ್ಯಾನೇಜರ್ ರಮೇಶ್ ಅವರ ಹೆಗಲ ಮೇಲೆ ಕೈಯಿಟ್ಟು 'ಏನ್ಸಾರ್ ನಿಮ್ಮ ಅವಸ್ಥೆ? ಮೂರು ದಿನಗಳಿಂದ ನೋಡ್ತಿದ್ದೇನೆ. ಬರುವುದು, ಭಿಕ್ಷುಕನಾಗುವುದು, ಕಾಯುವುದು. ಇದೆಂಥಾ ತಾಳ್ಮೆ ಸರ್' ಎನ್ನುತ್ತಾನೆ. ಆಗ ಮಂಡ್ಯ ರಮೇಶ್ ವಿಷಾದವಾಗಿ ನಕ್ಕು ಹೇಳಿದ ಮಾತು, 'ನನಗೆ dark comedy ಅಂದ್ರೆ ಇಷ್ಟ ಕಣಪ್ಪ.'

ನಟನ ರಂಗಶಾಲೆ ಕಟ್ಟಿದ ಒಂದೆರಡು ವರ್ಷಗಳಲ್ಲಿ ನಡೆದ ಒಂದು ಘಟನೆ ಹೆಚ್ಚಿನ ನೋವಿಗೆ ಕಾರಣವಾಯಿತು. ತಮ್ಮ ಬಳಿ ಇದ್ದಬದ್ದ ಹಣವನ್ನೆಲ್ಲಾ ಸುರಿದು ನಟನ ಎಂಬ ಹೆಸರಿನ ಬಿದಿರಿನ ಒಂದು ಸುಂದರವಾದ ರಂಗಮಂದಿರವನ್ನು ನಿರ್ಮಿಸಿ ಭರದಿಂದ ಚಟುವಟಿಕೆಗಳನ್ನು ನಡೆಸುತ್ತಿದ್ದರು. ಒಂದುಕಡೆ ಅವರ ಕೆಲಸಗಳನ್ನು ಮೆಚ್ಚುವ ಜನ ಇದ್ದರೆ ಮತ್ತೊಂದು ಕಡೆ ಅವರಿಗೆ ತೊಂದರೆ ಕೊಡುವವರೂ ಇದ್ದರು. ಅವರ ರಂಗಭೂಮಿಯ ಗೆಳೆಯ, ಬ್ಯಾಂಕ್ ಉದ್ಯೋಗಿ ಒಮ್ಮೆ ಪತ್ರಿಕೆಯಲ್ಲಿ 'ನಟನಕ್ಕೆ ಹೋಗಬೇಡಿ, ಅಲ್ಲಿ ಸೌಲಭ್ಯಗಳಿಲ್ಲ' ಎಂದು ಟೀಕೆ ಮಾಡಲು ಆರಂಭಿಸುತ್ತಾರೆ. ಅದಕ್ಕೆ ಪ್ರತಿಕ್ರಿಯೆ ನೀಡಿದ ಮಂಡ್ಯ ರಮೇಶ್ ಅವರು 'ಇಲ್ಲಿ ನೀನಂದುಕೊಂಡ ಹಾಗೇನಿಲ್ಲ. ಎರಡು ಶೌಚಾಲಯಗಳಿವೆ. ಕುಡಿಯಲು ನೀರಿನ ವ್ಯವಸ್ಥೆ ಇದೆ ಅಂಥಾ ತೊಂದರೆಗಳು ಏನೂ ಇಲ್ಲ' ಎಂದು ನಮ್ರವಾಗಿ ಹೇಳುತ್ತಾರೆ. ಅದನ್ನು ಕೇಳುವ ಮನಸ್ಸಿರಲಿಲ್ಲ ಅವರಿಗೆ. ಮತ್ತೆ ತಮಗೆ ಅನ್ನಿಸಿದ್ದನ್ನೇ ಅವರು ಪತ್ರಿಕೆಯಲ್ಲಿ ಬರೆಯುತ್ತಾರೆ. ಮತ್ತೆ ಅವರಿಗೆ ಫೋನ್ ಮಾಡಿ ಮಂಡ್ಯ ರಮೇಶ್ ಅವರು ಮನವರಿಕೆ ಮಾಡಿಕೊಡಲು ಪ್ರಯತ್ನಿಸುತ್ತಾರೆ. ಆದರೆ ಅದನ್ನು ಕೇಳಿಸಿಕೊಳ್ಳುವ ತಾಳ್ಮೆ ಇಲ್ಲದ ಅವರು ಕೋಪದಿಂದ ಮಾತನಾಡುತ್ತಾರೆ. ಆಗ

ತಾಳ್ಮೆ ಕಳೆದುಕೊಂಡ ರಮೇಶ್ ಅವರು ಆ ವ್ಯಕ್ತಿಗೆ ವಾಚಾಮಗೋಚರವಾಗಿ ಬೈಯುತ್ತಾರೆ. 'ಎಲ್ಲಿದ್ಯ ಮಗನೇ ಈಗ ಬರ್ತೀನಿ ನೀನು ಸಿಗಲೇಬೇಕು' ಎಂದು ಕೂಗಾಡಿದ ಕೂಡಲೇ ಆ ವ್ಯಕ್ತಿ ಫೋನ್ ಕಟ್ ಮಾಡುತ್ತಾರೆ. 'ನನ್ನ ಜೀವಮಾನದ ಅತ್ಯಂತ ಕೋಪದ ಕ್ಷಣ ಅದು. ನಾನು ತರತರ ನಡುಗುತ್ತಿದ್ದೆ. ಮೌನವಾಗಿ ಕಣ್ಮುಚ್ಚಿ ಧ್ಯಾನಕ್ಕೆ ಕುಳಿತೆ, ಅರ್ಧ ಗಂಟೆ ಒಬ್ಬನೇ ಸುಮ್ಮನಿದ್ದುಬಿಟ್ಟೆ' ಎನ್ನುತ್ತಾರೆ.

'ನನ್ನನ್ನು ಪೂರ್ಣ ಮುಳುಗಿಸಲು ಒಂದಷ್ಟು ಗುಂಪು ಕಟ್ಟಿಕೊಂಡು ಓಡಾಡಿದ. ಏನೂ ಮಾಡಲಾಗಲಿಲ್ಲ. ಅವನು ಹೆದರಿದ್ದು ಗೊತ್ತಾಯಿತು. ರಂಗ ಮಂದಿರಕ್ಕೆ ಬೆಂಕಿ ಹಚ್ಚುತ್ತೇವೆಂದು ಒಂದು ಗುಂಪು ಬಂತು. ನಾಟಕ ನೋಡಿ ಕ್ಷಮೆ ಕೇಳಿ ಹೋದರು. ನನ್ನ ಮೇಲೆ ಪತ್ರಿಕೆಯಲ್ಲಿ ಬರೆಸೋದು, ದೊಡ್ಡ ಜನರ ಬಳಿ ನನ್ನ ಬಗ್ಗೆ ಸಣ್ಣದಾಗಿ ಮಾತನಾಡಿ, ನನಗೆ ಇನ್ನಿಲ್ಲದ ತೊಂದರೆ ಕೊಟ್ಟ... ಪಾಪ, ಕಂಡು ಕೇಳರಿಯದ ಜಾಗದಲ್ಲಿ ಗುರುತೂ ಸಿಕ್ಕದಂತೆ ಸತ್ತು ಹೋದ' ಇದು ಮಂಡ್ಯ ರಮೇಶ್ ಅವರು ಆ ಘಟನೆಗೆ ಸಂಬಂಧಿಸಿದಂತೆ ಹೇಳುವ ಮಾತು. ಇದಾದ ನಂತರ ಸುಮಾರು ಜನ ಮಂಡ್ಯ ರಮೇಶ್ ಅವರ ಮೇಲೆ ಕೇಸ್‌ಗಳನ್ನು ಹಾಕಿ ಅವರನ್ನು ಪೊಲೀಸ್ ಸ್ಟೇಷನ್‌ಗಳಿಗೆ ಅಲೆಯುವಂತೆ ಮಾಡಿದ್ದಾರೆ. ಈಗ ಮನಸ್ಸಿಗೆ ಯಾವ ಬೇಸರವೂ ಆಗುವುದಿಲ್ಲ. ಬದುಕು ಕಲಿಸುತ್ತಾ ಹೋಗುತ್ತದೆ. ಎಲ್ಲರೂ ನಮ್ಮವರೇ, ಅವರ ಮಧ್ಯೆಯೇ ನಾವು ಬದುಕಬೇಕು. ನಾವು ಮಾಡಿದ ಉತ್ತಮ ಕೆಲಸಗಳೇ ನಮ್ಮ ಸಾವಿನ ನಂತರವೂ ನಮ್ಮನ್ನು ಶಾಶ್ವತವಾಗಿ ಉಳಿಸುತ್ತವೆ ಎನ್ನುತ್ತಾರೆ ಮಂಡ್ಯ ರಮೇಶ್.

ಮಂಡ್ಯ ಮಾತಿಗೆ ಸಿಕ್ಕಾಗ

ಮಂಡ್ಯ ರಮೇಶ್ ಅವರು ಹಲವಾರು ವಿಚಾರಗಳ ಬಗ್ಗೆ ನಿರರ್ಗಳವಾಗಿ ಮಾತನಾಡಬಲ್ಲರು. ಒಂದು ವಿಷಯವನ್ನು ಕುರಿತು ಗಂಭೀರವಾಗಿ ಮಾತನಾಡುವ ಮತ್ತು ವಿಮರ್ಶಿಸುವ ಗುಣವನ್ನು ಹೊಂದಿದ್ದಾರೆ. ಬದುಕಿನ ಏರುಪೇರುಗಳನ್ನು ಕಂಡು ಸಂಭ್ರಮಿಸಿದ್ದಾರೆ, ನಲಿಗಿದ್ದಾರೆ ಮತ್ತೆ ಮೇಲೆದ್ದಿದ್ದಾರೆ. ತಮ್ಮ ಸುದೀರ್ಘವಾದ ರಂಗ ಪಯಣದಲ್ಲಿ ಅವರು ಕಂಡಿರುವ ಮತ್ತು ಅನುಭವಿಸಿರುವ ಕೆಲವು ಸಂಗತಿಗಳನ್ನು ತಿಳಿದುಕೊಳ್ಳೋಣ. ನಮ್ಮ ಪ್ರಶ್ನೆಗಳಿಗೆ ದನಿಯಾಗಲಿದ್ದಾರೆ ಮಂಡ್ಯ ರಮೇಶ್. ಪ್ರಶ್ನೆ ನಮ್ಮದು ಉತ್ತರ ನಿಮ್ಮದೂ... ಸಾರ್...

1. ನಮಗೆ ಯಾವ ರೀತಿಯ ನಾಟಕಗಳು ಬೇಕು ಸರ್?

ರ: ನಮಗೆ ಯಾವ ರೀತಿಯ ನಾಟಕ ಬೇಕು ಎಂದು ಯೋಚಿಸುವ ಮುನ್ನ ನಾವು ಕೆಲವು

ಅಂಶಗಳನ್ನು ಗಮನಿಸಬೇಕು. ನಾವು ಇರುವ ಸಮಾಜ ಹೇಗಿದೆ? ನಮ್ಮ ಜನ ಜೀವನ, ಅವರ ನಿರೀಕ್ಷೆ, ಜೀವನಕ್ರಮ ಹೇಗಿದೆ ಎಂದು ನೋಡಬೇಕಾಗುತ್ತದೆ. ಎಲ್ಲಕ್ಕಿಂತ ಮುಖ್ಯ ಅವರ ಯೋಚನಾ ಲಹರಿ. ಎಲ್ಲರಿಗೂ ಇಂಥದ್ದೇ ನಾಟಕ ಬೇಕಾಗುತ್ತದೆ ಎಂದು ಹೇಳುವುದು ಕಷ್ಟ. 'ಲೋಕೋ ಭಿನ್ನ ರುಚಿ' ಎನ್ನುವ ಹಾಗೆ ಒಬ್ಬೊಬ್ಬರದೂ ಒಂದೊಂದು ನಿರೀಕ್ಷೆ ಇರುತ್ತದೆ. ಹಾಗಾಗಿ ನಮಗೆ ಇದೇ ರೀತಿಯ ನಾಟಕ ಬೇಕು ಎಂದು ಹೇಳುವುದು ಸ್ವಲ್ಪ ಕಷ್ಟದ ಮಾತು. ಕೆಲವರಿಗೆ ಹಾಸ್ಯ ಇಷ್ಟ. ಮತ್ತೆ ಕೆಲವರಿಗೆ ಗಂಭೀರ ನಾಟಕ ಇಷ್ಟ. ಹಿರಿಯರಿಗೆ ಪೌರಾಣಿಕ ವಸ್ತುವಿನ ನಾಟಕ ಇಷ್ಟವಾಗಬಹುದು. ಹೀಗೆ ನಾಟಕಗಳನ್ನು ನೋಡುವ ಜನರ ಬೇಕು-ಬೇಡಗಳು ವೈವಿಧ್ಯಮಯವಾಗಿರುತ್ತವೆ. ಕೆಲವರು ನಿತ್ಯ ಬದುಕಿನ ಸಮಸ್ಯೆಗಳಿಂದ ಕೊಂಚ ವಿರಾಮ ಪಡೆಯಲು ನಾಟಕ ನೋಡಲು ಬರುವ ಮೊದಲೇ ಅವರ ಆಯ್ಕೆ ಹಾಸ್ಯ ನಾಟಕವಾಗಿರುತ್ತದೆ.

ಮನೆಯಲ್ಲೂ ಗೋಳು ನಾಟಕದಲ್ಲೂ ಗೋಳು ಯಾರಿಗೆ ಬೇಕು ಎಂಬುದು ಅವರ ಅಭಿಪ್ರಾಯ. ಒಂದೆರಡು ಗಂಟೆಗಳ ಮಟ್ಟಿಗಾದರೂ ಒಂದು ಸುಂದರ ಅನುಭವಕ್ಕೆ ಒಳಗಾಗದಿದ್ದರೆ ಹೇಗೆ ಎಂದು ಜನ ಯೋಚಿಸುತ್ತಾರೆ. ಅವರು ನಾಟಕವನ್ನು ಗಂಭೀರವಾಗಿ ತೆಗೆದುಕೊಳ್ಳುವ ಜನರಲ್ಲ. ಇದು ತಪ್ಪು ಎಂದು ನಾನು ಹೇಳುತ್ತಿಲ್ಲ. ಎಲ್ಲರಿಗೂ ಆಯ್ಕೆಯ ಸ್ವಾತಂತ್ರ್ಯ ಇದ್ದೇ ಇರುತ್ತದೆ. ಹಾಗಾಗಿ ನಿನ್ನದು ತಪ್ಪು ನನ್ನದು ಸರಿ ಎನ್ನುವ ಮಾತು ತಪ್ಪಾಗುತ್ತದೆ. ಇಲ್ಲಿಯವರೆಗೂ ನಾವು ಸಾವಿರಾರು ನಾಟಕಗಳನ್ನು ನೋಡಿದ್ದೇವೆ, ಕೆಲವನ್ನು ಅಪ್ಪಿಕೊಂಡಿದ್ದೇವೆ, ಕೆಲವನ್ನು ಪಕ್ಕಕ್ಕೆ ಸರಿಸಿದ್ದೇವೆ. ಒಂದು ವರ್ಗಕ್ಕೆ ಇಷ್ಟವಾಗುವ ನಾಟಕ ಯಶಸ್ವಿ ನಾಟಕ, ಮತ್ತೊಂದು ವರ್ಗಕ್ಕೆ ಇಷ್ಟವಾಗದ ನಾಟಕ ಕಳಪೆ ಎಂಬ ತೀರ್ಮಾನಕ್ಕೆ ಬರಲಾಗದು. ನಾಟಕಕಾರ ಒಂದು ನಾಟಕವನ್ನು ಬರೆಯುತ್ತಾನೆ, ನಿರ್ದೇಶಕ ಅದನ್ನು ತನ್ನ ಗ್ರಹಿಕೆಯ ಮಿತಿಯೊಳಗೆ ಅದಕ್ಕೊಂದು ರಂಗ ಸಾಧ್ಯತೆಯ ರೂಪ ಕೊಡುತ್ತಾನೆ. ಹಾಗೆ ಮಾಡುವಾಗ ಅದು ನಿರ್ದೇಶಕನ ನಾಟಕವಾಗಿರುತ್ತದೆ. ತಾನು ನಿರ್ದೇಶಿಸುವಾಗ ಇದು ಎಲ್ಲ ಪ್ರೇಕ್ಷಕರ ನಾಟಕ ಎಂದು ಹೇಗೆ ಹೇಳಲು ಸಾಧ್ಯ. ಇದು ಸಿನಿಮಾಗೂ ಅನ್ವಯವಾಗುವ ಮಾತು. 'ಇದು ಎಲ್ಲರಿಗೂ ಇಷ್ಟವಾಗುವ ನಾಟಕ ಅಥವಾ ಸಿನೆಮಾ' ಎನ್ನುವುದು ಲೋಕ ರೂಢಿಯ ಮಾತು. ಆದರೆ ಹಾಗೆ ಸಿದ್ಧವಾದ ನಾಟಕ ಎಲ್ಲರ ನಾಟಕವಾಗಿರುತ್ತದೆಯೆ ಎನ್ನುವುದು ಯೋಚಿಸಬೇಕಾದ ವಿಚಾರ. ಆದ್ದರಿಂದ ನನಗೆ ಕೇಳುವುದಾದರೆ ನಾವು ನಾಟಕ, ಅಂದರೆ ಒಳ್ಳೆಯ ನಾಟಕ ಮಾಡೋಣ ಅದನ್ನು ಸ್ವೀಕರಿಸುವುದು,

ಬಿಡುವುದು ಪ್ರೇಕ್ಷಕನಿಗೆ ಬಿಟ್ಟಿದ್ದು. ನಾನು ಎಲ್ಲ ರೀತಿಯ ನಾಟಕಗಳನ್ನೂ ಮಾಡಿಸುತ್ತೇನೆ.

ಒಬ್ಬ ರಂಗಕರ್ಮಿಯಾಗಿ ಯಾವುದೇ ಒಂದು ಸಿದ್ಧಾಂತಕ್ಕೆ ಜೋತು ಬೀಳದೆ ಎಲ್ಲ ರೀತಿಯ ನಾಟಕಗಳನ್ನು ಮಾಡಲು ಬಯಸುತ್ತೇನೆ. ಉದಾ: ಇಂದು ಮಾಡಿದ ಒಂದು ಹಾಸ್ಯ ನಾಟಕ 'ಹಿಟ್' ಆಗಿ ಪ್ರೇಕ್ಷಕರು ಇಷ್ಟ ಪಟ್ಟು 'ನಟನ' ದ ಮುಂದಿನ ನಾಟಕವೂ ಹಾಗೆ ಇರಬೇಕು ಎಂದು ಆಸೆಪಟ್ಟರೆ ಹಾಗೆ ಮಾಡಲು ಆದೀತೆ? ಮತ್ತೆ ಹೇಳುತ್ತೇನೆ, ಅವರ ನಿರೀಕ್ಷೆ ತಪ್ಪಲ್ಲ. ನಾಟಕ ಮಾಡುವವರು ನಾವು ಹೊಸ ನಾಟಕ, ಹೊಸ ಚಿಂತನೆ, ಹೊಸ ಕಲ್ಪನೆ...ಇತ್ಯಾದಿ ವಿಚಾರಗಳ ಬಗ್ಗೆ ಗಮನ ಹರಿಸಬೇಕಾಗುತ್ತದೆ. ಕೆಲವರು 'ಈ ನಾಟಕದಲ್ಲಿ ಏನೂ ಸಂದೇಶವೇ ಇಲ್ಲ' ಎನ್ನುತ್ತಾರೆ. ಸಂದೇಶ ನೀಡುವುದೇ ನಾಟಕದ ಕೆಲಸವೇ? ಆ ಸಂದೇಶ ಎಲ್ಲರಿಗೂ ಒಪ್ಪಿಗೆಯಾಗುವ ಸಂದೇಶವಾಗಿರುತ್ತದೆಯೆ? ಇದು ಮುಖ್ಯ. ಇದೆಲ್ಲವನ್ನೂ ನೋಡಿದರೆ ನನಗೆ ಅನ್ನಿಸುವುದು ಏನೆಂದರೆ ಪ್ರಾಮಾಣಿಕವಾದ ಪ್ರಯತ್ನವನ್ನು ಹಾಕಿ ನಾಟಕ ಮಾಡೋಣ. ಒಂದಷ್ಟು ವಿಚಾರ, ಹಾಸ್ಯ, ವಿಮರ್ಶೆ, ಬದುಕಿನ ತಲ್ಲಣಗಳು, ಖುಷಿಯ ಸಂದರ್ಭಗಳು, ವಿಚಾರ ಮಂಥನ ಇತ್ಯಾದಿ ಅಂಶಗಳನ್ನು ಒಳಗೊಂಡಿರುವ ನಾಟಕಗಳು ಖಂಡಿತ ಜನರಿಗೆ ಇಷ್ಟವಾಗುತ್ತವೆ ಎಂಬುದು ನನ್ನ ನಂಬಿಕೆ. ನಾವು ಮಾಡುವ ಕೆಲಸದಲ್ಲಿ ನಮಗೆ ನಂಬಿಕೆ ಇದ್ದರೆ ಸಾಕು. ಯಾವುದೇ ನಾಟಕವಾದರೂ ಅದು ನೂರಕ್ಕೆ ನೂರು ಎಲ್ಲರಿಗೂ ಇಷ್ಟವಾಗುವುದಿಲ್ಲ ತೊಂಬತ್ತು ಜನರಿಗೆ ಇಷ್ಟವಾಗಿ ಇನ್ನುಳಿದ ಹತ್ತು ಜನಕ್ಕೆ ನಾವು ಬೇರೆ ನಾಟಕ ಮಾಡಲು ಆಗುವುದಿಲ್ಲ. ಒಂದೇ ನಾಟಕ ಭಿನ್ನ ಭಿನ್ನ ಪ್ರತಿಕ್ರಿಯೆ ಇರುತ್ತದೆ. ಇದು ಮಾಮೂಲು. ಉತ್ತಮ ನಾಟಕ, ಉತ್ತಮ ಅಭಿನಯ, ಉತ್ತಮ ನಿರ್ದೇಶನ, ಉತ್ತಮ ತಾಂತ್ರಿಕತೆ ಇವೆಲ್ಲವೂ ಒಟ್ಟಿಗೆ ಮೇಳೈಸಿದಲ್ಲಿ ನಾಟಕ ಯಶಸ್ವಿಯಾಗುತ್ತದೆ. ನಮಗೆ 'ಯಾವ ರೀತಿಯ ನಾಟಕ' ಅನ್ನುವ ಬದಲು 'ಎಲ್ಲ ರೀತಿಯ ನಾಟಕ' ಎಂದು ಯೋಚಿಸುವುದು ಒಳ್ಳೆಯದು.

2. **'ವಿಶ್ವ ರಂಗಭೂಮಿ ದಿನಾಚರಣೆಯನ್ನು ಏಕೆ ಆಚರಿಸಬೇಕು? 'ನಟನ' ವಿಶ್ವ ರಂಗಭೂಮಿಯ ಆಶಯಗಳನ್ನು ಜನರಿಗೆ ತಲುಪಿಸುವಲ್ಲಿ ಹೇಗೆ ಕೆಲಸ ಮಾಡುತ್ತಿದೆ?**

ರ: ನಾವು ಕನ್ನಡ ರಾಜ್ಯೋತ್ಸವ ದಿನಾಚರಣೆ, ಸ್ವಾತಂತ್ರ್ಯ ದಿನಾಚರಣೆ ಇತ್ಯಾದಿ ದಿನಾಚರಣೆಗಳನ್ನು ಕೇವಲ ಒಂದು ದಿನಕ್ಕೆ ಮಾತ್ರ

ಸೀಮಿತವಾಗಿರಿಸಿಕೊಳ್ಳದೆ ಪ್ರತಿನಿತ್ಯದ ಆಚರಣೆಯಾಗಿ ಇರಿಸಿಕೊಳ್ಳಬೇಕು ಎಂದು ಹೇಳುತ್ತೇವೆಯೋ ಅದೇ ಮಾತನ್ನು ವಿಶ್ವ ರಂಗಭೂಮಿ ದಿನಾಚರಣೆಯ ಬಗ್ಗೆಯೂ ಹೇಳಬೇಕಾಗುತ್ತದೆ. ನಾಟಕದವರಾದ ನಮಗೆ ಪ್ರತಿದಿನವೂ ವಿಶ್ವರಂಗ ದಿನವೇ ಎನ್ನಬೇಕು. ಒಂದು ಕಾಲದಲ್ಲಿ ಉಚ್ಛ್ರಾಯ ಸ್ಥಿತಿಯಲ್ಲಿದ್ದ ವೃತ್ತಿ ರಂಗಭೂಮಿ ವೈಭವ ಕ್ರಮೇಣ ನಶಿಸಿತು. ಹವ್ಯಾಸಿ ರಂಗಭೂಮಿಯ ಉದಯವಾಗಿ ಅಲ್ಲಿಯೂ ಸಹ ಉತ್ತಮ ನಾಟಕಗಳು ಬಂದವು. ಚಿತ್ರರಂಗದ ಅದ್ಭುತ ಆಧುನಿಕ ತಂತ್ರಜ್ಞಾನದ ಜೊತೆ ಪೈಪೋಟಿ ನಡೆಸಬೇಕಾಯಿತು. ಹಲವಾರು ಏಳುಬೀಳುಗಳನ್ನು ಕಂಡಿದ್ದರೂ ರಂಗಭೂಮಿ ತನ್ನ ಸತ್ವವನ್ನು ಕಳೆದುಕೊಂಡಿಲ್ಲ. ಇತ್ತೀಚಿನ ವರ್ಷಗಳಲ್ಲಿ ಎಲ್ಲೆಡೆ ರಂಗಭೂಮಿಯ ಕೆಲಸಗಳು ಚೆನ್ನಾಗಿಯೇ ನಡೆಯುತ್ತಿವೆ. ರಂಗಭೂಮಿ ತನನ್ನು ಸೃಷ್ಟಿಸಿಕೊಳ್ಳುವ, ನಾಶಪಡಿಸಿಕೊಳ್ಳುವ, ಮತ್ತೆ ಹೊಸ ಹುಟ್ಟು ಪಡೆಯುವ ಗುಣವನ್ನು ಹೊಂದಿದೆ. ನಮ್ಮನ್ನು ನಾವು ಅರ್ಥ ಮಾಡಿಕೊಳ್ಳಲು, ಬದುಕನ್ನು ಆಸ್ವಾದಿಸಲು, ಮಾನವರಾಗಿ ಬದುಕಲು, ಸಮಾನತೆಯ ತತ್ವವನ್ನು ಅರಿಯಲು, ನಾವೆಲ್ಲ ಒಂದೇ ಎಂಬ ಭಾವ ಮೂಡಿಸಲು, ನೊಂದ ಬದುಕಿನಲ್ಲಿ ಆಶಾಕಿರಣವನ್ನು ಕಾಣಲು ನಾವು ರಂಗಭೂಮಿಯಲ್ಲಿ ತೊಡಗಿಸಿ ಕೊಳ್ಳಬೇಕು.

ಈ ಹಿನ್ನೆಲೆಯಲ್ಲಿ ನೋಡಿದಾಗ ಯುನೆಸ್ಕೋದ ಆಶಯದಂತೆ ರಂಗಭೂಮಿಯ ಮೂಲಕ ಶಾಂತಿ ಹಾಗೂ ಸೌಹಾರ್ದಯುತ ವಾತಾವರಣವನ್ನು ಸ್ಥಾಪಿಸುವಲ್ಲಿ ನಟನ ತನ್ನ ಅಳಿಲು ಸೇವೆಯನ್ನು ಮಾಡುತ್ತಿದೆ ಎನ್ನಬಹುದು. ನಟನದ ನಾಟಕಗಳ ಆಯ್ಕೆ ವಿಭಿನ್ನ ವಾಗಿರುತ್ತದೆ. ನಮಗೆ ಭಾಸನೂ ಬೇಕು, ಶ್ರೀರಂಗರೂ ಬೇಕು, ಕಾಳಿದಾಸನೂ ಬೇಕು, ಶೇಕ್ಸ್‌ಪಿಯರೂ ಬೇಕು, ಲಂಕೇಶರೂ ಬೇಕು. ಹೀಗೆ ವೈವಿಧ್ಯಮಯ ನಾಟಕಗಳನ್ನು ಮಾಡುವ ಮೂಲಕ ನಟನ ಮಾನವೀಯ ಮೌಲ್ಯಗಳನ್ನು ಸ್ಥಾಪಿಸಲು ಮತ್ತು ಪ್ರೇಕ್ಷಕರ ಮನಸ್ಸಿನಲ್ಲಿ ಜಾಗೃತಿ ಉಂಟುಮಾಡಲು ನಿರಂತರವಾಗಿ ಪ್ರಯತ್ನಿಸುತ್ತಿದೆ. ರಂಗ ಪ್ರದರ್ಶನ, ರಂಗ ತರಬೇತಿ ಶಿಬಿರ, ರಜಾಮಜಾ, ವಿಚಾರ ಸಂಕಿರಣ ಮುಂತಾದ ಕಾರ್ಯಕ್ರಮಗಳ ಮೂಲಕ ಹೆಚ್ಚು ಪ್ರೇಕ್ಷಕರನ್ನು ತಲುಪುವ ಕೆಲಸ ಚೆನ್ನಾಗಿ ನಡೆಯುತ್ತಿದೆ. ಪ್ರತಿನಿತ್ಯವೂ ರಂಗ ದಿನಾಚರಣೆ ಎಂಬ ಮಾತಿನಲ್ಲಿ ನಂಬಿಕೆ ಇಟ್ಟುಕೊಂಡಿದ್ದೇನೆ ನಾನು.

3. ಬಾಲಕನಾಗಿದ್ದಾಗ ನಾನು ಮಾಡಿದ ಮೊದಲ ಪಾತ್ರ ಗಾಂಧಿಯದು ಎನ್ನುವ ಹೆಮ್ಮೆ ನಿಮಗಿದೆ. ನಿಮ್ಮ ಪ್ರಕಾರ ರಂಗಭೂಮಿಯಲ್ಲಿ ಗಾಂಧಿಯನ್ನು ಹೇಗೆ ಬಿಂಬಿಸಲಾಗಿದೆ? ಅವರನ್ನು ಕೇಂದ್ರವನ್ನಾಗಿರಿಸಿಕೊಂಡು ಬಂದ ನಾಟಕಗಳ ಬಗ್ಗೆ ನಿಮ್ಮ ಅಭಿಪ್ರಾಯ?

ರ: ಒಳ್ಳೆಯ ಪ್ರಶ್ನೆ. ಹೌದು ನಾನು ಮಾಡಿದ ಮೊದಲ ಪಾತ್ರ ಗಾಂಧಿ ಎನ್ನುವ ಹೆಮ್ಮೆ ನನಗೆ ಈಗಲೂ ಇದೆ. ಐನ್‌ಸ್ಟೀನ್ ಗಾಂಧೀಜಿಯ ಬಗ್ಗೆ ಹೀಗೆ ಹೇಳುತ್ತಾನೆ, 'ಇಂಥ ಒಬ್ಬ ಮನುಷ್ಯ, ರಕ್ತ, ಮಾಂಸಮಯ ಜೀವಂತ ಮನುಷ್ಯ, ಭೂಮಿಯ ಮೇಲೆ ಜೀವಿಸಿದ್ದನೆಂಬುದನ್ನು ಮುಂದಿನ ಪೀಳಿಗೆ ನಂಬದೆ ಹೋಗಬಹುದೇನೋ.' ಗಾಂಧೀಜಿಯನ್ನು ಕುರಿತ ನಾಟಕಗಳು ಹೆಚ್ಚು ಇಲ್ಲವಾದರೂ ಅಲ್ಲಲ್ಲಿ ಕೆಲವು ಉತ್ತಮ ನಾಟಕಗಳು ಬಂದಿವೆ. ಜಿ.ಪಿ. ರಾಜರತ್ನಂ ಅವರ 'ಸಂಭವಾಮಿ ಯುಗೇ ಯುಗೇ' ನಾಟಕವನ್ನು ನೆನಪು ಮಾಡಿಕೊಳ್ಳಬೇಕು. ಅದರಲ್ಲಿ ನಾಟಕಕಾರರು ರಾಮ ಮತ್ತು ಲಕ್ಷ್ಮಣ, ಕೃಷ್ಣ ಮತ್ತು ಅರ್ಜುನ, ಬುದ್ಧ ಮತ್ತು ಆನಂದ, ಏಸು ಕ್ರಿಸ್ತ ಮತ್ತು ಪೀಟರ್ ಇವರ ಚಿತ್ರಣಗಳನ್ನು ಕೊಡುತ್ತಾ ಇಂಥದೇ ಬಾಂಧವ್ಯ ಗಾಂಧೀಜಿ ಮತ್ತು ಮಹಾದೇವ ದೇಸಾಯಿಯವರ ನಡುವೆ ಇತ್ತೆಂಬ ಸೂಚನೆಯನ್ನು ನೀಡುತ್ತಾರೆ.

ನೀಲತ್ತಳ್ಳಿ ಕಸ್ತೂರಿ ಅವರ 'ಕ್ರಾಂತಿ ಮಾರ್ಗ' ತರುಣನೊಬ್ಬನ ಹಿಂಸಾತ್ಮಕ ಪ್ರವೃತ್ತಿಗಳ ಮೇಲೆ ಗಾಂಧೀಜಿಯವರ ಅಹಿಂಸಾ ತತ್ವ ಹೇಗೆ ಜಯ ಗಳಿಸುತ್ತದೆ ಎಂಬುದನ್ನು ವಿವರಿಸುತ್ತದೆ. ಇದೇ ಲೇಖಕರ 'ಇದು ಭಾರತದ ದಾರಿ' ಎಂಬ ನಾಟಕ ಚಾಣಕ್ಯ, ವಿದ್ಯಾರಣ್ಯ ಮತ್ತು ಗಾಂಧೀಜಿಯವರು ಹೇಗೆ ತಮ್ಮ ದೇಶವನ್ನು ಬಂಧನದಿಂದ ಮುಕ್ತಿಗೊಳಿಸಿದರು ಎಂಬುದನ್ನು ಚಿತ್ರಿಸುತ್ತದೆ. ಆನಂದ ಕಂದರ 'ಅಮೃತಾತ್ಮ', ಎಚ್. ರಾಮಕೃಷ್ಣರಾಯರ 'ಗಾಂಧೀಜಿ ಸ್ವರ್ಗದಲ್ಲಿ', ಎಂ.ಎ. ದೊರೆಸ್ವಾಮಿ ಅಯ್ಯಂಗಾರರ 'ಧರ್ಮಜ್ಯೋತಿ', 'ಎ.ಎಸ್. ಮೂರ್ತಿಯವರ 'ಆ ಗಾಂಧಿ ಈ ಗಾಂಧಿ', ಡಿ.ಎಸ್. ಚೌಗಳೆ ಅವರ 'ಗಾಂಧಿ–ಅಂಬೇಡ್ಕರ್', (ನಟನ ಪ್ರಯೋಗ ಮಾಡಿದೆ), ಗಾಂಧಿ V/s ಗಾಂಧಿ, 'ಕಸ್ತೂರ ಬಾ' ಸಿದ್ದವನಹಳ್ಳಿ ಕೃಷ್ಣಶರ್ಮರ 'ಪರ್ಣಕುಟಿ', ಬೊಳುವಾರ್ ಮೊಹಮ್ಮದ್ ಅವರ 'ಬಾಪು ಗಾಂಧಿ ಪಾಪು ಗಾಂಧಿ', ಮುಕುಂದರಾವ್ ಅವರ 'ಮಹಾತ್ಮ', ಮ.ನ.ಜ. ಅವರ 'ಯುಗಾಂತರ' ನಾಟಕಗಳು ಗಾಂಧೀಜಿಯನ್ನು ಕುರಿತು ಬಂದಿರುವ ಪ್ರಮುಖ ನಾಟಕಗಳು. ಈ ನಾಟಕಗಳೇ ಅಲ್ಲದೆ ಗಾಂಧೀಜಿಯವರ ಸ್ವಾತಂತ್ರ್ಯ ಚಳುವಳಿ, ಪಾನ ನಿರೋಧ, ದೇವಸ್ಥಾನಕ್ಕೆ ಹರಿಜನರ ಪ್ರವೇಶ, ಖಾದಿ ಇವೇ ಮೊದಲಾದ ವಿಷಯಗಳನ್ನೊಳಗೊಂಡಿರುವ ಹಲವು

ನಾಟಕಗಳಿವೆ. 90ರ ದಶಕದವರೆಗೂ ಗಾಂಧೀಜಿಯನ್ನು ರಂಗದ ಮೇಲೆ ತರುವ ಪ್ರಯತ್ನಕ್ಕೆ ನಾಟಕಕಾರರು ಮನಸ್ಸು ಮಾಡಿರಲಿಲ್ಲ. ಶಿವಲಿಂಗಶಾಸ್ತ್ರಿಗಳು ಬಸವಣ್ಣನ ಕುರಿತು ರಚಿಸಿದ 'ಅಸ್ಪೃಶ್ಯತಾ ನಿವಾರಣೆ' ನಾಟಕದಲ್ಲಿ ಜಾತವೇದ ಮುನಿಯನ್ನು ಗಾಂಧಿಯಾಗಿ, ಬಸವಣ್ಣನನ್ನು ನೆಹರೂ ಆಗಿ ಚಿತ್ರಿಸಿದ್ದಾರೆ. ಗರುಡ ಸದಾಶಿವರಾಯರು ಗಾಂಧಿ ತತ್ವವನ್ನು ಆಧರಿಸಿ ರಚಿಸಿದ 'ಸತ್ಯ ಸಂಕಲ್ಪ' ನಾಟಕಕ್ಕೆ ಒಳ್ಳೆಯ ಇತಿಹಾಸವಿದೆ. ಹವ್ಯಾಸಿ ರಂಗಭೂಮಿಯಲ್ಲಿಯೂ ಗಾಂಧಿಯನ್ನು ಕಾಣಬಹುದು. ದಲಿತ ಕವಿ ಸಿದ್ಧಲಿಂಗಯ್ಯ ಅವರ 'ಅಲ್ಲೇ ಇದ್ದವರು' ಕಾವ್ಯವನ್ನು ಆಧರಿಸಿ ಸಿ.ಜಿ.ಕೆ. ರಂಗಕ್ಕೆ ತಂದ ಗಾಂಧಿ ಪಾತ್ರ ಪರಿಣಾಮಕಾರಿಯಾಗಿತ್ತು. ಜಿ.ಬಿ. ಜೋಷಿಯವರ 'ಕದಡಿದ ನೀರು', ಶ್ರೀರಂಗರ 'ಶೋಕ ಚಕ್ರ', 'ಹರಿಜನ್ವಾರ' ನಾಟಕಗಳಲ್ಲಿ ಗಾಂಧಿಯ ವಿಚಾರ ಧಾರೆಗಳನ್ನು ಕಾಣಬಹುದು. ಇವೆಲ್ಲವನ್ನೂ ನೋಡಿದರೆ 1920ರ ದಶಕದಲ್ಲಿಯೇ ಗಾಂಧೀಜಿ ರಂಗಭೂಮಿಯನ್ನು ಪ್ರವೇಶಿಸಿದ್ದರು ಎನ್ನಬಹುದು.

4. **ನೀವು ಗ್ರಾಮೀಣ ಪ್ರದೇಶದ ಹಿನ್ನೆಲೆಯಿಂದ ಬಂದವರು. ಗ್ರಾಮೀಣ ರಂಗಭೂಮಿಯ ಬಗ್ಗೆ ನಿಮ್ಮ ಅನಿಸಿಕೆಗಳೇನು?**

ರ: ಗ್ರಾಮೀಣ ರಂಗಭೂಮಿ ಎನ್ನುವುದು ಬದುಕಿನ ಬಣ್ಣನೆ ರಂಗಭೂಮಿಯಾಗಲಿ ಅಥವಾ ಸಾಹಿತ್ಯವಾಗಲಿ ಅವು ಯಾವಾಗಲೂ ಜಾನಪದ ಪರಂಪರೆಯಿಂದ ಬಂದವು. ನಗರದಲ್ಲಿ ನಡೆದರೆ ನಗರ ರಂಗಭೂಮಿ, ಹಳ್ಳಿಗಳಲ್ಲಿ ನಾಟಕವಾದರೆ ಗ್ರಾಮೀಣ ರಂಗಭೂಮಿ ಎಂದು ಕರೆಯುವ ಪರಿಪಾಠವಿದೆ. ಇಂತಹ ವರ್ಗೀಕರಕಣವೇ ತಪ್ಪು. ರಂಗಭೂಮಿ ಎಂದರೆ ಎಲ್ಲವೂ ಒಂದೇ. ನಗರಗಳಲ್ಲಿ ವಿದ್ಯಾವಂತರು, ಹೊಸ ನಾಟಕಕಾರರು, ನಟ ನಟಿಯರು ಸಿಗುತ್ತಾರೆ. ಎಲ್ಲರೂ ಒಟ್ಟಾಗಿ ಸೇರಿ ಚಿಂತನ ಮಂಥನ ನಡೆಸಿ ನಾಟಕವನ್ನು ಮಾಡುತ್ತಾರೆ. ತಿಂಗಳುಗಟ್ಟಲೇ ತಾಲೀಮು ಮಾಡುತ್ತಾರೆ. ಹಣಕಾಸಿನ ಸಮಸ್ಯೆಯೂ ಅವರನ್ನು ಅಷ್ಟಾಗಿ ಕಾಡುವುದಿಲ್ಲ. ಪ್ರತಿಭಾವಂತ ನಿರ್ದೇಶಕರು, ತಂತ್ರಜ್ಞರು ಸಿಗುತ್ತಾರೆ. ಆದರೆ ಇವೆಲ್ಲ ಸೌಕರ್ಯಗಳನ್ನು ನಾವು ಇಂದು ಹಳ್ಳಿಯಲ್ಲಿ ನಿರೀಕ್ಷಿಸಲು ಸಾಧ್ಯವಿಲ್ಲ. ಗ್ರಾಮೀಣ ಪ್ರದೇಶಗಳಲ್ಲಿ ಹಲವಾರು ಸಮಸ್ಯೆಗಳ ನಡುವೆ ನಾಟಕ ಮಾಡ ಬೇಕಾಗುತ್ತದೆ. ಆದರೆ ಮಾಡುವ ಮನಸ್ಸಿದ್ದರೆ ಲಭ್ಯವಿರುವ ಸಂಪನ್ಮೂಲಗಳನ್ನು ಬಳಸಿಕೊಂಡು ರಂಗಭೂಮಿಯನ್ನು ಎಲ್ಲಿ ಬೇಕಾದರೂ ಮಾಡಬಹುದು. ಉದಾಹರಣೆಗೆ ನಮ್ಮ ಮುಂದೆ ನೀನಾಸಂ, ಸಾಣೇಹಳ್ಳಿ, ತುಮರಿ, ಮಂಚಿಕೇರಿ, ಮರಿಯಮ್ಮನ ಹಳ್ಳಿ, ಚಿಗಟೇರಿ,

ರಕ್ಷದಿ ಮುಂತಾದ ನೂರಾರು ಉದಾಹರಣೆಗಳು ಇವೆ. ಇತ್ತೀಚೆಗೆ ಹಳ್ಳಿಗಳಲ್ಲೂ ಬಹಳ ಒಳ್ಳೆಯ ಕೆಲಸಗಳು ಆಗುತ್ತಿವೆ. ನಮ್ಮ ಚರ್ಚೆಯ ಅನುಕೂಲಕ್ಕೆ ನಾವು ಈ ರೀತಿಯ ವರ್ಗೀಕರಣ ಮಾಡಿಕೊಳ್ಳುತ್ತೇವೆ ಅಷ್ಟೇ. ರಂಗಭೂಮಿ ಎಂದರೆ ಒಂದೇ. ಈಗ ಹೆಚ್ಚುಕಡಿಮೆ ಎಲ್ಲಾ ಹಳ್ಳಿಗಳಲ್ಲೂ ನಾಟಕ ಮಾಡುವ, ನಾಟಕ ನೋಡುವ ಜನರ ಸಂಖ್ಯೆ ಹೆಚ್ಚಾಗುತ್ತಿದೆ. ನಾಟಕ ಎಂದರೆ ಮೂಗೆಳೆಯುತ್ತಿದ್ದ ಕಾಲವೊಂದಿತ್ತು. ಆದರೆ ಈಗ ನಾಟಕದಿಂದ ಒಬ್ಬ ಕಲಾವಿದ ತನ್ನ ಕಾಲಮೇಲೆ ನಿಂತು ಬದುಕನ್ನು ಕಟ್ಟಿಕೊಳ್ಳುವುದಕ್ಕೆ ಸಾಧ್ಯ ಎಂದು ತೋರಿಸುತ್ತಿದ್ದಾನೆ.

5. ರಂಗ ದಾಖಲೆಯ ಅವಶ್ಯಕತೆಯ ಬಗ್ಗೆ ನಿಮ್ಮ ಅಭಿಪ್ರಾಯವೇನು?

ರ: ನಮ್ಮಲ್ಲಿ ವಿವಿಧ ರೀತಿಯ ರಂಗ ಸಂಬಂಧಿ ಚಟುವಟಿಕೆಗಳು ಬಹಳಷ್ಟು ನಡೆಯುತ್ತವೆ. ಕಾರ್ಯಕ್ರಮಗಳೂ ಸಹ ಯಶಸ್ವಿಯಾಗುತ್ತವೆ. ಆದರೆ ಅದು ಅಷ್ಟಕ್ಕೇ ಸೀಮಿತವಾಗದೆ ಅವೆಲ್ಲವೂ ಅವಶ್ಯವಾಗಿ ದಾಖಲಾಗಬೇಕು. ಇದನ್ನು ಪ್ರಚಾರದ ದೃಷ್ಟಿಯಿಂದ ಹೇಳುತ್ತಿಲ್ಲ. ನಾವು ಮಾಡಿದ ಯಾವುದೇ ಒಂದು ಸಣ್ಣ ನಾಟಕವೂ ದಾಖಲಾಗಬೇಕು. ಇದು ಒಬ್ಬಿಬ್ಬರ ಕೆಲಸವಲ್ಲ. ನಾವು ಎಲ್ಲರೂ ಸೇರಿ ಮಾಡಬೇಕಾದ ಕೆಲಸ. ಸರ್ಕಾರವಾಗಲಿ, ಅಕಾಡೆಮಿಯಾಗಲಿ, ಅಥವಾ ಯಾವುದೇ ಸಂಘ ಸಂಸ್ಥೆಗಳಾಗಲಿ ರಂಗ ದಾಖಲೆಗಳ ಬಗ್ಗೆ ಪ್ರಾಮಾಣಿಕವಾಗಿ ಕೆಲಸ ಮಾಡಬೇಕು. ಈಗ ದಾಖಲೆಗಳು ಇಲ್ಲ ಎಂದರ್ಥವಲ್ಲ. ಇತ್ತೀಚೆಗೆ ಸಾಕಷ್ಟು ಕೆಲಸಗಳು ನಡೆಯುತ್ತಿವೆ. ಆದರೆ ಇದರ ಬಗ್ಗೆ ಇನ್ನೂ ಹೆಚ್ಚಿನ ಗಮನ ನೀಡಬೇಕು ಎಂದು ನನ್ನ ವಿನಂತಿ. ಉದಾಹರಣೆಗೆ, ಲಕ್ಷಗಟ್ಟಲೆ ಖರ್ಚುಮಾಡಿ ಒಂದು ರಂಗ ಉತ್ಸವ, ರಂಗ ಕಮ್ಮಟ, ರಂಗ ಸಮಾವೇಶ ಇತ್ಯಾದಿಗಳನ್ನು ಆಯೋಜಿಸಿ ಅದು ಮುಗಿದ ನಂತರ ಸುಮ್ಮನಾದರೆ ಏನು ಪ್ರಯೋಜನ, ಎಲ್ಲವನ್ನೂ ದಾಖಲಿಸಬೇಕು. ದಾಖಲೆಯ ಕೆಲಸ ಬಹಳಷ್ಟು ಸಮಯವನ್ನು ಮತ್ತು ಅಷ್ಟೇ ತಾಳ್ಮೆಯನ್ನು ಬೇಡುತ್ತದೆ. ಹಾಗಾಗಿ ಆಸಕ್ತಿ ಇದ್ದವರೂ ಸಹ ಬೇರೆ ಬೇರೆ ಕಾರಣಗಳಿಂದಾಗಿ ಅವರು ದಾಖಲೆಯ ಸುದ್ದಿಗೆ ಹೋಗುವುದಿಲ್ಲ.

ಈ ಕೆಲಸ ಎಲ್ಲರಿಂದಲೂ ಸಾಧ್ಯ. ಉದಾ: ನಮ್ಮ ನಟನದಲ್ಲಿ ಆರಂಭದಿಂದ ಹಿಡಿದು ಇಲ್ಲಿಯವರೆಗಿನ ಎಲ್ಲ ಕಾರ್ಯಕ್ರಮಗಳ ದಾಖಲೆ ಸಿಗುತ್ತದೆ. ಒಬ್ಬ ನಟ ಅಥವಾ ನಟಿಯೂ ಇದನ್ನು ಮಾಡಬಹುದು. ತಾನು ಯಾವ ವರ್ಷದಲ್ಲಿ ಎಷ್ಟು ನಾಟಕ ಮಾಡಿದೆ, ಯಾವ ತಂಡಕ್ಕೆ ಮಾಡಿದೆ, ಎಷ್ಟು ಮರು ಪ್ರದರ್ಶನಗಳು ಆಗಿವೆ, ಬೇರೆ ಊರುಗಳಲ್ಲಿ ಎಷ್ಟು

ಸಲ ಆಗಿವೆ, ಅದರ ಬಗ್ಗೆ ಪತ್ರಿಕೆಗಳಲ್ಲಿ ಬಂದ ವಿಮರ್ಶೆಗಳ ಸಂಗ್ರಹ, ಆಹ್ವಾನ ಪತ್ರಿಕೆ, ಟಿಕೆಟ್, ನಾಟಕದ ಫೋಟೋಗಳು ಇವೆಲ್ಲವನ್ನೂ ದಾಖಲಿಸುವ ಕೆಲಸವನ್ನು ಒಬ್ಬ ನಟ, ಒಬ್ಬ ನಟಿ ಮಾಡಿದರೆ ಬಹಳ ಒಳ್ಳೆಯದು. ಇದು ಹೇಳಿದಷ್ಟು ಸುಲಭವಲ್ಲ. ನಾವು ನಮ್ಮ ಸ್ವಲ್ಪ ಸಮಯವನ್ನು ಅದಕ್ಕೆ ಮೀಸಲಿಡಬೇಕಾಗುತ್ತದೆ. ನನಗೆ ತಿಳಿದಿರುವಂತೆ ಬೆಂಗಳೂರಿನಲ್ಲಿ ವೆಂಕಟಸುಬ್ಬಯ್ಯ, ಮೈಸೂರಿನಲ್ಲಿ ಶ್ರೀಕಂಠ ಗುಂಡಪ್ಪ, ಪಾರ್ಶ್ವನಾಥ್ ಮತ್ತು ರಾಜಶೇಖರ ಕದಂಬ ಇವರುಗಳು ಸಾಕಷ್ಟು ದಾಖಲೆಗಳನ್ನು ಸಂಗ್ರಹಿಸಿದ್ದಾರೆ. ಇದೇ ರೀತಿ ರಂಗ ಗೀತೆಗಳ ವಿಚಾರದಲ್ಲಿ ಅದ್ವಿತೀಯ ಕೆಲಸವನ್ನು ಮೈಸೂರಿನ ಎ.ವಿ. ಸೂರ್ಯನಾರಾಯಣಸ್ವಾಮಿ ಮತ್ತು ಗೋವಿಂದಗೌಡರು ಮಾಡಿದ್ದಾರೆ. ದಾಖಲೆಯ ವಿಷಯದಲ್ಲಿ ಕೊಲ್ಕತ್ತದ ಡಾ. ಪ್ರತಿಭಾ ಅಗರವಾಲ್ ಎಂಬುವವರು 'ನಾಟ್ಯಶೋಧ' ಎಂಬ ಸಂಸ್ಥೆಯನ್ನು ಹುಟ್ಟುಹಾಕಿ ಸಾಕಷ್ಟು ಕೆಲಸ ಮಾಡಿದ್ದಾರೆ.

ಮನೋಹರ ಗ್ರಂಥಮಾಲೆಯವರು ಕನ್ನಡದ ಅನೇಕ ಸಾಹಿತಿಗಳ ಕೈ ಬರಹಗಳನ್ನು ಬಹಳ ವರ್ಷಗಳಿಂದ ಜೋಪಾನವಾಗಿ ಕಾಪಾಡಿಕೊಂಡು ಬಂದಿದ್ದಾರೆ. ನಮ್ಮ ವೆಂಕಟಸುಬ್ಬಯ್ಯನವರು 'ಶ್ರೀಕಂಠ ದರ್ಶನ' ಪುಸ್ತಕದ ಒಂದು ಲೇಖನದಲ್ಲಿ ಇದರ ಬಗ್ಗೆ ಸಾಕಷ್ಟು ಹೇಳುತ್ತಾರೆ. ಶ್ರೀರಂಗರ ಬಗ್ಗೆ ಅವರು ಹೇಳುವ ಮಾತನ್ನು ಮತ್ತೆ ಇಲ್ಲಿ ನೆನಪು ಮಾಡಿಕೊಳ್ಳುತ್ತೇನೆ. ಪರದೇಶಗಳಲ್ಲಿ ದಾಖಲಾತಿಗಳ ಬಗ್ಗೆ ಹೇಗೆ ಆಸಕ್ತಿಯನ್ನು ವಹಿಸುತ್ತಾರೆ ಎಂದು ಬಹಳ ಚೆನ್ನಾಗಿ ಹೇಳಿದ್ದಾರೆ. ನಾನು ಓದಿದ್ದನ್ನು ತಮ್ಮ ಮುಂದೆ ಹಂಚಿಕೊಳ್ಳಲು ಬಯಸುತ್ತೇನೆ. 1969ರ ಅಕ್ಟೋಬರ್‌ನಲ್ಲಿ ಬರ್ಲಿನ್‌ನಲ್ಲಿ ನಡೆದ ನಾಟಕ ಮತ್ತು ಸಂಗೀತ ಮಹೋತ್ಸವಕ್ಕೆ ಮತ್ತು ಹಂಗೇರಿಯ ಪ್ರವಾಸಕ್ಕೆ ಭಾರತದ ಪ್ರತಿನಿಧಿಗಳಾಗಿ ಶ್ರೀರಂಗರು ಹೋಗಿರುತ್ತಾರೆ. ಹಂಗೇರಿಯ ವಿಶ್ವವಿದ್ಯಾನಿಲಯಕ್ಕೆ ಹೋದಾಗ ಅಲ್ಲಿ ಅವರಿಗೆ ಋಗ್ವೇದ, ಮಹಾಭಾರತ ಮತ್ತು ರಾಮಾಯಣಗಳ ಕೆಲಭಾಗಗಳನ್ನೂ, ಕಾಳಿದಾಸನ ಅಭಿಜ್ಞಾನ ಶಾಕುಂತಲ ಮತ್ತು ಮಾಳವಿಕಾಗ್ನಿ ಮಿತ್ರ, ಶೂದ್ರಕನ ಮೃಚ್ಛಕಟಿಕ ನಾಟಕಗಳನ್ನು ಹಂಗೇರಿಯನ್ ಭಾಷೆಯಲ್ಲಿ ಭಾಷಾಂತರಿಸಿದ ಪ್ರಕಟಣೆಗಳನ್ನು ತೋರಿಸುತ್ತಾರೆ. ಶ್ರೀರಂಗರು ಇದರ ಆವಶ್ಯಕತೆ ನಿಮಗೆ ಇದೆಯೇ ಎಂದು ಕೇಳಿದಾಗ ಅಲ್ಲಿಯ ಅಧಿಕಾರಿ, 'ಜಗತ್ತಿನ ಶ್ರೇಷ್ಠ ಸಾಹಿತ್ಯ ಮತ್ತು ಸಂಸ್ಕೃತಿಗಳ ಅಭ್ಯಾಸ ಯಾವ ಸುಸಂಸ್ಕೃತನಿಗೂ ಅಗತ್ಯ' ಎನ್ನುತ್ತಾರೆ. 'The Hungarian Theatre Institute' ಎಂಬ ಒಂದು ಸಂಸ್ಥೆ ಇದೆ. ಆ ಸಂಸ್ಥೆಯ ವತಿಯಿಂದ ಯಾವ ನಾಟಕವೂ

ನಡೆಯುವುದಿಲ್ಲ. ಇಲ್ಲಿ ಎರಡು ಶಾಖೆಗಳಿವೆ ಒಂದು ಸಂಶೋಧನಾ ಶಾಖೆ, ಮತ್ತೊಂದು ವಿಷಯ ಸಂಗ್ರಹಶಾಖೆ.

ಈ ಶಾಖೆಯ ಕೆಲಸ ಕೇವಲ ಹಂಗೇರಿಯ ರಂಗಭೂಮಿಗೆ ಮಾತ್ರ ಸೀಮಿತವಾಗಿಲ್ಲ. ಎಲ್ಲ ದೇಶಗಳ ರಂಗ ದಾಖಲೆಗಳು ಸಿಗುತ್ತವೆ ನಿಮಗೆ ಅಲ್ಲಿ. ಹಾಗೆಂದು ಇವರು ವಿದೇಶ ಪ್ರವಾಸ ಮಾಡಿ ವಿಷಯ ಸಂಗ್ರಹಿಸುವುದಿಲ್ಲ. ಆಯಾ ದೇಶಗಳ ಪತ್ರಿಕೆಗಳಲ್ಲಿ ಪ್ರಕಟವಾದ ವಿವರಗಳನ್ನು ಸಂಗ್ರಹಿಸಿ ಇಡುತ್ತಾರೆ. ಒಂದು ನಾಟಕ ಯಾವ ದೇಶದಲ್ಲಿ ಎಷ್ಟು ಪ್ರದರ್ಶನ ಕಂಡಿದೆ, ತಂಡದ ಹೆಸರು, ಅದಕ್ಕೆ ಸಂಬಂಧಿಸಿದ ವಿಮರ್ಶೆ ಕೆಲವೇ ಸಾಲುಗಳಲ್ಲಿ, ಆ ನಾಟಕದ ವೈಶಿಷ್ಟ್ಯ ಇತ್ಯಾದಿ ವಿವರಗಳನ್ನು ನಾವು ಅಲ್ಲಿ ಪಡೆಯಬಹುದು. ಅಲ್ಲಿ ಶ್ರೀರಂಗರಿಗೆ 'ಆದ್ಯ ರಂಗಾಚಾರ್ಯ' ಎಂಬ ಫೈಲಿನಲ್ಲಿ ಅವರ 'ಕೇಳು ಜನಮೇಜಯ' ನಾಟಕದ ಹಿಂದಿ ರೂಪಾಂತರದ ವಿವರಗಳು ಸಿಗುತ್ತವೆ. ನಾವು ಇಂತಹ ವಿಚಾರಗಳನ್ನು ಆದರ್ಶವಾಗಿ ಇರಿಸಿಕೊಂಡು ಇನ್ನೂ ಹೆಚ್ಚಿನ ದಾಖಲೆಗಳನ್ನು ಮಾಡಬೇಕಾಗಿದೆ.

6. **'ಬ್ರೆಕ್ಟ್ ಮತ್ತು ಎಪಿಕ್ ಥಿಯೇಟರ್'–ಇದಕ್ಕೆ ಸಂಬಂಧಿಸಿದಂತೆ ತಾವು ಏನು ಹೇಳಲು ಬಯಸುತ್ತೀರಿ?**

ರ: ಬಹಳ ಅದ್ಭುತವಾದ ನಾಟಕಕಾರ. ನಾವು ನೋಡುವ ಅನೇಕ ರಂಗ ಸಿದ್ಧಾಂತಗಳಲ್ಲಿ 'ಎಪಿಕ್ ಥಿಯೇಟರ್' ಕೂಡ ಒಂದು. ಬ್ರೆಕ್ಟ್‌ನ ಹೆಸರಿನ ಜೊತೆಗೆ ಇದು ಬೆಸುಗೆ ಹಾಕಿಕೊಂಡಿದೆ. ಬ್ರೆಕ್ಟ್ ಎಷ್ಟು ಜಾಣ ನೋಡಿ. ಆಗಿನ ಕಾಲಕ್ಕೆ ಹೇಗೆ ಯೋಚನೆ ಮಾಡಿದ್ದಾನೆ. ಅವನು ನಾಟಕ ಬರೆಯಲು ಶುರು ಮಾಡಿದಾಗ ಎಕ್ಸ್‌ಪ್ರೆಶನಿಸ್ಟರು ಮುಂಚೂಣಿಯಲ್ಲಿದ್ದರು. ಆದರೆ ಬ್ರೆಕ್ಟ್ ತನ್ನದೇ ಆದ ಒಂದು ತತ್ವವನ್ನು ಆರಂಭಿಸಿದ. ಹಳೆಯ ನಾಟಕ ಪದ್ಧತಿ ಮತ್ತು ಸಿದ್ಧಾಂತಗಳಿಂದ ಪ್ರಯೋಜನವಿಲ್ಲ ಎಂದ. ಏಕೆಂದರೆ ಅವು ಪ್ರೇಕ್ಷಕನನ್ನು ಸಂಪೂರ್ಣ ನಿಷ್ಕ್ರಿಯನನ್ನಾಗಿ ಮಾಡುತ್ತವೆ ಎಂಬುದು ಅವನ ವಾದ. ಪ್ರೇಕ್ಷಕ ತನ್ನ ವಿಮರ್ಶಾ ಪ್ರಜ್ಞೆಯನ್ನು ಮರೆತು ನಾಟಕ ನೋಡಬಾರದು ಬದಲಾಗಿ ಅವನು ನಾಟಕದ ಘಟನೆಯಲ್ಲಿ ಅರ್ಥಪೂರ್ಣವಾಗಿ ಭಾಗವಹಿಸಬೇಕು ಎಂದು ಹೇಳಿದ. ಪ್ರೇಕ್ಷಕನೂ ನಾಟಕದಲ್ಲಿ ಸಕ್ರಿಯವಾಗಿ ಪಾಲ್ಗೊಳ್ಳುವ ಹೊಸ ನಾಟಕ ರಚನೆಗೆ ಮುಂದಾದ. ಜೀವನದ ವಿಮರ್ಶೆಯೇ ನಾಟಕ ಮತ್ತು ಅದನ್ನು ವಿಮರ್ಶಾತ್ಮಕವಾಗಿಯೇ ನೋಡಬೇಕು. ಅವರು ಭ್ರಮೆಗೆ ಒಳಗಾಗಲು ಬಿಡಬಾರದು ಎಂದು ಯೋಚಿಸುತ್ತಿದ್ದ. ಹೀಗೆ ಮಾಡುವುದರಿಂದ

ನಾಟಕ ನೋಡುತ್ತಿರುವ ಪ್ರೇಕ್ಷಕನಿಗೆ ಅಲ್ಲಿ ನಡೆಯುತ್ತಿರುವ ಘಟನೆಗಳನ್ನು ಪರೀಕ್ಷೆಗೆ ಒಡ್ಡುತ್ತ, ನಾಟಕದಿಂದ ಹೊರಬಂದು ಅವುಗಳನ್ನು ತನ್ನ ಸುತ್ತಲ ಸಾಮಾಜಿಕ ಸಂದರ್ಭಗಳ ಜೊತೆ ಹೋಲಿಸಿ ನೋಡಿದಾಗ ಅವನಿಗೆ ಸಂತೋಷವಾಗುತ್ತದೆ. ನಾಟಕ ನೋಡಿ ಬಂದ ಮೇಲೂ ಅದರ ಪ್ರಭಾವ ಪ್ರೇಕ್ಷಕನ ಮನದಲ್ಲಿ ಉಳಿದಿರಬೇಕು ಎಂದು ಬಯಸುತ್ತದೆ ಎಪಿಕ್ ಥಿಯೇಟರ್. 'ಗೆಲಿಲಿಯೋ', 'ಮದರ್ ಕರೇಜ್', 'ದ ಕಕೇಶಿಯನ್ ಚಾಕ್ ಸರ್ಕಲ್', 'ತ್ರೀ ಪೆನ್ನಿ ಒಪೆರಾ' ಇವೆಲ್ಲ ಆತನ ಪ್ರಮುಖ ನಾಟಕಗಳು. ಎಪಿಕ್ ಥಿಯೇಟರ್ ರಂಗಭೂಮಿಯಲ್ಲಿ ದೊಡ್ಡ ಕ್ರಾಂತಿಯನ್ನೇ ಮಾಡಿತು. ಇಲ್ಲಿ ಬಹಳ ಮುಖ್ಯವಾದ ಅಂಶವೆಂದರೆ ಅವನು ಪ್ರತಿಪಾದಿಸುವ ಏಲಿಯನೇಶನ್ ತಂತ್ರ. ಮುಂದೇನಾಗುತ್ತದೆ ಎಂಬ ಕುತೂಹಲವನ್ನು ಉಳಿಸುತ್ತದೆ ಇವನ ನಾಟಕಗಳು. ಈ ಎಲ್ಲ ಕಾರಣಗಳಿಂದ ಎಪಿಕ್ ಥಿಯೇಟರ್ ಪರಿಕಲ್ಪನೆ ನಮ್ಮನ್ನು ಆಕರ್ಷಿಸುತ್ತದೆ.

7. ನೀವು 'ಕನಸುಗಾರ' ಎನ್ನುವ ಚಲನ ಚಿತ್ರದಲ್ಲಿ ನಟಿಸಿದ್ದೀರಿ. ಆದರೆ ನನ್ನ ಪ್ರಕಾರ ನೀವು ರಂಗಭೂಮಿಯ ದೊಡ್ಡ ಕನಸುಗಾರ. ಇದಕ್ಕೆ ನಿಮ್ಮ ಅಭಿಪ್ರಾಯ ಹೇಳಬಹುದೇ?

ರ: ಅಯ್ಯೋ ಅಷ್ಟು ದೊಡ್ಡ ಪದದ ಬಳಕೆ ಬೇಡ ಎನಿಸುತ್ತದೆ. ನಿಜ ನೀವು ಹೇಳಿದ ಹಾಗೆ ಪ್ರತಿಯೊಬ್ಬರ ಬದುಕಿನಲ್ಲಿ ಕನಸುಗಳು ಇರಬೇಕು. ಇದ್ದರಷ್ಟೇ ಸಾಲದು ಅವುಗಳನ್ನು ನನಸಾಗಿಸಲು ಪ್ರಾಮಾಣಿಕ ಪ್ರಯತ್ನಗಳೂ ಸಹ ಇರಬೇಕು. ಆಗ ನೀವು ಮಾಡುವ ಕೆಲಸದಲ್ಲಿ ನಿಮಗೆ ಖಂಡಿತ ಒಳ್ಳೆಯದಾಗುತ್ತದೆ. ಹೌದು ನಟನ ನನ್ನ ಕನಸಾಗಿತ್ತು, ಬಣ್ಣದ ಬದುಕು ನನ್ನ ಕನಸಾಗಿತ್ತು, ಅಭಿನಯ ಕಲಿಸುವುದು ನನ್ನ ಕನಸಾಗಿತ್ತು, ಬಣ್ಣದಿಂದ ಬದುಕ ದಿಕ್ಕನ್ನು ಬದಲಿಸುವುದು ನನ್ನ ಕನಸಾಗಿತ್ತು, ಕಾರಂತರು ಕಲಿಸಿದ್ದನ್ನು ನಾಕು ಮಂದಿಗೆ ಹಂಚುವುದು ನನ್ನ ಕನಸಾಗಿತ್ತು. ಆದರೆ ಇವೆಲ್ಲ ಕೇವಲ ಕನಸುಗಳಾಗಿಯೇ ಇರಲು ಬಿಡದೆ ಅವುಗಳನ್ನು ನನಸಾಗಿಸುವ ಮಾರ್ಗಗಳನ್ನು ಹುಡುಕುತ್ತಾ ಹೋದೆ. ಕಾರ್ನಾಡರು ಹೇಳುವ 'ಬೆಳಕಿಲ್ಲದ ದಾರಿಯಲ್ಲಿ ನಡೆಯಬಹುದು ಆದರೆ ಕನಸುಗಳಿಲ್ಲದ ದಾರಿಯಲ್ಲಿ ಹೇಗೆ ನಡೆಯಲಿ' ಎಂಬ ಸಾಲುಗಳು ನೆನಪಾಗುತ್ತವೆ. ಹಾಗೆ ನನಸು ಮಾಡಲು ಹೊರಟಾಗ ಎದುರಾದ ಸಂಕಷ್ಟಗಳು, ವಿರೋಧಗಳು, ಬಿದ್ದ ಏಟುಗಳು, ಅನುಭವಿಸಿದ ಅವಮಾನಗಳು–ಇವನ್ನೆಲ್ಲ ದೃಢವಾಗಿ ನಿಂತು ಎದುರಿಸುವ ಚೈತನ್ಯವನ್ನು ನೀಡಿದ್ದು ನನ್ನ ರಂಗಭೂಮಿಯ ಕಲಿಕೆ. ರಂಗದ ಮೇಲಿನ ಕ್ಷಣಿಕ ಸಿರಿತನದ ಮಾಯಾಲೋಕ, ನಾಟಕದ

ಪರದೆ ಕೆಳಗೆ ಇಳಿದಾಗ ಮತ್ತದೇ ಸ್ಥಿತಿ. ಹೀಗೆ ಇವೆಲ್ಲವೂ ನನಗೆ ಸಾಕಷ್ಟು ಕಲಿಸಿ, ಬದುಕಲು ಬೇಕಾಗುವ ಮೂಲ ಸಾಮಗ್ರಿಗಳನ್ನು ಒದಗಿಸಿದವು.

ನನ್ನ ರಂಗಯಾತ್ರೆ ಅಷ್ಟು ಸುಲಭವಾಗಿರಲಿಲ್ಲ. ಜೀವನದಲ್ಲಿ ಮೂರು 'D'ಗಳು ಇದ್ದರೆ ಎಂತಹವನಾದರೂ ಮೇಲೆ ಬರುತ್ತಾನೆ. ಅವುಗಳು ಯಾವುವು ಎಂದರೆ: 'Dedication', 'Discipline' ಮತ್ತು 'Determination.' ಇವೆಲ್ಲವನ್ನೂ ನಾನು ಎಷ್ಟು ಅನುಸರಿಸಿದ್ದೇನೆ ಎಂದು ನನಗಿನ್ನೂ ಅರ್ಥವಾಗಿಲ್ಲ. ಆದರೆ ಒಂದಂತೂ ಹೆಮ್ಮೆಯಿಂದ ಹೇಳಬಲ್ಲೆ. ಪ್ರತಿಯೊಂದನ್ನೂ ಶ್ರದ್ಧೆಯಿಂದ ಮಾಡುವ, ಪ್ರತಿಯೊಂದನ್ನೂ ಪ್ರಾಮಾಣಿಕವಾಗಿ ಕಲಿಯುವ, ಪ್ರತಿಯೊಂದನ್ನೂ ಪ್ರಾಮಾಣಿಕವಾಗಿ ಕಲಿಸುವ ಗುಣವನ್ನು ನಾನು ಅಳವಡಿಸಿಕೊಂಡಿದ್ದೇನೆ. ನಾವು ಈ ರೀತಿಯ ಒಂದು ಸಂಕಲ್ಪ ಅಥವಾ ಧೃಢ ನಿರ್ಧಾರವನ್ನು ಇಟ್ಟುಕೊಳ್ಳದಿದ್ದರೆ ನಮ್ಮ ಪ್ರಯಾಣ ಅರ್ಧಕ್ಕೆ ನಿಂತು ಬಿಡುತ್ತದೆ. ನನ್ನ ಬಾಲ್ಯ, ಓದು, ನೀನಾಸಂನ ಕಲಿಕೆ ಮತ್ತು ರಂಗಾಯಣದ ಬದುಕು, ಗುರು ಹಿರಿಯರ ಮಾರ್ಗದರ್ಶನ ಇವೆಲ್ಲವೂ ನನ್ನ ವರ್ತಮಾನದ ಬದುಕಿನ ಆಧಾರ ಸ್ತಂಭಗಳು. ಬಿದ್ದಾಗ ಅತ್ತಿದ್ದೇನೆ, ಎದ್ದಾಗ ನಕ್ಕಿದ್ದೇನೆ. ಆದರೆ ಈ ಏಳುಬೀಳುಗಳು ಬದುಕಿನ ಅವಿಭಾಜ್ಯ ಅಂಗಗಳು. ಕನಸುಗಳು ಇರಬೇಕು. ಅವು ನಮಗೆ ನಮ್ಮ ಇತಿಮಿತಿಗಳ ಪರಿಚಯ ಮಾಡಿಸುತ್ತವೆ.

8. ಕೊರೋನ ಬಿಕ್ಕಟ್ಟಿನಲ್ಲಿ ಎಲ್ಲ ರೀತಿಯ ಕಲಾ ಚಟುವಟಿಕೆಗಳು ಸ್ಥಗಿತವಾಗಿದ್ದವು. ಇದಕ್ಕೆ ಸಂಬಂಧಿಸಿದಂತೆ ನಿಮ್ಮ ಪ್ರತಿಕ್ರಿಯೆ ಏನು?

ರ: ಅಬ್ಬಾ! ಆ ಕೆಟ್ಟ ಸಮಯವಂತೂ ಯಾವ ಶತ್ರುವಿಗೂ ಬೇಡ. ನಿಜ ಅದು ನಮ್ಮೊಬ್ಬರ ಸಮಸ್ಯೆ ಮಾತ್ರ ಆಗಿರಲಿಲ್ಲ. ಜಾಗತಿಕ ಸಮಸ್ಯೆಯಾಗಿತ್ತು. ಎಲ್ಲ ಕ್ಷೇತ್ರಗಳಿಗೂ ತಟ್ಟಿದಂತೆ ನಮಗೂ ಅದರ ಬಿಸಿ ತಟ್ಟಿತು. ಹೇಳಿ ಕೇಳಿ ನಾವು ನಾಟಕದವರು. ನಮಗೆ ಸುಮ್ಮನೆ ಕೂತು ಅಭ್ಯಾಸವಿಲ್ಲ. ಯಾರೂ ಸುಮ್ಮನೆ ಕೂರುವವರಲ್ಲ ಆ ಮಾತು ಬೇರೆ. ಕಲಾವಿದರಿಗೆ ಅದರಲ್ಲೂ ರಂಗಭೂಮಿಯವರಿಗೆ ಹೆಚ್ಚು ತೊಂದರೆ ಆದದ್ದು ನಿಜ. ವೃತ್ತಿ ರಂಗಭೂಮಿಯವರು ಇದನ್ನೇ ನಂಬಿಕೊಂಡವರು, ಕೆಲಸವಿಲ್ಲದೆ ಸರ್ಕಾರದಿಂದ ಯಾವುದೇ ನೆರವು ಇಲ್ಲದೆ, ನಂತರ ಏನೋ ಒಂದಷ್ಟು ಬಂತು ಬಿಡಿ, ಆದರೆ ಅದು ಎಲ್ಲಿ ಸಾಕಾಗುತ್ತದೆ. ಏನೂ ಮಾಡಲಾಗದ ಅಸಹಾಯಕ ಪರಿಸ್ಥಿತಿ. ಸರ್ಕಾರ ಇಂದು ಅನುಮತಿ ಕೊಡಬಹುದು, ನಾಳೆ ಕೊಡಬಹುದು ಎಂದು ಕಾದು ಕಾದು ಸುಸ್ತಾಗಿ ಹೋಗಿದ್ದೆವು. ಇನ್ನು ಕಾಯುವುದರಲ್ಲಿ ಅರ್ಥವಿಲ್ಲ. ಇಂತಹ ಸಂಕಷ್ಟದ ಮಧ್ಯೆಯೇ ಹೇಗಾದರೂ

ನಾಟಕವಾಡಿ ಜನರನ್ನು ತಲುಪಬೇಕು ಎಂದು ಯೋಚಿಸುತ್ತಲೇ ಇದ್ದೆವು. ಜನ ರಂಗಮಂದಿರಕ್ಕೆ ಬರುವ ಹಾಗಿಲ್ಲ, ಅವರು ಬಾರದೆ ನಾವು ನಾಟಕ ಮಾಡುವ ಹಾಗಿಲ್ಲ. ಕೊನೆಗೆ ಒಂದು ಉಪಾಯ ಹೊಳೆದು ನಾಟಕವನ್ನು ಚಿತ್ರೀಕರಿಸಿ ಅದನ್ನು ಯೂಟ್ಯೂಬ್ ಮೂಲಕ ಜನರಿಗೆ ತಲುಪಿಸುವ ಬಗ್ಗೆ ಯೋಚಿಸಿದೆವು. ಆಗ ತೆಗೆದುಕೊಂಡ ನಾಟಕ ತೇಜಸ್ವಿಯವರ 'ಪರಿಸರದ ಕತೆಗಳು.' ಬೆಳಿಗ್ಗೆಯಿಂದ ಸಂಜೆವರೆಗೂ ಮಕ್ಕಳನ್ನು ಕೂಡಿಹಾಕಿ, ತಾಲೀಮು ಮಾಡಿ, ಒಂದು ದಿನ ಅದನ್ನು ಚಿತ್ರೀಕರಿಸಿ, ಎಡಿಟ್ ಮಾಡಿ ಆಧುನಿಕ ತಂತ್ರಜ್ಞಾನವನ್ನು ಬಳಸಿಕೊಂಡು ಜನರಿಗೆ ನಾಟಕ ತೋರಿಸಿದವು. ಜನ ಅದನ್ನು ಸ್ವೀಕರಿಸಿದರು. ಉತ್ತಮವಾದ ಪ್ರತಿಕ್ರಿಯೆ ದೊರಕಿತು. ಕೊರೋನ ಏನೆಲ್ಲಾ ತೊಂದರೆಗಳನ್ನು ಕೊಟ್ಟರೂ ಅವುಗಳ ಮಧ್ಯೆ ಇಂತಹ ಸಾಧ್ಯತೆಗಳನ್ನೂ ಸಹ ನಮಗೆ ತೋರಿಸಿಕೊಟ್ಟಿತು.

ಒಂದಂತೂ ನಿಜ. ರಂಗಭೂಮಿಯಲ್ಲಿ ಅಸಾಧ್ಯವಾದುದು ಯಾವುದೂ ಇಲ್ಲ. ಲಕ್ಷಗಟ್ಟಲೆ ಖರ್ಚೂ ಮಾಡಬಹುದು, ಏನೂ ಇಲ್ಲವೆಂದರೆ ಒಂದು ಐದಾರು ಸಾವಿರಗಳಲ್ಲೂ ನಾಟಕ ಮಾಡಬಹುದು. ಹೀಗೇ ಇರಬೇಕು ಎಂಬ ಯಾವುದೇ ನಿಯಮವಿಲ್ಲ. ಇಂತಹ 'flexibility' ನಮಗೆ ಬೇರೆ ಯಾವುದೇ ಕಲಾ ಪ್ರಕಾರದಲ್ಲಿ ಸಿಗುವುದಿಲ್ಲ. ನಾಟಕವಾಡಲು ಒಂದು ಜಾಗ, ಒಂದೆರಡು ಲೈಟುಗಳು, ಐದಾರು ನಟ ನಟಿಯರು ಇದ್ದುಬಿಟ್ಟರೆ ಅಲ್ಲೊಂದು ನಾಟಕ ಹುಟ್ಟಿತು ಎಂದೇ ಅರ್ಥ. ರಂಗ ಮಂದಿರದ ವ್ಯವಸ್ಥಾಪನೆ, ಕಲಾವಿದರ ಸಂಬಳ ಮುಂತಾದ ಸಮಸ್ಯೆಗಳನ್ನು ಎದುರಿಸಿ ಮತ್ತೆ ಮೊದಲಿನಂತೆ ಆಗಲು ಬಹಳ ಸಮಯ ಹಿಡಿಯಿತು ನಮಗೆ. ಈಗ ಎಲ್ಲವೂ ಒಂದು ಹದಕ್ಕೆ ಬಂದು ಸರಾಗವಾಗಿ ನಡೆಯುತ್ತಿದೆ. ಒಟ್ಟಿನಲ್ಲಿ ನಟನ ಕೊರೋನ ಬಿಕ್ಕಟ್ಟನ್ನು ಸಮರ್ಥವಾಗಿ ಎದುರಿಸಿತು ಎನ್ನಲು ನನಗೆ ಹೆಮ್ಮೆ ಎನಿಸುತ್ತದೆ.

9. ಯುವ ಕಲಾವಿದರಿಗೆ ನಿಮ್ಮ ಸಲಹೆಗಳು ಏನು?

ರ: ಇಂದು ರಂಗಭೂಮಿಗೆ ಹೆಚ್ಚು ಯುವ ಕಲಾವಿದರು ಬರುತ್ತಿದ್ದಾರೆ. ಇದಕ್ಕಿಂತ ಹೆಚ್ಚಿನ ಸಂತೋಷ ಯಾವುದಿದೆ ಹೇಳಿ. ನಾವೆಲ್ಲ ರಂಗಭೂಮಿಯನ್ನು ಆರಂಭಿಸಿದಾಗ ಅನೇಕ ಸಮಸ್ಯೆಗಳು ಇದ್ದವು. ಹಣಕಾಸು, ಹೆಣ್ಣು ಪಾತ್ರಗಳನ್ನು ಮಾಡಲು ಕಲಾವಿದರು ಸಿಗುತ್ತಿರಲಿಲ್ಲ, ನಾಟಕದ ನಿರ್ಮಾಣ, ರಂಗಮಂದಿರ, ಪೋಸ್ಟರ್, ಆಹ್ವಾನ ಪತ್ರಿಕೆ, ತಾಲೀಮು ಮುಂತಾದ ವಿಚಾರಗಳಿಗೆ ಸಂಬಂಧಿಸಿದಂತೆ ಅನೇಕ ಸಮಸ್ಯೆಗಳು ನಮ್ಮನ್ನು ಕಾಡುತ್ತಿದ್ದವು. ಇಂದು ಪರಿಸ್ಥಿತಿ ತುಂಬಾ

ಸುಧಾರಿಸಿದೆ. ಹೆಣ್ಣು ಮಕ್ಕಳನ್ನು ನಾಟಕಕ್ಕೆ ಕಳುಹಿಸುತ್ತಿದ್ದಾರೆ, ಪ್ರಾಮಾಣಿಕವಾಗಿ ತೊಡಗಿಸಿಕೊಂಡರೆ ಈಗ ಹಣ ಹೊಂದಿಸುವುದೂ ಕೂಡ ಅಷ್ಟೇನೂ ಕಷ್ಟವಾಗುವುದಿಲ್ಲ. ಮಾಡುವ ಕೆಲಸವನ್ನು ಬದ್ಧತೆಯಿಂದ ಮಾಡುವ ಮನಸ್ಸಿರಬೇಕು. ಸುಮಾರು ಯುವ ಪ್ರತಿಭೆಗಳು ತಮ್ಮದೇ ತಂಡಗಳನ್ನು ಮಾಡಿಕೊಂಡು ಒಳ್ಳೊಳ್ಳೆ ನಾಟಕಗಳನ್ನು ಆರಿಸಿಕೊಂಡು ಪ್ರಯೋಗಗಳನ್ನು ಮಾಡುತ್ತಿದ್ದಾರೆ. ಆದರೆ ಆ ಸಂಭ್ರಮ ಕೇವಲ ಒಂದೆರಡು ನಾಟಕಗಳಿಗೆ ಸೀಮಿತವಾಗಿರದೆ ಹಲವಾರು ವರ್ಷಗಳು ಉಳಿದುಕೊಳ್ಳಬೇಕು. 'consistency' ಇರಬೇಕು. ಒಂದೆರಡು ನಾಟಕ ಮಾಡಿದ ಕೂಡಲೇ ಕಿರುತೆರೆ ಅಥವಾ ಹಿರಿತೆರೆಗೆ ಹೋಗಬೇಕು ಎನ್ನುವ ಕಾತರ ಇರಬಾರದು. ಅಲ್ಲಿಗೆ ಹೋಗುವ ಮುನ್ನ ಇಲ್ಲಿ ಒಂದಷ್ಟು ಕೆಲಸ ಮಾಡಿ ಅಡಿಪಾಯ ಭದ್ರ ಮಾಡಿಕೊಳ್ಳುವುದು ಒಳ್ಳೆಯದು.

ನಾನು ನಮ್ಮ ನಟನದ ಹುಡುಗರಿಗೆ ಯಾವಾಗಲೂ ಹೇಳುವ ಮಾತು, ರಂಗಭೂಮಿ ಎನ್ನುವುದು ಚಿತ್ರರಂಗಕ್ಕೆ ಜಿಗಿಯುವ ಚಿಮ್ಮು ಹಲಗೆ ಅಲ್ಲ. ಮೊದಲು ನೆಟ್ಟಗೆ ಮಾತಾಡುವ, ನಿಲ್ಲುವ, ನೋಡುವ, ಮಾತುಗಳನ್ನು ಅನುಭವಿಸುವ ಒಂದಷ್ಟು ವಿಚಾರಗಳನ್ನು ಕಲಿಯಬೇಕಿದೆ. ಸಿನೆಮಾ ಕಲಿಸಲಾಗದ ಅನೇಕ ಅದ್ಭುತವಾದ ಸಂಗತಿಗಳನ್ನು ರಂಗಭೂಮಿ ಕಲಿಸುತ್ತದೆ. ಮಾನವೀಯ ಗುಣಗಳನ್ನು ಬೆಳೆಸಿಕೊಳ್ಳಲು, ಒಬ್ಬರನ್ನೊಬ್ಬರು ಅರಿಯಲು, ಮನುಷ್ಯರಾಗಿ ಬಾಳಲು ರಂಗಭೂಮಿ ಬೇಕು. ಆತ್ಮವಿಶ್ವಾಸ ಹೆಚ್ಚಿಸಿಕೊಳ್ಳಲು, ಬದುಕಿನ ಸಂಕಷ್ಟಗಳನ್ನು ಧೈರ್ಯವಾಗಿ ಎದುರಿಸಲು ನಮ್ಮನ್ನು ನಾವು ಅರಿಯಲು ನಮಗೆ ರಂಗಭೂಮಿ ಬೇಕು. ಮೊದಲು ಸರಿಯಾಗಿ ಕಲಿಯಿರಿ, ನಂತರ ಕಲಿತದ್ದರಿಂದ ಗಳಿಸಿರಿ. ಅರ್ಧ ಕಲಿತು, ಅದರ ಬಂಡವಾಳದಿಂದ ಗಳಿಸುವತ್ತ ಮನಸ್ಸು ಮಾಡಬೇಡಿ. ಹಾಗಾದಾಗ ಇತ್ತ ಕಲಿಕೆಯೂ ಇರುವುದಿಲ್ಲ ಅತ್ತ ಗಳಿಕೆಯೂ ಇರುವುದಿಲ್ಲ. ನನ್ನ ಸ್ವಂತ ಅನುಭವದಿಂದ ನಾನು ಇದನ್ನೆಲ್ಲ ಹೇಳುತ್ತೇನೆ. ಏಕೆಂದರೆ ನನ್ನ ಅನುಭವ ನನಗೆ ಸಾಕಷ್ಟು ಕಲಿಸಿದೆ.

10. ನಾಟಕಕ್ಕೆ ಪ್ರೇಕ್ಷಕನ ಉಪಸ್ಥಿತಿ ಬಹಳ ಅತ್ಯಗತ್ಯ. ಇಷ್ಟೂ ವರ್ಷಗಳಲ್ಲಿ ನಿಮ್ಮ ನಾಟಕಗಳಿಗೆ ಪ್ರೋತ್ಸಾಹ ನೀಡುವ ಪ್ರೇಕ್ಷಕ ಮಹಾಪ್ರಭುವಿಗೆ ಏನು ಹೇಳಲು ಬಯಸುವಿರಿ?

ರ: ನೀವೇ ಹೇಳಿದ ಹಾಗೆ ಅವರು 'ಪ್ರೇಕ್ಷಕ ಮಹಾಪ್ರಭು'ವೇ ಸರಿ. ನಾವು ಏನೆಲ್ಲಾ ಕಸರತ್ತು ಮಾಡಿ ನಾಟಕ ಮಾಡಿದರೂ ಅದನ್ನು ನೋಡಲು ಪ್ರೇಕ್ಷಕರು ಇಲ್ಲದಿದ್ದರೆ ಹೇಗೆ. ನಟನವನ್ನು ತಮ್ಮ ಸಂಸ್ಥೆ ಎಂದೇ

ಭಾವಿಸಿ ಅತ್ಯಂತ ಪ್ರೀತಿಯಿಂದ ನಮ್ಮ ಎಲ್ಲ ನಾಟಕಗಳಿಗೂ ಬಂದು ಹರಸಿದ್ದಾರೆ. ಅವರ ಅಭಿಮಾನ, ಪ್ರೀತಿ ದೊಡ್ಡದು. ಅವರಿಗೆ ಒಂದು ದೊಡ್ಡ ನಮಸ್ಕಾರ. ನಮ್ಮ ನಟನದ ಪ್ರೇಕ್ಷಕರು ನಮ್ಮನ್ನು ತಿದ್ದುವ, ನಮಗೆ ಸಲಹೆಗಳನ್ನು ಕೊಡುವ ಮತ್ತು ನಮ್ಮನ್ನು ಎಚ್ಚರಿಸುವ ಕೆಲಸಗಳನ್ನು ಮಾಡುತ್ತಾ ಬಂದಿದ್ದಾರೆ. ನಾನು ಅವರನ್ನು ಹಣ ಕೊಟ್ಟು ನಾಟಕ ನೋಡಿ ಹೋಗುವ ಜನ ಎಂದು ಎಂದಿಗೂ ಭಾವಿಸಿಲ್ಲ. ನಮ್ಮ ದಾನಿಗಳು, ನಮ್ಮ ಯಶಸ್ಸಿನ ಭಾಗಿಗಳು, ನಮ್ಮ ಬಂಧುಗಳು. ಅವರು ದುಡ್ಡು ಕೊಟ್ಟ ನಾಟಕ ನೋಡದಿದ್ದರೆ ನಾವು ಮುಂದಿನ ನಾಟಕ ಮಾಡುವುದು ಹೇಗೆ ಸ್ವಾಮಿ. ಹಾಗಾಗಿ ನಮ್ಮ ಪ್ರತಿ ನಾಟಕದ ನಿರ್ಮಾಪಕರು ನಮ್ಮ ಪ್ರೇಕ್ಷಕರೇ ಎಂದು ಹೇಳಲು ಬಯಸುತ್ತೇನೆ. ಒಂದು ನಾಟಕದ ಯಶಸ್ಸಿನಲ್ಲಿ ನಾಟಕಕಾರ, ನಟ, ನಿರ್ದೇಶಕ, ತಂತ್ರಜ್ಞ ಹೇಗೆ ಪ್ರಮುಖವಾದ ಪಾತ್ರವನ್ನು ವಹಿಸುತ್ತಾರೋ ಅಷ್ಟೇ ಪ್ರಮುಖವಾದ ಪಾತ್ರವನ್ನು ಪ್ರತಿಯೊಬ್ಬ ಪ್ರೇಕ್ಷಕನೂ ವಹಿಸುತ್ತಾನೆ. ನಮ್ಮನ್ನು ಹರಸುವ, ಬೆಳೆಸುವ ಮತ್ತು ಮುನ್ನಡೆಸುವ ಪ್ರೇಕ್ಷಕ ಮಹಾಪ್ರಭುಗಳಿಗೆ ಧನ್ಯವಾದಗಳು.

❖ Rapid–ಮಂಡ್ಯ 59

(59 ರ್‍ಯಾಪಿಡ್ ಪ್ರಶ್ನೆಗಳಲ್ಲಿ
59ರ ಮಂಡ್ಯ ರಮೇಶ್)

1. **ಮಂಡ್ಯ ರಮೇಶ್ ಅವರೇ ನಿಮಗೆ ಇಷ್ಟವಾಗುವ ತಿಂಡಿ ಯಾವುದು?**
   ಉ: ತೆಳುವಾಗಿ ತಟ್ಟಿದ ಬಿಸಿಬಿಸಿ ಅವರೆಕಾಳು ಅಕ್ಕಿರೊಟ್ಟಿ. ಬಾಂಡ್ಲಿಯಲ್ಲಿ ಬೆಂದಿರಬೇಕು. ಮೇಲೆ ಬಿಸಿ ತುಪ್ಪ. ಜೊತೆಗೆ ಕಾಯಿಚಟ್ನಿ ಇದ್ದರೆ ಆಹಾ...

2. **ನೀವು ಇಷ್ಟಪಡದ ಪಾನೀಯ ಯಾವುದು?**
   ಉ: ಕರಬೂಜ/ಸಪೋಟ ಜ್ಯೂಸ್.

3. **ನಿಮ್ಮ ಪ್ರಕಾರ ಪರಿಪೂರ್ಣ ಮನುಷ್ಯ ಎಂದರೆ ಯಾರು?**
   ಉ: ಹುಟ್ಟಿಲ್ಲದವ ಮತ್ತು ಸತ್ತುಹೋದವ (ಯಾರೋ ಹೇಳಿದ್ದು).

4. **ನಿಮ್ಮಲ್ಲಿ ನೀವು ಇಷ್ಟಪಡದ ಗುಣ ಯಾವುದು?**
   ಉ: ಶೀಘ್ರಕೋಪಿತನ.

5. **ರಂಗಭೂಮಿ ಎಂದೊಡನೆ ಥಟ್ಟನೆ ನೆನಪಾಗುವ ವಸ್ತು ಯಾವುದು?**
   ಉ: ನಟನೆ, ಸಂಘಟನೆ.

6. **ನಟನ ನಿಮ್ಮ ಹೆಮ್ಮೆಯ ಸಂಸ್ಥೆ. ಅಲ್ಲಿ ನಿಮಗೆ ತುಂಬಾ ಇಷ್ಟವಾಗುವ ಜಾಗ ಯಾವುದು?**
   ಉ: ವೇದಿಕೆ.

7. **ಬದುಕಿಗೂ ನಾಟಕಕ್ಕೂ ಇರುವ ವ್ಯತ್ಯಾಸವೇನು?**
ಉ: ಬದುಕೂ ನಾಟಕವೇ... ನಾಟಕವೂ ಬದುಕೇ.

8. **ಬಿಡುವಿದ್ದಾಗ ನೀವು ಮಾಡಲು ಇಷ್ಟಪಡುವ ಕೆಲಸ ಯಾವುದು?**
ಉ: ಹರಟೆ ಹೊಡೆಯಲು ಜನ ಸಿಗದಿದ್ದರೆ ಏಕಾಂಗಿಯಾಗಿ ಮರ, ಗಿಡ, ಎಲೆ, ಮೋಡ, ಗುಬ್ಬಚ್ಚಿ ನೋಡುತ್ತಾ ಸುಮ್ಮನೆ ಅನುಭವಿಸುವುದು.

9. **ನಿಮ್ಮ ಪ್ರಕಾರ ನಿಜವಾದ ನಟ ಎಂದರೆ ಯಾರು?**
ಉ: ಒಬ್ಬ ಒಳ್ಳೆಯ ಮನುಷ್ಯ.

10. **ನಿಮ್ಮ ಕೋಪ ಕಡಿಮೆ ಆಗಿದ್ದು ಹೇಗೆ?**
ಉ: ಮಕ್ಕಳೊಂದಿಗೆ ರಂಗ ಕಾಯಕ ಮಾಡುತ್ತಾ.

11. **ರಾಜ್‌ಕುಮಾರ್ ಅವರ ವ್ಯಕ್ತಿತ್ವದಿಂದ ನೀವು ಅಳವಡಿಸಿಕೊಳ್ಳಬೇಕು ಎಂದು ಬಯಸುವ ಗುಣ ಯಾವುದು?**
ಉ: ಸರಳತೆ.

12. **ನಟನ ಸಂಸ್ಥೆಯ ಆವರಣದಲ್ಲಿ ಮಾವಿನ ಸಸಿ ನೆಟ್ಟು ನಿಮ್ಮನ್ನು ಹರಸಿದ್ದ ವಿಷ್ಣುವರ್ಧನ್ ಅವರಲ್ಲಿ ನೀವು ಕಂಡಿದ್ದು?**
ಉ: ಅಭಿಮಾನ.

13. **ಒಂದೇ ಪದದಲ್ಲಿ ರಂಗಭೂಮಿ ಎಂದರೆ ಏನು ಎಂದು ಹೇಳುವಿರಾ?**
ಉ: ಬದುಕು.

14. **ನಿಮ್ಮ ಪ್ರಕಾರ ಯಶಸ್ಸು ಎಂದರೆ ಏನು?**
ಉ: ನೀರಮೇಲ ಗುಳ್ಳೆ.

15. **ದೇವರು ದಿಢೀರ್ ಎಂದು ನಿಮ್ಮ ಮುಂದೆ ಪ್ರತ್ಯಕ್ಷವಾದರೆ ನಿಮ್ಮ ಕೋರಿಕೆ ಏನು?**
ಉ: ಸಾಲಗಳೆಲ್ಲ ಬೇಗ ತೀರಿಬಿಡಲಪ್ಪ.

16. **ಪುನೀತ್ ರಾಜ್‌ಕುಮಾರ್ ಅವರನ್ನು ಒಂದು ವಾಕ್ಯದಲ್ಲಿ ಬಣ್ಣಿಸಿ.**
ಉ: ವಿನಯವಂತ ನಟ.

17. **ಗುರು ಕಾರಂತರ ಯಾವ ಗುಣ ನಿಮ್ಮಲ್ಲಿ ಈಗಲೂ ಇದೆ ಎಂದು ಅನಿಸುತ್ತದೆ?**
ಉ: ಸಂಘಟನೆ.

18. ನೀವು ನಿಜವಾಗಲೂ ನಾಟ್ಕ ಮಾಡ್ತೀರಾ?
ಉ: ಅವಶ್ಯ ಬಿದ್ದಾಗ.

19. ನಿಮ್ಮ ಬದುಕಲ್ಲಿ ಸ್ನೇಹದ ಪಾತ್ರವೇನು?
ಉ: ಅತಿಮಧುರ.

20. ನಿಮ್ಮ ಪಾರ್ಟಿ ಯಾವುದು?
ಉ: ರಂಗಿನ ಪಾರ್ಟಿ.

21. ಗುಬ್ಬಿ ವೀರಣ್ಣ, ಮೊಹಮ್ಮದ್ ಪೀರ್, ಸಿಂಧುವಳ್ಳಿ ಅನಂತಮೂರ್ತಿ... ಮೂವರನ್ನೂ ಮೂರೇ ಪದಗಳಲ್ಲಿ ಪರಿಚಯಿಸಿ.
ಉ: ಸಂಘಟಕ, ಮಹಾನಟ, ಅಧ್ಯಯನಶೀಲ.

22. ನಿಮ್ಮ ಮಡದಿಯ ಯಾವ ಗುಣ ನಿಮಗೂ ಇರಬೇಕಿತ್ತು ಅನಿಸುತ್ತದೆ?
ಉ: ಬೇಸರವೇ ಇಲ್ಲದೆ ಮನೆಕೆಲಸವನ್ನು ಮಾಡುತ್ತಿರುವುದು ಮತ್ತು ತವರನ್ನು ಪ್ರೀತಿಸುವುದು.

23. ಮಗಳ ಯಾವ ಗುಣ ನಿಮಗೆ ತುಂಬಾ ಇಷ್ಟವಾಗುತ್ತದೆ?
ಉ: ರಂಗಭೂಮಿಯಲ್ಲಿ, ಸಿನಿಮಾದಲ್ಲಿ ಪಾತ್ರ ಮಾಡುವಾಗ, ರಂಗ ಗೀತೆಗಳ ಕಾರ್ಯಕ್ರಮ ಬಂದಾಗ, ಪೂರ್ಣವಾಗಿ ತನ್ಮಯಳಾಗಿ, ಆಳವಾಗಿ ತೊಡಗಿಸಿಕೊಂಡು ಸಿದ್ಧಳಾಗುವ ಬದ್ಧತೆ.

24. ನೀವು ನಕ್ಕಾಗ ಕಣ್ಣಾಲಿಗಳು ತುಂಬಿ ಬಂದ ಸಂದರ್ಭ ಯಾವುದು?
ಉ: ನಟನ ರಂಗಶಾಲೆಯ ಆರಂಭೋತ್ಸವಕ್ಕೆ ಬಂದಿದ್ದ ಪ್ರಕಾಶ್ ರೈ ರಾತ್ರಿ ಊಟಕ್ಕೆ ಕೂತಾಗ 'ಎಷ್ಟು ದೊಡ್ಡ ಕೆಲಸ ಮಾಡಿದ್ದೀಯಾ ಗೆಳೆಯ ನಿನಗೆ ಗೊತ್ತಿಲ್ಲ. ಅರಿವಿಲ್ಲದೆ ಮಾಡಿಬಿಟ್ಟಿದ್ದೀಯ ಅನ್ಸತ್ತೆ' ಅಂದ. ಆಗ ನಕ್ಕೆ, ಕಣ್ಣಲ್ಲಿ ನೀರಿತ್ತು.

25. ಅಪ್ಪ ಎಂದ ಕೂಡಲೇ ನಿಮಗೆ ಎಂದೆಂದಿಗೂ ಮರೆಯಲಾಗದ ಅವರ ಗುಣ ಯಾವುದು?
ಉ: ಶತ್ರುವೇ ಎದುರಿಗೆ ಬಂದರೂ ನಗುತ್ತಾ, 'ಹೇಗಿದ್ದೀರಾ ಬನ್ನಿ ಊಟ ಮಾಡಿ' ಅನ್ನುತ್ತಿದ್ದ ಗುಣ.

26. ಮೈಸೂರು ಮಲ್ಲಿಗೆಗೆ ಫೇಮಸ್ಸು ಮಂಡ್ಯ ಮತ್ತು ಮಂಡ್ಯ ರಮೇಶ?
ಉ: ಮಂಡ್ಯ ಆತಿಥ್ಯಕ್ಕೆ... ರಮೇಶ ರಂಗಾತಿಥ್ಯಕ್ಕೆ.

27. ರಂಗಾಯಣ ನಿಮಗೆ ಕೊಟ್ಟ ಅಮೂಲ್ಯ ಕಾಣಿಕೆ ಎಂದರೆ ಯಾವುದು?
ಉ: ದೇಹಕ್ಕೆ ಊಟ, ಆತ್ಮದ ನೋಟ, ಮೈಗೆ ಬಟ್ಟೆ, ಮನಸ್ಸಿಗೆ ದೃಷ್ಟಿ.

28. ಅಮ್ಮ ನೆನಪಾದಾಗ ನಿಮಗೆ ನೆನಪಾಗುವ ಹಾಡು ಯಾವುದು?
ಉ: ಅಮ್ಮ ಎಂದರೆ ಏನೋ ಹರುಷವು.

29. ಕನಸುಗಾರ ಎಂದರೆ ಯಾರು?
ಉ: ನಿರಂತರ ದುಡಿಮೆಗಾರ.

30. ಮೈಸೂರು ರಂಗಭೂಮಿ ಎಂದಕೂಡಲೇ ನಿಮಗೆ ನೆನಪಾಗುವ ಸಂಸ್ಥೆ ಯಾವುದು?
ಉ: ಅರಮನೆಯ ಶ್ರೀ ಚಾಮುಂಡೇಶ್ವರಿ ನಾಟಕ ಸಭಾ.

31. ಮಂಡ್ಯ–ಮೈಸೂರು ಸಂಬಂಧವನ್ನು ಹೇಗೆ ಬಣ್ಣಿಸುವಿರಿ?
ಉ: ಕರುಳುಬಳ್ಳಿ ಸಂಬಂಧವದು. ಕುಡಿವ ನೀರು ಕಾವೇರಿ ಮಂಡ್ಯ ಜಿಲ್ಲೆಯ ಕೆ.ಆರ್.ಎಸ್.ನಲ್ಲಿ ಹರಿದರೂ ಪೊರೆಯೋದು ಮೈಸೂರಿನ ಜನರನ್ನು.

32. ಮಾತು ಬೆಳ್ಳಿ, ಮೌನ ಬಂಗಾರ...ಹಾಗಾದ್ರೆ ಮಂಡ್ಯ ರಮೇಶ?
ಉ: ಮಾತು ಮೌನದ ನಡುವಿನ ಒಪ್ಪೊತ್ತಿನ ಧ್ಯಾನ.

33. ಕಾಳಿದಾಸ ಮತ್ತು ಶೇಕ್ಸ್‌ಪಿಯರ್ ಇವರಿಬ್ಬರನ್ನು ನೀವು ನೆನಪಿಸಿಕೊಳ್ಳುವುದು ಹೇಗೆ?
ಉ: ಪ್ರೀತಿ ಮತ್ತು ಪಾಲಿಟಿಕ್ಸ್... ನಾಟ್ಯಧರ್ಮಿ, ಲೋಕಧರ್ಮಿ. ಪಂಡಿತ ಪಾಮರರಿಬ್ಬರಿಗೂ ತಲುಪುವ ಮಹಾಕವಿಗಳು.

34. ನಿಮ್ಮ ವ್ಯಕ್ತಿತ್ವದ ಯಾವ ಗುಣ ರಂಗಭೂಮಿಯನ್ನು ಬದುಕಾಗಿ ಆಯ್ಕೆಮಾಡಿಕೊಳ್ಳುವಂತೆ ಪ್ರೇರೇಪಿಸಿತು?
ಉ: ಎಲ್ಲವನ್ನೂ, ಎಲ್ಲರನ್ನೂ ಸಮನ್ವಯತೆಯಿಂದ ಕಾಣಬೇಕೆಂಬ ಜೀವನಪ್ರೀತಿಯ ಹಂಬಲ.

35. ಪ್ರಪಂಚದಲ್ಲಿ ಜಾತಿ ಮತದ ತಿಕ್ಕಾಟ ಇಲ್ಲದೆ ಇರುವ ಜಾಗವೆಂದರೆ ಯಾವುದು?
ಉ: ತಾಯಿಯ ಗರ್ಭ ಮತ್ತು ಪಂಚಭೂತಗಳಲ್ಲಿ.

36. ನಿಮಗೆ ರೆಕ್ಕೆಗಳನ್ನು ಕಟ್ಟಿದರೆ ನೀವು ಹಾರುವ ಲೋಕ ಹೇಗಿರಬೇಕು?
ಉ: ಭಾರತವೇ ಆಗಿರಬೇಕು. ಭಾರತದ ದೇಸಿ ಮತ್ತು ಅಧ್ಯಾತ್ಮ, ಜಪಾನಿನ ಶಿಸ್ತು ಮತ್ತು ಸಮಯ ಪಾಲನೆ. ಅಮೆರಿಕಾದ ಹಣ, ಇಂಗ್ಲೆಂಡಿನ ಅಚ್ಚುಕಟ್ಟುತನ, ಸ್ವಿಟ್ಜರ್ಲೆಂಡ್ ಮತ್ತು ಸಿಂಗಾಪೂರಿನ ಪ್ರವಾಸಿ ತತ್ವ, ಪ್ಯಾರಿಸ್ಸಿನ ಸೌಂದರ್ಯ, ದುಬೈನ ವ್ಯವಹಾರ,

ಅಮೆಜಾನ್ ಕಾಡುಗಳ ವರ್ಣಮಯ ನಿಗೂಢತೆ, ಆಸ್ಟ್ರೇಲಿಯಾದ ಸಾಗರ, ಪರ್ವತಗಳ ಚಂದ, ಆಸ್ಟ್ರಿಯಾ ದೇಶದ ಪ್ರಕೃತಿ. ಜಗತ್ತಿನ ಎಲ್ಲ ಜನಾಂಗಗಳನ್ನು ಸವಿದು ಬರುವಂತಹ ರೆಕ್ಕೆ ನನ್ನದಾಗಬೇಕು.

37. **ಭರತಮುನಿ ಮಾಡಿದ ಯಾವ ದೊಡ್ಡ ಕೆಲಸ ನಾವು ಇಂದಿಗೂ ನೆನಪಿಸಿಕೊಳ್ಳಬೇಕು?**
ಉ: ಅಭಿನಯಕ್ಕೆ ಆಕರ ಗ್ರಂಥ ಕೊಟ್ಟಿದ್ದು, ಮಕ್ಕಳನ್ನೇ ರಂಗ ಮಾಡಿದ್ದು.

38. **ಬೇಂದ್ರೆ ಮತ್ತು ಕುವೆಂಪು...ಇಬ್ಬರನ್ನೂ ಎರಡು ಪದಗಳಲ್ಲಿ ಸೆರೆ ಹಿಡಿಯಿರಿ.**
ಉ: ಪದ ಗಾರುಡಿಗ, ವರ್ಣನೆ ಮಾಂತ್ರಿಕ.

39. **ಅಂಕದ ತೆರೆಗೂ ಸಿನೆಮಾ ತೆರೆಗೂ ಇರುವ ವ್ಯತ್ಯಾಸ ಏನು?**
ಉ: ಅಂಕದ ಪರದೆ ಸರಿದರೆ ನಿಜದ ಪಾತ್ರಗಳಾಟ, ಸಿನೆಮಾ ತೆರೆಯಲ್ಲಿ ನೆರಳು ಬೆಳಕಿನಾಟ.

40. **ರಾಜ್‌ಕುಮಾರ್ ಅವರ ಯಾವ ಪಾತ್ರವನ್ನು ನಿಮ್ಮ ಜೀವನದಲ್ಲಿ ಅಳವಡಿಸಿಕೊಳ್ಳಲು ಬಯಸುವಿರಿ?**
ಉ: ನಾಂದಿ ಚಿತ್ರದ ಪಾತ್ರ/ಬಂಗಾರದ ಮನುಷ್ಯನ ಪಾತ್ರ.

41. **ವೃತ್ತಿರಂಗಭೂಮಿ ಕಲಾವಿದರ ಯಾವ ಗುಣ ನಿಮ್ಮನ್ನು ಹೆಚ್ಚು ಕಾಡುತ್ತದೆ?**
ಉ: ವೃತ್ತಿಪರತೆ ಮತ್ತು ಪ್ರೇಕ್ಷಕರ ಮನ ಮುಟ್ಟಲೇಬೇಕೆಂಬ ಹಠ.

42. **ನಟನಾಗಲು ಬಯಸುವವರಿಗೆ ಇರಬೇಕಾದ ಮೂಲಭೂತ ಗುಣ ಯಾವುದು?**
ಉ: ಇಚ್ಛಾಶಕ್ತಿ.

43. **ನಾಟಕ ಒಂದು ಗೆದ್ದಾಗ ಮತ್ತು ಸೋತಾಗ ನಿಮ್ಮ ಪ್ರತಿಕ್ರಿಯೆಯನ್ನು ಒಂದು ಪದದಲ್ಲಿ ಹೇಳಿ.**
ಉ: ನಗು–ಗೆದ್ದಾಗ ಜನ ಇಷ್ಟ ಪಟ್ಟಿದ್ದಕ್ಕೆ ಸಂತಸದ ನಗು. ಸೋತಾಗ, ಇಷ್ಟು ಕಷ್ಟಪಟ್ರೂ ತಲುಪಲಾಗಲಿಲ್ಲವಲ್ಲ ಅನ್ನೋ ವಿಷಾದದ ನಗು.

44. **ಬಣ್ಣ ಹಚ್ಚಿಕೊಳ್ಳದೆ ನಾಟಕ ಮಾಡುವವರಿಗೆ ನಿಮ್ಮ ಉತ್ತರ...**
ಉ: ಬಣ್ಣಕ್ಕಿರುವ ಬೆಲೆ ಅವರಿಗೆ ದಕ್ಕಿರೋದಿಲ್ಲ. ಅದಕ್ಕೆ ಬಣ್ಣ ಹಚ್ಚದೆ ಊರಿಗೆಲ್ಲ ಬೆಂಕಿ ಹಚ್ಕೊಂಡು ಓಡಾಡ್ತಿರ್ತಾರೆ!

45. **ನಿಮ್ಮ ಮಿತ್ರ ಮತ್ತು ಶತ್ರು... ಇಬ್ಬರಿಗೂ ನೀವು ಹೇಳುವ ಒಂದು ಕಿವಿಮಾತು ಏನು?**
ಉ: ಬನ್ನಿ ನಾಟಕ ನೋಡೋಣ. ಜೊತೇಲಿ ಒಂದು ಊಟ ಮಾಡೋಣ.

46. ಅಕಸ್ಮಾತ್ ನೀವು ಪ್ರಧಾನಿಯಾದರೆ ಮಾಡುವ ಮೊಟ್ಟಮೊದಲ ಕೆಲಸ ಯಾವುದು?

ಉ: ನಿದ್ರೆ, ಅದಕ್ಕಾಗಿ ತುಂಬಾ ಕಷ್ಟಪಟ್ಟಿರುತ್ತೀವಿ!

47. ಸಿನೆಮಾ ಮಾಡಿದ್ರೆ ಸಖತ್ ದುಡ್ಡು ಮಾಡಬಹುದು, ಅದೇ ನಾಟಕ ಮಾಡಿದ್ರೆ...

ಉ: ದುಡ್ಡು ಕಳಿಬೋದು... ಸಿಂಪಲ್!

48. ರಂಗಭೂಮಿ ಪ್ರತಿದಿನ ಸಂಜೆ ಹುಟ್ಟಿ ರಾತ್ರಿ ಸಾಯುತ್ತದೆ ಅಂತಾರೆ, ಅಂದ್ರೆ ನಟನೂ ಸಾಯಬೇಕ?

ಉ: ರಂಗಭೂಮಿ ಅಲ್ಲೇ ಇರತ್ತೆ. ಪ್ರದರ್ಶನ ಸಾಯತ್ತೆ ಅಷ್ಟೇ. ಮತ್ತೆ ನಟ ನಾಳೆ ಬಣ್ಣ ಹಚ್ಚುತ್ತಾನೆ, ಚಿರಾಯು ಅವ್ನು.

49. ನಾಟಕ ಮಾಡಿದ್ರೆ ಹೊಟ್ಟೆ ತುಂಬಲ್ಲ ಅಂತಾರೆ, ಹಾಗಾದ್ರೆ ಹೊಟ್ಟೆ ತುಂಬೋಕೆ ಏನು ಮಾಡಬೇಕು?

ಉ: ಜ್ಞಾನದ ಬುತ್ತಿಯಿಂದ ಅನುಭವದ ಹೊಟ್ಟೆ ತುಂಬಿಸಿಕೋತಾ ಹೋಗ್ಬೇಕು. ತನಗೆ ತಾನೇ ಉದರ ತುಂಬತ್ತೆ

50. ನೀವು ಆತ್ಮಚರಿತ್ರೆಯನ್ನು ಬರೆಯುವ ಸಂದರ್ಭ ಬಂದರೆ ಅದರ ಹೆಸರು ಏನಾಗಿರುತ್ತದೆ?

ಉ: ಕಳೆದುಕೊಂಡವನೊಬ್ಬನ 'ಕಳೆ'ಯಾದ ಕತೆ.

51. ಅತ್ಯಂತ ನೋವಿನ ಕ್ಷಣ ಯಾವುದು?

ಉ: ಅಕ್ಕನ ಮಗನ ಸಾವಿನ ಸುದ್ದಿ ತಿಳಿದಾಗ.

52. ಅವಮಾನಿತ ಘಳಿಗೆ ಯಾವುದು?

ಉ: ಆಪ್ತರೆನಿಸಿಕೊಂಡವರೇ ಅಪದ್ಧ ಕೇಸೊಂದರಲ್ಲಿ ಫಿಟ್ ಮಾಡಿ ನನ್ನನ್ನು ಕುಖ್ಯಾತನನ್ನಾಗಿಸಿದ್ದು.

53. ರಂಗಭೂಮಿಯಲ್ಲಿ ನಿಮ್ಮ ಆದರ್ಶ ವ್ಯಕ್ತಿ ಯಾರು?

ಉ: ಕೆ.ವಿ. ಸುಬ್ಬಣ್ಣ.

54. ನಿಮ್ಮ ಕನಸು?

ಉ: ರಾಜ್ಯಾದ್ಯಂತ ನಟನದ ಪರಿಕಲ್ಪನೆಯನ್ನು ಪಸರಿಸುವುದು. ಕಾರ್ಯಗತಗೊಳಿಸುವುದು.

55. ನಿಮ್ಮ ಮೆಚ್ಚಿನ ತಾಣ ಯಾವುದು?

ಉ: ಮಲೆನಾಡು ಮತ್ತು ಕರಾವಳಿ.

56. ತೀರಾ ಕೋಪ ಮಾಡಿಕೊಂಡ ಕ್ಷಣ ಯಾವುದು?

ಉ: ನಮ್ಮ ಪರಿಶ್ರಮವನ್ನು ಅರ್ಥಮಾಡಿಕೊಳ್ಳದ ಬುದ್ಧಿಜೀವಿಯೊಬ್ಬ ಅಸಂಬದ್ಧವಾಗಿ ಆಪಾದನೆ ಮಾಡಿದಾಗ ಅವನ ಚಡ್ಡಿ ಒದ್ದೆ ಮಾಡಿಸಿದ್ದೆ.

57. ತೀರಾ ಮುದ ಕೊಡುವ ಕ್ಷಣ ಯಾವುದು?

ಉ: ಮಕ್ಕಳಿಗೆ ಮತ್ತು ಯುವಕರಿಗೆ ನಾಟಕ ನಿರ್ದೇಶಿಸುವಾಗ ಮತ್ತು ನಾನು ಕೋರಿದ್ದು ಸಿಕ್ಕಾಗ.

58. ಎಷ್ಟು ವರ್ಷ ಬದುಕಬೇಕೆಂಬ ಆಸೆ ಇದೆ?

ಉ: ಸಂಪೂರ್ಣ ಆರೋಗ್ಯವಂತನಾಗಿದ್ದರೆ 110 ವರ್ಷ.

59. ಆಪ್ತರಕ್ಷಕನಾಗಿ ನಿಮ್ಮ ಜೊತೆಯಲ್ಲಿ ನಿಂತವರು ಯಾರು?

ಉ: ನಿರಂತರ ಕಾಯಕ ಶ್ರದ್ಧೆ.

ಮಹನೀಯರ ಕಣ್ಣಲ್ಲಿ ಮಂಡ್ಯ ರಮೇಶ್

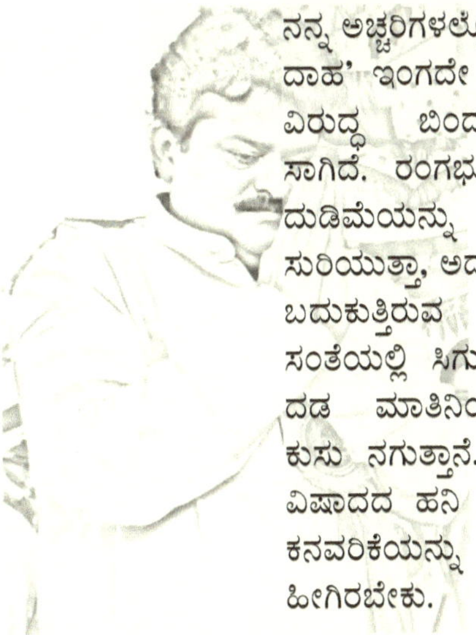

ಮಂಡ್ಯ ರಮೇಶ್ ಮೂವತ್ತು ವರ್ಷಗಳಿಂದ ಒಂದೇ ತೆರನಾಗಿರುವುದು ನನ್ನ ಅಚ್ಚರಿಗಳಲ್ಲೊಂದು. ಈ ಗೆಳೆಯನ 'ಅಭಿನಯ ದಾಹ' ಇಂಗದೇ ಉಳಿದು ವೃತ್ತಿ-ಪ್ರವೃತ್ತಿಗಳೆರಡರ ವಿರುದ್ಧ ಬಿಂದುಗಳ ನಡುವೆ ಝೀಕುತ್ತಾ ಸಾಗಿದೆ. ರಂಗಭೂಮಿಯನ್ನು ಪ್ರೀತಿಸುತ್ತಾ, ತನ್ನ ದುಡಿಮೆಯನ್ನು ರಂಗಭೂಮಿಯ ನಿರ್ಮಾಣಕ್ಕೆ ಸುರಿಯುತ್ತಾ, ಅದರಲ್ಲಿ ಸರ್ವರನ್ನೂ ಒಳಗೊಳ್ಳುತ್ತಾ ಬದುಕುತ್ತಿರುವ ನಮ್ಮ ಮಂಡ್ಯ ರಮೇಶ್ ಸಂತೆಯಲ್ಲಿ ಸಿಗುವ ಹಳೆಯ ನೆಂಟನಂತೆ. ದಡ ದಡ ಮಾತಿನಿಂದ ಸಂಭ್ರಮಿಸುತ್ತಾನೆ. ಕುಸು ಕುಸು ನಗುತ್ತಾನೆ. ನಡುವೆ ಸಣ್ಣಗೆ ಯಾವುದೋ ವಿಷಾದದ ಹನಿ ತೊಟ್ಟಿಕ್ಕಿಸುತ್ತಾನೆ. ತಕ್ಷಣ ನಾಳಿನ ಕನವರಿಕೆಯನ್ನು ಬಿತ್ತುತ್ತಾನೆ. ಹುಟ್ಟು ನಟರು ಹೀಗಿರಬೇಕು.

–ನಾಗತಿಹಳ್ಳಿ ಚಂದ್ರಶೇಖರ್
ಸಾಹಿತಿ ಮತ್ತು ನಿರ್ದೇಶಕ

1980–81ರ ಅವಧಿಯಲ್ಲಿ ಮಂಡ್ಯದ ಪಿ.ಇ.ಎಸ್. ಕಾಲೇಜಿನಲ್ಲಿ ಹೆದರುತ್ತಾ, ಮಾತು ಕಲಿಯುತ್ತಾ ಇದ್ದ ನನ್ನ ಗೆಳೆಯ ಈಗ ನಾಡಿನ ಪ್ರಮುಖ ರಂಗ ಸಂಘಟಕರಲ್ಲಿ ಒಬ್ಬನಾಗಿದ್ದಾನೆ. ಇದು ಸುಲಭವಾಗಿ ಆದುದಲ್ಲ. ಅನೇಕ ದಿನಗಳ ಪರಿಶ್ರಮ, ಅನೇಕ ಗುರುಗಳ ಸಂಪರ್ಕ, ಅನೇಕ ಮೈಲುಗಳ ನಡಿಗೆ, ಇನ್ನೂ ಅನೇಕಗಳು ಅವನಾಗುವುದಕ್ಕೆ ಕಾರಣವಾಗಿವೆ. ಅವನ ನಡಿಗೆಯ ಹಾದಿಯನ್ನು ವಾಮನ ತ್ರಿವಿಕ್ರಮನಾದದ್ದು ಎಂದು ಹೆಸರಿಸಬಹುದು. ಆ ಕಾಲದ ತ್ರಿವಿಕ್ರಮನಾದರೋ ದ್ರಾವಿಡರ ದೇವರಾದ ಬಲಿಚಕ್ರವರ್ತಿಯ ತಲೆಯನ್ನು ಮೆಟ್ಟಿದ. ಆದರೆ ನಮ್ಮ ಮಂಡ್ಯದ ರಮೇಶ ಯಾರದೋ ತಲೆಯನ್ನು ಮೆಟ್ಟಿ ನಿಂತವನಲ್ಲ. ಎಲ್ಲರೊಳಗೊಂದಾಗಿ ವಿನೀತನಾಗಿ ತನ್ನ ಸಿಟ್ಟು ಸೆಡವುಗಳನ್ನು ತನ್ನ ಅಂಗಳದಾಚೆಗೆ ದಾಟದಂತೆ ನೋಡಿಕೊಂಡು ಬದುಕು ಕಟ್ಟಿದವನು. ನಮ್ಮೆಲ್ಲರನ್ನೂ ಬೆರಗುಗೊಳಿಸಿದವನು. ನಿನ್ನ ಹಿಂದೆ ಸದಾಕಾಲವೂ ನಿನ್ನ ಗೆಳೆಯರಾದ ನಾವು ಮತ್ತು ರಂಗ ಪ್ರಯೋಗಗಳನ್ನು ಕಂಡ ಕನ್ನಡಿಗರಷ್ಟೂ ಜನ ಇದ್ದೇ ಇರುತ್ತೇವೆ. ನೀನೆಂದಿಗೂ ಒಂಟಿಯಲ್ಲ. ಏಕಕಾಲಕ್ಕೆ ನಾಡು ಕಟ್ಟುವ ಮತ್ತು ನಿನ್ನ ಹಿಂದೆ ನಿಲ್ಲುವ ಬಳಗವನ್ನು ಹಿಗ್ಗಿಸುವೆ. ಈ ತುಂಬಿದ ಮನಸ್ಸುಗಳು ನಿನ್ನೊಂದಿಗೆ ನದಿಯಾಗಿ ಪ್ರವಹಿಸುತ್ತಲೇ ಇರುತ್ತವೆ. ಅವನ ಸಾಧನೆ ಕಂಡು ಹೊಟ್ಟೆ ಉರಿಯುವಷ್ಟು ಸಂತೋಷ ಆಗ್ತಿದೆ.

–**ಬಿ. ಸುರೇಶ,** ನಟ, ನಾಟಕಕಾರ, ನಿರ್ದೇಶಕ

ರಮೇಶ ತನ್ನ ದ್ವಂದ್ವಗಳನ್ನು, ಒಳತೋಟಿಗಳನ್ನು, ಸಂದಿಗ್ಧಗಳನ್ನು ಮುಚ್ಚುಮರೆ ಯಿಲ್ಲದೆ ಪ್ರಾಮಾಣಿಕವಾಗಿ, ನಗೆಯ ಲೇಪದೊಂದಿಗೆ ತಿದ್ದಿಕೊಳ್ಳುವವ. ಆ ಪ್ರಕ್ರಿಯೆಯಲ್ಲಿಯೇ ಅವನ್ನು ನಿಭಾಯಿಸುವ ಮಾರ್ಗವನ್ನೂ ತನ್ನೊಳಗೆ ಹುಡುಕಿಕೊಳ್ಳುವವ.

–**ವೈದೇಹಿ,** ಸಾಹಿತಿ, ಚಿಂತಕಿ

ಮಂಡ್ಯ ರಮೇಶ್ ಅವರನ್ನು ನೋಡಿದಾಗ ನನಗೆ ಅನ್ನಿಸೋದು ಲವಲವಿಕೆಯಿಂದ ಕೂಡಿದ ಒಂದು ಚಿಕ್ಕ ಮಗು ಅಂತ. ಬಹಳ ಗೆಲುವಿನಿಂದ, ನಿಸ್ಪೃಹತೆಯಿಂದ ಮತ್ತು commitment ಇಂದ ಕೆಲಸ ಮಾಡುತ್ತಾರೆ. ಮುಂದೆಯೂ ಅವರು ಸಾವಿರಾರು ಮಕ್ಕಳನ್ನು ತಯಾರು ಮಾಡಲಿ. ಇದೇ ರೀತಿ ಉತ್ಸಾಹ, ಹುಮ್ಮಸ್ಸು ಸದಾ ಅವರ ಜೊತೆ ಇರಲಿ ಅಂತ ಹಾರೈಸುತ್ತೇನೆ.

–**ಭಾರ್ಗವಿ ನಾರಾಯಣ್,** ನಟಿ

ತನ್ನ ಇರುವನ್ನು ತನ್ನ ಅರಿವಿನ ಜೊತೆ ಕೂಡಿಸಿಕೊಳ್ಳುತ್ತಾ ಸಿನೆಮಾವನ್ನು

ಬೇರೆ ಆಯಾಮಕ್ಕೆ ತೆಗೆದುಕೊಂಡು ಹೋಗೋಕೆ ಶುರು ಮಾಡಿದ. ಒಬ್ಬ ಪರಿಪೂರ್ಣ ನಟನಿಗೆ ಇರಬೇಕಾದ ಎಲ್ಲಾ ಪರಿಕರಗಳು ಮಂಡ್ಯ ರಮೇಶನಲ್ಲಿವೆ. ಯಾವುದೇ ಪಾತ್ರಕ್ಕಾದರೂ ಒಂದು ವಿಶಿಷ್ಟ ರೂಪನ್ನು ಕೊಡುವ ಸಾಮರ್ಥ್ಯವಿದೆ. ನಾಗಮಂಡಲ ಚಿತ್ರದ ಪಾತ್ರವನ್ನು ಬೇರೆ ಯಾರೂ ಮಾಡೋಕೆ ಆಗುತ್ತಿರಲಿಲ್ಲ ಅನ್ನುವಷ್ಟರ ಮಟ್ಟಿಗೆ ನಟಿಸಿ ತನ್ನ ಛಾಪನ್ನು ಮೂಡಿಸಿದ್ದಾನೆ. ನಟನಾಗಿ, ಸಂಘಟಕನಾಗಿ, ನಿರ್ದೇಶಕನಾಗಿ ಮತ್ತು ಒಬ್ಬ ಮೇಷ್ಟ್ರಾಗಿ ಅದ್ಭುತವಾದ ಕೆಲಸವನ್ನು ಮಾಡಿದ್ದಾನೆ ಮಂಡ್ಯ ರಮೇಶ್.

–ಟಿ.ಎಸ್. ನಾಗಾಭರಣ, ನಟ, ನಿರ್ದೇಶಕ

ಯಾವ ಕಲಾವಿದ ನಾಟಕ ಕಲಿಸುತ್ತಾನೋ ಅವನು ಕರ್ನಾಟಕ ಕಟ್ಟುತ್ತಾನೆ. ಪ್ರೀತಿಗೆ ಮತ್ತೊಂದು ಹೆಸರು ಮಂಡ್ಯ ರಮೇಶ್. ರಂಗಶಂಕರದಂತಹ ಒಂದು ಸುಂದರವಾದ ರಂಗಶಾಲೆಯನ್ನು ಕಟ್ಟಿ ಅದ್ಭುತವಾದ ಕೆಲಸವನ್ನು ಮಾಡ್ತಿದಾನೆ. ಒಬ್ಬ ಕಿರಿಯ ಕಲಾವಿದ ಏನಾದರೂ ಸಾಧನೆ ಮಾಡಿದಾಗ ಅವರಿಗೆ ಫೋನ್ ಮಾಡಿ ಅವರ ಬೆನ್ನು ತಟ್ಟುವ ಕೆಲಸ ಮಾಡ್ತಾನೆ. ಸದ್ಗುಣಿ ನಮ್ಮ ಮಂಡ್ಯ ರಮೇಶ. ಕರ್ನಾಟಕವನ್ನು ಕಟ್ಟಿದ್ದು ಕಲಾವಿದರು, ಕವಿಗಳು. ಅವನ ಉಸಿರಿರೋದು ನಾಟಕದಲ್ಲಿ. ಕನ್ನಡವನ್ನು ಕಾಪಾಡಿದ್ದಾನೆ. ಮತ್ತೊಬ್ಬ ಕಲಾವಿದನನ್ನು ಪ್ರೀತಿ ಮಾಡುವುದು ಅವನ ದೊಡ್ಡ ಗುಣ.

–ಹಂಸಲೇಖ, ಸಾಹಿತಿ ಮತ್ತು ಸಂಗೀತ ನಿರ್ದೇಶಕ

ಮಂಡ್ಯ ರಮೇಶನ ಕಣ್ಣುಗಳು ಯಾವಾಗಲೂ ಜಗತ್ತನ್ನು ನುಂಗುವ ಹಾಗೆ ನೋಡ್ತಿರ್ತಾವೆ. ಸಣ್ಣ ವಿಚಾರಕ್ಕೂ ಉತ್ತರವನ್ನು ಕಣ್ಣುಗಳಲ್ಲೇ ಹುಡುಕುವ ವ್ಯಕ್ತಿ. ಅವನ ಹುಡುಕಾಟ ಯಾವಾಗಲೂ ದೊಡ್ಡದು. ಅವನ ರಂಗಭೂಮಿಯ ಹುಡುಕಾಟ, ಬರವಣಿಗೆಯ ಹುಡುಕಾಟ ಮತ್ತು ಗೆಳೆಯರ ಹುಡುಕಾಟ ಇಷ್ಟ ಆಗತ್ತೆ. ರಮೇಶನ ಕಣ್ಣು ಬರಿ ಕಣ್ಣಲ್ಲ ಅದೊಂದು ವಿಷನ್.

–ಅರುಣ್ ಸಾಗರ್, ನಟ, ಕಲಾನಿರ್ದೇಶಕ

1989ರಲ್ಲಿ ರಂಗಾಯಣಕ್ಕೆ ಪ್ರವೇಶ ಪಡೆದಾಗ ನಾವೆಲ್ಲ ದಸರಾ ಸಮಯದಲ್ಲಿ ಭೇಟಿ ಆದೆವು. ಕಾರಂತರು ಹಿಡಿಸಿದ ಹುಚ್ಚನ್ನು ಮಂಡ್ಯ ರಮೇಶ ಚೆನ್ನಾಗಿ continue ಮಾಡ್ತಿದ್ದಾನೆ.

–ರಂಗಾಯಣ ರಘು, ನಟ

ರಮೇಶನಿಗೆ ಅವರ ಅಪ್ಪ ಒಂದು ಪುಟ್ಟ ಮನೆ ಕಟ್ಟಿಸಿಕೊಟ್ರು. ಅದಾದ ಮೇಲೆ ಅವನು ಮತ್ತೊಂದು ಮನೆ ಕಟ್ಟಲಿಲ್ಲ. ಒಂದು ಹಾಲ್ ಮಾಡಿ ಅಲ್ಲಿ ಸಂಗೀತ,

ನಾಟಕ, ನೃತ್ಯಗಳನ್ನು ಕಲಿಸ್ತಾ ಹೋದ. ಅಲ್ಲೇ ನಟನ ಶುರು ಆಗಿದ್ದು. ಅವನ ಹವ್ಯಾಸ ಗಟ್ಟಿಯಾದುದು.

–ಶಿವಾಜಿರಾವ್ ಜಾಧವ್, ನಟ

ರಮೇಶ್ ಅವರು ಅದ್ಭುತ ಕೆಲಸಗಳನ್ನು ನೋಡಿ ನನಗೆ ಹೆಮ್ಮೆ ಅನಿಸಿದೆ. ರಂಗಭೂಮಿಯಲ್ಲಿ ಪ್ರಾಮಾಣಿಕವಾಗಿ ಕೆಲಸ ಮಾಡ್ತಿದ್ದಾರೆ. ನನಗೂ ಏನಾದರೂ ಮಾಡಬೇಕೆಂಬ ಸ್ಫೂರ್ತಿಯನ್ನು ಹುಟ್ಟಿಸಿದ್ದಾರೆ.

–ಸುಧಾ ಬೆಳವಾಡಿ, ನಟಿ

ಚಿಕ್ಕಂದಿನಿಂದ ರಮೇಶ ನಾಟಕ ಮತ್ತು ಆಟಪಾಠಗಳಲ್ಲಿ ತನ್ನನ್ನು ತೊಡಗಿಸಿ ಕೊಂಡಿದ್ದ. ಶಾಂತ ಸ್ವಭಾವದವನಾಗಿದ್ದು ಗೆಳೆಯರಿಗೆಲ್ಲ ನಾಟಕದ ಗೀಳನ್ನು ಹಚ್ತಾ ಇದ್ದ.

–ಸುಬ್ರಹ್ಮಣ್ಯಂ, ತಂದೆ

ಭಾಷೆ ಬಗ್ಗೆ ಅವನು ಅಸ್ಖಲಿತವಾಗಿ ಮಾತಾಡೋದನ್ನು ನೋಡಿದ್ರೆ ಖುಷಿ ಆಗತ್ತೆ. ನನ್ನ ತಮ್ಮ ಅಂತ ನನಗೆ ಬಹಳ ಹೆಮ್ಮೆ ಆಗತ್ತೆ. ನನ್ನ ಮಗನ ನಂತರದ ಸ್ಥಾನ ರಮೇಶನಿಗೆ. ನನ್ನ ಜೀವನದ ಎಲ್ಲ ಹಂತಗಳಲ್ಲೂ ನನಗೆ ಬೆಂಬಲವಾಗಿ ನಿಂತಿದ್ದಾನೆ. ನಟನ ಅವನಿಗೆ ಮಗ ಇದ್ದ ಹಾಗೆ. ಒಳ್ಳೆಯದಾಗಲಿ ರಮೇಶ.

–ವಲ್ಲಿ ಪ್ರಭಾಕರ್, ಅಕ್ಕ

ಮಂಡ್ಯ ರಮೇಶ್ ಅಂದ್ರೆ ವಿಸ್ಮಯ ಮತ್ತು ಪ್ರಯೋಗಶೀಲತೆ. ಧ್ಯಾನಸ್ಥ ಸ್ಥಿತಿಯಲ್ಲಿ ರಂಗ ಚಟುವಟಿಕೆಗಳನ್ನು ಮಾಡಿಕೊಂಡು ಬರುತ್ತಿದ್ದಾರೆ.

–ಸತೀಶ್ ಚಂದ್ರ, ಪ್ರಾಧ್ಯಾಪಕರು

ಮಂಡ್ಯ ರಮೇಶ್ ಪ್ರತಿಭಾವಂತ ನಟ. ತಮ್ಮ ಪ್ರತಿಭೆಯನ್ನು ಎಲ್ಲರ ಜೊತೆ ಹಂಚಿಕೊಳ್ಳುವ ಉದ್ದೇಶದಿಂದ ರಂಗಶಾಲೆ ತೆರೆದಿದ್ದಾರೆ. ಒಳ್ಳೆಯದಾಗಲಿ.

–ಅಂಬರೀಷ್, ನಟ

ಕೆಲವರು ರಂಗಭೂಮಿಯನ್ನೇ ಮನೆ ಮಾಡಿಕೊಂಡರೆ ಇವನಿಗೆ ಮನೇನೆ ರಂಗಭೂಮಿ. ಶೃಂಗೇರಿ ಸಮೀಪ ಮಠ ಚಿತ್ರದ ಚಿತ್ರೀಕರಣ ನಡೆಯುತ್ತಿತ್ತು. ಮಂಡ್ಯ ರಮೇಶನಿಗೆ ಆರೋಗ್ಯದಲ್ಲಿ ಸ್ವಲ್ಪ ವ್ಯತ್ಯಾಸ ಆಗಿ ಹತ್ತಿರದ ಆಸ್ಪತ್ರೆಗೆ ಸೇರಿಸಿದೆವು. ಮಾರನೇ ದಿನ ಇನ್ನೂ ಪೂರ್ಣ

ಹುಷಾರಾಗಿರಲಿಲ್ಲ ಸ್ವಲ್ಪ ಸುಸ್ತಿತ್ತು. ಆದರೂ ಮಂಡ್ಯ ರಮೇಶ ಅದಕ್ಕೆಲ್ಲ ತಲೆ ಕೆಡಿಸಿಕೊಳ್ಳದೆ ಶೂಟಿಂಗ್‌ಗೆ ಹಾಜರ್ ಆದ. ಅದು ಅವನ commitment.

–ತಬಲಾ ನಾಣಿ, ನಟ

ಅಪ್ಪ ನನಗೆ ಬೆಸ್ಟ್ ಫ್ರೆಂಡ್...

–ದಿಶಾ ರಮೇಶ್, ಮಗಳು

ರಮೇಶ್ ಚಿಕ್ಕವನಾಗಿದ್ದಾಗಲೇ, ಮನೆ ಮುಂದೆ ಕಡ್ಲೇಪುರಿ ಮಾರುವವನು 'ಕಡ್ಲೇಪುರಿ, ಕಡ್ಲೇಪುರಿ ಅಂತ ಕೂಗಿಕೊಂಡು ಬಂದ್ರೆ ಪ್ರಾಸಬದ್ಧವಾಗಿ–'ಜೇಬಿಗೆ ಸುರಿ, ಜೇಬಿಗೆ ಸುರಿ' ಎನ್ನುತ್ತಿದ್ದ. ಎಲ್ಲವನ್ನೂ ಸೂಕ್ಷ್ಮವಾಗಿ ಗಮನಿಸುವ ಗುಣ ಅವನಲ್ಲಿ ತುಂಬಾ ಇತ್ತು.

–ಆನಂದ್‌ಬಾಬು, ಅಣ್ಣ

ತಾನೂ ಬೆಳೆದು ಮತ್ತೊಬ್ಬರನ್ನೂ ಬೆಳೆಸುವ ಗುಣ ಗುರು ಮಂಡ್ಯ ರಮೇಶ್ ಅವರಲ್ಲಿದೆ. ನಾಟಕ ನಡೆಯುವಾಗ side wingನಲ್ಲಿ ಅವರ tension ನೋಡ್ಬೇಕು. ನಟರಿಂದ ಏನಾದರೂ ತಪ್ಪಾಯಿತು ಅಂದ್ರೆ ಅವನಿಗೆ ಸರಿಯಾಗಿ ಕ್ಲಾಸ್ ತೆಗೆದುಕೊಳ್ಳುತ್ತಾರೆ.

–ಮೇಘಸಮೀರ

Stagnant ಆಗಿರಲು ಮಂಡ್ಯ ರಮೇಶ ಎಂದಿಗೂ ಒಪ್ಪಲ್ಲ.

–ಜನಾರ್ಧನ (ಜನ್ನಿ), ರಂಗಕರ್ಮಿ

Promising actor ಮತ್ತು ರಂಗ ಸಾಹಸಿ ನಮ್ಮ ಮಂಡ್ಯ ರಮೇಶ್

–ಬಸವಲಿಂಗಯ್ಯ, ರಂಗಕರ್ಮಿ

ಮೊದಲಿನಿಂದಲೂ ಏನಾದರೂ ಹೊಸ ಪ್ರಯೋಗ ಮಾಡಬೇಕು ಅನ್ನುವ ಹಂಬಲ ಅವರಲ್ಲಿತ್ತು.

–ಬ್ಯಾಂಕ್ ಜನಾರ್ಧನ್, ನಟ

ಮಂಡ್ಯ ರಮೇಶನ ರಂಗ ಪ್ರದರ್ಶನಗಳು ಹೆಚ್ಚು ಹೆಚ್ಚು ನಡೆಯಲಿ. ನನ್ನ ಸೊಂಟದಲ್ಲಿ ಮತ್ತು ಕಂಠದಲ್ಲಿ ತ್ರಾಣ ಇರುವಾಗ ನನ್ನನ್ನು ಬಳಸಿಕೊಳ್ಳಲಿ. ಕಲಾಮಾತೆ ಅವನನ್ನು ಹರಸಲಿ.

–ಮಾಸ್ಟರ್ ಹಿರಣ್ಣಯ್ಯ, ನಟ

ಮಂಡ್ಯ ರಮೇಶ್ ಒಬ್ಬ ಮಾಯಾವಿ. ರಂಗಭೂಮಿಯಲ್ಲಿ ಆಸಕ್ತಿ ಇಲ್ಲದವರಿಗೂ ಆಸಕ್ತಿಯನ್ನು ಚಿಗುರಿಸುವ ಕಲಾವಂತಿಕೆ ಅವನಲ್ಲಿದೆ.

–ನಾಗೇಂದ್ರ ಶಾ, ನಟ

ಎಲ್ರೂ ಮನೆ ಕಟ್ಟುತ್ತಾರೆ, ವ್ಯಾಪಾರ ಮಾಡ್ತಾರೆ, ಆದ್ರೆ ಮಂಡ್ಯ ರಮೇಶ ರಂಗಶಾಲೆ ಕಟ್ಟಿದ. ಕನ್ನಡದ ಬಗ್ಗೆ ಒಲವನ್ನು, ಸಾಮಾಜಿಕ ಕಳಕಳಿಯನ್ನು ಹೊಂದಿರುವ ನಟ. ನಮ್ಮ ಕೈಯಲ್ಲಿ ಆಗುವ ಎಲ್ಲ ರೀತಿಯ ಸಹಕಾರ ಅವನಿಗೆ ಕೊಡ್ತೇವೆ.

–ಮುಖ್ಯಮಂತ್ರಿ ಚಂದ್ರು, ನಟ

ರಂಗಾಯಣದಲ್ಲಿ ಒಮ್ಮೆ ಕಾರಂತರು ನಮ್ಮ ಅನುಭವಗಳನ್ನು ಹಂಚಿಕೊಂಡು ಒಂದು ಕ್ಲಾಸ್ ತೆಗೆದುಕೊಳ್ಳುವಂತೆ ಕರೆದಿದ್ದರು. ಅಲ್ಲಿ ನಾನು ಮೊದಲ ಬಾರಿಗೆ ಮಂಡ್ಯ ರಮೇಶ್ ಅವರನ್ನು ಭೇಟಿಯಾಗಿದ್ದು. ಬಹಳ ಚೂಟಿ ಹುಡುಗ ಅನ್ನಿಸಿತು ಆಗಲೇ. ಆರಂಭದಲ್ಲಿ ಮಂಡ್ಯ ರಮೇಶನಿಗೆ ಸಿನೆಮಾ ಬಗ್ಗೆ ಒಲವು ಇರಲಿಲ್ಲ. ಕೋಪಾನೆ ಇತ್ತು. ಇವತ್ತು ದೊಡ್ಡ ಕಲಾವಿದರಾಗಿ ಬೆಳೆದಿದ್ದಾರೆ. ಒಳ್ಳೆಯದಾಗಲಿ.

–ಸುಂದರರಾಜ್, ನಟ

ರಮೇಶ ಇದ್ರೆ ಸುತ್ತ ನಗುವಿನ ವಾತಾವರಣ ಇರತ್ತೆ.

–ಚಿತ್ರಾ ಶೆಣೈ, ನಟಿ

ರಂಗ ಮಂದಿರ ಕಟ್ಟುವುದೇ ಒಂದು ದೊಡ್ಡ ಸಾಹಸ. ಅದನ್ನು ಮಂಡ್ಯ ರಮೇಶ ಮಾಡಿದ್ದಾರೆ.

–ಶ್ರೀನಿವಾಸಮೂರ್ತಿ, ನಟ

ಯಾವುದೇ ಪಾತ್ರ ಕೊಟ್ಟರೂ ಲೀಲಾಜಾಲವಾಗಿ ಮಾಡ್ತಾನೆ ಗೆಳೆಯ ಮಂಡ್ಯ ರಮೇಶ.

–ಬಿರಾದಾರ, ನಟ

ಸ್ವತಂತ್ರವಾಗಿ ಬದುಕೋಕೆ ಆಗೋದಿಲ್ಲವೇನೋ ಅಂದಿದ್ರು ಕಾರಂತರು. ಅದನ್ನು ಮಾಡಿ ತೋರಿಸಿದ್ದಾನೆ ಮಂಡ್ಯ ರಮೇಶ್.

–ದೊಡ್ಡಣ್ಣ, ನಟ

Great Ramesh keep it up, you are doing a spectacular work even without Govt. support. You are only visionary after B.V.

Karanth. Keep it up Ramesh. All the best to you and your team, you have proved yourself.

–ಜೆ.ಲೋಕೇಶ್, ಮಾಜಿ ಅಧ್ಯಕ್ಷರು, ಕನಾಟಕ ನಾಟಕ ಅಕಾಡೆಮಿ

ಮೊದಲು ನನ್ನ ಮುಖಕ್ಕೆ ಬಣ್ಣ ಹಚ್ಚಿದ್ದು ಮಂಡ್ಯ ರಮೇಶ್ ಅವರು. ಇವತ್ತು ನನ್ನ ಯಶಸ್ಸೇನಾದರೂ ಆಗಿದ್ದರೆ ಆ ಕ್ರೆಡಿಟ್ ಅವರಿಗೇ ಸಲ್ಲಬೇಕು. ನನ್ನ ನೀನಾಸಂ ಅರ್ಜಿಗೆ ಸಹಿ ಹಾಕಿಕೊಟ್ಟವರೂ ಅವರೇ.

–ದರ್ಶನ್, ನಟ

ಮಂಡ್ಯ ರಮೇಶ್ ಮತ್ತು ನನ್ನ ಗೆಳೆತನ ನೀನಾಸಂ ದಿನಗಳಿಂದ, ರಂಗಾಯಣ ದಾಟಿ ಈಗ ನಟನವರೆಗೂ ಸಾಗುತ್ತಲೇ ಬಂದಿದೆ. ಇವನ ಬೆಳವಣಿಗೆ ನನಗೆ ತುಂಬಾ ಇಷ್ಟ. ಇವನ ಬಗ್ಗೆ ಅತೀವ ಅಭಿಮಾನ ನನಗೆ. ಏಕೆಂದರೆ ರಂಗಭೂಮಿಯಿಂದ ಏನನ್ನು ಪಡೆದುಕೊಂಡಿದ್ದಾನೆ ಅದರ ಎರಡರಷ್ಟು ರಂಗಭೂಮಿಗೆ ಮರಳಿ ಕೊಟ್ಟಿದ್ದಾನೆ ಅದಕ್ಕಾಗಿ.

–ಪ್ರಕಾಶ್ ರೈ, ನಟ

ಮುಖ್ಯವಾಗಿ ನಾನು ನೆನೆಸ್ಕೋಬೇಕಾಗಿರೋದು ನನ್ನ ಗುರುಗಳಾದ ಮಂಡ್ಯ ರಮೇಶ್ ಅವರನ್ನ. ಹತ್ತರಿಂದ ಹನ್ನೆರಡು ವರ್ಷಗಳ ಕಾಲ ಅವರ ಗರಡಿಯಲ್ಲಿ ನಾಟಕ ಮಾಡಿದೆ. ಸುಮಾರು 500 ನಾಟಕಗಳ ಪ್ರದರ್ಶನಗಳನ್ನು ಮಾಡಿದ್ದೇನೆ. ಮೈಕ್ ಬಳಸುವುದು, ಲೈಟ್ ತೆಗೆದುಕೊಳ್ಳುವುದು, ಕ್ಯಾಮರಾ ಫೇಸ್ ಮಾಡೋದು ಪ್ರತಿಯೊಂದನ್ನೂ ಹೊಡೆದು, ಬಯ್ದು ಕಲಿಸಿದ್ದಾರೆ.

–ಎಮ್.ಆರ್. ಶ್ರೀಹರ್ಷ, ಗಾಯಕ

ಕನ್ನಡ ಚಿತ್ರರಂಗ ಕಂಡಂತಹ ಅತ್ಯದ್ಭುತವಾದ ನಟ. ಬಹಳಷ್ಟು ಕಲಾವಿದರನ್ನ ಕನ್ನಡ ಚಿತ್ರರಂಗಕ್ಕೆ ಕೊಟ್ಟಿದ್ದಾರೆ.

–ಅನುಶ್ರೀ, ನಿರೂಪಕಿ

ಮಂಡ್ಯ ರಮೇಶರ ಅವರ ಬಗ್ಗೆ ನನಗೆ ತುಂಬಾನೇ ಅಭಿಮಾನ ಇದೆ. ಎಷ್ಟು ಒಳ್ಳೆಯ ಲೆಜೆಂಡರಿ ಆಕ್ಟರ್, ತುಂಬಾ ಜನರಿಗೆ ತಮ್ಮ ಕಲೆಯನ್ನು ಹಂಚಿದ್ದಾರೆ. ಅವರ ಬಗ್ಗೆ ನನಗೆ ಅಪಾರವಾದ ಅಭಿಮಾನ ಇದೆ.

–ಶ್ವೇತಾ ಚಂಗಪ್ಪ, ನಟಿ ಮತ್ತು ನಿರೂಪಕಿ

Mr. Mandya Ramesh a wonderful actor, a very lively heart, open to every possibility, the man of theatre, the man of cinema, and the man of society as well. An eminent actor of Kannnada cinema. In that way Ramesh is a torch bearer, he is a path finder in Indian theatre. I admire him..., I salute him...

-**Ravi Chaturvedi**, NSD

ಅವರು ಬಹಳ ಸ್ವಾಭಿಮಾನಿ. ಅವರು ಯಾರ ಮುಂದೇನು ಕೈಚಾಚಿಲ್ಲ. ಅವರ ಸಂಪಾದನೆಯಲ್ಲಿ ಒಂದಿಷ್ಟು ಭಾಗವನ್ನು ಎತ್ತಿಟ್ಟು ರಂಗಭೂಮಿನಾ ಉಳಿಸೋ ಪ್ರಯತ್ನ ಮಾಡ್ತಾ ಇದಾರೆ. ಅವರ ಬಗ್ಗೆ ನಮಗೆ ಬಹಳಷ್ಟು ಹೆಮ್ಮೆ ಇದೆ.

–**ಪ್ರೇಮ್**, ನಟ

'ನಟನ'ವನ್ನು ನೋಡಿದ ಮೇಲೆ, ಮಂಡ್ಯ ರಮೇಶ್ ಅವರ ಬಳಿ ನಾನ್ಯಾಕೆ ಕಲೀಲಿಲ್ಲ ಅಂತ ಒಂಥರಾ ಸಂಕಟವಾಗ್ತಿದೆ.

–**ವಾಸುಕಿ ವೈಭವ್**, ಸಂಗೀತ ನಿರ್ದೇಶಕ ಹಾಡುಗಾರ

ನನಗೆ ಗೊತ್ತಿರೋ ಪ್ರಕಾರ ಇವತ್ತು ನಮ್ಮ ಕನ್ನಡ ಇಂಡಸ್ಟ್ರಿಯಲ್ಲಿ ಕಮ್ಮಿಯಂದ್ರೂ 50–60% ಆರ್ಟಿಸ್ಟ್‌ಗಳು ಮಂಡ್ಯ ರಮೇಶ್ ಅವರ ಗರಡಿಯಲ್ಲಿ ತಯಾರಾಗಿ ಬಂದಿರುವಂಥವರು.

–**ಸೃಜನ್ ಲೋಕೇಶ್**, ನಟ, ನಿರೂಪಕ

ಮಂಡ್ಯ ರಮೇಶ್ ಅವರು ಒಂದು ಅದ್ಭುತವಾದ ಸ್ಪೇಸ್ ಅನ್ನು ಕಟ್ಟಿದ್ದಾರೆ. ಇವರು ಮಾಡುತ್ತಿರುವ ಕೆಲಸಗಳು ನೋಡ್ತಾ ಇದ್ರೆ ತುಂಬಾ ಖುಷಿಯಾಗುತ್ತೆ.

–**ಪ್ರಮೋದ್ ಶೆಟ್ಟಿ**, ನಟ.

ಗ್ರೇಟ್ ರಮೇಶಣ್ಣ, ಗ್ರೇಟ್! ಎಂತೆಂಥ ಪ್ರಯೋಗಗಳನ್ನು ಮಾಡ್ತಾ ಇದೀರಿ ಹ್ಯಾಟ್ಸಾಫ್!

–**ಪ್ರಾಣೇಶ್ (ಗಂಗಾವತಿ ಬಿ.ಜಿ.)**, ವಾಗ್ಮಿ

ಮಕ್ಕಳನ್ನು ಕೂರಿಸ್ಕೊಂಡು ಅವರಿಗೆ ನಟನೆ ಅಂದ್ರೆ ಏನು, ಸೀನ್ ಅಂದ್ರೆ ಏನು ಅಂತ ಹೇಳಿಕೊಟ್ಟು ಅದರಿಂದ ಅವರ ಭವಿಷ್ಯ ಈ ಭವಿಷ್ಯವನ್ನು ನಿರ್ಮಾಣ ಮಾಡೋ ಕೆಲ್ಸ ಮಾಡ್ತಿರೋ ಮಂಡ್ಯ ರಮೇಶ್ ನಿಜ್ವಾಗ್ಲೂ ಗ್ರೇಟ್.

–**ರವಿಚಂದ್ರನ್**, ನಟ ನಿರ್ಮಾಪಕ, ನಿರ್ದೇಶಕ

❖ ಮಂಡ್ಯ ಡೈಲಾಗ್

ಮಂಡ್ಯ ರಮೇಶ್ ಸರ್ ಈಗ ಮುಂದಿನ ಕೆಲವು ಕ್ಷಣಗಳು ನಿಮ್ಮವೇ. ನೀವು ತುಂಬಾ ಇಷ್ಟಪಡುವ 'ರಂಗಭೂಮಿ', 'ಚಲನಚಿತ್ರ' ಮತ್ತು 'ಪುಸ್ತಕಗಳು' ಮತ್ತು ಇನ್ನಿತರ ವಿಷಯಗಳಿಗೆ ಸಂಬಂಧಪಟ್ಟ ಹಾಗೆ ಮತ್ತು ಇವು ಮೂರೂ ಕ್ಷೇತ್ರಗಳೂ ನಿಮ್ಮನ್ನು ಹೇಗೆ ಆಕರ್ಷಿಸಿವೆ ಅಂತ ನಿಮ್ಮದೇ ಮಾತುಗಳಲ್ಲಿ ಕೇಳುವ ಆಸೆ. ಇಲ್ಲಿ ಯಾವುದೇ ಪ್ರಶ್ನೆಗಳು ಇಲ್ಲ. ಕೇವಲ ನಿಮ್ಮದೇ ಮಾತು. ರೆಡಿನಾ ಸರ್...

ಸ್ಟಾರ್ಟ್ ಕ್ಯಾಮೆರಾ... ಲೈಟ್ಸ್... ಆಕ್ಷನ್...

ಎಲ್ರಿಗೂ ನಮಸ್ಕಾರ ನೇರವಾಗಿ ವಿಷಯಕ್ಕೆ ಬಂದು ಬಿಡ್ತೀನಿ. ರಂಗಭೂಮಿ ಒಂದು ವಿಶ್ವವಿದ್ಯಾನಿಲಯ ಇದ್ದ ಹಾಗೆ. ನಾವೆಲ್ಲ ವಿದ್ಯಾರ್ಥಿಗಳು. ಇಲ್ಲಿ ಹಾಜರಾತಿ ಕಡ್ಡಾಯ. ತರಗತಿಗೆ ಬರ್ದೆ ಪರೀಕ್ಷೆ ಬರೀತೀನಿ ಅಂದ್ರೆ ಸೊನ್ನೆ ಕಟ್ಟಿಟ್ಟ ಬುತ್ತಿ. ಶಿಸ್ತು ಮತ್ತು ಬದ್ಧತೆ

ಇಲ್ಲೋನು ಯಶಸ್ಸನ್ನು ಕಾಣಲಾರ. ಇಲ್ಲಿ ರ್‍ಯಾಂಕ್ ಬರೋನು ಫೇಲ್ ಆಗ್ಬೋದು. ಫೇಲ್ ಆಗ್ತಾನೆ ಅಂದುಕೊಂಡವ್ನು ರ್‍ಯಾಂಕ್ ಕೂಡ ಬರ್ಬೋದು. ಇದು ನಮ್ಮ ನಮ್ಮ ಶ್ರಮದ ಮೇಲೆ ನಿಂತಿರತ್ತೆ. ಇದು ದೇವಸ್ಥಾನ, ಒಳಗೆ ಬರೋ ಮುಂಚೆ ನಮ್ಮ ಗರ್ವ–ಪ್ರತಿಷ್ಠೆ ಅನ್ನೋ ಚಪ್ಪಲಿನ ಹೊರಗೆ ಬಿಟ್ಟು ಬರ್ಬೇಕು. ರಂಗಭೂಮಿ ಎಂಬುದೇ ದೊಡ್ಡ ವಿಸ್ಮಯ. ಏಕೆಂದರೆ ಸಂಗೀತ, ಸಾಹಿತ್ಯ, ಭೂಗೋಳ, ಅರ್ಥಶಾಸ್ತ್ರ, ರಸಾಯನ ಶಾಸ್ತ್ರ ಇತ್ಯಾದಿ ಜಗತ್ತಿನ ಎಲ್ಲ ವಿಜ್ಞಾನಗಳೂ ಸೇರಿರುವಂತಹ ಸಮಾಜ ವಿಜ್ಞಾನ ಈ ರಂಗಭೂಮಿ. ಇದಕ್ಕೆ ಜಾತಿ, ಧರ್ಮದ ಗಡಿಯಿಲ್ಲ. ನಮ್ಮ ಜೀವಿತಕಾಲದಲ್ಲಿ ನಮ್ಮ ಪ್ರಜ್ಞೆಯನ್ನು ಜಾಗೃತವಾಗಿಟ್ಟುಕೊಳ್ಳಲು ಬೇಕಾಗುವ ಸಮರ್ಪಕವಾದ ಆತ್ಮದ ಭಾಷೆ ರಂಗಭೂಮಿ. ಬದಲಾಗುತ್ತಿರುವ ಜಗತ್ತಿನ ಪ್ರತಿಕ್ಷಣವನ್ನೂ ಸೂಕ್ಷ್ಮವಾಗಿ ಗ್ರಹಿಸಲು ಮತ್ತು ತನ್ನ ಸಮೃದ್ಧವಾದ ಭಾವವನ್ನು ಅಭಿವ್ಯಕ್ತಿ ಪಡಿಸಲು ಇರುವ ಒಂದು ಸಮರ್ಥ ಭಾಷೆ ರಂಗಭೂಮಿ. ಜಗತ್ತಿನ ಎಲ್ಲ ಆಗುಹೋಗುಗಳನ್ನು ಸಹಿಸಿಕೊಳ್ಳುತ್ತ, ಜಗತ್ತಿಗೆ ಬೇಕಾಗುವ ಎಲ್ಲವನ್ನೂ ನೀಡುವ ಗುಣ ಇರುವುದು ರಂಗಭೂಮಿಗೆ. ರಂಗಭೂಮಿ ಎಂಬುದು ಪ್ರತಿಭಟನೆಯ ಅಸ್ತ್ರ ಎಂಬುದು ನನಗೆ ಅರಿವಾಗಿದ್ದು ಕಾಲೇಜು ದಿನಗಳಲ್ಲಿ.

ನಾನು ಮೂವತ್ತಾರು ವರ್ಷ ಈ ರಂಗಜೀವನದಲ್ಲಿ ಹಿರಿಯರ ಜೊತೆ ಕೆಲಸ ಮಾಡಿದ್ದೀನಿ. ಸಾಕಷ್ಟು ಕಲ್ತಿದ್ದೀನಿ. ನೀನಾಸಂನಲ್ಲಿ ವೃತ್ತಿಪರತೆ, ರಂಗಾಯಣದಲ್ಲಿ ಪ್ರಯೋಗಶೀಲತೆ, ಗ್ರಾಮೀಣ ಪ್ರದೇಶದಲ್ಲಿ ಕಂಡ ಅಲ್ಲಿನ ಚೈತನ್ಯಶೀಲತೆ, ತರಬೇತಿ, ಕಾರ್ಯಾಗಾರಗಳಲ್ಲಿ ಕಂಡ ವಿಚಾರಶೀಲತೆ ಇವೆಲ್ಲವೂ ನನ್ನಲ್ಲಿ ಇದ್ದುದರಿಂದ ಅದನ್ನು ಮುಂದಿನ ತಲೆಮಾರಿಗೆ ದಾಟಿಸ್ಬೇಕು ಅಂತ 'ನಟನ' ಸ್ಥಾಪಿಸಿದೆ. 'ಅಭಿನಯಕ್ಕೆ ಅನುಭವವೇ ಮೂಲದ್ರವ್ಯ' ಎಂಬ ತತ್ವದ ಆಧಾರದ ಮೇಲೆ ಶಿಕ್ಷಣ ನೀಡ್ತೇವೆ.ಸುಮಾರು ಹತ್ತು ಸಾವಿರ ಪುಸ್ತಕಗಳಿರುವ ಗ್ರಂಥಾಲಯವಿದೆ. ಸಾಹಿತ್ಯದ ಪರಂಪರೆ, ಜಾನಪದ ಕಲೆ ಮುಂತಾದವುಗಳನ್ನು ಕಡ್ಡಾಯವಾಗಿ ಕಲಿಸ್ತೀವಿ. ಒಬ್ಬ 'ರಂಗಭೂಮಿ ನಟ' ಎಂಬ ಶಿಲ್ಪವನ್ನು ಕೆತ್ತೋಕೆ ಬೇಕಾಗೋ ಎಲ್ಲ ಸಲಕರಣೆಗಳನ್ನು ಬಳಸ್ತೀವಿ. ನಂಗೆ ಏನು ನೆನಪಾಗುತ್ತೋ ಅದನ್ನ ಮಾತಾಡ್ತಾ ಹೋಗ್ತೀನಿ. ನೀವೇ ಕಟ್ ಅನ್ಬೇಕು. ರಂಗಭೂಮಿಯಲ್ಲಿ ಬಹಳಷ್ಟು ಸಕಾರಾತ್ಮಕ ಧೋರಣೆಗಳು ಇದ್ದರೂ ಆರ್ಥಿಕ ಸಂಪನ್ಮೂಲ ಸರಿಯಾಗಿ ಸಿಗುತ್ತಿಲ್ಲ ಅಂತ ಕೊರಗಿದೆ. ಇಂದು ಡಾಕ್ಟರ್, ಎಂಜಿನಿಯರ್ ಮತ್ತು ವಕೀಲರು ಬದುಕೋ ಹಾಗೆ ರಂಗಭೂಮಿ ಅವ್ರೂ ಬದುಕೋ ಹಾಗಾಗ್ಬೇಕು. ಕಾರಂತರು ಕೂಡ ಇದನ್ನೇ ಹೇಳ್ತಿದ್ರು, ನನ್ನ ಬದುಕಿನಲ್ಲಿ ಟಿ.ವಿ. ಮತ್ತು ಸಿನೆಮಾ ಎರಡು ಕಣ್ಣುಗಳ ಹಾಗೆ. ರಂಗಭೂಮಿ ನನ್ನ ಆತ್ಮ.

ಪರಕಾಯ ಪ್ರವೇಶ ನೀಡುವ ಅನುಭವ ಮತ್ತು ಮಾನಸಿಕ ನೆಮ್ಮದಿಯೇ ರಂಗಭೂಮಿಯ ಶಕ್ತಿ. 'ರಂಗಭೂಮಿ' ಸಾಮುದಾಯಿಕ ಕೆಲಸ, ರೈತರ ಕೆಲಸ. ಆತ ಕಳೆ ತೆಗೆದು ಉತ್ತಿ, ಬಿತ್ತಿ, ಗೊಬ್ಬರ ಹಾಕಿ, ಪ್ರಾಣಿ ಪಕ್ಷಿಗಳಿಂದ ರಕ್ಷಿಸಿ, ಮಧ್ಯದಲ್ಲಿ ಧ್ವಜ ನೆಟ್ಟು, ರಾತ್ರಿ ಇಡೀ ಕಾವಲು ಕಾದು, ಮಳೆ ಯಾವಾಗ ಬರತ್ತೆ ಅಂತ ಕಾಯ್ತಾನೆ. ಹಾಗೆಯೇ ನಾವು ನಾಟಕದ ಸ್ಕ್ರಿಪ್ಟ್ ಓದಿಸಿ, ಅದಕ್ಕೆ ಸಂಗೀತ ಹಾಕ್ಸಿ, ಭಾಷೆ ಬರದವನಿಗೆ ಭಾಷೆ ಕಲ್ಸಿ, ತಾಲೀಮು ನಡ್ಸಿ, ಸೆಟ್ ರೆಡಿ ಮಾಡಿ, ಕೊನೇಲಿ ರೈತ ಮಳೆಗೆ ಕಾದಂತೆ ನಾವು ಪ್ರೇಕ್ಷಕರು ಬಂದರೋ ಇಲ್ಲವೋ ಎಂದು ಬಗ್ಗಿ ನೋಡ್ತಾ ಇರ್ತೀವಿ. ಇಬ್ರದೂ ನಿರೀಕ್ಷೆಯ ಕೆಲಸವೇ. ಇಬ್ರದೂ ಶ್ರಮದಾಯಕ ಕೆಲಸವೇ. ನಿಜ ನೀವು ಹೇಳಿದ ಹಾಗೆ ರಂಗಭೂಮಿ, ಚಲನಚಿತ್ರ ಮತ್ತು ಪುಸ್ತಕಗಳು ನನ್ನ ಅವಿಭಾಜ್ಯ ಅಂಗಗಳೇ ಆಗಿ ಹೋಗಿವೆ. ರಂಗಭೂಮೀಲಿ ನಂಗೆ ಬೇರೆ ಬೇರೆ ಕಾರಣಗಳಿಗೆ ಕೆಲವರು ತುಂಬಾ ಇಷ್ಟ ಆಗ್ತಾರೆ. ಎಲ್ಲರಿಂದ ನಾನು ಕಲ್ತಿದ್ದೀನಿ. ರಂಗ ನಿರ್ದೇಶಕರ ಬಗ್ಗೆ ಹೇಳೋದಾದ್ರೆ ನಂಗೆ ಫ್ರಿಟ್ಜ್ ಬೆನವಿಟ್ಜ್ ತುಂಬಾ ವಿಶೇಷ ಅನ್ನಿಸ್ತಾರೆ. ಏಕೆಂದ್ರೆ ಆಧುನಿಕ ಪ್ರಜ್ಞೆಲಿ ಪ್ರತಿಕ್ಷಣ ಜೀವಿಸಿದ್ರೂ ಪುರಾಣದಿಂದ ಆತ ಎರವಲು ಪಡೆದ ಎಪಿಕ್ ಗುಣಗಳಿಂದಾಗಿ. ನಟನ ಒಳಗಿನ ಶಕ್ತಿಯನ್ನು ಸಹಜವಾಗಿ ಉದ್ದೀಪನಗೊಳಿಸುವ ಶ್ರೇಷ್ಠ ನಿರ್ದೇಶಕ.

ಕಾರಂತರ ಬಗ್ಗೆ ಹೇಳೋದಾದ್ರೆ ಸಂಗೀತ ಪ್ರಜ್ಞೆಯಿಂದ ನಟನನ್ನು ವಿಚಾರಪೂರ್ಣತೆಗೆ ಮತ್ತು ಪರಂಪರಾಗತ ಶೈಲಿ ಮತ್ತು ಆಧುನಿಕ ಶೈಲಿಯಿಂದ ಸೃಷ್ಟಿಸುವ ಅಪರೂಪದ ಗ್ರಹಿಕೆಯುಳ್ಳ ನಿರ್ದೇಶಕ. ನಂಗೆ ಪ್ರಸನ್ನ ಅವರ ರಂಗ ವಿನ್ಯಾಸ ಬಹಳ ಇಷ್ಟ ಆಗತ್ತೆ. ಬೌದ್ಧಿಕ ಪರಂಪರೆಯ ವೈಚಾರಿಕ ನೋಟವನ್ನು ಪ್ರಸ್ತುತ ಜಾಯಮಾನದ ನಾಟಕ ಕಟ್ಟುವ ಶೈಲಿಗೆ ಮಾರು ಹೋಗಿದ್ದೀನಿ. ರಘುನಂದನ್ ಅವರ ಅಭಿನಯ ಕಲಿಸೋ ವಿಶಿಷ್ಟ ಕ್ರಮ ಅದ್ಭುತ. ಬಸ್ಲಿಂಗಯ್ಯ ಅವರ ರಂಗ ವಿನ್ಯಾಸದ ಶೈಲಿ, ಸುರೇಶ್ ಆನಗಳ್ಳಿ ಅವರ ಫ್ಯಾಂಟಸಿಯ ನಾಟಕ ಪದ್ಧತಿಗಳು, ಜಂಬೆ ಅವರ ಆಳವಾದ ಅಧ್ಯಯನಶೀಲ ಶಿಸ್ತಿನ ರಂಗನೋಟ, ಬಾದರದಿನ್ನಿಯವರು ಗುಂಪನ್ನು ಬಳಸುವ ಪರಿ, ರಂಜನೀಯ ನೋಟ, ಸಿ.ಜಿ.ಕೆ. ಅವರ ಲೈಟಿಂಗ್ ಮತ್ತು ಸಂಘಟನಾಕ್ರಮ, ಬಿ.ಜಯಶ್ರೀ ಅವರೇ ಮಾಡಿ ತೋರಿಸುವ ರೀತಿ, ಬಿ.ಸುರೇಶ್ ಮತ್ತು ಸುರೇಂದ್ರನಾಥ್ ಅವರ ಬೌದ್ಧಿಕ ಒಳನೋಟಗಳು, ನಟರಾಜ ಹೊನ್ನವಳ್ಳಿ ಮತ್ತು ಮಂಜುನಾಥ ಬಡಿಗೇರ ಅವರ ರಂಗದ ಹೊಸ ಹುಡುಕಾಟಗಳು...ಇವರೆಲ್ಲರೂ ನನ್ನನ್ನು ಬಹಳಷ್ಟು ಆಕರ್ಷಿಸಿದ್ದಾರೆ. ಇವ್ರೆಲ್ಲ ನಂಗೆ ಸಾಕಷ್ಟು ಕಲ್ಸಿದಾರೆ. ಇತ್ತೀಚಿನ ರಂಗ ನಿರ್ದೇಶಕರಲ್ಲಿ ತೀರಾ ವಿಸ್ಮಯ ಅನ್ನೋ ಮಟ್ಟೆ ನಾಟಕ ಕಟ್ಟೋರು ಶ್ರೀಪಾದಭಟ್ರು ಮತ್ತು ಯುವಕರಲ್ಲಿ ಮೇಘಸಮೀರ. ಆಧುನಿಕ

ಜಗತ್ತಿನ ಸಮಸ್ಯೆಗಳನ್ನು ದೇಸಿ ತಂತ್ರಗಳಲ್ಲಿ, ವಿಶಿಷ್ಟ ಅಭಿನಯ ಶೈಲಿಯಲ್ಲಿ ಮಂಡಿಸಬಲ್ಲ ಅಪರೂಪದ ಪ್ರತಿಭೆಗಳು. ಇವರಲ್ಲದೆ ನೂರಾರು ಸಮರ್ಥ ರಂಗ ನಿರ್ದೇಶಕರೂ, ನಟರೂ ಇದ್ದಾರೆ ಅಂತ ನಮ್ರವಾಗಿ ಒಪ್ಪಿಕೊಳ್ತೀನೆ. ಎಲ್ರನ್ನೂ ಮತ್ತು ಎಲ್ಲವನ್ನೂ ಅಭ್ಯಾಸ ಮಾಡೋಕೆ ಅವಕಾಶ ಸಿಕ್ಕಿಲ್ಲ ಅಷ್ಟೇ. ವೃತ್ತಿ ರಂಗಭೂಮಿ ನಟರು ಅಂದ್ರೆ ನಂಗೆ ಪಂಚಪ್ರಾಣ. ಅವರ ವೃತ್ತಿಪರ ಗುಣಗಳು ನಂಗೆ ತುಂಬಾ ಇಷ್ಟ. ಕುಮಾರಸ್ವಾಮಿ, ಓಬಳೇಶ್ವರ, ದೊಡ್ಡಣ್ಣ, ಏಣಗಿ ನಟರಾಜ್, ಉಮಾಶ್ರೀ, ಬಿ. ಜಯಶ್ರೀ... ಇನ್ನೂ ಸುಮಾರು ಜನ ಇದ್ದಾರೆ. ಇವರೆಲ್ಲ ಅದ್ಭುತ ಕಲಾವಿದರು.

ಚಲನಚಿತ್ರ ಕ್ಷೇತ್ರವೂ ನಂಗೆ ಸಾಕಷ್ಟು ಕಲಿಸಿದೆ. ಅಲ್ಲಿಯೂ ಹಲವಾರು ಮಂದಿ ನನ್ನ ಮೇಲೆ ಪ್ರಭಾವ ಬೀರಿದ್ದಾರೆ. ಎಲ್ಲಾ ಕಾಲಕ್ಕೂ ರಾಜ್‌ಕುಮಾರ್, ಅಮಿತಾಬ್ ಬಚ್ಚನ್, ಜಯಂತಿ, ಆರತಿ, ವೈಜಯಂತಿ ಮಾಲಾ, ಮಾಧುರಿ ಇಷ್ಟ ಆಗ್ತಾರೆ. ಇತ್ತೀಚೆಗೆ ಫಾಹಾದ್ ಫಾಸಿಲ್, ಅಲಿಯಾಭಟ್, ದೀಪಿಕಾ ಪಡುಕೋಣೆ, ಕಂಗನಾ, ಪ್ರಿಯಾಂಕ ಚೋಪ್ರ, ಜ್ಯೋತಿಕಾ ಎಲ್ಲರೂ ಚೆನ್ನಾಗಿ ಆಕ್ಟ್ ಮಾಡ್ತಾರೆ. ನಿರ್ದೇಶಕರಲ್ಲಿ ನಾಗಾಭರಣ, ಪ್ರಕಾಶ್ ರೈ, ಬಾಲುಮಹೇಂದ್ರ, ಪ್ರಿಯದರ್ಶನ್, ಮಣಿರತ್ನಮ್, ಲಕ್ಷ್ಮೀನಾರಾಯಣ, ವಿಶ್ವನಾಥ್, ಸಂಜಯಲೀಲಾ ಬನ್ಸಾಲಿ, ಅಕಿರ ಕುರಸೋವ, ಬರ್ಗ್‌ಮನ್, ಫೆಲಿನಿ, ರಿತ್ವಿಕ್ ಘಟಕ್, ಗಿರೀಶ್ ಕಾಸರವಳ್ಳಿ, ಸಿಂಗೀತಮ್ ಶ್ರೀನಿವಾಸರಾವ್ ಮತ್ತು ವಿಶೇಷವಾಗಿ ಕೆ.ಬಾಲಚಂದರ್ ಇಷ್ಟವಾಗ್ತಾರೆ. ಮೂವತ್ತೈದು ವರ್ಷಗಳ ಹಿಂದೆ ಕೆ.ವಿ. ಶಂಕರೇಗೌಡರು ನಿರ್ಮಿಸಿ, ಸಾಲಗಾಮೆ ನಂಜುಂಡೇಗೌಡರು ನಿರ್ದೇಶಿಸಿದ 'ಸಂಕ್ರಾಂತಿ' ಅನ್ನೋ ಚಿತ್ರಕ್ಕೆ ಸಹಾಯಕ ನಿರ್ದೇಶಕನಾಗಿದ್ದೆ. ಆಮೇಲೆ ಈ ಕೆಲಸ ನನಗಲ್ಲ ಅಂತ ನೀನಾಸಂಗೆ ವಾಪಸಾದೆ. ಮತ್ತೆ 1995ರಲ್ಲಿ ಜನುಮದ ಜೋಡಿ ಚಿತ್ರದಲ್ಲಿ ಶಿವಣ್ಣನ ಜೊತೆ ಅಭಿನಯ. 'ನಾಗಮಂಡಲ'ದಲ್ಲಿ ಕಪ್ಪಣ್ಣನ ಪಾತ್ರ ಮಾಡಿದೆ. ಚಿತ್ರರಂಗದಲ್ಲಿ ನನ್ನ ಸ್ಥಾನ ಭದ್ರ ಮಾಡಿದ ಪಾತ್ರ–ಚಿತ್ರ ಅದು. ಅತ್ಯುತ್ತಮ ಪೋಷಕ ನಟ ಪ್ರಶಸ್ತಿ ಸಿಕ್ತು, ಜೊತೆಗೆ ಮುಖ್ಯಮಂತ್ರಿಗಳ ಪದಕ. ಇಲ್ಲೀವರ್ಗೂ ಮುನ್ನೂರಕ್ಕೂ ಹೆಚ್ಚು ಚಿತ್ರಗಳಲ್ಲಿ ನಟಿಸಿದ್ದೀನಿ. ಸೋಲು–ಗೆಲುವು ಎರಡನ್ನೂ ಹತ್ತಿರದಿಂದ ಕಂಡಿದ್ದೀನಿ.

ರಾಜಮಾರ್ಗದಲ್ಲೇ ಹೋದ್ರೂ ಹಾದಿ ಸುಗಮವಾಗಿರಲಿಲ್ಲ. ಶಿವರಾಜ್‌ಕುಮಾರ್, ರಾಘವೇಂದ್ರ ರಾಜ್‌ಕುಮಾರ್, ಪುನೀತ್ ರಾಜ್‌ಕುಮಾರ್, ರವಿಚಂದ್ರನ್, ದರ್ಶನ್, ಸುದೀಪ್, ವಿನೋದ್ ರಾಜ್, ಅಂಬರೀಷ್ ಮುಂತಾದ ಬಹುತೇಕ ಎಲ್ಲ ನಾಯಕರ ಜೊತೆ ಗೆಳೆಯನ ಪಾತ್ರವನ್ನು ಮಾಡಿದ್ದೀನಿ. ಅನೇಕ ಸಾಕ್ಷ್ಯಚಿತ್ರಗಳು, ಜಾಹೀರಾತು ಚಿತ್ರಗಳಲ್ಲಿ ನಟಿಸಿದ್ದೀನಿ. ರಾಜ್ಯ ಸಂಪನ್ಮೂಲ ಇಲಾಖೆ ವಿನಂತಿ ಮೇರೆಗೆ 'ಸುಮತಿ ಸೌರಭ ಬಂದ

ಘಳಿಗೆ' ಅನ್ನುವ ಸಾಕ್ಷ್ಯಚಿತ್ರ ನಿರ್ದೇಶಿಸಿ ಕೊಟ್ಟಿದ್ದೀನಿ. ಇದು ಹದಿಹರೆಯದ ಮಕ್ಕಳ ಮನಸ್ಥಿತಿ ಮತ್ತು ಸಮಸ್ಯೆಗಳ ಮತ್ತು ಪರಿಹಾರ ಕುರಿತಾದ ಒಂದು ಪುಟ್ಟ ದಿಕ್ಸೂಚಿ ಚಿತ್ರ. ಆದರೆ ಚಿತ್ರ ನಿರ್ಮಾಣ, ನಿರ್ದೇಶನ ಯಾವುದೂ ನನ್ನ ಆದ್ಯತೆಯಲ್ಲ. ನಾನೊಬ್ಬ ನಟನಾಗಲು ಹೊರಟವ. ರಂಗಕರ್ಮಿಯಾಗಿ, ರಂಗಭೂಮಿ ತರಬೇತುದಾರನಾಗಿ ಮಾಡುವ ಕೆಲಸವಷ್ಟೇ ನನಗೆ ಖುಷಿ ಕೊಡೋದು.

ಇನ್ನು ನೀವು ಕೇಳಿದ ಹಾಗೆ ಪುಸ್ತಕಗಳ ಬಗ್ಗೆ ಹೇಳೋದಾದ್ರೆ... ನನ್ನ ಮೆಚ್ಚಿನ ಪುಸ್ತಕಗಳು ತುಂಬಾ ಇವೆ. ನಂಗೆ ಓದಿನ ಸುಖ ಸಂತೋಷ ಕೊಡತ್ತೆ. ನೆನಪಿರುವ ಒಂದಷ್ಟು ಪುಸ್ತಕಗಳನ್ನ ಹೇಳ್ತೀನೆ. ಮಹಾಭಾರತ–18 ಪರ್ವಗಳು, ಮಲೆಗಳಲ್ಲಿ ಮದುಮಗಳು, ನಾಯಿ ನೆರಳು, ಮೂಕಜ್ಜಿಯ ಕನಸುಗಳು, ಯಾನ, ಪರ್ವ, ಗ್ರಾಮಾಯಣ, ಕುಸುಮಬಾಲೆ, ತೇಜಸ್ವಿ ಸಮಗ್ರ ಸಾಹಿತ್ಯ, ಲಂಕೇಶ್‌ರ ಸಂಕ್ರಾಂತಿ, ನನ್ನ ತಂಗಿಗೊಂದು ಗಂಡು ಕೊಡಿ, ಬಿರುಕು, ರವಿ ಬೆಳಗೆರೆಯವರ ಶೈಲಿ ನಂಗೆ ತುಂಬಾ ಮೋಹಕವಾಗಿ ಕಂಡಿದೆ. ಸಂಸ, ಶೇಕ್ಸ್‌ಪಿಯರ್ ನಾಟಕಗಳು, ಬ್ರೆಕ್ಟ್‌ನ ವಿಚಾರಗಳು, ಚೆಕಾಫ್ ನಾಟಕಗಳು, ಬೆಳಗೆರೆ ಕೃಷ್ಣಶಾಸ್ತ್ರಿಗಳ 'ಮರೆಯಲಾದೀತೆ' ಪಾತ್ರಗಳು. ಮ್ಯಾಕ್ಸಿಮ್ ಗಾರ್ಕಿ ಕಾದಂಬರಿ ಮತ್ತು ಅವರು ಕಾಲವನ್ನು ಕಟ್ಟಿಕೊಡುವ ರೀತಿ, ಸಿದ್ದಲಿಂಗಯ್ಯನವರ ಆತ್ಮಚರಿತ್ರೆ, ನಟನಟಿಯರ ಜೀವನ ಚರಿತ್ರೆಗಳು ನಂಗೆ ತುಂಬಾ, ತುಂಬಾ ಇಷ್ಟ. ಗುಬ್ಬಿ ವೀರಣ್ಣನವರ 'ಕಲೆಯೇ ಕಾಯಕ', ಸುಬ್ಬಯ್ಯನಾಯ್ಡು ಅವರ 'ನಟರತ್ನ', ಶಿವರಾಮ ಹೆಗಡೆಯವರ 'ರಂಗಸ್ಥಳ', ಮಾ. ಹಿರಣ್ಣಯ್ಯ ನವರ 'ನನ್‌ಕತೆ ಹೇಳ್ತೀನಿ', ಬಿ.ವಿ. ಕಾರಂತರ 'ಇಲ್ಲಿರಲಾರೆ ಅಲ್ಲಿಗೆ ಹೋಗಲಾರೆ', ಏಣಗಿ ಬಾಳಪ್ಪನವರ 'ಬಣ್ಣದ ಬದುಕಿನ ಚಿನ್ನದ ದಿನಗಳು', ಪ್ರತಿಮಾ ಬೇಡಿಯವರ 'ಟೈಮ್‌ಪಾಸ್', ಪುನೀತ್ ರಾಜ್‌ಕುಮಾರ್ ಬರೆದ 'Rajkumar, the person behind the personality', ವಿಜಯಮ್ಮ ಅವರ ಕುದಿ ಎಸರು... ಹೀಗೆ ಹಲವಾರು ಪುಸ್ತಕಗಳು ಇವೆ. ತ್ರಿವೇಣಿ, ವೈದೇಹಿ, ಕೆ.ಎಸ್. ನರಸಿಂಹಸ್ವಾಮಿ ರಾಮಚಂದ್ರ ಶರ್ಮ, ಅನಂತಮೂರ್ತಿ, ಕೆ.ಸದಾಶಿವ, ನಾಗತಿಹಳ್ಳಿ ಚಂದ್ರಶೇಖರ್, ಜೋಗಿ, ವಸುಧೇಂದ್ರ,... ಇವರೆಲ್ಲ ನನ್ನ ಮೆಚ್ಚಿನ ಲೇಖಕರು.

ಇನ್ನು ನಾಟಕ ಅಕಾಡೆಮಿ ಮತ್ತು ರಂಗ ಸಮಾಜದ ಸದಸ್ಯನಾಗಿದ್ದಾಗ ನನಗಾದ ಅನುಭವಗಳ ಬಗ್ಗೆ ಒಂದೆರಡು ಮಾತು ಹೇಳಿ ನನ್ನ ಮಾತು ಮುಗಿಸ್ತೇನೆ. ರಂಗಭೂಮಿ ನನ್ನನ್ನ ಎಲ್ಲೆಲ್ಲಿಗೋ ಕರೆದುಕೊಂಡು ಹೋಯ್ತು ಅನ್ನೋ ಬಗ್ಗೆ ನಂಗೆ ಯಾವತ್ತಿಗೂ ಹೆಮ್ಮೆ ಇದೆ. ನಾನು ಅಕಾಡೆಮಿ ಸದಸ್ಯನಾಗಿದ್ದ ಸಂದರ್ಭದಲ್ಲಿ ಆದ ಕೆಲವು ಉತ್ತಮ ಕೆಲಸಗಳ ಬಗ್ಗೆ

ಒಂದೆರಡು ಮಾತನ್ನ ಹೇಳೋಕೆ ಇಷ್ಟಪಡ್ತೀನಿ. ರಾಜ್ಯವ್ಯಾಪಿ ರಂಗ ತರಬೇತಿ ಶಿಬಿರಗಳ ಆಯೋಜನೆ, ಅಂತರ ವಿಶ್ವ ವಿದ್ಯಾನಿಲಯದ ರಂಗೋತ್ಸವ, ನನ್ನ ಮೂರು ವರ್ಷಗಳ ಅವಧಿಯಲ್ಲಿ ಅಕಾಡೆಮಿ ಪ್ರಶಸ್ತಿಗೆ ಯೋಗ್ಯರನ್ನು ಆರಿಸಿ ಕಾರ್ಯಕ್ರಮ ಆಯೋಜನೆ ಮಾಡಿದ್ದು, ರಂಗ ತಾಂತ್ರಿಕ ಶಿಬಿರಗಳನ್ನು ಆಯೋಜಿಸಿದ್ದು, ರಾಜ್ಯಾದ್ಯಂತ ಮಕ್ಕಳ ಮತ್ತು ಕೈಗಾರಿಕಾ ನಾಟಕೋತ್ಸವಗಳನ್ನು ಏರ್ಪಡಿಸಿದ್ದು, ಸುವರ್ಣ ಕರ್ನಾಟಕ ರಂಗೋತ್ಸವದ ಸಂದರ್ಭದಲ್ಲಿ ರಾಜ್ಯದ ಐವತ್ತು ರಂಗ ಕಾರ್ಯಕರ್ತರನ್ನು ಗುರುತಿಸಿ ಸನ್ಮಾನಿಸಿ ಬೃಹತ್ ಕಾರ್ಯಕ್ರಮ ಮಾಡಿದ್ದು, ಹಡಗಲಿಯಲ್ಲಿ ಐದು ಸ್ಟೇಜ್‌ಗಳನ್ನು ಮಾಡಿಸಿದ್ದು... ಮುಂತಾದ ಹಲವಾರು ಕಾರ್ಯಕ್ರಮಗಳಲ್ಲಿ ನೇರವಾಗಿ ಭಾಗಿಯಾಗಿ ಕೆಲಸ ಮಾಡಿದ್ದು ನಂಗೆ ತೃಪ್ತಿ ನೀಡಿದೆ. ರಂಗ ಸಮಾಜದ ಸದಸ್ಯನಾಗಿದ್ದ ಸಮಯದಲ್ಲಿ ರಂಗಾಯಣದ ಕಲಾವಿದರ ವರ್ಗಾವಣೆಯ ಬಿಕ್ಕಟ್ಟನ್ನು ಶಮನಗೊಳಿಸಿದ್ದು, ಅನುದಾನ ಹೆಚ್ಚಿಸಿದ್ದು, ಬಹುರೂಪಿಗೆ ಅಂತಾರಾಷ್ಟ್ರೀಯ ಮನ್ನಣೆ ಸಿಗುವಲ್ಲಿ ಅಪಾರವಾಗಿ ಶ್ರಮಿಸಿದ್ದು, ಕಲಾವಿದರೊಬ್ಬರು ನಿಧನರಾದಾಗ ಆ ರಾತ್ರಿಯೇ ಅವರ ಮನೆಗೆ ಒಂದು ಲಕ್ಷ ಸಿಗುವ ಹಾಗೆ ಓಡಾಡಿದ್ದು ಎಲ್ಲಕ್ಕಿಂತ ಸಮಾಧಾನ ಕೊಟ್ಟ ಕೆಲಸ.

ರಂಗಾಯಣದ ಕಲಾವಿದರಿಗೆ ಮತ್ತು ಸಿಬ್ಬಂದಿಗೆ ಅವರ ನಿವೃತ್ತಿಯ ನಂತರ ಒಂದು ನಿಗದಿತ ಇಡುಗಂಟು ಸಿಗುವಂತೆ ಆರ್ಥಿಕ ಇಲಾಖೆ ಮತ್ತು ಮುಖ್ಯಮಂತ್ರಿ ಅವ್ರ ಜೊತೆ ಹಗಲು ರಾತ್ರಿ ಚರ್ಚೆ ಮಾಡಿ, ಒಪ್ಪಿಗೆ ಪಡೆದು ಆ ಸಮಸ್ಯೆಗೆ ಪೂರ್ಣ ವಿರಾಮ ಹಾಡಿದ್ದು. ನಾಲ್ಕೂ ರಂಗಾಯಣಗಳಲ್ಲಿ ರೆಪರ್ಟರಿ ಕಲಾವಿದರ ಆಯ್ಕೆಗೆ, ಮೈಸೂರಿನಲ್ಲಿ ರಂಗಶಿಕ್ಷಣ ಕೇಂದ್ರಕ್ಕೆ ಹೊಸ ಯುವ ಕಲಾವಿದರ ಆಯ್ಕೆ ಪ್ರಕ್ರಿಯೆಯಲ್ಲಿ ಭಾಗವಹಿಸಿ ಹೊಸಬರನ್ನು ಮುನ್ನೆಲೆಗೆ ತಂದಿದ್ದು... ಈ ಎಲ್ಲಾ ಕೆಲಸಗಳು ಒಬ್ಬ ರಂಗಕರ್ಮಿಯಾಗಿ ನಾನು ಮಾಡಲು ಕಾರಣ ನನ್ನ ರಂಗಭೂಮಿ. ಇದನ್ನೆಲ್ಲ ನಾನು ಮಾಡಿದೆ ಎಂದು ಹೇಳಲ್ಲ. ನಾನು ಮಾಡೋ ಹಾಗೆ ರಂಗಭೂಮಿ ನಂಗೆ ಮಾತ್ರ ಕಲಿಸಿದ ಪಾಠ ಅದು. ಕೇಂದ್ರ ಸರ್ಕಾರದ ಸಂಸ್ಕೃತಿ ಇಲಾಖೆಯಲ್ಲಿ ಎರಡು ಬಾರಿ ರಂಗ ತಜ್ಞನಾಗಿ ಆಯ್ಕೆ ಸಮಿತಿಯಲ್ಲಿ ಭಾಗವಹಿಸಿ, ಕರ್ನಾಟಕಕ್ಕೆ ಅತಿ ಹೆಚ್ಚು ಅನುದಾನ ಬಿಡುಗಡೆಯಾಗುವ ಹಾಗೆ ಕೆಲಸ ಮಾಡಿದ್ದು ಮತ್ತು ವೃತ್ತಿ ರಂಗದ ಕಲಾವಿದರಿಗೆ ಪ್ರೊಡಕ್ಷನ್ ಗ್ರಾಂಟ್ ಮತ್ತು ಸ್ಯಾಲರಿ ಗ್ರಾಂಟ್‌ಗಳನ್ನು ದೊರಕಿಸಿಕೊಟ್ಟಿದ್ದು... ಇವೆಲ್ಲವೂ ನಂಗೆ ಸಂತೋಷ ಮತ್ತು ಸಮಾಧಾನಗಳನ್ನು ತಂದು ಕೊಟ್ಟ ಸಂದರ್ಭಗಳು.

ಮೈಸೂರು ವಿಶ್ವವಿದ್ಯಾನಿಲಯದ ಗುಬ್ಬಿ ವೀರಣ್ಣ ಪೀಠದ ಸಂದರ್ಶಕ ಪ್ರಾಧ್ಯಾಪಕನಾಗಿ ಮೊದಲ ಅವಧಿಯಲ್ಲಿ ಆಯೋಜನೆ ಮಾಡಿದ ಉಪನ್ಯಾಸ

ಕಾರ್ಯಕ್ರಮಗಳು, ರಂಗ ಮಂದಿರ ನಿರ್ಮಾಣ ಮುಂತಾದ ಕೆಲಸಗಳು ಖುಷಿ ನೀಡಿವೆ. ಎರಡನೇ ಅವಧಿಯಲ್ಲಿ ಕೊರೋನ ಸಮಸ್ಯೆಯಿಂದಾಗಿ ಲಾಕ್‌ಡೌನ್ ಆಗಿ, ರಜೆಯೇ ಜಾಸ್ತಿಯಾಗಿ, ಅನಿವಾರ್ಯವಾಗಿ ಕೆಲಸ ಮಾಡಲು ಆಗದಂತಹ ಪರಿಸ್ಥಿತಿ ನಿರ್ಮಾಣವಾಗಿದ್ದು ಮಾತ್ರ ದುರಂತ. ಅಂದುಕೊಂಡಿದ್ದ ಮತ್ತಷ್ಟು ಕೆಲಸಗಳನ್ನು ಮಾಡಲು ಆಗಲಿಲ್ಲವಲ್ಲ ಅನ್ನೋ ಬೇಜಾರಿದೆ. ಕೊನೆ ಮಾತು... ಬದುಕು ಕಟ್ಟಿಕೊಳ್ಳೋಕೆ ನೆರವಾದ ಜೀವಗಳನ್ನು ಸದಾ ಸ್ಮರಿಸ್ತೀನಿ. ಅಮ್ಮ ನಾಗಲಕ್ಷ್ಮಿ, ಅಪ್ಪ ಸುಬ್ರಹ್ಮಣ್ಯಮ್, ಅಣ್ಣ ಆನಂದ್ ಬಾಬು, ಅತ್ತಿಗೆ ಹರಿಣಿ, ಅಕ್ಕ ವಲ್ಲಿದೇವಿ, ಭಾವ ಪ್ರಭಾಕರ್, ಅತ್ತೆ ಕಾವೇರಿ, ಪತ್ನಿ ಸರೋಜಾ ಹೆಗಡೆ, ನಂಗೆ ದಿಕ್ಕಾಗಿರುವ ಮಗಳು ದಿಶಾ, ಪ್ರಾಣ ಮಿತ್ರ ಸತೀಶ್ ಬೈಕಾಡಿ, ನಟನ ಕಟ್ಟುವಾಗ ಬೆನ್ನ ಹಿಂದೆ ನಿಂತ ಖ್ಯಾತ ಕಲಾವಿದೆ ಬಿ.ಜಯಶ್ರೀ, ಅವರ ಪತಿ ಆನಂದರಾಜು, ಆಗ ವರ್ಷಾನುಗಟ್ಟಲೆ ನನ್ನ ಮತ್ತು ಸಂಸ್ಥೆಯ ಫೋನ್ ಬಿಲ್‌ಗಳನ್ನ ನಿರಂತರವಾಗಿ ಕಟ್ಟಿದ ಗೆಳೆಯ ಬಿ.ಸುರೇಶ್, ನಟನ ಕಟ್ಟಲು ನಿಂತ ಲೋಕಿ, ರಾಮು, ಪ್ರೀತಿಯ ಮೇಘ ಸಮೀರ, ಮಾನಸಿಕವಾಗಿ ನನ್ನೊಂದಿಗಿದ್ದ ಪ್ರಕಾಶ್ ರೈ, ಸೃಜನ್ ಲೋಕೇಶ್, ರವೀಂದ್ರ ಜೋಶಿ ಮತ್ತು ಕರ್ನಾಟಕದ ತುಂಬ ನನ್ನ ನಾಟಕದ ಪ್ರದರ್ಶನಗಳನ್ನು ಆಯೋಜಿಸಿ, ಸಂಘಟಿಸಿ, ಪ್ರತಿ ತುತ್ತು ನೀಡಿದ ರಂಗಸಂಘಟಕರಿಗೆ, ಗೆಳತಿ ಶೃತಿನಾಯ್ಡು, ರಮೇಶ್ ಇಂದಿರಾ, ನಾಗಮಂಗಲದ ಗೆಳೆಯ ಸತೀಶ್–ಇವರೆಲ್ಲರಿಗೂ ನನ್ನ ಧನ್ಯವಾದಗಳು. ನಟನದಲ್ಲಿ 'ಮುಖ್ಯಮಂತ್ರಿ' ನಾಟಕ ಪ್ರದರ್ಶನದಿಂದ ಬಂದ ಅಷ್ಟೂ ಹಣವನ್ನು 'ನಟನ'ಗೆ ದೇಣಿಗೆಯಾಗಿ ನೀಡಿದ ಕಲಾಗಂಗೋತ್ರಿ ತಂಡ ಹಾಗೂ ಡಾ. ಬಿ.ವಿ. ರಾಜಾರಾಂ ಅವರನ್ನು ನೆನೆಯಲೇಬೇಕು. ಹಾಗೂ ಅನೇಕ ಬಂಧು ಮಿತ್ರರು, ನನ್ನನ್ನು ಅಪಾರವಾಗಿ ಪ್ರೀತಿಸುವ ಶಿಷ್ಯ ವರ್ಗ ಮತ್ತು ನನ್ನ ಎಲ್ಲ ಹಿತೈಷಿಗಳನ್ನು ನೆನೆಯದೆ ಬದುಕು ಪೂರ್ಣವಾಗುವುದಿಲ್ಲ. ಧನ್ಯವಾದಗಳು.

ಕ...ಟ್... ಸೂಪರ್ ಸರ್... ಥ್ಯಾಂಕ್ ಯೂ ಸರ್...

❖ ಇನ್ನೂ ಇದೆ...

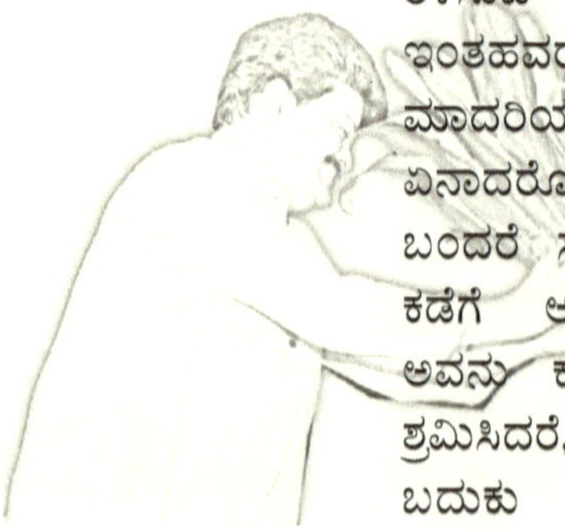

ಇದು ಮಂಡ್ಯ ರಮೇಶ್ ಅವರ ಜೀವನದ ಯಶೋಗಾಥೆ. ಒಬ್ಬ ವ್ಯಕ್ತಿ ಹೇಗೆ ತನ್ನ ಅಡ್ಡಿ ಆತಂಕಗಳನ್ನು ಮೀರಿ ಹೇಗೆ ಮೇಲೆ ಬರಬಹುದು ಎಂಬುದನ್ನು ಇಲ್ಲಿ ಪ್ರಾಮಾಣಿಕವಾಗಿ ತಿಳಿಸುವ ಪ್ರಯತ್ನವನ್ನು ಮಾಡಲಾಗಿದೆ. ಇಂತಹವರ ಬದುಕು ಮತ್ತು ಸಾಧನೆ ಇತರರಿಗೆ ಮಾದರಿಯಾಗಿ ಅವರಲ್ಲಿಯೂ ಸಹ ಇಂತಹ ಏನಾದರೊಂದು ಕೆಲಸವನ್ನು ಮಾಡಲು ಸ್ಫೂರ್ತಿ ಬಂದರೆ ಸಾಕು. ಒಬ್ಬ ವ್ಯಕ್ತಿಯು ತನ್ನ ಕನಸಿನ ಕಡೆಗೆ ಆತ್ಮವಿಶ್ವಾಸದಿಂದ ಚಲಿಸಿದರೆ ಮತ್ತು ಅವನು ಕಲ್ಪಿಸಿಕೊಂಡ ಜೀವನವನ್ನು ನಡೆಸಲು ಶ್ರಮಿಸಿದರೆ, ಯಶಸ್ಸು ಅವನಿಗೆ ಸಿಕ್ಕೇ ಸಿಗುತ್ತದೆ. ಬದುಕು ನಮಗೆ ಕಲಿಸುವ ಪಾಠಗಳನ್ನು ಯಾರೂ ಕಲಿಸಲು ಸಾಧ್ಯವಿಲ್ಲ. ಬದುಕು ನಮ್ಮ ಆಸೆಯ ಮೊಗ್ಗುಗಳನ್ನು ಚಿವುಟಿ ನಮ್ಮ ಸೋಲಿನ ಬಳ್ಳಿಯನ್ನು ಚಿಗುರಿಸುವುದೇ ಹೆಚ್ಚು. ಇಂತಹ

ಸನ್ನಿವೇಶದಲ್ಲಿ ಎಲ್ಲ ಸಂಕಟಗಳ ನಡುವೆ ಬದುಕು ಕಟ್ಟಿಕೊಂಡು ತಮ್ಮ ಬದುಕನ್ನು ಚಂದವಾಗಿರಿಸಿ ಕೊಂಡವರು ನಿಜವಾದ ಸಾಧಕರು. ಜೀವನ ಯಾನದಲ್ಲಿ ಗೆದ್ದವರು ಒಂದು ಮೈಲಿಗಲ್ಲನ್ನು ಸ್ಥಾಪಿಸಿ ಹೋಗುತ್ತಾರೆ. ಈ ಎಲ್ಲ ಹಿನ್ನೆಲೆಯಲ್ಲಿ ಮಂಡ್ಯ ರಮೇಶ್ ಅವರ ಬದುಕನ್ನು ಅವಲೋಕಿಸಿದಾಗ ನಮಗೆ ಅಚ್ಚರಿಯಾಗುವ ಅನೇಕ ಸಂಗತಿಗಳು ಸಿಗುತ್ತವೆ. ಗ್ರಾಮೀಣ ಪ್ರದೇಶದ ಹಿನ್ನೆಲೆಯಿಂದ ಬಂದ ಒಂದು ಮಧ್ಯಮ ವರ್ಗದ ಕುಟುಂಬದ ಹುಡುಗನೊಬ್ಬ ಜನಪ್ರಿಯ ಕಲಾವಿದನಾಗಿ ಬೆಳೆದ ರೀತಿ ಮಾತ್ರ ಗಮನಾರ್ಹವಾದುದು. ಮಂಡ್ಯ ರಮೇಶ್ ಸುಲಭವಾಗಿ 'ಮಂಡ್ಯ ರಮೇಶ್' ಆದವರಲ್ಲ.

ಮಂಡ್ಯದ ಕಬ್ಬಿನಲ್ಲಿ ಎಷ್ಟು ಸಿಹಿ ಇದೆಯೋ ಅಷ್ಟೇ ಕಹಿಯೂ ಇದೆ. ಹಲವಾರು ಉಳಿ ಪೆಟ್ಟುಗಳನ್ನು ತಿನ್ನದೆ ಕಲ್ಲು ಶಿಲೆಯಾಗದು ಎನ್ನುವಂತೆ ಅನೇಕ ಪೆಟ್ಟುಗಳನ್ನು ತಿಂದು ನಿಧಾನವಾಗಿ ಬದುಕಿನ ಪಟ್ಟುಗಳನ್ನು ಕಲಿತು ಕಲೆಯಲ್ಲಿ ಧೃಢ ಮನಸ್ಸನ್ನು ನೆಟ್ಟು, ಟೀಕಿಸಿದವರಿಗೆ ಮೌನವಾಗಿಯೇ ಉತ್ತರ ಕೊಟ್ಟು ಮುಂದೆ ಸಾಗಿದ್ದಾರೆ. ಮಂಡ್ಯದ ಮಣ್ಣನ್ನು ಗೌರವಿಸಿದ್ದಾರೆ, ಮೈಸೂರಿನ ರಂಗಪೀಠವನ್ನು ತಲೆಯ ಮೇಲೆ ಹೊತ್ತು ಮೆರೆಸಿದ್ದಾರೆ. ರಂಗಭೂಮಿ ಎಂಬ ಶಾಲೆಗೆ ವಿಧೇಯ ವಿದ್ಯಾರ್ಥಿಯಾಗಿ ಪ್ರವೇಶ ಮಾಡಿದ್ದಾರೆ. ರಂಗಾಕ್ಷರಗಳನ್ನು ಕಲಿಸಿದ ಗುರುಗಳನ್ನು ಹೃದಯಪೂರ್ವಕವಾಗಿ ಸ್ಮರಿಸಿದ್ದಾರೆ. ನೀನಾಸಮ್‌ಗೆ ಹೋಗಿ, ತಿರುಗಾಟದಲ್ಲಿ ಮಾಗಿ, ರಂಗಾಯಣದಲ್ಲಿ ನಟರಾಜನಿಗೆ ಶಿರಬಾಗಿ, ಧ್ಯಾನಸ್ಥರಾಗಿ ರಂಗ ಕಾಯಕ ಮಾಡುತ್ತಾ ಧನ್ಯರಾಗಿದ್ದಾರೆ. ನಟನ ಕಟ್ಟಿ, ನಟನದಲ್ಲೊಂದು ನಾಟಕ ಕಟ್ಟಿ, ನಾಟಕಕ್ಕೊಂದು ಪ್ರೇಕ್ಷಕ ವರ್ಗ ಕಟ್ಟಿ, ಮಕ್ಕಳ ಕನಸುಗಳಿಗೆ ರೆಕ್ಕೆ ಕಟ್ಟಿ... ಹೀಗೆ ಸದಾ ಏನಾದರೊಂದನ್ನು ಕಟ್ಟುತ್ತಲೇ ಇರುವ ಮಂಡ್ಯ ರಮೇಶ್ ನಮ್ಮ ರಂಗಭೂಮಿಯ 'ಕಟ್ಟಪ್ಪ.' ಅವರ ಬದುಕನ್ನು ಅವಲೋಕನ ಮಾಡಿದಾಗ ನಮಗೆ ಕಲೆ ಮತ್ತು ಕಲಾವಿದ ಇವೆರಡರ ಬಗ್ಗೆಯೂ ಏಕಕಾಲಕ್ಕೆ ಗೌರವ ಮೂಡುತ್ತದೆ. ನಾಲ್ಕು ದಶಕಗಳಿಂದಲೂ ನಿರಂತರವಾಗಿ ರಂಗಕಾಯಕವನ್ನು ನಡೆಸುತ್ತಾ ಬಂದಿದ್ದಾರೆ. ಬದುಕು ಸುಲಿದಿಟ್ಟ ಬಾಳೆಹಣ್ಣಲ್ಲ ಅಥವಾ ಯಾರೋ ಸಿದ್ಧಪಡಿಸಿಟ್ಟ ಹೂವಿನ ಹಾಸಿಗೆಯೂ ಅಲ್ಲ. ನಮ್ಮ ಬದುಕನ್ನು ನಾವಲ್ಲದೆ ಬೇರೆ ಯಾರೂ ಕಟ್ಟಿಕೊಡಲು ಬರುವುದಿಲ್ಲ. ಇದನ್ನು ಮಂಡ್ಯ ರಮೇಶ್ ಅವರು ತಾವು ನಂಬಿದ ಕಾಯಕದ ಮೂಲಕ ಮಾಡಿ ತೋರಿಸಿದ್ದಾರೆ. ಅವರ ಮುಂದಿನ ದಿನಗಳು ಮತ್ತಷ್ಟು ಉಜ್ವಲವಾಗಿರಲಿ ಎಂದು ಆಶಿಸೋಣ.

ನಟಿಸಿದ ಚಿತ್ರಗಳು:

ಗಡಿಬಿಡಿ ಕೃಷ್ಣ, ಮಹಾಲಕ್ಷ್ಮಿ, ಕನಸುಗಾರ,
ನಾನು ನನ್ನ ಹೆಂಡ್ತೀರು, ಮಾಂಗಲ್ಯಂ
ತಂತುನಾನೇನ,
ಓ ನನ್ನ ನಲ್ಲೆ, ಸ್ನೇಹ, ಮಠ,
ಕಿರಗೂರಿನ ಗಯ್ಯಾಳಿಗಳು, ಅಮೃತಧಾರೆ,
ಮಾತಾಡ್ ಮಾತಾಡು ಮಲ್ಲಿಗೆ,
ಯಜಮಾನ, ಸೈ, ರನ್ನ, ಒಗ್ಗರಣೆ
–ಇತ್ಯಾದಿ...

ನಾಯಕನಾಗಿ ನಟಿಸಿದ ಚಿತ್ರಗಳು:

ಕಲರ್ಸ್
ಗಡಿಬಿಡಿ ಬ್ರದರ್ಸ್

ಧಾರವಾಹಿಗಳು:

ಮನೆತನ, ಜನನಿ, ಫೋಟೋಗ್ರಾಫರ್ ಪರಮೇಶಿ
ಮಂಥನ, ಒಂದೇ ಸುಳ್ಳು, ಚಿ.ಸೌ. ಸಾವಿತ್ರಿ
ಕೃಷ್ಣ ಕಲ್ಯಾಣ ಲೀಲೆ, ವೆಂಕಟೇಶ್ವರ ಮಹಿಮೆ
ಯಡಿಯೂರು ಸಿದ್ಧಲಿಂಗೇಶ್ವರ, ಒಲವಿನ ನಿಲ್ದಾಣ
–ಇತ್ಯಾದಿ....

ನಟನ ಆಲ್ಬಂ

ಅಪ್ಪ- ಎನ್. ಸುಬ್ರಹ್ಮಣ್ಯಂ ಅಮ್ಮ- ಎಸ್. ನಾಗಲಕ್ಷ್ಮಿ

ಮಗುವಾಗಿದ್ದಾಗ

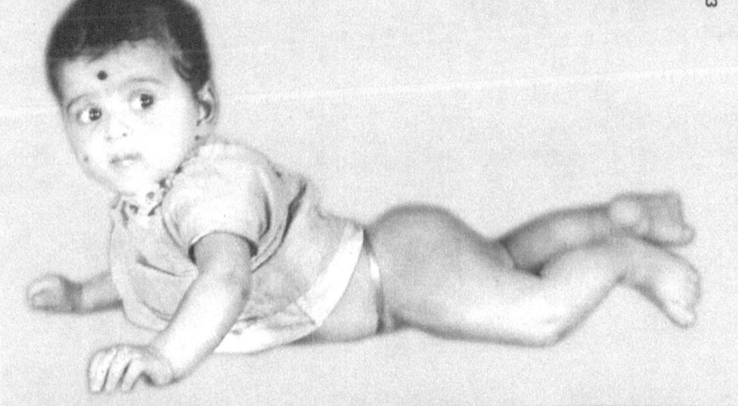

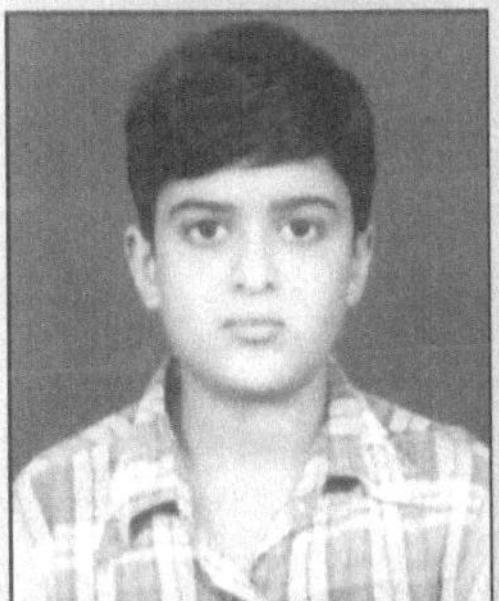

ಗೆಳೆಯರೊಂದಿಗೆ

ಹೈಸ್ಕೂಲ್‌ನಲ್ಲಿದ್ದಾಗ

ಕಾಲೇಜಿನಲ್ಲಿದ್ದಾಗ

ಸಾಂಸ್ಕೃತಿಕ ಕಾರ್ಯಕ್ರಮಗಳಲ್ಲಿ

ರಂಗಭೂಮಿಯಲ್ಲಿ ಆರಂಭದ ದಿನಗಳು

ಬೆಳವಣಿಗೆಯ ಹಾದಿಯಲ್ಲಿ

ರಮೇಶರ ವೇದಿಕೆ ತಂಡದೊಂದಿಗೆ - ನಾಟಕಕಾರ ಕೆ. ಗುಂಡಣ್ಣ, ಎ. ಕೆ. ಸುಬ್ಬಯ್ಯ, ಡಾ. ಯು. ಆರ್. ಅನಂತಮೂರ್ತಿ, ಶಾಸಕ ಎಸ್. ಡಿ. ಜಯರಾಂ ಮತ್ತು ಪತ್ರಕರ್ತರಾದ ಶ್ರೀಪಾದು ಮತ್ತು ಎಸ್. ವಿ. ಜಯಶೀಲರಾವ್

ನೀನಾಸಂ ರಂಗಶಿಕ್ಷಣ ಕೇಂದ್ರದಲ್ಲಿ ಸಹಪಾಠಿಗಳೊಂದಿಗೆ

ಬಾಳಸಂಗಾತಿ ಸರೋಜ ಹೆಗಡೆಯೊಂದಿಗೆ

ಮುಂದಿನ ದಿಶೆ

ಕುಟುಂಬದೊಂದಿಗೆ

ಆನಂದ ಸಾಗರ

ಗುರು ಶ್ರೀ ಬಿ. ವಿ. ಕಾರಂತರೊಂದಿಗೆ

ಕಲಾಯೋಗಿಗಳೊಂದಿಗೆ

ರಸಋಷಿಗಳೊಂದಿಗೆ

ಕಾರಂತರ ತಾಲೀಮು – ನೀನಾಸಂನಲ್ಲಿ

ಭಾರತರತ್ನ ಭೀಮಸೇನರೊಂದಿಗೆ

ರಂಗಭೀಷ್ಮ ಶ್ರೀ ಏಣಗಿ ಬಾಳಪ್ಪನವರೊಂದಿಗೆ

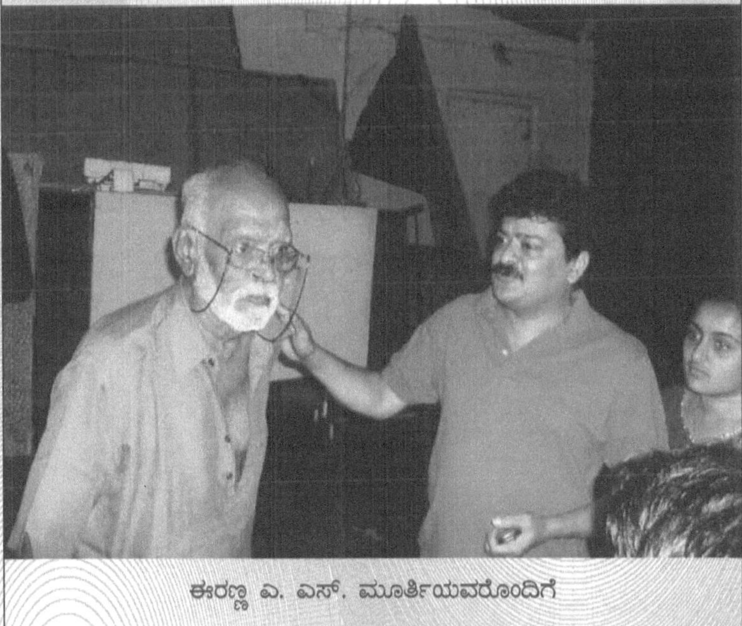

ಈರಣ್ಣ ಎ. ಎಸ್. ಮೂರ್ತಿಯವರೊಂದಿಗೆ

ದೀಪಧಾರಿ ಚನ್ನವೀರ ಕಣವಿಯವರೊಂದಿಗೆ

ಶ್ರೀ ಎಸ್. ಎಲ್. ಭೈರಪ್ಪ, ಪಿ.ಜಿ.ಆರ್. ಸಿಂಧ್ಯ ಮತ್ತು ಪ್ರಧಾನ ಗುರುದತ್ತ ಅವರೊಂದಿಗೆ

ಪ್ರೊ. ಜಿ. ಕೆ. ಗೋವಿಂದರಾಯರೊಂದಿಗೆ

ಚೊಚ್ಚಲ ಕೃತಿ 'ರಂಗವಲ್ಲಿ'ಯ ಬಿಡುಗಡೆ ಸಮಾರಂಭದಲ್ಲಿ

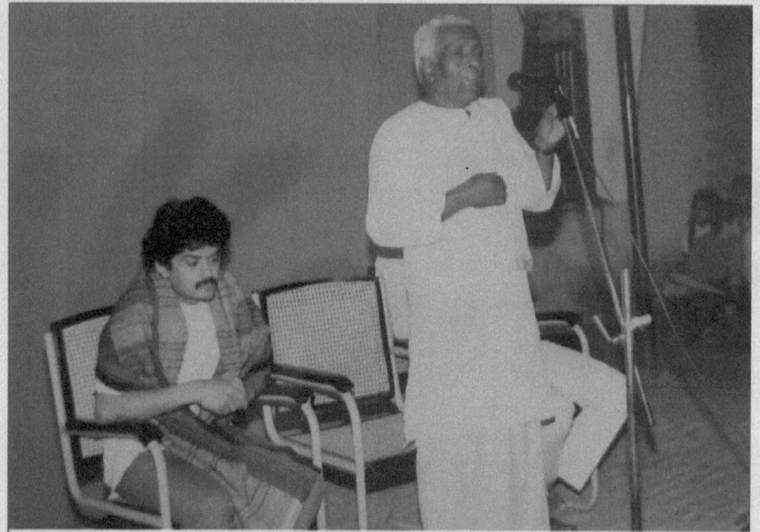

ಗುರು - ಬಹುಮುಖಿ ಯೋಗಣ್ಣನವರೊಂದಿಗೆ

ಯೇಗ್ದಾಗೆಲ್ಲಾಐತೆ - ಬೆಳಗೆರೆ ಕೃಷ್ಣಶಾಸ್ತ್ರಿಗಳೊಂದಿಗೆ

ನಟಶೇಖರ ಕಲ್ಯಾಣ್‌ಕುಮಾರ್, ಮೈನಾವತಿ ಹಾಗೂ ಪಂಡರಿಬಾಯಿ ಯವರೊಂದಿಗೆ

ಜೆ. ಎಚ್. ಪಟೇಲ್ ಹಾಗೂ ಗಿರೀಶ್ ಕಾರ್ನಾಡರೊಂದಿಗೆ ರಂಗಾಯಣ ಕಲಾವಿದರು

ಸಂತ–ಫಕೀರ ಸುತಾರ ಸಾಹೇಬರೊಂದಿಗೆ

ವಾಕ್ಪತಿ ಮಾಸ್ಟರ್ ಹಿರಣ್ಣಯ್ಯನವರಿಂದ ಅಭಿನಂದನೆ

ಕಥೆಗಾರ್ತಿ ವೈದೇಹಿ ಹಾಗೂ ಗುರು ಶ್ರೀ ಎಚ್. ಕೆ. ರಾಮನಾಥರೊಂದಿಗೆ

ಬನ್ನಂಜೆಯವರಿಂದ ಅಭಿನಂದನೆ

ಮಗಳ ಹುಟ್ಟುಹಬ್ಬದ ಸಂದರ್ಭದಲ್ಲಿ 'ದಿಗ್ಗಜ'ರೊಂದಿಗೆ

ಮಂಡ್ಯ ತಾ. ಸಾಹಿತ್ಯ ಸಮ್ಮೇಳನಾಧ್ಯಕ್ಷನಾಗಿ, ಭಾರತಿಯವರೊಂದಿಗೆ

ಎಚ್. ಎಸ್. ವಿ. ಅವರೊಂದಿಗೆ

ಕುದಿಯೆಸರು ವಿಜಯಮ್ಮನವರೊಂದಿಗೆ

ಅರುಂಧತಿ ನಾಗ್‌ರೊಂದಿಗೆ

ಮೊದಲ ಚಿತ್ರ 'ಜನುಮದ ಜೋಡಿಯ' ಮುಹೂರ್ತದಲ್ಲಿ

ನಟನದಲ್ಲಿ ರಾಜು ಅನಂತಸ್ವಾಮಿ

ಗಾನಕೋಗಿಲೆ ಎಸ್. ಜಾನಕಿಯವರೊಂದಿಗೆ

‘ಸಾವಿರದ ಶರಣವ್ವ ಕರಿಮಾಯಿ ತಾಯಿ’ ಜಯಶ್ರೀಯವರೊಂದಿಗೆ

ನಾದಬ್ರಹ್ಮರೊಂದಿಗೆ

ನಟನದಲ್ಲಿ ಪ್ರಕಾಶ, ಸುರೇಶ, ರಮೇಶ

ದೊಡ್ಡಣ್ಣ ನಟನದಲ್ಲಿ

ನಾಗಾಭರಣ, ಗಿರಿಜಾ ಲೋಕೇಶ್, ಸುಂದರ್

ಜಗ್ಗೇಶ್, ಗೌತಮಿ ನಟನದಲ್ಲಿ

ಹ್ಯಾಸ್ಯದ ಅಣ್ಣ ದತ್ತಣ್ಣರೊಂದಿಗೆ

ಕನಸುಗಾರ ರವಿಚಂದ್ರನ್‌ರೊಂದಿಗೆ

ರಂಗಸಂಗಾತಿಗಳೊಂದಿಗೆ

ಪ್ರವೀಣ್ ಗೋಡ್ಖಿಂಡಿ ಹಾಗೂ ವಸುಂಧರ ದೊರೆಸ್ವಾಮಿ ಅವರೊಂದಿಗೆ

ಸಿರಿಕಂಠಿ ರವಿಶಂಕರ್.......

ನಾಗತಿಹಳ್ಳಿಯವರೊಂದಿಗೆ

ಪಂಚಭಾಷಾತಾರೆ ಲಕ್ಷ್ಮೀ ಗೋಪಾಲಸ್ವಾಮಿ ನಟನದಲ್ಲಿ

ಸಂವೇದನಾಶೀಲ ನಟ ನಾಸಿರುದ್ದೀನ್ ಶಾ ಹಾಗೂ ನಟಿ ಉಮಾಶ್ರೀ ಅವರೊಂದಿಗೆ

ಜ. ರಾಮಾಜೋಯಿಸ್, ಪಿ.ಜಿ.ಆರ್. ಸಿಂಧ್ಯ, ಸುಕನ್ಯ ಪ್ರಭಾಕರ್, ಪ್ರಸನ್ನ,
ಬಿ. ಎಲ್. ಶಂಕರ್, ಡಾ. ವಿಶ್ವೇಶ್ವರರನ್

ರೋಟರಿ ನಮನ ಪ್ರಶಸ್ತಿ

ಮಂಗಳೂರಿನ ಸಂದೇಶ ಪ್ರಶಸ್ತಿ ಪುರಸ್ಕಾರ

ಸಾಣೆಹಳ್ಳಿ ಸ್ವಾಮಿಗಳಿಂದ ಆಶೀರ್ವಾದ

ಗುಬ್ಬಿವೀರಣ್ಣ ರಂಗಮಂದಿರ, ಗುಬ್ಬಿಯಲ್ಲಿ
ಲಕ್ಷ್ಮೀದೇವಿ ಎಣಗಿ ಬಾಳಪ್ಪ,
ಆರ್. ಪರಮಶಿವನ್
ಸಿದ್ಧಲಿಂಗ ಪಟ್ಟಣಶೆಟ್ಟಿ ಅವರೊಂದಿಗೆ

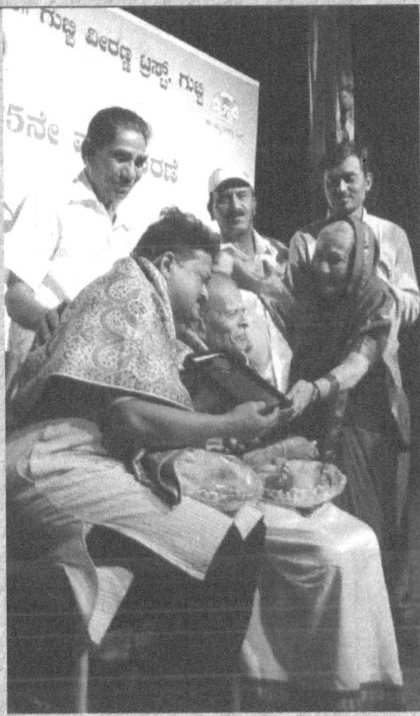

ನಾಗಾಭರಣ
ರಮೇಶ್ ಅರವಿಂದ್
ಎಸ್. ನಾರಾಯಣ್
ಹಾಗೂ
ನಾಗೇಂದ್ರ ಪ್ರಸಾದ್
ಅವರಿಂದ ಸನ್ಮಾನ

ಕೋಟಗಾನಹಳ್ಳಿ ರಾಮಯ್ಯ ಅವರ ಜೊತೆ

ದರ್ಶನ್ ನಟನದಲ್ಲಿ

ರಂಗಕುಟುಂಬ

ಗೆಳೆಯ ಸೃಜನ್‌ರೊಂದಿಗೆ

ಜಯಂತ ಕಾಯ್ಕಿಣಿಯವರೊಂದಿಗೆ

ಸುದೀಪರ
ಅಪ್ಪುಗೆಯಲ್ಲಿ

ನೀನಾಸಂ ತಿರುಗಾಟದ ಸಾಂಬಶಿವಪ್ರಹಸನ ನಾಟಕದಲ್ಲಿ
ನಟ ಏಣಗಿ ನಟರಾಜನೊಂದಿಗೆ

ಗೆಳೆಯ ರಮೇಶ್ ಇಂದಿರಾ ಮತ್ತು ಶ್ರುತಿ ನಾಯ್ಡು ಅವರೊಂದಿಗೆ

ಕನಸಿನ ರಂಗಮನೆ

www.ingramcontent.com/pod-product-compliance
Lightning Source LLC
LaVergne TN
LVHW092052051026
849517LV00013B/1873
* 9 7 8 9 3 9 4 9 4 2 1 1 0 *